മലബാർ കലാപം

ചരിത്രം രാഷ്ട്രീയം പ്രത്യയശാസ്ത്രം

Malabar Kalapam
Charithram Rashtreeyam Prathyayasasthram
Study

A group of writers

Collection
Radhakrishnan Cheruvally

CHINTHA PUBLISHERS
Thiruvananthapuram

First Edition
January 2021

Second Edition
November 2021

Second Impression
February 2023

Published
Chintha Publishers, Thiruvananthapuram

Printed at
Repro India Ltd, Mumbai

Cover Design
Vinod Mangoes

ISBN : 978-93-90301-27-0

CR - 2327 / 6324

₹ 340

Email: chinthapublishers@gmail.com
Website: www.chinthapublishers.com

A version is available at National Libraries
Kolkata, Mumbai, Chennai and Delhi

Distribution
DESHABHIMANI BOOKHOUSE
H O Thiruvananthapuram 695035

Branch
Head Office Kunnukuzhi • Statue Thiruvananthapuram
KSRTC Bus Terminal Thampanoor • Saphalyam Complex Thiruvananthapuram
KSRTC Bus Station Alappuzha • KSRTC Bus Station Ernakulam
Machingal Lane Thrissur • IG Road Kozhikode
Mavoor Road Kozhikode • NGO Union Building Kannur
Central Bus Terminal Complex Thavakkara Kannur

മലബാർ കലാപം
ചരിത്രം രാഷ്ട്രീയം പ്രത്യയശാസ്ത്രം

സൗമ്യേന്ദ്രനാഥ ടാഗോർ, ഇ എം എസ്
സർദാർ ചന്ദ്രോത്ത്, പട്ടാഭി സീതാരാമയ്യ
ഡോ. കെ എൻ പണിക്കർ, പി ഗോവിന്ദപിള്ള
സ്റ്റീഫൻ നിഫ്ഡെയ്ൽ, ഡോ. കെ കെ എൻ കുറുപ്പ്
സി ഉണ്ണിരാജ, ഡോ. പി കെ മൈക്കിൾ തരകൻ
കെ ഗോപാലൻകുട്ടി, ഡോ. കെ ടി ജലീൽ
ഡോ. ഹുസൈൻ രണ്ടത്താണി
കെ ഇ കെ നമ്പൂതിരി, അനിൽകുമാർ എ വി

സമാഹരണം
രാധാകൃഷ്ണൻ ചെറുവല്ലി

ചിന്ത പബ്ലിഷേഴ്സ്
തിരുവനന്തപുരം-695 035
വില : ₹ 340

രാധാകൃഷ്ണൻ ചെറുവല്ലി

നോവലിസ്റ്റ്, പരിഭാഷകൻ, യാത്ര എഴുത്തുകാരൻ, ചലച്ചിത്ര നിരൂപകൻ. നിലവിൽ സബ് എഡിറ്റർ, ചിന്ത പബ്ലിഷേഴ്സ്.

പ്രസിദ്ധീകരിച്ച പുസ്തകങ്ങൾ: *യേശയ്യൻ* (നോവൽ), *മദ്ധ്യദേശത്തെ ചരിത്രപഥങ്ങൾ, ചോരവീണ മണ്ണ്, കടലിലും കാട്ടിലും മണലാരണ്യത്തിലും, വിദർഭയുടെ സങ്കടങ്ങൾ* (യാത്ര), *ആണധികാരത്തിന്റെ ബലപ്രയോഗങ്ങൾ, സെല്ലുലോയ്ഡ്: ചരിത്രത്തിലില്ലാത്ത ജീവിതവും സിനിമയും* (എഡിറ്റർ), *നവസിനിമ: അധീശത്തം പ്രതിനിധാനം പ്രത്യയശാസ്ത്രം, ഡോറിയൻ ഗ്രേയുടെ ഛായാചിത്രം (ഓസ്കാർ വൈൽഡ്), ആഴത്തിൽ നിന്നുള്ള നിലവിളി: ഓസ്കാർ വൈൽഡിന്റെ ജയിൽക്കുറിപ്പുകൾ* (പരിഭാഷ), *അംബേദ്കർ: ഇന്ത്യയും കമ്യൂണിസവും* (പരിഭാഷ)

ഫോൺ : 9447010396

Email : radhakrishnancheruvally@gmail.com

ഉള്ളടക്കം

ഭാഗം I
ചരിത്രം

പ്രസാധകക്കുറിപ്പ്

ബ്രിട്ടീഷ് കോളനിവാഴ്ചയ്ക്കെതിരായി ഇന്ത്യയിൽ പലയിടങ്ങളിലും കാലങ്ങളിലുമായി നടന്ന കർഷക കലാപങ്ങളെപ്പറ്റിയുള്ള പഠനങ്ങളിൽ ഇന്ന് ചരിത്രകാരന്മാരുടെ സവിശേഷ ശ്രദ്ധ പതിയുന്നുണ്ട്. മലബാറിലെ ഏറനാട്, വള്ളുവനാട് താലൂക്കുകളിൽ ജന്മികളുടെ അടിച്ചമർത്തലിനും അവഹേളനങ്ങൾക്കും വിധേയരായ കുടിയാന്മാരും കീഴ്ക്കുടിയാന്മാരും കലാപമുയർത്തിയിരുന്നു. പത്തൊമ്പതാം നൂറ്റാണ്ടിൽത്തന്നെ ഇത്തരത്തിലുള്ള മുപ്പത്തിരണ്ടോളം കലാപങ്ങൾ നടന്നതായി ചരിത്രം രേഖപ്പെടുത്തുന്നു. ഹിന്ദുവായ ജന്മിയുടെ ഭൂമി നേരിട്ടോ മദ്ധ്യവർത്തി മുഖേനയോ പാട്ടത്തിനെടുത്ത് കൃഷി ചെയ്തുപോന്ന മാപ്പിളമാരായിരുന്നു ഇവിടത്തെ കർഷകരിൽ ഏറെയും. ഭൂമി ഏകദേശം മുഴുവനായും തന്നെ ഹിന്ദു ജന്മിമാരുടേതായിരുന്നു. ഇരുപതാം നൂറ്റാണ്ടിന്റെ രണ്ടാം ദശകത്തോടെ തെക്കേ മലബാറിലെ കർഷകരുടെ സ്ഥിതി അങ്ങേയറ്റം ദയനീയമായിത്തീർന്നു. 1921 ആഗസ്ത് ഒന്നിന് ജന്മിമാർക്കെതിരെ മാപ്പിളമാരായ കർഷകർ തുടങ്ങിയ സമരം ഒരു വലിയ കലാപമായി പടർന്നു. ബ്രിട്ടീഷ് സൈന്യം അങ്ങേയറ്റം പക്ഷപാതപരമായി ഇടപെട്ടു. മാപ്പിളലഹള എന്ന പേരിൽ സാമ്പ്രദായിക ചരിത്രകാരന്മാർ വിലകുറച്ചു കണ്ട ആ പ്രക്ഷോഭത്തെ ചരിത്രപരമായ ഭൗതികവാദ ദർശനത്തിൽ നിന്നുകൊണ്ട് സമീപിച്ച ആദ്യപഥികരിൽ ഒരാളായിരുന്നു സൗമ്യേന്ദ്രനാഥ ടാഗോർ. അദ്ദേഹം 'കർഷകലഹള' എന്നാണാ സമരത്തെ വിളിച്ചത്. സൗമ്യേന്ദ്രനാഥ ടാഗോർ മുതൽ ഡോ. കെ ടി ജലീൽ വരെയുള്ള വിവിധ തലമുറകളിലെ ചരിത്രകാരന്മാർ വിവിധ സന്ദർഭങ്ങളിൽ എഴുതിയ ലേഖനങ്ങളുടെ സമാഹാരമാണീ പുസ്തകം.

1991 ൽ മലബാർ കലാപത്തിന്റെ ഏഴു പതിറ്റാണ്ടു പിന്നിട്ടവേളയിൽ മലപ്പുറത്തു നടന്ന സി പി ഐ (എം) ജില്ലാ സമ്മേളനത്തിന്റെ ഭാഗമായി സംഘടിപ്പിച്ച സെമിനാർ പേപ്പറുകൾ സമാഹരിച്ച് ചിന്ത വാരിക *മലബാർ കലാപം ചരിത്രവും പ്രത്യയശാസ്ത്രവും* എന്നൊരു ലഘു ഗ്രന്ഥം പ്രസി

ദ്ധീകരിച്ചിരുന്നു. ആ സമാഹാരത്തിലെ ചില ലേഖനങ്ങൾ ആവർത്തന ഭയത്താൽ ഒഴിവാക്കി ബാക്കിയുള്ളവ ഈ പുസ്തകത്തിൽ ചേർത്തിട്ടുണ്ട്. പുതിയ കാലത്തെ ചരിത്രധാരണകൾക്കനുസരിച്ച് ഈ ലേഖനങ്ങൾ പുതുക്കപ്പെട്ടിട്ടില്ല. എങ്കിലും അതിലെ മുഖ്യ പ്രമേയങ്ങൾ ഇന്നും ശരിയായി നിലനില്ക്കുന്നു. ആ ലേഖനസമാഹാരത്തിലെ ലേഖകന്മാരോടും അത് പ്രസിദ്ധീകരിച്ച ചിന്ത വാരികയോടുമുള്ള കടപ്പാട് ഇവിടെ കുറിക്കുന്നു. സൗമ്യേന്ദ്രനാഥ ടാഗോർ രചിച്ച *1921 മലബാറിലെ കർഷകകലഹ*ള മലയാളത്തിലേക്ക് പരിഭാഷപ്പെടുത്തിയത് യശ്ശശരീരനായ എം റഷീദാണ്. എം റഷീദിന്റെ കുടുംബാംഗങ്ങളോടും അത് പ്രസിദ്ധീകരിച്ച ഇംപ്രിന്റ് ബുക്സിനോടും ഞങ്ങൾക്കുള്ള കടപ്പാട് അറിയിക്കുന്നു.

മലബാർ കലാപത്തെ വിലയിരുത്തിക്കൊണ്ട് സ. ഇ എം എസ് പല കാലങ്ങളിലായി എഴുതി ഞങ്ങൾ പ്രസിദ്ധീകരിച്ച *മലബാർ കലാപം ഒരു വിലയിരുത്തൽ* എന്ന ലേഖന സമാഹാരം പൂർണ്ണമായും ഇതിൽ ചേർത്തിട്ടുണ്ട്. കേരള ചരിത്ര ഗവേഷണ കൗൺസിൽ പ്രസിദ്ധീകരിച്ച ഡോ. കെ എൻ പണിക്കരുടെ *Essays on the history and society of Kerala* എന്ന ഗ്രന്ഥത്തിൽനിന്നും മലബാറിലെ കർഷകരുടെ ചെറുത്തുനില്പും കലാപങ്ങളും എന്ന അദ്ധ്യായം ഈ പുസ്തകത്തിൽ ഉൾപ്പെടുത്തിയിട്ടുണ്ട്. കേരള ചരിത്ര ഗവേഷണ കൗൺസിലിനോടും ഡോ. പണിക്കരോടുമുള്ള കൃതജ്ഞത ഇവിടെ കുറിക്കുന്നു. ഷിജു ഏലിയാസാണ് ഈ ലേഖനം പരിഭാഷപ്പെടുത്തിയത്. *വാരിയംകുന്നത്ത് കുഞ്ഞഹമ്മദ് ഹാജി ദേശസ്നേഹിയായ പോരാളി* എന്ന അദ്ധ്യായം ഡോ. കെ ടി ജലീലിന്റെ *മലബാർ കലാപം ഒരു പുനർവായന* എന്ന ഗ്രന്ഥത്തിൽനിന്നും എടുത്തതാണ്. ഡോ. കെ ടി ജലീലിനോട് ഞങ്ങൾ കടപ്പെട്ടിരിക്കുന്നു. *മലബാർ കലാപം എ കെ ജി പറഞ്ഞത്* എന്ന അദ്ധ്യായം ഡോ. ഹുസൈൻ രണ്ടത്താണിയുടെ *മലബാറിലെ മുസ്ലീങ്ങളും ഇടതുപക്ഷവും* എന്ന പുസ്തകത്തിൽനിന്നും കടം കൊണ്ടതാണ്. ഡോ. രണ്ടത്താണിയോടുള്ള കടപ്പാട് ഇവിടെ കുറിക്കുന്നു. ഈ പുസ്തകത്തിൽ ഉൾപ്പെടുത്തിയിട്ടുള്ള ലേഖനങ്ങൾ സംഭാവന ചെയ്ത എല്ലാ എഴുത്തുകാരോടും ഞങ്ങൾക്ക് കടപ്പാടുണ്ട്.

മലബാർ കലാപത്തിന്റെ നൂറാം വാർഷികത്തോടനുബന്ധിച്ച് നിരവധി സംവാദങ്ങൾ കേരളത്തിൽ രൂപപ്പെട്ടുവന്നു. കേരളത്തിന്റെ പൊതുമണ്ഡലത്തിൽ ചുവടുറപ്പിച്ചു തുടങ്ങിയ ഹൈന്ദവ വലതുപക്ഷം തികച്ചും വർഗ്ഗീയ താല്പര്യങ്ങളോടെ മലബാർ കലാപത്തെയും അതിന്റെ നായകരെയും ചരിത്ര സന്ദർഭങ്ങളെയും ഇകഴ്ത്തിക്കാട്ടാൻ ശ്രമിച്ചു. അതിനെതിരെയുള്ള ചെറുത്തുനില്പുകൂടി ലക്ഷ്യമാക്കിയാണ് ഇത്തരമൊരു സംരംഭത്തിന് ഞങ്ങൾ മുതിർന്നത്. ചരിത്രം കേവല ജഡരേഖകളല്ല. സമകാലവുമായി നിരന്തരം മുഖാമുഖം കാണുന്ന സജീവതയാണ്. ചരിത്രസംഭവങ്ങൾ ഓരോ കാലത്തോടും പറയുന്ന വർത്തമാനങ്ങളാണ് പ്രധാനം. ഒരു നൂറ്റാണ്ടുമുമ്പ് ബ്രിട്ടീഷ് സാമ്രാജ്യത്വത്തോട് മുഖാമുഖം ഏറ്റുമുട്ടി രക്തസാക്ഷിത്വം വരിച്ച മലബാറിലെ മാപ്പിളമാരായ കർഷകപ്പോരാളികളുടെ സ്മരണയ്ക്കുമുന്നിൽ ഞങ്ങൾ ഈ പുസ്തകം സമർപ്പിക്കുന്നു.

ചിന്ത പബ്ലിഷേഴ്സ്

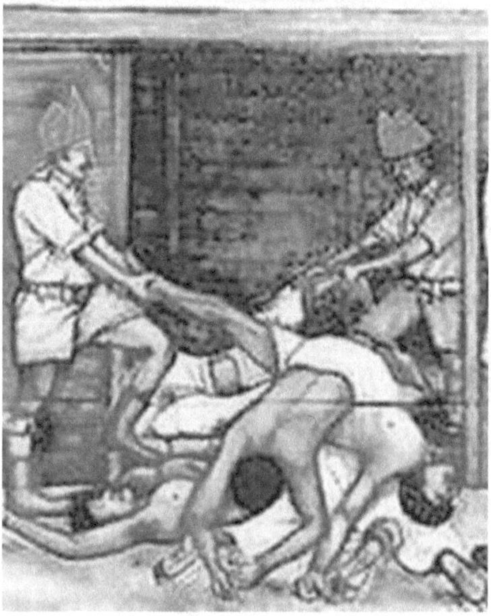

ഭാഗം I
ചരിത്രം

സൗമ്യേന്ദ്രനാഥ ടാഗോർ

സൗമ്യേന്ദ്രനാഥ ടാഗോർ

1921 മലബാറിലെ കർഷക ലഹള

മുഖവുര

ഇരുപതാം നൂറ്റാണ്ടിന്റെ കാൽഭാഗം അവസാനിക്കുമ്പോൾ ലോക മഹായുദ്ധം സാമ്രാജ്യത്വത്തിന്റെ അടിത്തറ ഇളക്കി. ഇന്ത്യയാകെ അസംതൃപ്തി തിളച്ചുമറിഞ്ഞു. ഭൂഗോളമെമ്പാടുമുള്ള മർദ്ദിത ജനകോടികൾക്കു മുമ്പിൽ റഷ്യൻ വിപ്ലവത്തിന്റെ ജയം പുതിയ ചക്രവാളം തുറന്നു. വൻവാഗ്ദാനങ്ങളോടെ ഇന്ത്യയിൽ തുടങ്ങിയ നിസ്സഹകരണപ്രസ്ഥാനം നിർണ്ണായകഘട്ടത്തിൽ നേതാവിനാൽ ഉപേക്ഷിക്കപ്പെട്ടു. സ്വമേധയാ പലേ ജനകീയപ്രസ്ഥാനങ്ങൾ രാജ്യത്തിന്റെ പല ഭാഗത്തും പൊട്ടിപ്പുറപ്പെട്ടു.

ബ്രിട്ടീഷ് സാമ്രാജ്യത്വത്തിനെതിരെ ഈ നൂറ്റാണ്ടിന്റെ മൂന്നാം ദശകത്തിലുണ്ടായ ഏറ്റവും വലിയ സ്വാഭാവിക വിപ്ലവമാണ് 1921 ലെ മലബാർ കർഷക കലാപം. ആ കലാപം അടിച്ചമർത്തിയ ശേഷം ഇന്ത്യയിലെ ബ്രിട്ടീഷ് ഗവൺമെന്റ് അതിനെപ്പറ്റി 3 ഭാഗങ്ങളുള്ള റിപ്പോർട്ട് പ്രസിദ്ധീകരിച്ചു. ഗവൺമെന്റ് തന്നെ അതിന്റെ പ്രചരണം ഉദ്യോഗസ്ഥന്മാർക്കിടയിൽ മാത്രമായി പരിമിതപ്പെടുത്തി. സ്വന്തം പ്രസിദ്ധീകരണത്തിന്റെ പ്രചരണം ഗവൺമെന്റ് തന്നെ തടഞ്ഞു!

ഈ റിപ്പോർട്ടല്ലാതെ മറ്റു യാതൊരു ഔദ്യോഗികരേഖകളും ഈ കർഷക കലാപം സംബന്ധിച്ച് പ്രസിദ്ധീകരിച്ചിട്ടില്ല. കലാപത്തിന്റെ കാരണങ്ങൾ രേഖപ്പെടുത്തുവാനുള്ള എളിയ ശ്രമമാണീ പ്രബന്ധം. ഇന്ത്യൻ സ്വാതന്ത്ര്യസമരം വരുംകാല ചരിത്രകാരന്മാർ കൈകാര്യം ചെയ്യുമ്പോൾ, സാമ്രാജ്യത്വം പിന്തുണച്ചിരുന്ന ജന്മിത്വത്തിനെതിരെ മലബാറിലെ കർഷകർ നടത്തിയ ഈ ഉശിരൻ പോരാട്ടത്തോട് പൂർണ്ണമായും നീതി പുലർത്തുമെന്നാണ് എന്റെ വിശ്വാസം. ഈ പോരാട്ടം ഇന്ത്യയിൽ സ്വമേധയാ ഉണ്ടായ ജനകീയ സമരങ്ങളിൽ അതിതീവ്രമായ അദ്ധ്യായങ്ങളിലൊന്നിന്റെ പ്രാതിനിധ്യം വഹിക്കുന്നുമുണ്ട്.

മലബാർ തെക്കേ ഇന്ത്യയിലെ പടിഞ്ഞാറൻ കടൽത്തീരത്ത് സ്ഥിതി ചെയ്യുന്ന ഭൂവിഭാഗമാണ്. 5,792 ചതുരശ്ര മൈൽ വിസ്തീർണ്ണമുള്ള മലബാർ ഇന്ത്യയിലെ ഏറ്റവും ഫലഭൂയിഷ്ഠവും സുന്ദരവുമായ പ്രദേശമാണ്.

1922 ലെ സെൻസസ് അനുസരിച്ച് മലബാറിലെ ജനസംഖ്യ മുപ്പത് ലക്ഷത്തിൽ കൂടുതലായിരുന്നു. കർഷക കലാപങ്ങളിൽ പ്രധാന പങ്ക് വഹിച്ച ഏറനാട്ടിലെ ജനസംഖ്യ നാല് ലക്ഷവും അതിൽ 1,63,328 ഹിന്ദുക്കളും, 2,36,627 മുസ്ലീങ്ങളുമുണ്ടായിരുന്നു.

"മാപ്പിള" എന്നാണ് മലബാറിലെ മുസ്ലീങ്ങൾ അറിയപ്പെടുന്നത്. അവരിലധികവും ദരിദ്രകർഷകരായിരുന്നു. ഏറനാട്ടിലെ മാപ്പിളമാരും ഈ പൊതുനിയമത്തിനപവാദമായിരുന്നില്ല. ചാലിയാർ പുഴയുടെ തീരത്തും മറ്റും മരവ്യാപാരികളായിരുന്ന കുറച്ചു മാപ്പിളമാർ മാത്രമായിരുന്നു മറ്റുള്ളവരിൽനിന്നും അല്പം ഭേദപ്പെട്ട സ്ഥിതിയിലുള്ളവർ. മലയോരപ്രദേശങ്ങളായ നിലമ്പൂരിലും വണ്ടൂരിലും സർക്കാരിൽനിന്നു ഭൂമി പാട്ടത്തിനെടുത്ത് കൃഷിചെയ്യുന്ന ധനികരായ ചില മാപ്പിളമാരുണ്ട്. മാപ്പിളമാരായ ജന്മികൾ വളരെ കുറവാണ്. മാപ്പിളമാരുടെ പ്രധാന ഉപജീവനമാർഗ്ഗം കൃഷിയാണ്. കർഷകർ അത്യാദ്ധ്വാനം ചെയ്യുന്നവരാണ്. യുഗങ്ങളായി കൃഷി ചെയ്യാതെ കിടന്ന വനഭൂമിയെ അവർ കൃഷിഭൂമിയാക്കി. അപ്രകാരം വീണ്ടെടുത്ത ഭൂമിയിൽനിന്ന് മാപ്പിളകർഷകരെ കുടിയിറക്കി ജന്മിമാർ അത് സ്വന്തമാക്കി. ഉപജീവനത്തിന് മറ്റുള്ളവരുടെ ഭൂമി പാട്ടത്തിനെടുത്തു കൃഷി ചെയ്യുന്നവരോ കർഷക തൊഴിലാളികളോ ആണ് മാപ്പിള കർഷകർ. അവരിൽ ഗണ്യവിഭാഗം കിഴക്കൻ മലമ്പ്രദേശങ്ങളിലെ മുളങ്കാടുകളിൽ പണിയെടുക്കുന്നവരായിരുന്നു. ഒന്നുരണ്ടു ദശാബ്ദങ്ങൾക്കു മുമ്പേതന്നെ അവരിൽ ചിലർ തോട്ടം തൊഴിലാളികളായിക്കഴിഞ്ഞിരുന്നു.

മലബാറിൽ ഒട്ടുമിക്ക ജന്മിമാരും ഹിന്ദുക്കളാണ്. അവരിലധികംപേരും ബ്രാഹ്മണരും. വടക്കെ മലബാറിൽ കുറച്ചു മാപ്പിള ജന്മിമാരുണ്ട്. മർദ്ദിതരും ചൂഷിതരുമായ മാപ്പിള കൃഷിക്കാരിൽ മർദ്ദകരായ ജന്മിമാരോടുള്ള കടുത്ത വിദ്വേഷം നൂറ്റാണ്ടുകളായി നീറിക്കത്തിക്കൊണ്ടിരുന്നു.

1921 ലെ മഹത്തായ കർഷക കലാപത്തിനുമുമ്പ് തന്നെ മലബാറിൽ മാപ്പിള കൃഷിക്കാരുടെ നേതൃത്വത്തിൽ അമ്പതോളം സമരങ്ങളുണ്ടായി. 1836 നും 1853 നുമിടയിലുള്ള 17 കൊല്ലങ്ങൾക്കുള്ളിൽ 22 ൽ കുറ

യാത്ത കലാപങ്ങൾ മാപ്പിളമാരായ കർഷകർക്ക് നേരിടേണ്ടി വന്നു. ഇതിൽ അല്പം ചില ലഹളകളിൽ മാത്രമായിരുന്നു മതപരമായ ഉള്ളടക്കമുണ്ടായിരുന്നത്. ചിലപ്പോൾ പള്ളി സ്ഥിതി ചെയ്യുന്ന സ്ഥലം സംബന്ധിച്ചോ അല്ലെങ്കിൽ മതപരിവർത്തനം സംബന്ധിച്ചോ ഉള്ള തർക്കങ്ങൾ രക്തച്ചൊരിച്ചിലുകൾക്ക് ഇടയാക്കിയിട്ടുണ്ട്. എങ്കിലും മിക്ക മാപ്പിളലഹളകളും അടിസ്ഥാനപരമായി കർഷക സമരങ്ങളായിരുന്നുവെന്നത് താഴെ പറയുന്ന വസ്തുതകൾ വെളിപ്പെടുത്തും.

നൂറ്റാണ്ടുകൾക്ക് മുമ്പ് അറബ് രാജ്യങ്ങളിൽനിന്നും ഇന്ത്യയിലേക്ക് വന്ന കച്ചവടക്കാരിൽ ചിലർ തെക്കേ മലബാറിൽ സ്ഥിരതാമസക്കാരായി. ഇവർ നായർ സ്ത്രീകളെ കല്യാണം കഴിച്ചു. അതിലുണ്ടായ സന്തതികളാണു മാപ്പിളമാർ. കോഴിക്കോട് രാജാവിന്റെ സേനാനായകനായ പാറനമ്പിയാണ് ഏറനാട്ടിൽ താമസിക്കാനും പള്ളികളുണ്ടാക്കാനും മാപ്പിളമാർക്ക് ആദ്യമായി അനുവാദം നല്കിയത്. പാറനമ്പിയുടെ ആസ്ഥാനം മലപ്പുറമായിരുന്നു. പത്തൊമ്പതാം നൂറ്റാണ്ടിന്റെ ആദ്യ ദശകങ്ങളിൽ മാപ്പിളമാരും പാറനമ്പിയും തമ്മിലിടഞ്ഞു. പള്ളികൾ പൊളിക്കാൻ പാറനമ്പി ശ്രമിച്ചു. തുടർന്ന് നമ്പിയുടെ പട്ടാളവും മാപ്പിളമാരും കടുത്ത സായുധ സംഘട്ടനത്തിലായി. ഇതിന്റെ ഫലമായി 47 മാപ്പിളമാർ കൊല്ലപ്പെട്ടു. തങ്ങൾക്ക് പാട്ടത്തിനു നല്കിയ ഭൂമി ബലമായി തിരിച്ചെടുത്ത തേറുംപള്ളി നമ്പൂതിരി എന്ന ജന്മിക്കെതിരെ 1941 ൽ മാപ്പിള കൃഷിക്കാർ കലാപമുണ്ടാക്കി. കുഞ്ഞോാലൻ എന്ന മാപ്പിള കർഷകനായിരുന്നു ഈ കലാത്തിന്റെ നേതാവ്. ജന്മി കൊല്ലപ്പെട്ടു. അയാളുടെ ഇല്ലം കത്തിച്ചാമ്പലായി. ജന്മിയെ രക്ഷിക്കാനെത്തിയ പട്ടാളം നിരവധി കർഷകരെ കൊലചെയ്തു.

1843 ലെ കലാപത്തിൽ മാപ്പിളകൃഷിക്കാർ തിരൂരങ്ങാടി അംശം അധികാരി (വില്ലേജാഫീസർ) കാപ്രാട് കൃഷ്ണപ്പണിക്കരെ കൊന്നു. അക്കൊല്ലം തന്നെ, മറ്റൊരു കലാപത്തിൽ നമ്പൂതിരി ജന്മിയായ കറുകമണ്ണമൂസ്സിനെ വകവരുത്തി. വടക്കെ മലബാറിലെ കോട്ടയം താലൂക്കിലും 1851 കർഷകകലാപം തല ഉയർത്തി. മാപ്പിള ജന്മിയായ കളത്തിൽ കേശവൻ തങ്ങളുടെ വീടു വളഞ്ഞ് കുടുംബാംഗങ്ങളെ വധിച്ചു.

1880 ൽ ഒരു സംഘം മാപ്പിളകൃഷിക്കാർ ജന്മികളായ അപ്പുദുരൈ പട്ടരേയും കൃഷ്ണപിഷാരടിയേയും ആക്രമിക്കുകയുണ്ടായി. ജന്മിമാരുടെ സായുധകാവല്ക്കാർ കൃഷിക്കാരെ വെടിവെച്ചുകൊന്നു.

ബക്കിങ്ഹാം പ്രഭുവായിരുന്നു അക്കാലത്ത് ഗവർണർ. മാപ്പിളകർക്കാരുടെ ദയനീയ സ്ഥിതിഗതികൾ വിശദമായി രേഖപ്പെടുത്തിയ ഒരു ഊമക്കത്ത് ഗവർണർക്കയച്ചു. മാപ്പിള കൃഷിക്കാർക്കെതിരെ ജന്മികൾ കോടതികളിലൂടെ എടുക്കാൻ ശ്രമിക്കുന്ന എല്ലാ നടപടികളും താല്ക്കാലികമായി നിർത്തിവെച്ച് കല്പന പുറപ്പെടുവിക്കാൻ ആ കത്തെഴുതിയ ആളുകൾ ഗവർണറോട് അഭ്യർത്ഥിച്ചു. അങ്ങനെയൊരു നടപടി സ്വീകരിക്കു

ന്നില്ലെങ്കിൽ മാപ്പിള കൃഷിക്കാരുടെ നേതൃത്വത്തിൽ കലാപം പൊട്ടിപ്പുറപ്പെടും ആ കത്തിൽ അവർ ഗവർണർക്ക് താക്കീത് നല്കി. ബക്കിങ്ഹാം പ്രഭു സത്വര നടപടികളെടുത്തു. കൃഷിക്കാരുടെ പരാതികളന്വേഷിക്കാൻ മലബാർ കളക്ടറും ജില്ലാ ജഡ്ജിയുമടങ്ങിയ കമ്മിറ്റി രൂപീകരിച്ചു. കുഴപ്പങ്ങളുടെയെല്ലാം അടിസ്ഥാനകാരണം കുടിയായ്മ സംബന്ധിച്ച പ്രശ്നങ്ങളാണെന്ന് ഈ രണ്ട് ഉദ്യോഗസ്ഥന്മാരും തങ്ങളുടെ റിപ്പോർട്ടിൽ സമ്മതിച്ചു. നിലവിലുള്ള കുടിയായ്മ വ്യവസ്ഥയെയും കുടിയാന്മാരെ ഒഴിപ്പിക്കുന്നതിനെപ്പറ്റിയും, കുടിയാന്മാർ അത്യദ്ധ്വാനം ചെയ്തു ഫലഭൂയിഷ്ഠമാക്കിയ ഭൂമിയിൽ അവരുണ്ടാക്കിയ ഫലങ്ങൾക്ക് ജന്മിമാർ തന്നിഷ്ടം പോലെ പണം ആവശ്യപ്പെടുന്ന ദുഷിച്ച സമ്പ്രദായത്തെപ്പറ്റിയും വിശദമായ അന്വേഷണം നടത്താൻ മറ്റൊരു കമ്മിറ്റിയെ ചുമതലപ്പെടുത്തി. കുടിയായ്മ സമ്പ്രദായത്തെയും അതന്റെ തകരാറുകളെപ്പറ്റിയും ഉദ്യോഗസ്ഥനായ മി. ലോഗൻ ഗവൺമെന്റിനു റിപ്പോർട്ട് ചെയ്തു. ഇതിന്റെ ഫലമായി 1887 ൽ മലബാർ കുടിയായ്മ നിയമം (മലബാർ കുഴിക്കൂർ നിയമം) നിലവിൽ വന്നു.

1889 ൽ വീണ്ടും കലാപമുണ്ടാക്കുകയും മാപ്പിള കൃഷിക്കാർ ജന്മിയെ വധിക്കുകയും ചെയ്തു. മഹത്തായ മാപ്പിള കലാപ (1921)ത്തിനു തൊട്ടു മുമ്പ് 1919 ഫെബ്രുവരിയിൽ ഒരു ലഹളയുണ്ടായി. മങ്കടപ്പള്ളിപ്പുറത്തെ ഒരു നമ്പൂതിരി ജന്മിയുടെ എസ്റ്റേറ്റിൽ പാട്ടം കുടിശ്ശികയാക്കി ചേക്കാജി എന്ന മാപ്പിള കുടിയാന്റെ പേരിൽ ജന്മി കോടതിയിൽ നിന്നൊരു വിധി തേടിയിരുന്നു. ഇതുകൊണ്ടും അരിശം തീരാത്ത ജന്മി ചേക്കാജിയുടെ മകന്റെ നിശ്ചയിക്കപ്പെട്ട കല്യാണം മുടക്കുവാനും ശ്രമിച്ചു. ചേക്കാജിയും കുറേ മാപ്പിള കൃഷിക്കാരും ജന്മിയേയും മകനേയും ആക്രമിച്ചു. ഇരുവരും കൊല്ലപ്പെട്ടു. തുടർന്ന് പട്ടാളക്കാർ ആ മാപ്പിള കൃഷിക്കാരെ വെടിവെച്ചു കൊന്നു.

ഏറ്റവും പ്രധാനപ്പെട്ട ഈ മാപ്പിള ലഹളകൾ ചുരുക്കത്തിൽ എന്താണു തെളിയിക്കുന്നത്? കുടിയാൻ നിയമങ്ങൾ, കൃഷിക്കാരിൽനിന്നു നിർബ്ബന്ധപൂർവ്വം വാങ്ങിക്കുന്ന പല പേരിലുമുള്ള നിയമവിരുദ്ധപിരിവുകൾ, ജന്മിമാരുടെ കൊടിയ മർദ്ദനങ്ങൾ തുടങ്ങിയവയായിരുന്നു ലഹളകളുടെയെല്ലാം അടിസ്ഥാനകാരണങ്ങൾ. പിന്നീട്, സാമ്പത്തിക ഘടകങ്ങളോടൊപ്പം മതഭ്രാന്തും കലർന്നു. രണ്ടുഭാഗത്തുമുള്ള വർഗ്ഗീയവാദികൾ മൂന്നാമതൊരു കൂട്ടരാൽ പ്രോത്സാഹിപ്പിക്കപ്പെട്ടു. ഇതിന്റെ ഫലമായി ഈ കർഷകലഹളകൾ സാമുദായിക ലഹളകളെന്നു മുദ്രകുത്തപ്പെട്ടു. വർഗ്ഗീയമായി ദുർവ്യാഖ്യാനിക്കപ്പെടുകയും ചെയ്തു. പക്ഷേ, ജന്മിമാരുടെ ക്രൂരമായ നടപടികളും കുടിയായ്മ സമ്പ്രദായവുമാണ് മാപ്പിളലഹളകൾക്കെല്ലാം അടിസ്ഥാനകാരണമെന്ന സത്യം സമ്മതിക്കാൻ ഗവൺമെന്റ് നിയമിച്ച അന്വേഷണ കമ്മിറ്റികൾപോലും നിർബ്ബന്ധിതരായി.

അരനൂറ്റാണ്ടിനിടയിൽ മലബാറിൽ പലയിടത്തുമായി പൊട്ടിപ്പുറപ്പെട്ട

അനവധി കർഷക കലാപങ്ങളുടെ ഉച്ചഘട്ടമായിരുന്നു 1921 ലെ മഹത്തായ കർഷക കലാപം. 1920 ഒക്ടോബറിൽ കോഴിക്കോട്ടും സമീപപ്രദേശങ്ങളിലും ഒരു കുടിയാൻ പ്രസ്ഥാനം ആരംഭിച്ചു. ജന്മിമാർ നിരന്തരം പാട്ടം വർദ്ധിപ്പിക്കുന്നതും കൃഷിക്കാരെ കൃഷി നിലങ്ങളിൽ നിന്നൊഴിപ്പിക്കുന്നതുമാണ് ഈ കുടിയാൻ പ്രസ്ഥാനമുണ്ടാകാൻ കാരണം കോൺഗ്രസ് പ്രസ്ഥാനത്തിൽ നിന്ന് തീർത്തും സ്വതന്ത്രമായിരുന്നു ഇതിന്റെ തുടക്കം. ഇതിന്റെ നേതാക്കളിലൊരാളായ നാരായണമേനോൻ കോൺഗ്രസിൽ ചേർന്നത് കുടിയാൻ പ്രസ്ഥാനവുമായുള്ള എല്ലാ ബന്ധങ്ങളും വിച്ഛേദിച്ചതിനുശേഷമാണ്. കുടിയാൻ പ്രസ്ഥാനം തെക്കേ മലബാറിൽ വമ്പിച്ച ചലനമുണ്ടാക്കി. നിലവിലുള്ള കുടിയായ്മ സമ്പ്രദായത്തേക്കാൾ കൂടുതൽ നീതിപൂർവ്വമായ വ്യവസ്ഥകളുണ്ടാക്കാനും ജന്മികളുടെ അന്യായമായ പിരിവുകൾ നിർത്തലാക്കാൻ ആയിരക്കണക്കിന് കൃഷിക്കാർ പങ്കെടുത്ത നൂറുകണക്കിനു യോഗങ്ങൾ ഗവൺമെന്റിനോട് ആവശ്യപ്പെട്ടു. ജന്മിമാരെയും അവരെ സഹായിക്കുന്നവരെയും ബഹിഷ്കരിക്കാൻ കൃഷിക്കാരെ ഉണർത്തിച്ചു. ഏതെങ്കിലും കർഷകനെ ജന്മി ഒഴിപ്പിക്കുകയാണെങ്കിൽ ആ കൃഷിനിലം തങ്ങളാരും പാട്ടത്തിനെടുക്കുകയില്ലെന്നും അനേകം യോഗങ്ങളിൽ കൃഷിക്കാർ പ്രതിജ്ഞയെടുത്തു. ഇതിനു വിരുദ്ധമായി, ഒഴിപ്പിക്കപ്പെട്ട നിലം ഏതെങ്കിലും കൃഷിക്കാരൻ പുതുതായി പാട്ടത്തിനെടുത്താൽ അയാളെ ബഹിഷ്കരിക്കണമെന്നും ഒഴിപ്പിച്ച ജന്മിക്ക് പാട്ടം നല്കില്ലെന്നും തീരുമാനിച്ചു. ചില സ്ഥലങ്ങളിൽ കൃഷിക്കാർ ജന്മിമാരുടെ മേൽ സാമൂഹ്യ ബഹിഷ്കരണം നടപ്പിലാക്കി.

കാർഷിക അസ്വാസ്ഥ്യങ്ങളുടെ തീജ്വാലയാൽ തെക്കെ മലബാറിലെ രാഷ്ട്രീയ രംഗം ചൂടുപിടിച്ചു. കർഷക ജനസാമാന്യങ്ങൾക്കിടയിൽ അത് ആഴമേറിയ ചലനങ്ങളുണ്ടാക്കി. ദിവസങ്ങൾ പിന്നിടുന്തോറും കൃഷിക്കാർ തങ്ങളുടെ ആവശ്യങ്ങൾ കൂടുതൽ കൂടുതൽ ഊന്നിപ്പറയാനും അതിൽ വിപ്ലകരമായ നിലപാട് സ്പഷ്ടമാക്കാനും തുടങ്ങി. 1920 ൽ മഞ്ചേരിയിൽ നടന്ന കർഷക സമ്മേളനം കൃഷിക്കാരുടെ ആവശ്യങ്ങളെ പിന്തുണയ്ക്കുന്ന പ്രമേയങ്ങൾ അംഗീകരിച്ചു. മലബാറിൽ പലയിടങ്ങളിലും കൃഷിക്കാരുടെ സംഘങ്ങൾ രൂപംകൊണ്ടു. കോഴിക്കോട് രാജാവി(സാമൂതിരി)ന്റെ കുടിയാനായ ഒരു കൃഷിക്കാരൻ ഒഴിപ്പിക്കപ്പെട്ടപ്പോൾ, കുടിയാൻ ദുരിതാശ്വാസ സമിതി ജന്മമെടുത്തു. പൊതുപണിമുടക്കു നടത്തി. ജന്മിയുടെ പാടങ്ങളിൽ പണിയെടുക്കാൻ ആരും പോയില്ല. വിളകൊയ്യാനും കറ്റകൾ കൊണ്ടുവരാനും ആരും കൂട്ടാക്കിയില്ല. ഇന്ത്യയിലെ സ്വാതന്ത്ര്യസമരത്തിനെതിരെ തങ്ങളുടെ പ്രധാന സഹായികളുമായ ജന്മിവർഗ്ഗം അപകടത്തിലാകുമ്പോൾ അവരുടെ രക്ഷയ്ക്കെത്താതിരിക്കാൻ ബ്രിട്ടീഷു സാമ്രാജ്യത്വത്തിനു കഴിയുമായിരുന്നില്ല. സ്വന്തം താല്പര്യസംരക്ഷണാർത്ഥം ബ്രിട്ടീഷ് സാമ്രാജ്യത്വത്തിനും ജന്മികളെ സഹായിച്ചേ തീരൂ. പുതുതായി രൂപമെടുത്ത കർഷക സംഘങ്ങളെ വീർപ്പുമുട്ടിക്കാൻ

അന്നത്തെ കളക്ടർ മി. തോമസ് 144 പ്രഖ്യാപിച്ചു. സർക്കാരിന്റെ ഈ കടന്നകൈ വിപരീത ഫലമാണുളവാക്കിയത്. ജന്മിമാർക്കെതിരായ പോരാട്ടത്തിൽ കൃഷിക്കാർ കൂടുതൽ ദൃഢചിത്തരായി. ഇതിനിടയിൽ യോഗങ്ങൾ സംഘടിപ്പിക്കാനും പ്രസംഗങ്ങൾ നടത്താനുമുള്ള സ്വാതന്ത്ര്യം നിയന്ത്രിച്ചുകൊണ്ട് യു ഗോപാലമേനോൻ, വി കുഞ്ഞുമുഹമ്മദ് ഹാജി (വാരിയംകുന്നൻ) തുടങ്ങിയ കുടിയാൻ പ്രസ്ഥാനനേതാക്കൾക്കെതിരെ ഗവൺമെന്റ് നടപടികളെടുത്തു.

മലബാർ കുടിയാൻ പ്രസ്ഥാനം അതിശക്തമായപ്പോൾ തന്നെ ഖിലാഫത്ത് പ്രസ്ഥാനവും നിലവിൽ വന്നു. ഒന്നാമത്തെ ഖിലാഫത്ത് യോഗം 1920 ൽ മഞ്ചേരിയിൽ ചേർന്നു മലബാറിലെ മുസ്ലീം ജനസംഖ്യയുടെ മുക്കാൽ ഭാഗം വരുന്ന മാപ്പിള കൃഷിക്കാരെ തങ്ങളുടെ ഭാഗത്ത് അണിനിരത്താൻ വേണ്ടി കുടിയാൻ പ്രസ്ഥാനത്തിനു പിന്തുണ നല്കാൻ ഖിലാഫത്ത് പ്രസ്ഥാനം നിർബ്ബന്ധിതമായി. രണ്ടു പ്രസ്ഥാനങ്ങളുടെയും നേതാക്കൾ പരസ്പരം കൈകോർത്തുപിടിച്ച് ഏറനാട്ടിലും വള്ളുവനാട്ടിലും കോഴിക്കോട് തുടങ്ങിയ മറ്റ് സ്ഥലങ്ങളിലും ധാരാളം യോഗങ്ങൾ സംഘടിപ്പിച്ചു.

കർഷക സംഘടനകൾ യോഗം സംഘടിപ്പിക്കുന്നത് നിരോധിച്ച് 1921 ഫെബ്രുവരി 5 നു തെക്കേ മലബാർ ജില്ലാ മജിസ്ട്രേട്ട് 144 നടപ്പിലാക്കി. മജിസ്ട്രേട്ടിന്റെ ഉത്തരവിലെ കാതലായ ഭാഗം ഇവിടുദ്ധരിക്കുന്നത് പ്രസക്തമാണ്: "ഏറനാട്ടിൽ അനേകം ഖിലാഫത്ത് യോഗങ്ങൾ നടത്തുവാൻ നിശ്ചയിച്ചിരിക്കുന്ന വിവരം ജില്ലാ മജിസ്ട്രേട്ടിനു ലഭിച്ചിരിക്കുന്നു. അത്തരത്തിലുള്ള യോഗങ്ങൾമൂലം അജ്ഞരായ മാപ്പിളമാരുടെ വികാരങ്ങൾ ഗവൺമെന്റിനെതിരായി മാത്രമല്ല ജില്ലയിലെ ഹിന്ദുക്കളായ ജന്മികൾക്കെതിരെയും കത്തിക്കാളുന്നതാണ്." (ഊന്നൽ എന്റേത്-സൗമ്യേന്ദ്രനാഥ ടാഗോർ)

ജന്മിമാരുടെ താല്പര്യം രക്ഷിക്കാൻ വേണ്ടി നിലകൊള്ളുന്ന ജില്ലാ മജിസ്ട്രേട്ട് ഏറനാട്ടിലും കർഷക സംഘടനകളുള്ള മറ്റു സ്ഥലങ്ങളിലും 144 പ്രഖ്യാപിച്ചു. പൊലീസ് കുടിയാന്മാരുടെ യോഗങ്ങൾ ബലം പ്രയോഗിച്ചു പിരിച്ചുവിട്ടു. തിരൂരിൽ സമ്മേളിച്ച കൃഷിക്കാരെ വളരെ ക്രൂരമായാണു പൊലീസുകാർ കൈകാര്യം ചെയ്തത്. ഇരുപതിനായിരത്തോളം പേർ പങ്കെടുത്ത കല്പകഞ്ചേരിയിലെ യോഗത്തിൽ ജനങ്ങളെ ആക്രമണത്തിനായി പ്രകോപിപ്പിക്കാൻ പൊലീസ് വളരെയേറെ ശ്രമിച്ചു. പൊന്നാനിയിലെ ഒരു യോഗത്തിൽവെച്ചു പൊലീസുകാർ ജനങ്ങളെ കഠിനമായി മർദ്ദിച്ചു. ജനങ്ങൾ ശക്തിയായി തിരിച്ചടിച്ചു. പൊലീസുകാർ വാലും ചുരുട്ടിയോടാൻ നിർബ്ബന്ധിതരായി. പൊലീസുകാരുടെ അക്രമങ്ങൾ, കീഴടങ്ങുവാൻ ജനങ്ങൾക്ക് പ്രേരകമായില്ല. നേരെമറിച്ച് അഹിംസാത്മക സമരത്തിന്റെ ഫലമില്ലായ്മയും ദൗർബല്യവും പൊലീസക്രമങ്ങൾക്ക് ഉപകരിച്ചു. ജനങ്ങൾ സായുധ കലാപത്തിനു തയ്യാറെടുത്തു. കുടിയാൻ ഖിലാ

ഫത്ത് പ്രസ്ഥാനങ്ങളുമായി ബന്ധമുള്ള നാലുപേരെയും എം പി നാരായണമേനോൻ. മമ്മദ്മൂസ്സ, കെ അബ്ദുള്ള ഹാജി (പൂക്കോട്ടൂർ) എന്നിവരെയും അറസ്റ്റുചെയ്യാൻ 1921 ആഗസ്ത് 18 ന് വാറണ്ട് പുറപ്പെടുവിച്ചു. മലബാർ ജില്ലാ മജിസ്ട്രേട്ട് തോമസ്, പൊലീസ് സൂപ്രണ്ട് ഹിച്ച്കോക്ക്, ഡെപ്യൂട്ടി പൊലീസ് സൂപ്രണ്ട് ആമു എന്നിവരോടൊപ്പം മറ്റുപട്ടാളക്കാരും സ്പെഷ്യൽ പൊലീസുമായി തിരൂരങ്ങാടിയിലേക്ക് പുറപ്പെട്ടു. 19 ന് രാത്രി അവരവിടെയെത്തി. മലപ്പുറത്ത് നിന്നു രണ്ടാമതൊരു വിഭാഗം പട്ടാളക്കാരും പൊലീസും തോമസിനെ സഹായിക്കാനെത്തിച്ചേർന്നു. വാറണ്ടുള്ളവരെ അറസ്റ്റ് ചെയ്യാൻ കഴിയുമെന്ന, പ്രതീക്ഷയോടെ 1921 ആഗസ്ത് 21 രാവിലെ തോമസ് തിരൂരങ്ങാടിപള്ളി വളയുകയും അതിനകത്ത് കയറി പരിശോധിക്കുകയും ചെയ്തു. കൃഷിക്കാരുടെ നേതാവായ ആലിമുസലിയാരെ കണ്ടെത്തിയില്ല. പള്ളിയിൽ അതിക്രമിച്ചു കയറിയെന്ന വാർത്ത കാട്ടുതീ പോലെ നാട്ടിൻപുറങ്ങളിലാകെ പ്രചരിച്ചു. തുടർന്നു മുപ്പതിനായിരത്തോളം മാപ്പിളകർഷകർ കൈയിൽ കിട്ടിയ ആയുധങ്ങളുമായി തങ്ങളുടെ നേതാക്കളെ രക്ഷിക്കാനെത്തി. പ്രാകൃതരീതിയിലാണെങ്കിലും, രൂക്ഷമായ സംഘട്ടനമുണ്ടായി. പൊലീസ് വെടിവെയ്പിൽ ഒമ്പത് പേർ മരിച്ചു. കുറെയധികം ആളുകൾക്ക് പരിക്കേറ്റു. 41 പേരെ അറസ്റ്റുചെയ്തു. രണ്ടാമതൊരു സംഘം കൃഷിക്കാർ പൊലീസിനെ ആക്രമിച്ചു. ചെറുത്ത് നില്ക്കാൻ കഴിവില്ലാതെ പൊലീസുകാർ കോടതി കെട്ടിടത്തിൽ അഭയം തേടി. കളക്ടർ ആസ്റ്റിൻ, അസിസ്റ്റന്റ് പൊലീസ് സൂപ്രണ്ട് റൗളി, ഒരു പട്ടാള ഓഫീസർ, രണ്ട് കോൺസ്റ്റബിൾമാർ എന്നിവരെ കൃഷിക്കാർ കൊന്നു. പൊലീസ് അറസ്റ്റ് ചെയ്തവരിൽ മലബാർ ഖിലാഫത്ത് കമ്മിറ്റി സെക്രട്ടറി കുഞ്ഞിഖാദറും ഉണ്ടായിരുന്നു. അദ്ദേഹത്തെ പിന്നീട് തൂക്കിക്കൊന്നു.

തിരൂരങ്ങാടിയിൽ നിന്നും രണ്ടോ മൂന്നോ നാഴിക അകലെയുള്ള പരപ്പനങ്ങാടി എന്ന ചെറിയ ഗ്രാമത്തിലേക്ക് 1921 ആഗസ്ത് 21 ന് വടക്കേ മലബാറിൽ പൊലീസ് സൂപ്രണ്ട് ടോട്ടൻഹാം ചെന്നു. പരപ്പനങ്ങാടിക്കും ഷൊർണ്ണൂരിനുമിടയിലുള്ള ടെലഗ്രാഫ് കമ്പികൾ മുറിച്ചിരുന്നു. റെയിൽപ്പാളങ്ങൾ നീക്കി റെയിൽവേ സ്റ്റേഷനുകൾ നശിപ്പിച്ചു. പാലങ്ങൾ പൊളിച്ചു. ഇതൊക്കെയാണ് ടോട്ടൻഹാമിന് കാണാൻ കഴിഞ്ഞത്. തപാലാപ്പീസുകൾ, കോടതികൾ, രജിസ്ട്രാഫീസുകൾ എന്നിവ കത്തിച്ചു. ചില സർക്കാരുദ്യോഗസ്ഥന്മാർ ആക്രമിക്കപ്പെട്ടു. അവരിൽ ചിലർക്ക് പ്രാണൻ നഷ്ടപ്പെട്ടു. ഗവൺമെന്റിനെ പിന്താങ്ങുന്നവർക്ക് താക്കീത് ലഭിക്കുകയും ചെയ്തു. കലാപം തിരൂരങ്ങാടിയിൽനിന്നു തിരൂർ, പരപ്പനങ്ങാടി, മഞ്ചേരി, മലപ്പുറം, നിലമ്പൂർ, അങ്ങാടിപ്പുറം, ചെർപ്പുളശ്ശേരി എന്നിവിടങ്ങളിലേക്ക് വ്യാപിച്ചു. ഏറനാട്, വള്ളുവനാട് താലൂക്കുകളിലെ ഏറ്റവും ധനികനും ജന്മിയുമായ നിലമ്പൂർ രാജാവിന്റെ കോവിലകം കൊള്ള ചെയ്യാൻ വേണ്ടി ആഗസ്ത് 21 ന് നിലമ്പൂരിലേക്ക് പോവുകയായിരുന്നു കർഷക കലാപ

കാരികളുടെ ആദ്യലക്ഷ്യങ്ങളിലൊന്ന്. ദരിദ്രരായ കൃഷിക്കാർ ധാന്യവും പണവും എടുത്തുകൊണ്ടുപോയി. പത്തുദിവസത്തോളം കർഷക കലാപകാരികൾ ഈ പ്രദേശങ്ങളിലെ പരമാധികാരികളായി. പട്ടാളത്തിന്റെയും പൊലീസിന്റെയും പൊടിപോലും അക്കാലത്ത് കാണുന്നുണ്ടായിരുന്നില്ല.

കലാപം നടക്കുമ്പോഴും അതിനുശേഷവും ഒരു മൂന്നാം കക്ഷിയുടെ പിന്തുണയോടെ തല്പരകക്ഷികൾ ഈ കർഷക കലാപത്തെ ഹിന്ദുക്കൾക്കെതിരെ മുസ്ലീങ്ങൾ നടത്തിയ വർഗ്ഗീയലഹളയാണെന്നു വരുത്തിത്തീർക്കാൻ കിണഞ്ഞുശ്രമിക്കുകയുണ്ടായി. പക്ഷേ, ഒരൊറ്റ ഹിന്ദുവിനെയും കലാപകാരികൾ ഹിന്ദുവാണെന്ന കാരണത്താൽ കൊന്നിട്ടില്ലെന്നും ജന്മികളായതുകൊണ്ടോ ഗവൺമെന്റിന്റെ മൂടുതാങ്ങികളായതുകൊണ്ടോ മാത്രമാണ് ചിലരെ കൊന്നതെന്ന വസ്തുത ആർക്കും നിഷേധിക്കാനാവില്ല. നിലമ്പൂർ രാജാവിന്റെ പിണിയാളുകളും ഗവൺമെന്റ് അനുകൂലികളായ ഒരു മുൻസീഫും ഒരു റിട്ടയേഡ് പൊലീസ് ഇൻസ്പെക്ടറും കൊല്ലപ്പെട്ടത് കലാപകാരികളെ എതിർത്തുവെന്ന ഒറ്റക്കാരണത്താലാണ്.

ഗാന്ധിസത്തിലേക്ക് മാറി പില്ക്കാലത്ത് നിസ്സഹകരണ പ്രസ്ഥാനത്തിൽ ചേർന്ന കുടിയാൻ പ്രസ്ഥാനത്തിന്റെ നേതാക്കന്മാരിലൊരാളായ നാരായണമേനോൻ മാപ്പിളകലാപകാരികൾ ഹിന്ദുക്കളെ വർഗ്ഗീയ വിദ്വേഷംകൊണ്ട് ഒരിക്കലും ആക്രമിക്കുകയോ കൊള്ളയടിക്കുകയോ ചെയ്തിട്ടില്ലെന്നു പരസ്യമായി പ്രസ്താവിച്ചിട്ടുണ്ട്. ഒറ്റപ്പെട്ട കൊള്ളകൾ ചിലയിടങ്ങളിൽ നടന്നത് കലാപനേതാക്കളുടെ ശ്രദ്ധയിൽപ്പെട്ടപ്പോൾ, ഹിന്ദുക്കളുടെ വീടുകളെ കൊള്ളയടിച്ചവർക്ക് കലാപനേതാക്കൾ കടുത്ത ശിക്ഷകൾ നല്കി. കലാപനേതാക്കൾ നിരപരാധികളായ ഹിന്ദുക്കളെ ഉപദ്രവിച്ചവരിൽ ചിലരുടെ കൈപ്പത്തി മുറിച്ചുകളയുകയും കൊള്ളസാധനങ്ങൾ അതിന്റെ ഉടമസ്ഥർക്ക് തിരിച്ചുകൊടുക്കുകയും ചെയ്തു.

മാപ്പിള കർഷക കലാപകാരികൾ ഒരിക്കലും ഹിന്ദുവിരുദ്ധരായിരുന്നില്ല. അവർ കടുത്ത ജന്മി വിരുദ്ധരും ഗവൺമെന്റ് വിരുദ്ധരും ആയിരുന്നു. ഒളിവിലുള്ള കലാപകാരികളുടെ നീക്കങ്ങളും മറ്റു വിവരങ്ങളും പൊലീസിനു ഒറ്റികൊടുത്ത് ചില ഹിന്ദുക്കൾ ഗവൺമെന്റിനെ സഹായിക്കാൻ തുടങ്ങിയപ്പോൾ മാത്രമാണ് മാപ്പിളകർഷക കലാപകാരികൾ അത്തരം ഹൈന്ദവ ഗൃഹങ്ങൾ കൊള്ളയടിക്കാൻ തുടങ്ങിയത്. പക്ഷേ, ഗവൺമെന്റിനോടാഭിമുഖ്യമില്ലാത്ത ഹിന്ദുക്കളെ മാപ്പിളകലാപകാരികൾ ഉപദ്രവിച്ചിരുന്നില്ല. പല സ്ഥലങ്ങളിലും ദരിദ്രരായ ഹിന്ദു കൃഷിക്കാർ മാപ്പിളകലാപകാരികളോടൊപ്പം ചേർന്നു. പ്രസിദ്ധ കർഷക വിപ്ലവകാരിയും കലാപനേതാവുമായ കുഞ്ഞഹമ്മദ് ഹാജി (വരിയൻ കുന്നൻ) മദിരാശിയിലെ പ്രശസ്ത ദിനപത്രമായ *ഹിന്ദു*വിനയച്ച ഒരു കത്തിൽ, ഹിന്ദുക്കളെ ഉപദ്രവിക്കുന്നതിൽ മാപ്പിള കലാപകാരികൾക്ക് യാതൊരു പങ്കുമില്ലെന്നു വ്യക്തമാക്കിയിരുന്നു. സാമുദായിക ഐക്യം തകർക്കാൻ ബ്രിട്ടീഷ്

സാമ്രാജ്യത്വത്തിന്റെ പിണിയാളുകൾ ഹൈന്ദവക്ഷേത്രങ്ങളും ഹിന്ദുവീടുകളും ആക്രമിക്കുകയാണെന്ന് ആ കത്തിലുണ്ടായിരുന്നു.

ജന്മിമാർ ഒന്നടങ്കം കൃഷിക്കാർക്കെതിരെ സർക്കാരിനെ പിന്തുണച്ചു. മലബാറിലെ ഏറ്റവും സമ്പന്ന ജന്മിയായ പൂമുള്ളിമനയും വൻകിട ജന്മികളായ പാഴിയോട്ടുമന, കൂടല്ലൂർ മന, ചേവയൂർ മന, ഊർപ്പുളശ്ശേരി മന, നിലമ്പൂർ രാജ തുടങ്ങിയവയും കർഷക കലാപകാരികൾക്കെതിരെ സർക്കാരിന്റെ ഭാഗത്ത് പൂർണ്ണമായും അണിനിരന്നു. അങ്ങിനെതന്നെയാണ് പണക്കാരായ മാപ്പിളമാരും ചെയ്തത്. മാപ്പിളധനികർ കലാപത്തിൽ പങ്കെടുത്തില്ലെന്നു മാത്രമല്ല, അതിനെ സജീവമായെതിർക്കുകയും എല്ലാ വിധത്തിലും സർക്കാരിനെ സഹായിക്കുകയുംചെയ്തു.

'കലാപംമൂലം കഷ്ടപ്പെടുന്നത് പാവങ്ങളല്ലെന്നും പണക്കാരും ജന്മിമാരുമാണെ'ന്നും മലബാറിലെ നമ്പൂതിരിമാരുടെ മുഖപത്രമായ *യോഗക്ഷേമം* 6-1-1922 മുഖപ്രസംഗത്തിൽ പ്രസ്താവിച്ചിരുന്നു.

കലാപത്തിന്റെ കേന്ദ്രങ്ങളിലൊന്നായ മഞ്ചേരിയിൽ കലാപകാരികൾ ഏറ്റവുമാദ്യം ചെയ്ത കാര്യം അവിടത്തെ ബാങ്ക് കൊള്ള ചെയ്യുകയായിരുന്നു. അവിടെ പണയംവെച്ചിട്ടുള്ള എല്ലാ ആഭരണങ്ങളും അവർ കൈവശപ്പെടുത്തി. പാവപ്പെട്ടവരുടെ പണയപണ്ടങ്ങളെല്ലാം ഉടമസ്ഥർക്ക് സൗജന്യമായി തിരിച്ചുകൊടുത്തു.

1921 ആഗസ്ത് 21 നാണ് മലബാറിൽ പട്ടാള നിയമം (മാർഷ്യൽ ലാ) പ്രഖ്യാപിച്ചത്. 75 ബ്രിട്ടീഷ് പട്ടാളക്കാരും 50 റിസർവ്വ് പൊലീസുകാരും ചേർന്ന് ആഗസ്ത് 26 ന് പൂക്കോട്ടൂർ എന്ന സ്ഥലത്ത് വെച്ച് പതിനായിരത്തോളം കർഷകർക്കെതിരെ യുദ്ധം നടത്തി. അഞ്ഞൂറ് കൃഷിക്കാർ കൊല്ലപ്പെട്ടു. സർക്കാർഭാഗത്ത് കൊല്ലപ്പെട്ടത് എട്ടുപേരും ഗുരുതരമായ പരി

ബ്രിട്ടീഷ് പട്ടാളം മലബാറിൽ

ക്കുകളേറ്റത് ഒമ്പത് പേർക്കുമായിരുന്നു. മറ്റു പലയിടത്തും ഗവൺമെന്റ് സൈന്യങ്ങളും കലാപകാരികളും തമ്മിൽ ഗറില്ലാ യുദ്ധങ്ങൾ നടന്നു. ഒക്ടോബർ 15 ന് നിലമ്പൂരിനടുത്ത വെട്ടിക്കാട്ടൂരിൽ ഇരുകൂട്ടരും തമ്മിൽ രൂക്ഷമായ പോരാട്ടമുണ്ടായി. പ്രസിദ്ധ കർഷക നേതാവായ കുഞ്ഞഹമ്മദ് ഹാജി (വാരിയൻ കുന്നൻ)യാണ് ഈ പോരാട്ടത്തിനു നേതൃത്വം നല്കിയത്. പതിനാല് കലാപകാരികൾ കൊല്ലപ്പെട്ടു. ബർമ്മയിൽനിന്നു ഗവൺമെന്റ് കൊണ്ടുവന്ന ചിംകാചിൻ പട്ടാളവിഭാഗം ഒക്ടോബർ 15 ന് മലപ്പുറത്തും ഗൂർഖ പട്ടാളം 16 നു തിരൂരും എത്തിച്ചേർന്നു. കലാപനേതാക്കളിലൊരാളായ ആലി മുസലിയാരടക്കം മുപ്പതു പേരെ വിചാരണ ചെയ്തു ശിക്ഷിച്ചു. ഇതിൽ 13 പേരെ തൂക്കിക്കൊല്ലാനാണു വിധിച്ചത്. 15 പേരെ ആന്തമാനിലേക്ക് നാടുകടത്തി. വളരെ പ്രായം കുറഞ്ഞവരായതു കൊണ്ട് മാത്രം മൂന്നുപേർ വിട്ടയക്കപ്പെട്ടു. നവംബർ 13 നുണ്ടായ ഒരേറ്റുമുട്ടലിൽ 56 കൃഷിക്കാർ രക്തസാക്ഷികളായി. അടുത്ത ദിവസത്തെ പോരാട്ടത്തിൽ 104 പേർ കൊല്ലപ്പെട്ടു. 14 പേർ തടവുകാരാക്കപ്പെട്ടു. നിലമ്പൂരിൽനിന്ന് ഏതാണ്ട് 16 നാഴിക അകലെയുള്ള പാണ്ടിക്കാട് എന്ന കൊച്ചു ഗ്രാമത്തിൽ വെച്ചുണ്ടായ പൊരിഞ്ഞപോരാട്ടത്തിൽ 25 റൈഫിളുകൾ പട്ടാളക്കാരിൽനിന്നും കലാപകാരികൾ പിടിച്ചെടുത്തു. രണ്ടു പട്ടാളക്കാർ കൊല്ലപ്പെട്ടു. ഗൂർഖാ പട്ടാളത്തിന്റെ 28–ാം വിഭാഗത്തെ താമരശ്ശേരിയിൽ വച്ച് രണ്ടായിരത്തോളം കൃഷിക്കാർ ആക്രമിച്ചു. പട്ടാളക്യാമ്പിലേക്കോടിക്കയറിയ 58 കലാപകാരികൾ കൊല്ലപ്പെട്ടു. ഈ പോരാട്ടത്തിൽ ആകെ 250 കൃഷിക്കാരാണ് കൊല്ലപ്പെട്ടത്. ഒരാൾ തടവുകാരനാക്കപ്പെടുകയും ചെയ്തു.

നവംബർ അവസാനമാകുമ്പോഴേക്കും കലാപം അടിച്ചമർത്തപ്പെട്ടു. ജന്മികളുടെയും സർക്കാരിന്റെയും ക്രൂരമായ സ്വേച്ഛാധിപത്യത്തിനെതിരായ കൃഷിക്കാരുടെ എതിർപ്പ് സർക്കാരിന്റെ ഏറ്റവും സുസജ്ജമായ സായുധ സൈന്യങ്ങൾക്ക് മുമ്പാകെ പൊട്ടിത്തകർന്നു. 127 മാപ്പിള തടവുകാരെ 1921 നവംബർ 28 നു തിരൂരിൽ നിന്നു തീവണ്ടി മാർഗ്ഗം ബെല്ലാരിയിലേക്ക് കൊണ്ടുപോയി. 18 അടി നീളവും 9 അടി വീതിയുമുള്ള വാഗണിൽ ഈ കർഷക കലാപകാരികളെ കുത്തിനിറച്ച് അടച്ചുപൂട്ടിയായിരുന്നു യാത്ര. കഠിനമായ ചൂടും ശ്വാസംമുട്ടലും കാരണമായി വണ്ടി ബെല്ലാരിയിലെത്തുമ്പോഴേക്കും 67 പേർ മരിച്ചു.

1921 ഒക്ടോബർ 3 ന് പട്ടാളനിയമമനുസരിച്ച് സ്ഥാപിച്ച സമ്മറി കോർട്ട് 2830 കർഷക കലാപകാരികളെ വിചാരണ ചെയ്തു. അതിൽ 807 പേരെ സെഷൻസ് കോടതിയിലേക്ക് കമ്മിറ്റ് ചെയ്തു. കോയമ്പത്തൂർ ജയിലിൽ മാത്രം 200 കലാപകാരികളെ തൂക്കിക്കൊന്നു.

മാപ്പിള ഗ്രാമങ്ങളിൽ ബാക്കിയുണ്ടായിരുന്ന നിരായുധരും തുണയില്ലാത്തവരുമായ പുരുഷന്മാരുടെയും സ്ത്രീകളുടെയും നേരെ വളരെ ക്രൂരമായിട്ടാണ് പട്ടാളക്കാർ പെരുമാറിയത്. സ്ത്രീകളെ അപമാനിച്ചു. മാന

ഭംഗപ്പെടുത്തി. വീടുകൾ കൊള്ളയടിക്കുകയും ചുട്ടെരിക്കുകയും ചെയ്തു. ആണുങ്ങളെ നിർദ്ദയം മർദ്ദിച്ചു. പട്ടാളം വരുന്നുവെന്നു കേട്ടപ്പോൾ കലാപകാരികൾ പൊതുവെ കാടുകളിലേക്ക് പിൻവാങ്ങി. ഗ്രാമങ്ങളിൽ തന്നെ നിന്ന സ്ത്രീകളെ പട്ടാളക്കാർ മാനഭംഗപ്പെടുത്തുകയും ചെറുത്തുനിന്നവരിൽ പലരെയും കൊല്ലുകയും ചെയ്തു. ഒരു വൃദ്ധയെ ഭേദ്യം ചെയ്തശേഷം വെടിവെച്ചു കൊന്നത് പ്രത്യേകം എടുത്തുപറയേണ്ടതുണ്ട്. മാപ്പിളസ്ത്രീകളെ ബന്ധികളാക്കി പാർപ്പിക്കാൻ തടവറ ക്യാമ്പുകൾ സ്ഥാപിച്ചു. പറയുമ്പോൾ എല്ലാംപറയണമല്ലോ. മൃഗീയ ക്രൂരതകൾ കാണിച്ചുവെന്ന പരാതി പ്രധാനമായും ബർമ്മയിൽനിന്നും ഇറക്കിയ ചുംകിൻചിൻ പട്ടാളക്കാരെ പറ്റിയായിരുന്നു. ബ്രിട്ടീഷ് പട്ടാളക്കാരെ പറ്റിയായിരുന്നില്ല. കർഷകരെ ഭയചകിതരാക്കാൻ വേണ്ടി കലാപകാരികളെ വഴിവക്കിലുള്ള മരക്കൊമ്പുകളിൽ തൂക്കിയിട്ടു. പ്രാണൻ പോയശേഷവും മൃതദേഹങ്ങളെ അവിടെത്തന്നെ തൂക്കിയിട്ട് ജനങ്ങളിൽ ഗവൺമെന്റിന്റെ ശക്തിയെപ്പറ്റി ഭീതിയുളവാക്കാൻ ശ്രമിച്ചു. കൃഷിക്കാർക്കിടയിൽ മൃഗീയമായി ഭീതി പൊലീസും പട്ടാളവും അഴിച്ചുവിട്ടു.

ഗവൺമെന്റിന്റെ സംരക്ഷണത്തോടെ ആര്യസമാജക്കാർ വിവിധ കലാപബാധിത കേന്ദ്രങ്ങളിൽ പോയി ലഹളക്കാർ വധിച്ച ചുരുക്കം ചില ഹിന്ദുക്കളുടെ ഫോട്ടോ എടുത്തു. അത് മാപ്പിളമാരുടെ കഠോരകൃത്യങ്ങളുടെ തെളിവായി ഹിന്ദുക്കളുടെ മുമ്പാകെ പ്രദർശിപ്പിക്കുകയുംചെയ്തു. പട്ടാളക്കാർ നടത്തിയ അക്രമങ്ങളെപ്പറ്റിയുള്ള വിവരങ്ങൾ ശേഖരിക്കാനോ, തൂക്കിയും വെടിവെച്ചും കൊല്ലപ്പെട്ട നൂറുകണക്കിൽ മാപ്പിള കലാപകാരികളുടെയോ പട്ടാളക്കാരുടെയോ ബലാത്സംഗത്തിനും മറ്റുഭേദ്യങ്ങൾക്കുമിരയായ മാപ്പിളസ്ത്രീകളുടെയോ ഫോട്ടോകളെടുക്കാൻ ആര്യസമാജക്കാർ ശ്രമിച്ചില്ല എന്നത് വളരെ പ്രധാനപ്പെട്ട കാര്യമാണ്. ഗവൺമെന്റ് ചാരന്മാരും ഒറ്റുകാരുമായി പ്രവർത്തിച്ചതുമൂലം കൊല്ലപ്പെട്ട ഹിന്ദുക്കളുടെ ഫോട്ടോകൾ ഇതെഴുതി കൊണ്ടിരിക്കുമ്പോഴും ആര്യസമാജക്കാർ പ്രദർശിപ്പിക്കുന്നുണ്ട്. അവരുടെ ഈ കൃത്യം നൂറുകണക്കിനു മാപ്പിള കൃഷിക്കാരുടെ അറസ്റ്റിനു വഴിയൊരുക്കി. മനുഷ്യസ്നേഹത്തിന്റെ മേലങ്കിക്കുള്ളിൽ ഒളിച്ചുവെക്കപ്പെട്ടിട്ടുള്ള വർഗ്ഗീയത എല്ലായ്പ്പോഴും തികച്ചും ഹീനവും ഭീരുത്വവുമാകണം.

ഗാന്ധിജിയുടെ നിസ്സഹകരണപ്രസ്ഥാനംമൂലം നാടാകെ രാഷ്ട്രീയമായി തിളച്ചുമറിയുമ്പോഴാണ് ഈ കർഷക കലാപം പൊട്ടിപ്പുറപ്പെട്ടത്. അതിനോട് ഗാന്ധിജിയുടെ സമീപനമെന്തായിരുന്നുവെന്നു വിവേകപൂർവ്വം അന്വേഷിക്കേണ്ടിയിരിക്കുന്നു.

പട്ടാളഭരണത്തിൻകീഴിൽ മാപ്പിള കർഷകരുടെ ദയനീയാവസ്ഥയെയും പട്ടാളഭരണത്തിന്റെ വിവരണാതീതമായ ഭീകരതെയുംപറ്റി സവിസ്തരം പ്രതിപാദിച്ചുകൊണ്ട് മി. യാക്കൂബ് ഹസ്സൻ (മദിരാശിയിലെ കോൺഗ്രസ് നേതാവ് വിവ:) ഗാന്ധിജിക്ക് ഒരു കത്തെഴുതിയിരുന്നു. ആ

കത്തിൽ അദ്ദേഹമെഴുതി. "അവരി(മാപ്പിളമാർ)ലധികം പേരും ഹിന്ദുക്കളായ ചെറുകിട ജന്മിമാരുടെ നിലങ്ങളിൽ കൃഷി ചെയ്യുന്നവരാണ്. ജന്മിമാരുടെ മർദ്ദനമുറകൾ പ്രസിദ്ധമാണ്. വളരെക്കാലമായി മാപ്പിളമാർ അനുഭവിച്ചുവരുന്ന ഈ സങ്കടം ഒരിക്കലും ഇല്ലാതാക്കപ്പെട്ടിട്ടില്ല."

ബലംപ്രയോഗിച്ച് ഹിന്ദുക്കളെ ഇസ്ലാമിലേക്ക് മതം മാറ്റിയെന്ന തീരുമാനത്തെക്കുറിച്ച് മി. യാക്കൂബ് ഹസ്സൻ തന്റെ കത്തിലെഴുതി: "പട്ടാളക്കാരെകൊണ്ടാണു ഹിന്ദുക്കൾ അവരുടെ പ്രതികാരം നിർവ്വഹിച്ചത്. മാപ്പിള ഗൃഹങ്ങളും പള്ളികളും ഒന്നടങ്കം ചുട്ടുകരിച്ചു. ആയിരക്കണക്കിൽ മാപ്പിളമാരെ തൂക്കിലിട്ടും വെടിവെച്ചും കൊന്നു. ആയിരക്കണക്കിന് മാപ്പിളമാരെ ജീവപര്യന്തം തടവിനുശിക്ഷിച്ചു." അവരിപ്പോഴും ജീവിതം തള്ളിനീക്കുന്നു. നിർഭാഗ്യകരമായ ഈ സംഗതികളിലേക്ക് നീക്കിയ കാരണങ്ങൾ ഈ അവസരത്തിൽ ഞാൻ പരിശോധിക്കേണ്ട കാര്യമില്ല. അവ, മാപ്പിളയെ കലാപകാരികളാക്കാൻ നിർബ്ബന്ധിതനാക്കി. ഹിന്ദുവോ, ക്രിസ്ത്യാനിയോ മുസ്ലീമോ ഇത്തരം ചുറ്റുപാടുകളിലും അടിയന്തരഘട്ടങ്ങളിലും സ്വയം രക്ഷിക്കാനും സ്വന്തം താല്പര്യത്തിനു ചെയ്യുന്നത് മാത്രമേ മാപ്പിളയും ചെയ്തിട്ടുള്ളൂ.

വ്യക്തമായും സാമ്പത്തികമായ പ്രശ്നങ്ങളിലേക്ക് തല്പരകക്ഷികൾ എങ്ങനെ മതത്തെ വലിച്ചിഴയ്ക്കുന്നുവെന്നതിന്റെ വെട്ടിത്തിളങ്ങുന്ന ചിത്രീകരണം ഞാൻ മുമ്പ് ചൂണ്ടിക്കാട്ടിയിട്ടുള്ളതുപോലെ ഈ കർഷക കലാപം നല്കുന്നു. യാക്കൂബ് ഹസ്സൻ വളരെയൊന്നും അപഗ്രഥനം ചെയ്യുന്നില്ല. അപഗ്രഥനം നടത്തിയിരുന്നുവെങ്കിൽ "ഹിന്ദുക്കൾ തങ്ങളുടെ പ്രതികാരം നടത്തി" എന്നദ്ദേഹം പറയുമായിരുന്നില്ല. ജന്മിമാരുടെ ക്രൂരതകൾക്കെതിരെ കലാപം നടത്തിയ മാപ്പിളകൃഷിക്കാരുടെ മേൽ ജന്മിമാർ ഇവിടത്തെ ജന്മിമാർ ഹിന്ദുക്കളായിരുന്നു പ്രതികാരം നടത്തിയെന്നായിരിക്കും അദ്ദേഹം പറയുക. "നിർഭാഗ്യകരമായ ഈ സ്ഥിതിഗതികൾക്കിടയാക്കിയ കാരണങ്ങ"ളെപ്പറ്റി യാക്കൂബ് ഹസ്സൻ ഗാന്ധിജിക്കയച്ച കത്തിലാകട്ടെ നിർഭാഗ്യവശാൽ ഒന്നുംതന്നെ പറയുന്നുമില്ല. സർക്കാരിന്റെ പിന്തുണയോടെ മലബാറിലെ ജന്മിമാർ മാപ്പിള കൃഷിക്കാരെ മനുഷ്യത്വരഹിതമായി ചൂഷണംചെയ്തിരുന്നതിലാണു ലഹളയ്ക്കു കാരണം. "ഇത്തരം ചുറ്റുപാടുകളിലും അടിയന്തരഘട്ടങ്ങളിലും ഹിന്ദുവോ മുസ്ലീമോ ക്രിസ്ത്യനോ സ്വയരക്ഷയ്ക്കും സ്വന്തം താല്പര്യങ്ങൾ സംരക്ഷിക്കാനും ചെയ്യുന്നത് മാത്രമേ മാപ്പിള കർഷകർ ചെയ്തിട്ടുള്ളൂ." യാക്കൂബ് ഹസ്സന്റെ പ്രസ്താവന തികച്ചും ശരിയാണ്.

യാക്കൂബ് ഹസ്സന്റെ ഈ കത്തിനോട് പ്രതികരിച്ച് ഗാന്ധിജി അദ്ദേഹത്തിന്റെ *യങ് ഇന്ത്യ*യിൽ "പട്ടിണിക്കാരനായ മാപ്പിള" എന്ന ശീർഷകത്തിൽ ലേഖനമെഴുതി. ഗാന്ധിജിയുടെ പതിവ് സമ്പ്രദായമനുസരിച്ച് കർഷക കലാപത്തിനിടയാക്കിയ സാമ്പത്തിക കാരണങ്ങൾക്കാണദ്ദേഹം ഊന്നൽ നല്കിയത്. ഗാന്ധിജി എഴുതി: "തങ്ങളുടെ അയൽവാസികളായ

ഹിന്ദുക്കളോട് 1921 ൽ മാപ്പിളമാർ ചെയ്തതിനെപ്പറ്റി മലബാറിലെ ഹിന്ദുക്കൾക്ക് വിദ്വേഷമുണ്ടെന്നു എനിക്കറിയാം." "ഹിന്ദുവോ മുസ്ലീമോ ക്രിസ്ത്യനോ ആരും തന്നെ ഇതെല്ലാം ചെയ്തുപോകുമെന്ന് യാക്കൂബ് ഹസ്സൻ സാമാന്യമായി പരാമർശിച്ചത് പ്രത്യേകമായി പരിഗണിച്ചുകൊണ്ട് ഗാന്ധിജി എഴുതി. "ഏത് ചുറ്റുപാടും എത്ര കടുത്ത പ്രകോപനവും നിർബ്ബന്ധപൂർവ്വമായ മതംമാറ്റത്തെ ന്യായീകരിക്കുന്നില്ല."

"1921 ഒക്ടോബർ 20 ന് "മാപ്പിളകലാപത്തിന്റെ അർത്ഥം" എന്ന ലേഖനത്തിൽ ഗാന്ധിജി എഴുതി.

> മാപ്പിളകലാപം ഹിന്ദുക്കൾക്കും മുസ്സൽമാന്മാർക്കും ഒരു പരീക്ഷണമാണ്. ഇത്തരം ആയാസപ്പെടുത്തൽ അനുഭവിച്ചതിനുശേഷവും ഹിന്ദുക്കളുടെ സ്നേഹബന്ധത്തിനു നിലനില്ക്കാൻ പറ്റുമോ? മാപ്പിളമാരുടെ ചെയ്തികളെ ഹൃദയപൂർവ്വം അംഗീകരിക്കാൻ മുസൽമാന്മാർക്ക് സാദ്ധ്യമാകുമോ? മാപ്പിളമാർ നടത്തിയ നിർബ്ബന്ധ മതംമാറ്റലിനെപ്പറ്റിയും കൊള്ളകളെപ്പറ്റിയും മുസൽമാന്മാർക്ക് സ്വാഭാവികമായും ലജ്ജയും അപമാനവും തോന്നേണ്ടതാണ്.

കർഷക കലാപത്തിന്റെ കാരണങ്ങൾ ഗാന്ധിജി ഇങ്ങനെയാണു അപഗ്രഥിച്ചത്. രാഷ്ട്രീയ മുന്നേറ്റങ്ങളെ പൊതുവിൽ ഇങ്ങനെയാണദ്ദേഹം അപഗ്രഥിക്കാറ്.

ഗാന്ധിജിയുടെ അനുയായികൾ നേതൃത്വം വഹിക്കുകയും നിയന്ത്രിക്കുകയും ചെയ്യുന്ന കോൺഗ്രസ് തങ്ങളാലാവുംവിധം കർഷക കലാപത്തെ അടിച്ചമർത്താൻ ശ്രമിക്കുന്നതിൽ അത്ഭുതപ്പെടേണ്ടതില്ല. മലബാറിലെ രണ്ട് പ്രമുഖ കോൺഗ്രസ് നേതാക്കളായ കേശവമേനോനും മാധവമേനോനും ഈ കലാപം തടയാൻ തങ്ങളാൽ കഴിയുംവിധം ശ്രമിച്ചു. കുടിയാൻ പ്രസ്ഥാനത്തിന്റെ നേതാക്കളിലൊരാളായ നാരായണമേനോൻ, ആ പ്രസ്ഥാനവുമായുള്ള ബന്ധം വേർപെടുത്തി കോൺഗ്രസിൽ ചേർന്നു. ഗവൺമെന്റിൽനിന്നുള്ള ഈ പ്രവേശാനുമതി പത്രത്തോടെ കലാപകാരികളെ "ശാന്തരാക്കാൻ" ലഹളബാധിത പ്രദേശങ്ങളിൽ സഞ്ചരിച്ചു. തങ്ങളെ സഹായിക്കാനാണദ്ദേഹം വന്നതെന്നു കരുതി ആയിരക്കണക്കിൽ മാപ്പിളമാർ ആ നേതാവിനെ സന്ദർശിക്കുകയും ഹൃദയപൂർവ്വം സ്വാഗതമോതുകയുംചെയ്തു. പക്ഷേ, യുദ്ധം ചെയ്യുന്നത് നിർത്താനും പൊലീസിനു കീഴടങ്ങാൻ കലാപനേതാക്കളെ പ്രേരിപ്പിക്കാനുമാണ് അദ്ദേഹം വന്നിരിക്കുന്നതെന്നു മനസ്സിലായപ്പോൾ ഒരു കലാപനേതാവു പറഞ്ഞു. "നിങ്ങൾ വന്നത് സഹായിക്കാനാണെന്നാണ് ഞങ്ങൾ കരുതിയത്. പക്ഷേ, നിങ്ങൾ ഞങ്ങൾക്കെതിരാണെന്നു ഇപ്പോൾ മനസ്സിലായി." കലാപ നേതാക്കളിലൊരാൾ നാരായണമേനോന്റെ ഉപദേശം സ്വീകരിച്ച് പൊലീസിനു കീഴടങ്ങി. നാരായണമേനോൻ കലാപബാധിത പ്രദേശത്ത് നിന്നു ഉടനെ പോയില്ലെങ്കിൽ മേനോന്റെ സന്ദർശനോദ്ദേശ്യം മനസ്സിലാക്കിയ കൃഷി

ക്കാരിൽനിന്നും അദ്ദേഹത്തിന്റെ ജീവന് ആപത്തു സംഭവിച്ചേക്കുമെന്നു പറഞ്ഞു. തന്റെ ദൗത്യം നിർവ്വഹിച്ച സന്തോഷത്തോടെ നാരായണമേനോൻ മടങ്ങിപ്പോയി. അദ്ദേഹത്തിന്റെ ഉപദേശമനുസരിച്ച് പൊലീസിനു കീഴടങ്ങിയ കലാപനേതാക്കൾ വധിക്കപ്പെട്ടു. സർക്കാരിനു ചെയ്തു കൊടുത്ത വിശ്വസ്ത സേവനങ്ങൾക്ക് പ്രതിഫലമായി ചരിത്രനീതിയുടെ വിരോധാഭാസമെന്നോണം 12 കൊല്ലത്തെ തടവ് ശിക്ഷയാണ് നാരായണമേനോനു ലഭിച്ചത്. കലാപകാരികളിൽനിന്നും താൻ ജീവൻ രക്ഷിച്ചു കൊടുത്ത ഒരു പൊലീസ് ഇൻസ്പെക്ടറുടെ കുറ്റാരോപണത്തിന്റെ പേരിലാണു നാരായണമേനോൻ ശിക്ഷിക്കപ്പെട്ടത്.

നിയമവും സമാധാനവും പുനഃസ്ഥാപിക്കുന്നതിന് സർക്കാരിനെ സഹായിക്കാൻ ലഹളബാധിത പ്രദേശങ്ങളിൽ സഞ്ചരിച്ച ആളും അക്കാലത്ത് മലബാറിലെ പ്രമുഖ കോൺഗ്രസ് നേതാവുമായ ഗോപാലമേനോൻ, ആയിരക്കണക്കിലുള്ള കർഷക കലാപകാരികൾ തന്നിലുളവാക്കിയ നിശിതമായ ധാരണ എനിക്ക് വിവരിച്ചുതന്നു. “ഒരു സന്ദർഭം ഉപയോഗപ്പെടുത്തുകയെന്നത് വിലപിടിച്ചതാണ്. പക്ഷേ, എന്റെ ഗാന്ധിയൻ ആദർശങ്ങളോട് പൊരുത്തപ്പെടും വിധം എനിക്കത് ചെയ്യാൻ സാദ്ധ്യമായിരുന്നില്ല.” തന്റെ ഗാന്ധിയൻ ആദർശങ്ങൾക്കനുസൃതമാം വിധം കലാപകാരികളെ നിരുത്സാഹപ്പെടുത്തിക്കൊണ്ട് ഗവൺമെന്റിനു കീഴടങ്ങാൻ പ്രേരിപ്പിച്ചുകൊണ്ടും ഗോപാലമേനോൻ ലഹളബാധിത പ്രദേശങ്ങളിൽ പര്യടനം നടത്തി. കോൺഗ്രസിലെ മറ്റു ചെറുകിട നേതാക്കളും വളരെ ഉത്സാഹപൂർവ്വം ഇത്തരം ദൗത്യം നിർവ്വഹിച്ചു.

ചുരുങ്ങിയത് ഇവിടെയെങ്കിലും ഗാന്ധിജിയുടെ അനുയായികൾ പൂർണ്ണമായും അക്രമരാഹിത്യം അനുഷ്ഠിച്ചു.

ഗാന്ധിജിക്ക് സന്തോഷിക്കാൻ എല്ലാ അവകാശവുമുണ്ട്. ‘മാപ്പിള കലാപത്തിന്റെ അർത്ഥം’ എന്ന ലേഖനത്തിൽ എഴുതിയിരുന്നു: “സമാധാനപൂർവ്വം ഈ കുഴപ്പം അവസാനിച്ചതിന്റെ ബഹുമതി നിസ്സഹകരണ പ്രസ്ഥാനക്കാർക്ക് നല്കുവാൻ ആ സ്ഥലത്തുള്ള ആളുകൾ ആഗ്രഹിക്കുന്നില്ലെന്നു വിശ്വസിക്കാൻ. എന്നാൽ ഇത് എന്റെ വിശ്വാസമാണു- എനിക്ക് വ്യസനമുണ്ട്.” (അടിവര എന്റേത് - സൗമ്യേന്ദ്രനാഥ ടാഗോർ)

അക്രമരാഹിത്യത്തിന്റെ നേരിയ മൂടുപടത്തിനുള്ളിൽ ഒളിഞ്ഞുകിടക്കുന്ന ഗാന്ധിസത്തിന്റെ വർഗ്ഗപരമായ ഉള്ളടക്കം അതിന്റെ എല്ലാ വൈരൂപ്യങ്ങളോടെയും അനാവരണം ചെയ്യപ്പെട്ടു. ജനകീയ മുന്നേറ്റത്തിന്റെ യാഥാർത്ഥ്യംമൂലം ഭീതിക്കിരയാവുകയും ചാരന്മാർക്കും ഒറ്റുകാർക്കും (അവർ ഹിന്ദുക്കളായിരുന്നു) എതിരെ കൃഷിക്കാർ ധൃതിയിൽ നടപ്പിലാക്കിയ നീതിന്യായ സമ്പ്രദായം കണ്ട് ചകിതരാവുകയും. തങ്ങളുടെ ജന്മികൾക്കെതിരെ (സന്ദർഭവശാൽ അവർ ഇവിടെ ഹിന്ദുക്കളായിരുന്നു) കൃഷിക്കാർ നടത്തിയ ഫ്രാൻസിലെ കർഷക കലാപ (1358 ൽ ഗുഡ്മേൻജാക്ക് നടത്തിയത്)വുമായി മലബാർ കർഷക കലാപത്തിനുള്ള സാമ്യം മന

സ്സിലാക്കി മലബാറിലെ ഗാന്ധിസ്റ്റ് കോൺഗ്രസ് നേതാക്കൾ, കലാപത്തെ തുരങ്കം വെക്കാൻ അഹിംസാസിദ്ധാന്തം ഉപയോഗിച്ചു. ഇതിനേക്കാളെല്ലാമുപരിയായി കലാപം വർഗ്ഗീയമായിരുന്നുവെന്ന് വരുത്തി തീർക്കാൻ പതിനെട്ടടവുകളും അവർ പ്രയോഗിച്ചു. അക്രമരാഹിത്യത്തിന്റെയും വർഗ്ഗീയതയുടെയും പുറംചട്ടയണിഞ്ഞ വർഗ്ഗതാല്പര്യം. തങ്ങൾക്ക് പ്രധാന പിന്തുണയായി കണ്ടെത്തിയ ബ്രിട്ടീഷ് സാമ്രാജ്യത്വത്തെ സഹായിക്കാനുമെത്തി.

ബ്രിട്ടീഷ് സാമ്രാജ്യത്വം പിന്തുണച്ച ദുഷ്പ്രഭുത്വത്തെ നശിപ്പിക്കാൻ ശ്രമിച്ചതിന് മലബാറിലെ കൃഷിക്കാർക്ക് കനത്തവില കൊടുക്കേണ്ടിവന്നു. അഞ്ചുമാസക്കാലം മലബാറിലെ നിരായുധരായ കർഷക ബഹുജനങ്ങൾ ഭരണകൂടശക്തികൾക്കെതിരായി പോരാടി. ഒടുവിൽ ബ്രിട്ടീഷ് സാമ്രാജ്യത്വത്തിന്റെ ആയുധ ശക്തിക്കു മുമ്പിൽ അവർക്ക് പരാജയപ്പെടേണ്ടിവന്നു. ഗാന്ധിയന്മാരും ജന്മികളും ബ്രിട്ടീഷ് സാമ്രാജ്യത്വത്തിനു വിശ്വസ്തതയോടെ പിന്തുണ നല്കിയുമിരുന്നു.

(പരിഭാഷ: എം റഷീദ്)

മലബാറിലെ കർഷകരുടെ ചെറുത്തുനിൽപ്പും കലാപങ്ങളും

ഡോ. കെ എൻ പണിക്കർ

ബ്രിട്ടീഷ് കോളനി വാഴ്ചക്കാലത്ത് ഇന്ത്യയിൽ നടന്ന കർഷകകലാപങ്ങളുടെ സ്വഭാവവും അവയുടെ വ്യാപ്തിയും ശരിയായി ശ്രദ്ധിക്കപ്പെട്ടു തുടങ്ങിയത് അടുത്ത കാലത്താണ്. ബ്രിട്ടീഷ് വാഴ്ചയുടെ സുരക്ഷിതത്വത്തിലും സുഖത്തിലും അതിനോട് യാതൊരെതിർപ്പും പ്രകടിപ്പിക്കാതെ കഴിഞ്ഞ സംതൃപ്തരായ കർഷകരുടെ ചിത്രമാണ് ആദ്യകാല കൊളോണിയൽ ചരിത്രകാരന്മാരും അവരെ പിൻപറ്റിയവരും വരച്ചിടുന്നത്. ബ്രിട്ടീഷ് ഭരണം അവരുടെ ജീവനും സ്വത്തിനും സംരക്ഷണം നൽകിയതായും കർഷകരുടെ ഉൽപ്പാദനമിച്ചം ദാക്ഷിണ്യമില്ലാതെ ഊറ്റിയെടുത്ത മൈസൂരിലെ സുൽത്താൻ, അവധിലെ നവാബ്, ഹൈദരാബാദിലെ നൈസാം തുടങ്ങിയ ഇന്ത്യക്കാരായ ഏകാധിപതികളുടേതിനെ അപേക്ഷിച്ച് താരതമ്യേന ഉദാരമായ ഒരു റവന്യൂ വ്യവസ്ഥയുടെ ഗുണഫലങ്ങൾ അന്നത്തെ മലബാറിലെ കർഷകർ അനുഭവിച്ചിരുന്നതായും അവർ വാദിച്ചു. പ്രാഥമിക ഉൽപ്പാദകരുടെ മേലുള്ള കൊളോണിയൽ, ഫ്യൂഡൽ ചൂഷണത്തിന്റെ കാഠിന്യം മനസ്സിലാക്കിയ ദേശീയ ചരിത്രകാരൻമാർ പോലും ഈ ചൂഷണത്തിനെതിരായ കർഷക മുന്നേറ്റങ്ങളെ പൊതുവിൽ അവഗണിക്കുകയാണ് ചെയ്തത്. തങ്ങളുടെ കഷ്ടപ്പാടുകൾ വിധി കൽപ്പിതമാണെന്ന് വിശ്വസിച്ച കർഷകർ എല്ലാം സഹിക്കാനുള്ള മനസ്സോടെ കൊളോണിയൽ, ഫ്യൂഡൽ ചൂഷകർക്ക് വഴങ്ങി ജീവിച്ചതായി ചിത്രീകരിക്കപ്പെട്ടു. പണമിടപാടുകാർക്കും ജന്മിമാർക്കും എതിരെ ചില പൊട്ടിത്തെറികൾ ഉണ്ടായെങ്കിലും മതപരമായ സ്വാധീനങ്ങളും ജാതിവിധേയത്വങ്ങളും ഇന്ത്യൻ ഗ്രാമങ്ങളിൽ വ്യത്യസ്ത വിഭാഗങ്ങളുടെ ഐക്യം നിലനിർത്തിയതായി അവർ വാദിച്ചു.

ഇത് തെറ്റിദ്ധാരണാജനകമായ ചിത്രമാണ്. കാതലിൻ ഗഫ് (Kathleen Gough) ഈയടുത്ത കാലത്തെ ഒരു പഠനത്തിൽ ഇന്ത്യയുടെ വിവിധ ഭാഗങ്ങളിൽ നടന്ന 77 കർഷക കലാപങ്ങൾ കണ്ടെത്തി വിശദീകരിക്കുകയുണ്ടായി.[1] അതിൽ ഏറ്റവും ചെറുതെന്ന് പറയാവുന്ന സംഭവത്തിനു പോലും ആയിരക്കണക്കിന് കർഷകരുടെ സജീവ പിന്തുണ യുണ്ടായിരുന്നു. ഗഫ് നൽകുന്ന ഈ കണക്ക് തീരെ ചെറുതാവാനേ നിർവ്വാഹമുള്ളൂ; കൂടുതൽ വിശദമായി പരിശോധിച്ചാൽ കിട്ടുന്ന സംഖ്യയും വലുതായിരിക്കും. മതപരമായ അസ്വാരസ്യങ്ങളായോ വർഗീയ കലാപങ്ങളായോ മതഭ്രാന്തൻമാരുടെ ചെയ്തികളായോ തെറ്റായി രേഖ പ്പെടുത്തിയ നിരവധി കർഷക കലാപങ്ങളുടെ വിശദാംശങ്ങൾ ബ്രിട്ടീഷ് സർക്കാരിന്റെ ഔദ്യോഗിക രേഖകളിൽ വ്യക്തമല്ലാതെ കിടപ്പുണ്ട്. ഭൂമിയുടെ നിയന്ത്രണം ഒരു മേൽക്കോയ്മാ മതവിഭാഗത്തിന്റെ കൈയിൽ ആയിരുന്നതുകൊണ്ടു തന്നെ, അടിസ്ഥാനപരമായി കാർഷിക സ്വഭാവ മുള്ള പല കലാപങ്ങൾക്കും വർഗീയ മാനം കൈവന്നു. വർഗ ബോധവും ശരിയായ നേതൃത്വവും ഇല്ലാതിരിക്കെ, മതത്തിന്റെ ആശയപരമായ സ്വാധീനം ചൂഷണത്തിനും അടിച്ചമർത്തലിനും എതിരായ മുന്നേറ്റത്തിന് ധാർമികമായ കരുത്തും ന്യായീകരണവും നൽകി. പത്തൊമ്പതും ഇരുപതും നൂറ്റാണ്ടുകളിലായി മലബാറിലെ മാപ്പിള കർഷകർ നടത്തിയ കലാപങ്ങൾ ഈ പ്രതിഭാസത്തിന്റെ നല്ലൊരു ദൃഷ്ടാന്തമാണ്.[2]

പശ്ചാത്തലം

1792 ൽ നടന്ന മൂന്നാം മൈസൂർ യുദ്ധത്തിൽ ടിപ്പു സുൽത്താൻ പരാജയപ്പെട്ടതിനെ തുടർന്ന് മലബാർ ഈസ്റ്റിന്ത്യാ കമ്പനിയുടെ കൈയിലായി. തുടർന്ന് കുറച്ചു കാലം ബോംബെ ഗവൺമെന്റിന്റെ കീഴിലായിരുന്ന മലബാർ, അതിനു ശേഷം മദ്രാസ് പ്രസിഡൻസിയിലെ ഒരു ജില്ലയായി മാറി. വടക്ക് മദ്രാസ് പ്രസിഡൻസിയിലെ ദക്ഷിണ കാനറ ജില്ലയ്ക്കും തെക്ക് പഴയ കൊച്ചി സംസ്ഥാനത്തിനും കിഴക്ക് പശ്ചിമ ഘട്ട മലനിരകൾക്കും ഇടയിലായി, പടിഞ്ഞാറ് നൂറ്റമ്പതു മൈൽ ദൂരം വരുന്ന അറബിക്കടൽ തീരത്തോടു ചേർന്ന് 5,795 ചതുരശ്ര മൈൽ പ്രദേശത്ത് മലബാർ ജില്ല വ്യാപിച്ചു കിടന്നു.[3] 1921 ലെ സെൻസസ് പ്രകാരം, ജില്ലയിലെ ജനസാന്ദ്രത

ടിപ്പു സുൽത്താൻ

ചതുരശ്ര മൈലിന് 535 ഉം ജനസംഖ്യ 30,98,891 ഉം ആയിരുന്നു. 20,39,333 ഹിന്ദുക്കളും 10,04,327 മാപ്പിളമാരും.[4] ജില്ലയിലെ 10 താലൂക്കുകളിലെ മതം തിരിച്ചുള്ള ജനസംഖ്യ ടേബിൾ 8.1 ൽ നൽകിയിരിക്കുന്നു.[5]

താഴത്തെ ടേബിൾ നോക്കിയാൽ, കലാപം എറ്റവും തീവ്രമായിരുന്ന ഏറനാട്, വള്ളുവനാട്, പൊന്നാനി താലൂക്കുകളിലാണ് അന്നത്തെ മലബാറിലെ മാപ്പിള ജനസംഖ്യയിൽ എകദേശം 60 ശതമാനവും (6,00,337) കേന്ദ്രീകരിച്ചിരുന്നതെന്ന് കാണാം. ശേഷിച്ച 40 ശതമാനം മാത്രമാണ് മറ്റ് ഏഴു താലൂക്കുകളിലായി ഉണ്ടായിരുന്നത്.

ടേബിൾ 8.1

ജനസംഖ്യ താലൂക്ക് തിരിച്ച്

താലൂക്ക്	ഹിന്ദു	മാപ്പിള
കോഴിക്കോട്	1,96,435	88,393
ചിറയ്ക്കൽ	25,498	87,337
കൊച്ചി	7,318	4,999
ഏറനാട്	1,63,328	2,37,402
കോട്ടയം	1,75,048	55,146
കുറുമ്പ്രനാട്	2,59,799	96,463
പാലക്കാട്	3,15,432	47,946
പൊന്നാനി	2,81,155	2,29,016
വള്ളുവനാട്	2,59,979	1,33,919
വയനാട്	67,845	14,252

1921 ൽ മലബാറിലെ 3,93,020 പേർക്കാണ് അക്ഷരാഭ്യാസമുണ്ടായിരുന്നത്. മൊത്തം ജനസംഖ്യയിലെ ഏകദേശം പതിമൂന്ന് ശതമാനം. ഇതിൽ മാപ്പിളമാർ 62,344. മൊത്തം സാക്ഷരരുടെ എകദേശം 16 ശതമാനം. മറ്റു വാക്കുകളിൽ പറഞ്ഞാൽ, മലബാറിലെ മാപ്പിള -ഹിന്ദു ജനസംഖ്യാനുപാതം 1:2 ആയിരുന്നപ്പോൾ, അവർക്കിടയിലെ സാക്ഷരരുടെ സംഖ്യ 1:6 എന്ന അനുപാതത്തിലായിരുന്നു. ഏറനാട്, വള്ളുവനാട് തുടങ്ങിയ ഉൾനാടൻ താലൂക്കുകൾ വിദ്യാഭ്യാസത്തിന്റെ കാര്യത്തിൽ പൊതുവേ പിന്നോക്കമായിരുന്നു. ഓരോ പ്രദേശത്തെയും സാക്ഷരരുടെ മതം തിരിച്ചുള്ള കണക്ക് ലഭ്യമല്ലാത്തതിനാൽ, ഈ രണ്ട് താലൂക്കുകളിലേയും അക്ഷരാഭ്യാസമുള്ള മാപ്പിളമാരുടെ എണ്ണം പറയാനാവില്ല. എന്നാൽ, ഈ താലൂക്കുകളിലെ സാക്ഷരതാ നിലവാരത്തിന്റെ പൊതു ചിത്രം ടേബിൾ 8.2 ൽ കാണാം.[6]

ടേബിൾ 8.2
സാക്ഷരതാ നിലവാരം

താലൂക്ക്	പുരുഷൻ	സ്ത്രീ	ഇംഗ്ലീഷ് പഠിച്ചവർ	ആകെ	ശതമാനം
ഏറനാട്	25,072	5,099	960	31,131	7.5
വള്ളുവനാട്	35,019	9,825	2,249	47,093	12

ഈ രണ്ട് താലൂക്കുകളിലെ സാക്ഷരത ജില്ലാ ശരാശരിക്ക് താഴെയായിരുന്നു. ഇവിടെ, സാക്ഷരതയും ജില്ലയിലും പുറത്തുള്ള മെട്രോപൊളിറ്റൻ നഗരങ്ങളിലും തൊഴിലവസരങ്ങൾ നൽകിയ ഇംഗ്ലീഷ് വിദ്യാഭ്യാസവും ഒന്നായി കാണരുത്.

ടേബിൾ 8.2 ൽ കാണുന്നതു പോലെ, ഇംഗ്ലീഷ് അറിയാവുന്നവരുടെ എണ്ണം തീരെ ചെറുതായിരുന്നു. അവർ പ്രധാനമായും ഹിന്ദു ഭൂവുടമ വർഗത്തിൽ പെട്ടവരായിരുന്നു എന്ന് ന്യായമായും കരുതാം. ക്രിസ്ത്യൻ മിഷണറിമാരുടെ വിദ്യാഭ്യാസ പ്രവർത്തനങ്ങൾ മാപ്പിളമാർ കൂടുതലുള്ള ഏറനാട്, വള്ളുവനാട് തുടങ്ങിയ താലൂക്കുകളിലേക്ക് വ്യാപിച്ചിരുന്നില്ല. മോസ്ക്കുകളോട് ചേർന്ന മദ്രസകളിൽ വിദ്യയഭ്യസിച്ച മാപ്പിളമാർ പ്രധാനമായും മതവിദ്യാഭ്യാസമാണ് നേടിയിരുന്നത്.

ഉൾനാടൻ മേഖലകളിലെ മാപ്പിളമാർ കൃഷിയും തീരമേഖലകളിലുള്ളവർ മത്സ്യ ബന്ധനവും പ്രധാന തൊഴിലായി സ്വീകരിച്ചിരുന്നതായി തൊഴിൽ ഘടനയെപ്പറ്റിയുള്ള പഠനം വ്യക്തമാക്കുന്നു. 1921 കാലത്തെ മാപ്പിളമാരുടെ തൊഴിൽ വിവരങ്ങൾ ടേബിൾ 8.3 ൽ കാണാം. കലാപം തീവ്രമായിരുന്ന ഉൾനാടൻ താലൂക്കുകളിലെ മാപ്പിളമാർ ഉപജീവന മാർഗമായി കൃഷിയെ മാത്രം ആശ്രയിച്ചിരുന്നവരാണ്. മത്സ്യബന്ധനം മുതലായ മറ്റ് തൊഴിൽ സാധ്യതകൾ ഉണ്ടായിരുന്ന തീരദേശ താലൂക്കുകളിൽ കലാപം താരതമ്യേന ദുർബലമായിരുന്നു; പലയിടത്തും കലാപം ഉണ്ടായില്ലെന്നു തന്നെ പറയാം.

ടേബിൾ 8.3
മാപ്പിളമാരുടെ തൊഴിൽ ഘടന

തൊഴിൽ	സ്ത്രീകൾ	പുരുഷൻമാർ
കൃഷി	141617	58843
പ്രത്യേക ഉൽപ്പന്നങ്ങൾ മാർക്കറ്റ് ഗാർഡനിങ് മുതലായവ	5677	1521
ഫോറസ്ട്രി	2375	30

ജന്തു പരിപാലനം	1542	19
മത്സ്യ ബന്ധനവും വേട്ടയാടലും	9617	297
ഖനിത്തൊഴിലുകൾ	57	
വസ്ത്ര നിർമാണം	1442	3714
തുകൽ, തുകലുൽപ്പന്നങ്ങൾ	20	
തടി വ്യവസായം	1702	2174
തപാൽ, കമ്പിത്തപാൽ	40	
ബാങ്ക്	55	33
സൈന്യം	20	
പൊലീസ്	292	
പൊതുഭരണം	600	
വ്യാപാരം	63929	8252

കുടിയായ്മ വ്യവസ്ഥയും കാർഷികബന്ധങ്ങളും

മലബാറിലെ കാർഷിക സമൂഹത്തിന്റെ പരമ്പരാഗത ഘടന ശ്രേണീകൃത അധികാര ബന്ധങ്ങളുടെ അടിസ്ഥാനത്തിൽ നിർണ്ണയിക്കപ്പെട്ട, ഏറ്റവും താഴേ തലം വരെ ഉൾക്കൊള്ളുന്ന വിച്ഛിന്ന ഫ്യൂഡലിസത്തിന്റേതായിരുന്നു. ഫ്യൂഡൽ ചൂഷണത്തിന്റേതായ ഒരു സാമൂഹ്യക്രമത്തിന്റെ ഭാഗമെന്ന നിലയിൽ പരസ്പരാശ്രയത്തിൽ ഊന്നി ജന്മിയും കാണക്കാരനും[7] കർഷകനും കഴിഞ്ഞു. ബ്രിട്ടീഷ് ഭരണം വന്നതോടെ ഈ വ്യവസ്ഥ തകരുകയും അതിന്റെ സ്ഥാനത്ത് ശക്തമായ കേന്ദ്രീകൃത ഫ്യൂഡൽ അധികാരം നിലവിൽ വരികയും ചെയ്തു. ജന്മിമാരെ മുമ്പൊരിക്കലുമില്ലാത്ത വിധം ഭൂമിയുടെ സർവ്വാധികാരികളായി അംഗീകരിച്ച ബ്രിട്ടന്റെ ഭൂനികുതി നയവും അതിന്റെ അടിസ്ഥാനത്തിലുള്ള ഭൂബന്ധ പരിഷ്ക്കരണവും ഈ പ്രക്രിയയെ സഹായിച്ചു. കാണക്കാരനെ ഒരു പണയക്കാരനോ കരാർകാരനോ മാത്രമായി അവർ കണ്ടു. ഈ തെറ്റായ ധാരണയുടെ ഫലമായി, ജന്മിയുടെയും കർഷകന്റെയും താൽപ്പര്യങ്ങൾ മാത്രം അംഗീകരിക്കപ്പെടുകയും കാണക്കാരന്റെ പങ്ക് അവഗണിക്കപ്പെടുകയും ചെയ്തു.[8] ഈ മാറ്റത്തിന് അടിയന്തര പ്രത്യാഘാതങ്ങൾ ഉണ്ടായില്ലെങ്കിലും ഇത് ക്രമേണ ഭൂബന്ധങ്ങളെ സമ്മർദ്ദത്തിലാക്കുകയും കർഷകൻ കൂടിയായിരുന്ന കണക്കാരന് അവന്റെ വരുമാനത്തിലെ ഒരു ഭാഗം നഷ്ടപ്പെടുന്ന സ്ഥിതി വരികയും ചെയ്തു.

മലബാറിലെ ഭൂനികുതി വ്യവസ്ഥ മദ്രാസ് പ്രസിഡൻസിയുടെ മറ്റ് ഭാഗങ്ങളിലേതിൽ നിന്ന് അടിസ്ഥാനപരമായി ഭിന്നമായിരുന്നു. തൊഴിലാളിയും കർഷകനും ജന്മിയും ഒരുമിച്ചു വരുന്ന ഒന്നായിരുന്നു

മൺറോ വിഭാവനം ചെയ്ത മാതൃകാ ക്രമം. അതിൽനിന്നു വ്യത്യസ്തമായി, മലബാറിൽ ഈ വിഭാഗങ്ങൾ വ്യതിരിക്തതയോടെ നിന്നു. തരിശടക്കം ഭൂമിയുടെ മുഴുവൻ സർവ്വാധികാരിയായിരുന്ന ജന്മിക്ക് കുടിയാൻമാരിൽ നിന്നും കീഴ്ക്കുടിയാൻമാരിൽ നിന്നും തോന്നിയ പടി വസൂലാക്കാൻ സ്വാതന്ത്ര്യമുണ്ടായിരുന്നു. പാട്ടം വർധിപ്പിക്കൽ, കുടിയൊഴിപ്പിക്കൽ, പാട്ടക്കാലാവധി പുതുക്കുന്നതിന് ഫീസ് ഈടാക്കൽ എന്നിവ ഈ ചൂഷണത്തിന്റെ ഏറ്റവും സാധാരണ മാർഗങ്ങളായിരുന്നു. കാണം, കുഴിക്കരം, ഓട്ടി തുടങ്ങിയ വ്യത്യസ്ത കുടിയായ്മ വ്യവസ്ഥകളിൽ ജന്മിമാരിൽനിന്ന് നേരിട്ട് ഭൂമി ലഭിച്ചവരും അവരുടെ കുടിയാന്മാരും പാട്ടക്കാർ, വെറുംപാട്ടക്കാർ മുതലായവരും ഒരു പോലെ ജന്മിമാരുടെ അത്യാഗ്രഹത്തിന്റെ ഇരകളായി.

പണാടിസ്ഥാനത്തിലുള്ള പണയമോ കരാർ പാട്ടമോ ആയി ബ്രിട്ടീഷുകാർ കണക്കാക്കിയ കാണം വ്യവസ്ഥയുടെ കാര്യത്തിൽ ജന്മിമാർ നിർദ്ദയരായിരുന്നു. പരമ്പരാഗത സമ്പ്രദായത്തിൽ കാണക്കാരനും യജമാനനുമായുള്ള ബന്ധം അയാളുടെ കാലശേഷമേ പുന:പരിശോധിക്കുകയോ പുനഃക്രമീകരിക്കുകയോ ചെയ്യുമായിരുന്നുള്ളൂ. ജന്മാധികാരത്തെപ്പറ്റിയുള്ള ഈ ധാരണ മാറുകയും ബ്രിട്ടീഷുകാരുടെ ഭൂനികുതി നയം അതിനനുസരിച്ച് മാറുകയും ചെയ്തതോടെ, ഓരോ പന്ത്രണ്ടു വർഷത്തിനു ശേഷവും കാണം പുതുക്കാൻ നീതിന്യായക്കോടതികൾ വിധിച്ചു. കാലാവധി തീരുന്നതോടെ കാണക്കരാർ തനിയേ ഇല്ലാതാവുമെന്ന വ്യവസ്ഥ പഴയ സമ്പ്രദായവുമായി ഒരു തരത്തിലും പൊരുത്തപ്പെടുന്നതായിരുന്നില്ല. ഇത് ഭൂബന്ധ ഘടനയിൽ മൗലിക മാറ്റങ്ങൾ വരുത്തി. പാരസ്പര്യത്തിന്റേതും പരസ്പരാശ്രയത്തിന്റേതുമായ പരമ്പരാഗത സങ്കല്പങ്ങൾക്ക് അന്തിമ പ്രഹരമേറ്റു.

നൂറ്റാണ്ടിന്റെ രണ്ടാം പാദത്തിൽ, കാർഷികോൽപ്പന്നങ്ങളുടെ വില കുത്തനെ ഉയർന്നു. രണ്ടു വർഷം കൊണ്ട് ഇരുപത്തിയേഴ് ശതമാനത്തോളം വില വർധിച്ചു.[9] 1850 കളിലും വില വർധനവ് തുടർന്നു. ടേബിൾ 8.4 ഈ പെട്ടെന്നുള്ള വില വർധനവിന്റെ ചിത്രം നൽകും.

ടേബിൾ 8.4:
കാർഷികോൽപ്പന്നങ്ങളുടെ വില

വർഷം	നെല്ല്	എള്ള്	നാളികേരം 1000 എണ്ണം	കുരുമുളക് 1 കണ്ടി	കാപ്പി 1 കണ്ടി	ഇഞ്ചി 1 കണ്ടി
1851–2.	78.	266.	12.	51.	75.	11
1856–7.	108.	311.	16.	85.	98.	21
1857–8.	149.	392.	21.	100.	130.	23
1858–9	166.	407.	22.	95	121.	25

9 വർഷം കൊണ്ട് ഏതാണ്ടെല്ലാ വിളകൾക്കും നൂറു ശതമാനത്തിലധികം വില കയറി.[10] സ്വാഭാവികമായും, ഭൂമിക്ക് ആവശ്യക്കാരേറുകയും അതിന്റെ മൂല്യം കുത്തനെ ഉയരുകയും ചെയ്തു. ഭൂവുടമ വർഗം അവർക്ക് കൈവന്ന പുതിയ അധികാരത്തിന്റെ പ്രാധാന്യം മനസ്സിലാക്കി. ബ്രിട്ടീഷ് റവന്യൂ നയം ജന്മിമാർക്ക് ഭൂമിയുടെ സർവ്വാധികാരം നൽകുകയും പന്ത്രണ്ട് വർഷ കാലാവധി കഴിയുന്ന മുറയ്ക്ക് കുടിയാൻമാരെ പുറത്താക്കാനുള്ള അവരുടെ അധികാരം ബ്രിട്ടീഷ് കോടതികൾ അംഗീകരിക്കുകയും ചെയ്തു. ഈ പുതിയ അധികാരം ഉപയോഗിച്ച് ജന്മിമാർ വളരെക്കൂടിയ പാട്ടവും പാട്ടക്കരാർ പുതുക്കുന്നതിന് ഉയർന്ന പാരിതോഷികവും ആവശ്യപ്പെടുക മാത്രമല്ല, കലാവധി തീരുന്നതിനു മുമ്പ് കുടിയാൻമാരെ ഒഴിപ്പിക്കാൻ സഹായകരമായ വ്യവസ്ഥകൾ പാട്ടക്കരാറിൽ ഉൾപ്പെടുത്തുകയും ചെയ്തു. ഇതിനു പുറമേ ജന്മികുടുംബത്തിലെ വിവാഹം, ജനനം തുടങ്ങിയ അവസരങ്ങളിലും ആഘോഷവേളകളിലും ജന്മിമാർ അവരിൽ നിന്ന് കാഴ്ചകൾ കൈപ്പറ്റി. പാട്ടം നൽകാതിരിക്കുകയോ ജന്മിക്ക് ഇഷ്ടപ്പെട്ട പാരിതോഷികം നൽകാൻ കഴിയാതെ വരികയോ ചെയ്യുന്നതു പോലും കുടിയൊഴിപ്പിക്കാൻ മതിയായ കാരണമായി കണക്കാക്കി. പാട്ട രശീതി നൽകുന്ന പതിവുണ്ടായിരുന്നില്ല; രശീതി ചോദിക്കുന്നതു തന്നെ ധിക്കാരമായി കരുതപ്പെട്ടു. കുടിയാൻമാർക്ക് ജന്മിമാരുടെ ദാക്ഷിണ്യത്തെ ആശ്രയിച്ച് കഴിയേണ്ടിവന്നു. ബ്രിട്ടീഷ് കോടതികളുടെ സങ്കീർണ്ണ നടപടി ക്രമവും, നിയമങ്ങളുടെയും ചട്ടങ്ങളുടെയും ബാഹുല്യവും കർഷകരെ പ്രയാസത്തിലാക്കുകയും അവർക്കെതിരായിത്തീരുകയും ചെയ്തു. ഭൂവുടമ വർഗത്തിന് നിയമവ്യവഹാരത്തിലൂടെ ഈ അവകാശങ്ങൾ നേടിയെടുക്കാൻ യാതൊരു പ്രയാസവും ഉണ്ടായിരുന്നില്ല. മലബാർ കളക്ടറായിരുന്ന വില്യം ലോഗൻ പറയുന്നതുപോലെ, വ്യാജരേഖകളുമായി വരുന്ന വ്യവഹാരികളുടെ തിരക്കായിരുന്നു കോടതികളിലെവിടെയും.1962 മുതൽ 66 വരെയുള്ള നാലു വർഷത്തിനിടയിൽ ഭൂമി സംബന്ധമായ 10,196 കേസുകളാണ് ജില്ലയിലെ വിവിധ കോടതികളിൽ രജിസ്റ്റർ ചെയ്തത്. കുടിയൊഴിക്കലിന്റെയും അതുമായി ബന്ധപ്പെട്ട പീഡനങ്ങളുടേയും ശരിയായ ചിത്രം നൽകാൻ ഈ കണക്കും പര്യാപ്തമല്ല. നീതിന്യായ നടപടി ക്രമങ്ങൾ പാലിക്കാതെയുള്ള ഒഴിപ്പിക്കൽ ഇതിലും എത്രയോ കൂടുതലായിരുന്നു. പണമില്ലാത്തതുകൊണ്ടും, കോടതിയിൽ തെളിവുകൾ ഹാജരാക്കാൻ കഴിയാത്തതുകൊണ്ടും കോടതി വഴി സ്വന്തം അവകാശങ്ങൾ സംരക്ഷിക്കുക എന്നത് കുടിയാൻമാർക്ക് ഒട്ടാക്കെ അസാധ്യമായിരുന്നു. ജന്മിമാരുടെ കീഴിലുള്ളവരോ അവരുമായി ഏതെങ്കിലും തരത്തിൽ ബന്ധമുള്ളവരോ ആയ നായൻമാരായിരുന്നു മിക്ക മുൻസിഫുമാരും. അവരുടെ കോടതികളിൽ കുടിയാൻമാർക്ക് വിശേഷിച്ച് മാപ്പിളമാർക്ക് വിശ്വാസമുണ്ടായിരുന്നില്ല. ഹിന്ദുക്കൾ ദൈവത്തെ പോലെ ആരാധിക്കുന്ന ജന്മിയായ ആഴ്വാഞ്ചേരി നമ്പൂതിരിപ്പാടിനെതിരെ, ഹിന്ദുവായ മുൻസിഫ്

വിധി പുറപ്പെടുവിക്കുമെന്ന പ്രതീക്ഷ തനിക്കില്ലെന്ന് ഒരു മാപ്പിള കുടിയാൻ ലോഗനോട് പറയുകയുണ്ടായി.[11] നിരവധി കേസുകളിൽ ജന്മിമാർക്ക് അനുകൂലമായി എക്സ്പാർട്ടി വിധിയുണ്ടായി.

ഈ സാഹചര്യത്തിൽ, ജന്മിമാർക്ക് വഴങ്ങുകയോ ഏക വരുമാനോപാധിയായ ഭൂമി നഷ്ടപ്പെടുത്തുകയോ അല്ലാതെ, കുടിയാന്മാർക്കു മുന്നിൽ മറ്റു വഴികൾ ഉണ്ടായിരുന്നില്ല. ഭൂമി മുഴുവൻ ജന്മിക്ക് അടിയറ വയ്ക്കണോ എങ്ങനെയെങ്കിലും പിടിച്ചു നിൽക്കാൻ ശ്രമിക്കണോ എന്നതു മാത്രമായിരുന്നു ചോദ്യം. ഇടനിലക്കാരായ കാണക്കാരിൽ നിന്നാണ് ജന്മി പണവും മറ്റും ഈടാക്കിയിരുന്നതെങ്കിലും, അതിന്റെ ഭാരം പേറേണ്ടി വന്നത് കർഷകരാണ്. ജന്മിമാരെ തൃപ്തിപ്പെടുത്താൻ വേണ്ടതത്രയും കീഴ്ക്കുടിയാൻമാരിൽ നിന്ന് പിരിച്ചെടുത്ത കാണക്കാർ അവരെ ഞെക്കിപ്പിഴിഞ്ഞു. പലിശക്കാരിൽ നിന്ന് കടം വാങ്ങുക മാത്രമായിരുന്നു കുടിയാൻമാരുടെ മുന്നിലുള്ള പോംവഴി. ഇത് മലബാറിലെ കർഷകർ വലിയ തോതിൽ കടക്കെണിയിൽ അകപ്പെടുന്നതിലേക്ക് നയിച്ചു. ലോഗൻ കണ്ട 7,994 കർഷകരിൽ 4,401 പേരും കടത്തിലായിരുന്നു. 12 മുതൽ 36 ശതമാനം വരെ വാർഷികപ്പലിശയിൽ 10 ലക്ഷം രൂപയോളം അവർക്ക് കടമുണ്ടായിരുന്നു. ഇത്രയും പേർ കടക്കാരായതിന്റെ കാരണം ടേബിൾ 8.5 ൽ കാണാം.[12]

ടേബിൾ 8.5:
കടത്തിലേക്ക് നയിച്ച കാരണങ്ങൾ

കാരണം	എണ്ണം	ജനസംഖ്യയുടെ %
കൃഷി, വീട്, ഭൂവികസനം	736	12
സ്റ്റോക്ക് നഷ്ടവും വാങ്ങലും	396	6.9
അമിത പാട്ടം	221	3.9
പാട്ടക്കരാർ പുതുക്കൽ ഫീസും അമിത ഫൈനും	644.	11.3
മോശം വിളവ്	1.222	21.4
അപകടങ്ങൾ, വിവാഹം പോലുള്ള ചടങ്ങുകൾ എന്നിവ	671.	11.8
രോഗം	114	2.0
വീട്ടു ചെലവ്	1498	26.2
വ്യാപാര നഷ്ടം	108	1.9
നാനാവിധ ആവശ്യങ്ങൾ	92	1.6

അടിച്ചമർത്തലുകളും ഉയർന്ന പാട്ടമടക്കമുള്ള അമിത വസൂലാക്കലുകളും ഉണ്ടായിരുന്നിട്ടും, കുടിയാൻമാരിൽ 15.1 ശതമാനം മാത്രമാണ് അമിത പാട്ടവും ഉയർന്ന പുതുക്കൽ ഫീസുകളും കടത്തിന് കാരണമായി പറയുന്നത്. ജന്മിമാർ ഉയർന്ന അളവിൽ പണവും പാരിതോഷികങ്ങളും ഈടാക്കിയതുമൂലം കടത്തിലായവരുടെ സംഖ്യ യഥാർത്ഥത്തിൽ രേഖപ്പെടുത്തിയ കണക്കിലും എത്രയോ കൂടുതലാണെന്ന് ലോഗൻ കരുതുന്നു. ജന്മിമാരുടെ ഏജന്റന്മാരുടെ സാന്നിധ്യത്തിൽ തെളിവു നൽകിയ മിക്ക കുടിയാൻമാരും ജന്മിയെ കുറ്റപ്പെടുത്തുന്നതിനു പകരം കാലാവസ്ഥയെ പഴിക്കുകയോ വീട്ടാവശ്യങ്ങൾ നിറവേറ്റാൻ വേണ്ടി കടപ്പെട്ടതാണെന്ന് പറയുകയോ ചെയ്തു.[13] ഒരർത്ഥത്തിൽ, കടത്തിന്റെ കാരണത്തിൽ കാര്യമൊന്നുമില്ല. കർഷകരിൽ വലിയൊരു വിഭാഗത്തിനും അവരുടെ നിത്യനിദാന ചെലവുകൾക്ക് ആവശ്യമായത്ര പോലും സമ്പാദിക്കാൻ കഴിഞ്ഞിരുന്നില്ല എന്നതാണ് പ്രസക്തമായ കാര്യം.

പത്തൊമ്പതാം നൂറ്റാണ്ടിലെ കർഷക മുന്നേറ്റങ്ങൾ

ഈ വിധം അടിച്ചമർത്തലിനും അവഹേളനത്തിനും വിധേയരായ കുടിയാൻമാരും കീഴ്ക്കുടിയാൻമാരും ഭൂവുടമകൾക്കെതിരെ കലാപമുയർത്തി. പത്തൊമ്പതാം നൂറ്റാണ്ടിൽ ഇത്തരത്തിലുള്ള മുപ്പത്തി രണ്ടോളം കലാപങ്ങൾ നടന്നു. ദക്ഷിണ മലബാറിലെ ഏറനാട്, വള്ളുവനാട് താലൂക്കുകളിലാണ് ഇതിൽ മിക്ക കലാപങ്ങളും നടന്നത്. ഹിന്ദുവായ ജന്മിയുടെ ഭൂമി നേരിട്ടോ മധ്യവർത്തി മുഖേനയോ പാട്ടത്തിനെടുത്ത് കൃഷി ചെയ്തു പോന്ന മാപ്പിളമാരായിരുന്നു ഇവിടുത്തെ കർഷകരിൽ മിക്കവരും. ഭൂമി ഏകദേശം മുഴുവനായിത്തന്നെ ഹിന്ദു ജന്മിമാരുടേതായിരുന്നു. 1881 ൽ 100 ലധികം തൊടികൾ സ്വന്തമാക്കി വച്ചിരുന്ന പ്രധാന ജന്മിമാരുടെ കണക്ക് ടേബിൾ 8.6 ൽ കാണാം.[14]

ടേബിൾ 8.6:
പ്രധാന ജന്മിമാരുടെ കണക്ക്

താലൂക്ക്	രാജ കുടുംബം	ബ്രാഹ്മണർ	നായന്മാർ	മാപ്പിളമാർ	ആകെ
ഏറനാട്	6	62.	43.	2	113
വള്ളുവനാട്	14	111.	54.	0.	179
പൊന്നാനി	9	142.	54.	10	219
പാലക്കാട്	11.	30	52.	0.	96

ചിറയ്ക്കൽ, കോട്ടയം, കുറുമ്പ്രനാട്, വയനാട് താലൂക്കുകളിലെ ജന്മിമാരുടെ എണ്ണം യഥാക്രമം 42, 32, 66, 26, 56 എന്നിങ്ങനെ ആയിരുന്നു.

ഏറനാട്, വള്ളുവനാട്, പൊന്നാനി താലൂക്കുകളിൽ പ്രമുഖ ജന്മിമാർ എണ്ണത്തിൽ വളരെ കൂടുതലുണ്ടായിരുന്നു. അവരിൽ മിക്കവരും ഹിന്ദുക്കളായിരുന്നു. ഏറനാട്ടിലെ പ്രധാന ജന്മിമാരിൽ രണ്ടു പേർ മാത്രമായിരുന്നു മാപ്പിളമാർ. വള്ളുവനാട്ടിൽ മാപ്പിളമാരായ ജന്മിമാർ ഉണ്ടായിരുന്നുമില്ല. ജില്ലയിലെ മറ്റ് ഭാഗങ്ങളെ അപേക്ഷിച്ച് ഈ താലൂക്കുകളിൽ ഭൂമിയത്രയും കുറച്ചു പേരുടെ കൈകളിൽ കേന്ദ്രീകരിക്കപ്പെട്ടിരുന്നതായി ഇത് കാണിക്കുന്നു. ഈ ഘടനയുടെ താഴേ തട്ടിലായിരുന്നു മാപ്പിളമാരുടെ സ്ഥാനം. ഇടനിലക്കാരായും ജന്മിമാരായും ഉയർന്ന തട്ടുകളിൽ ഹിന്ദുക്കളായിരുന്നു. അതിനാൽ, മാപ്പിള കർഷകരും ഹിന്ദു ഭൂവുടമ വർഗവും തമ്മിലുള്ള സംഘർഷങ്ങൾ അവയ്ക്ക് പിന്നിൽ, വർഗീയ പ്രശ്നങ്ങളാണെന്ന് പുറമേ തോന്നിച്ചു. മദ്രാസ് സർക്കാർ അവയെ 'മാപ്പിള കലഹങ്ങൾ' എന്നു വിളിച്ചു.

1851 ൽ, മാപ്പിളമാർക്കും ഹിന്ദുക്കൾക്കുമിടയിലെ അസുഖകരമായ സ്ഥിതിക്ക് കാരണം കണ്ടെത്താനും ഭാവിയിൽ അത്തരം കലഹങ്ങൾ ഉണ്ടാകുന്നത് തടയാൻ സ്വീകരിക്കേണ്ട പരിഹാര നടപടികൾ നിർദ്ദേശിക്കാനുമുള്ള സ്പെഷ്യൽ കമ്മീഷണറായി ടി.എൽ. സ്ട്രേഞ്ചിനെ (Strange) നിയമിച്ചു.[15] ജന്മിമാരും കുടിയാൻമാരും, പണയക്കാരും പണയമുടമകളും എന്നീ നിലകളിൽ ഹിന്ദുക്കൾക്കും മാപ്പിളമാർക്കും ഇടയിലുള്ള ബന്ധം മെച്ചപ്പെടുത്താൻ ഭൂബന്ധ വ്യവസ്ഥകളിൽ എന്തെങ്കിലും മാറ്റം ആവശ്യമാണോ എന്ന് പരിശോധിക്കാൻ കമ്മീഷന് വ്യക്തമായ നിർദ്ദേശമുണ്ടായിരുന്നു.[16] ഹിന്ദു ഭൂവുടമകൾ നടത്തുന്ന അടിച്ചമർത്തലും അമിതമായ വസൂലാക്കലുകളും തങ്ങളുടെ നിവൃത്തികെട്ട ജീവിത സ്ഥിതിയുമാണ് കലഹങ്ങൾക്ക് കാരണമായതെന്ന് കമ്മീഷന്റെ അന്വേഷണ വേളയിൽ മാപ്പിളമാർ വ്യക്തമാക്കി.[17] എന്നിട്ടും, കുടിയാൻമാരോടുള്ള ഹിന്ദു ഭൂവുടമകളുടെ പെരുമാറ്റം സൗമ്യവും നീതിപൂർവകവും ദയയോടെയുള്ളതും ആയിരുന്നുവെന്ന നിഗമനത്തിലാണ് കമ്മീഷൻ എത്തിയത്.[18] മതം പ്രചരിപ്പിക്കാനുള്ള വഴിയെന്ന നിലയിൽ കാഫിറുകളുടെ വധത്തെ മഹദ്വവൽക്കരിച്ച പുരോഹിതൻമാർ എരിവുകയറ്റി വിട്ട മാപ്പിളമാരുടെ മത ഭ്രാന്താണ് കലഹങ്ങൾക്ക് കാരണമെന്ന കണ്ടെത്തലാണ് കമ്മീഷൻ നടത്തിയത്. ഭൂമി കൈക്കലാക്കാൻ കൊതിപൂണ്ട്, നിരക്ഷരരും ദരിദ്രരുമായ മുസ്ലിം സഹോദരങ്ങളുടെ മതവികാരം സ്വാർത്ഥ ലാഭത്തിനു വേണ്ടി ചൂഷണം ചെയ്ത, ചില സമ്പന്ന മുസ്ലിങ്ങൾക്ക് ഇതിൽ കൈയുള്ളതായും കമ്മീഷൻ കണ്ടു. എന്നാൽ, സ്ട്രേഞ്ച് തന്റെ റിപ്പോർട്ടിൽ ഉൾപ്പെടുത്തിയ തെളിവുകൾ ഈ നിഗമനങ്ങളെ സാധൂകരിക്കുന്നില്ല. 1851 ലെ കൊളത്തൂർ കലാപം ഒന്ന് പരിശോധിക്കാം. 1851 ഓഗസ്റ്റ് 21 ന്, ആറ് മാപ്പിളമാർ ചേർന്ന് വള്ളുവനാട് രാജാവിന്റെ കാര്യസ്ഥനും[19] വലിയ സമ്പത്തിനുടമയായ ജന്മിയുമായ കോട്ടുപറമ്പത്ത് കോമു മേനോനെ വധിച്ചു. അതിനു ശേഷം, രണ്ടു മൈൽ ദൂരത്തുള്ള ഇട്ടുണ്ണി രാമു മേനോന്റെ വീട്ടിലെത്തി അയാളെയും ആ

സമയത്ത് അവിടെയുണ്ടായിരുന്ന ജന്മിയായ കടക്കാട്ടിൽ നമ്പൂതിരിയേയും വധിച്ചു. തുടർന്ന്, അതിനകം പത്തൊമ്പത് പേരായി വളർന്നു കഴിഞ്ഞിരുന്ന സംഘം, ഏകദേശം പതിമൂന്നു മൈൽ താണ്ടി കൊളത്തൂരെത്തി. പ്രദേശത്തെ ഏറ്റവും വലിയ ജന്മിയായ കൊളത്തൂർ വാര്യരെ അവർ ആക്രമിച്ചു കൊന്നു. കമ്മീഷണർ മതഭ്രാന്തൻമാർ എന്ന് വിശേഷിപ്പിച്ച ഇവരുടെ നീക്കത്തിൽ രണ്ടു സവിശേഷതകൾ കാണാനാവും. ഒന്നാമതായി, കുടുംബ നാഥനെ മാത്രമാണവർ വധിച്ചത്. മറ്റൊരാളെയും കൊല്ലുകയോ പരിക്കേൽപ്പിക്കുകയോ ചെയ്തില്ല. വാസ്തവത്തിൽ, കൊളത്തൂർ വാര്യരുടെ വീട്ടിലെ സംഭവത്തിൽ, സ്ത്രീകളോടും കുട്ടികളോടും മാറാൻ ആവശ്യപ്പെട്ടതിനു ശേഷമാണ് കൊല നടത്തിയത്. രണ്ടാമത്തേതും കൂടുതൽ പ്രധാനവുമായ കാര്യം കണക്കു പുസ്തകങ്ങൾ മുഴുവൻ കത്തിച്ചു കളഞ്ഞു എന്നതാണ്.[20] ഹിന്ദുക്കളെ കൊന്നാൽ മോക്ഷം കിട്ടുമെന്ന് വിശ്വസിച്ച മതഭ്രാന്തൻമാരെന്ന് കമ്മീഷൻ വിശേഷിപ്പിച്ച ഈ പത്തൊമ്പതു പേർ നിറയെ ഹിന്ദുക്കൾ താമസിക്കുന്ന പ്രദേശങ്ങൾ താണ്ടി പതിനഞ്ച് മൈലോളം സഞ്ചരിച്ചിട്ടും, അതിനിടയിൽ, സമ്പന്നരായ നാലു ജൻമിമാരെയല്ലാതെ ഒരാളെയും കൊന്നില്ല. മതഭ്രാന്തല്ല അവരെ നയിച്ചതെന്ന് ഇതിൽ നിന്ന് വ്യക്തമാണ്.

കൊല്ലപ്പെട്ട നാലുപേരുടേയും സ്വഭാവവും സാമ്പത്തിക നിലയും, കലാപകാരികളോടുള്ള അവരുടെ ബന്ധവും കൂടി പരിശോധിക്കേണ്ടതാണ്. കോമു മേനോനും രാമു മേനോനും കൊടക്കാട്ടിൽ നമ്പൂതിരിയും കൊളത്തൂർ വാര്യരും ആ നാട്ടിലെ ഏറ്റവും വലിയ ജന്മിമാരായിരുന്നു. ലഹരിക്കടിമയായ കോമു മേനോൻ, ലഹരിയിലുള്ളപ്പോഴും അല്ലാത്ത സമയത്തും മറ്റുള്ളവരോട്, വിശേഷിച്ച് മാപ്പിള കുടിയാൻമാരോട്, വളരെ മോശമായി പെരുമാറി.[21] തന്റെ സമ്പത്തും വള്ളുവനാട് രാജാവിന്റെ കാര്യസ്ഥൻ, മങ്കട അംശത്തിന്റെ പഴയ അധികാരി എന്നീ നിലകളിലുള്ള അധികാരവും ഉപയോഗിച്ച് കുടിയൊഴിപ്പിച്ചും അമിത പണയത്തുക ഈടാക്കിയും, കുടിയാൻമാർക്ക് പണം കടം കൊടുത്ത് അതിന്റെ പേരിൽ ഭൂമി കൈവശപ്പെടുത്തിയും സ്വത്ത് കുന്നുകൂട്ടാനുള്ള ഒരവസരവും അയാൾ പാഴാക്കിയില്ല.[22] രാമു മേനോന്റെ കാര്യത്തിലും ഇത് ശരിയായിരുന്നു. അത്യാഗ്രഹിയായ അയാൾ വട്ടിപ്പലിശയ്ക്ക് പണവും ഭക്ഷ്യധാന്യങ്ങളും കടം നൽകി. വർഷത്തിൽ 20,000 രൂപ പാട്ടം ലഭിച്ചിരുന്ന കൊളത്തൂർ വാര്യരായിരുന്നു കൂട്ടത്തിൽ ഏറ്റവും സമ്പന്നൻ. അന്നത്തെ ധാന്യ വില വച്ചു നോക്കിയാൽ ഇതൊരു വലിയ തുകയാണ്.[23] ഒരിക്കൽ തിരിച്ചടി നേരിട്ട് നൂറ്റാണ്ടിന്റെ തുടക്കം മുതൽ വീണ്ടും പിടിച്ചു കയറിയ ആളായിരുന്നു അയാൾ. മൈസൂർ അധിനിവേശത്തെ തുടർന്ന് തിരുവിതാംകൂറിലേക്ക് കടന്ന അയാളുടെ കുടുംബം പിന്നീട് തിരിച്ചു വരികയും മാപ്പിളമാരുടെ കൈയ്യിൽ ആയിക്കഴിഞ്ഞ ഭൂമി തിരിച്ചു പിടിക്കുകയുമായിരുന്നു. ടിപ്പു സുൽത്താൻ മോസ്കുകൾക്ക് നൽകിയ വസ്തുക്കളടക്കം അയാൾ പിടിച്ചെടുത്തു. ബ്രിട്ടീഷ് ഭരണത്തിന്റെ തുടക്കത്തിൽ

അയാൾക്ക് പാർവതികാർ സ്ഥാനം ലഭിക്കുകയും ആ പദവി പിന്നീട് തന്റെ മരുമകന് കൈമാറുകയും ചെയ്തു. ഗവൺമെന്റ് ഓഫീസർമാർക്കു മേലുള്ള സ്വാധീനത്തിന്റെ സഹായത്തോടെ അയാൾ മാപ്പിള കുടിയാൻമാരെ നിർദ്ദയം ഒഴിപ്പിച്ചു. മാന്യമല്ലാത്ത മാർഗങ്ങളും അതിനയാൾ സ്വീകരിച്ചു.[24] കുടിയൊഴിപ്പിക്കാനും വസ്തുക്കൾ പിടിച്ചെടുക്കാനും വേണ്ടി ഈ നാലു ജന്മിമാരും നൽകിയ നിരവധി കേസുകൾ തീർപ്പാകാതെ കോടതികളിൽ കിടക്കുന്ന അവസരത്തിലായിരുന്നു ഈ കലാപം.

അസംതൃപ്തരായ മാപ്പിള കുടിയാൻമാരും ഈ നാലു ജന്മിമാരുടെ കടക്കാരുമായിരുന്നു കലാപകാരികളിൽ മിക്ക പേരും. കുറച്ചു പേർ അവരുടെ ജീവിതകാലത്തു തന്നെ ഭൂമി നഷ്ടപ്പെട്ടവരായിരുന്നു. കുറേ പേർ അവരുടെ മാതാപിതാക്കൾ കുടിയൊഴിപ്പിക്കപ്പെട്ട് ഭൂമിയില്ലാതായവരും. വട്ടിപ്പലിശയ്ക്ക് കടപ്പെട്ടവരും ഏതു നിമിഷവും ഭൂമി ജന്മിക്ക് വിട്ടുകൊടുക്കേണ്ടി വന്നേക്കാവുന്നവരുമായിരുന്നു ബാക്കിയുള്ളവർ. പ്രതീക്ഷകൾ നഷ്ടപ്പെട്ടവരും മറ്റ് തൊഴിൽ മാർഗങ്ങൾ ഇല്ലാത്തവരുമായ ഇവർ തങ്ങളെ അടിച്ചമർത്തുന്നവർക്കെതിരെ കലാപത്തിന് ഇറങ്ങുകയാണുണ്ടായത്. ദരിദ്രരും പീഡനം അനുഭവിച്ചു പോന്നവരും അസംതൃപ്തരുമായ മാപ്പിള കുടിയാൻമാരെ, ഹിന്ദുക്കളായ ജന്മിമാർ മാത്രമല്ല, അതേ മതത്തിൽത്തന്നെ പെട്ടവരും ചൂഷണം ചെയ്തു. ഹിന്ദുക്കളായ ജന്മിമാർ ഇല്ലാതാവുന്നത് തങ്ങളുടെ വർഗതാൽപ്പര്യത്തിനും വ്യക്തിപരമായ ലാഭത്തിനും സഹായകരമാവുമെന്ന് കണ്ട മാപ്പിളമാരിലെ താരതമ്യേന സമ്പന്നരായവർ മാപ്പിള കുടിയാൻമാരെ അതിക്രമത്തിന് പ്രേരിപ്പിച്ചു. കൊളത്തൂർ സംഭവത്തിലെ മേലുമണ്ണിൽ ഇമാലുകുട്ടിയുടെയും മട്ടന്നൂർ സംഭവത്തിലെ കള്ളാട്ടിൽ കുടുംബത്തിന്റെയും പങ്ക് ഉദാഹരണം.[25] അത്തരം തൽപ്പരകക്ഷികൾ ജന്മിമാർക്കെതിരായ അക്രമത്തിനുള്ള ന്യായീകരണമായി മതത്തെ ബുദ്ധിപൂർവം ഉപയോഗിച്ചു. കൊളത്തൂർ സംഭവത്തെക്കുറിച്ചുള്ള റിപ്പോർട്ടിൽ അസിസ്റ്റൻറ് മജിസ്ട്രേറ്റ് ഇങ്ങനെ നിരീക്ഷിക്കുന്നു:

> കുടിയാൻമാരെയും പണയക്കാരെയും അവരുടെ ഭൂമിയിൽ നിന്ന് ഒഴിപ്പിക്കുന്ന ജന്മി വധിക്കപ്പെടാൻ അർഹതയുള്ള ആളാണെന്നും കൊല്ലപ്പെടുന്ന മുസൽമാൻ ശഹീദായി സ്വർഗം പ്രാപിക്കുമെന്നും മതം പറയുന്നുവെന്ന് താഴേ തട്ടിലുള്ള മുസൽമാൻമാർ കരുതിയതായി പിന്നീട് നടത്തിയ അന്വേഷണങ്ങളിൽ നിന്ന് വ്യക്തമായിട്ടുണ്ട്. ഈ അഭിപ്രായം മപ്പിളമാർ എനിക്കു മുന്നിൽ തുറന്നു പറയുകയുണ്ടായി. തെറ്റായ മാർഗങ്ങളിലൂടെ ഒഴിപ്പിക്കുന്നതും അല്ലാത്തതും രണ്ടായി കാണണമെന്ന് ഒരു വിഭാഗം കരുതുമ്പോൾ, ഏതു മാർഗത്തിലൂടെയായാലും ഒഴിപ്പിക്കുന്നതും കുടിയാനെ ദാരിദ്ര്യത്തിലാക്കുന്നതും അതിന് മതിയായ കാരണമാണെന്ന് മറ്റുള്ളവർ കരുതുന്നു.[26]

ചൂഷകർക്കെതിരെ പ്രതികരിക്കാനുള്ള ധാർമിക ബലം ആർജിക്കാൻ മാപ്പിളമാരായ ദരിദ്ര കർഷകരെ അവരുടെ മത വിശ്വാസം സഹായിച്ചു. സാമ്പത്തിക കാരണങ്ങളാലുള്ള ശത്രുത കൂടുതൽ തീവ്രമാക്കുക മാത്ര മാണ് മതം ചെയ്തത്. ഈ വിരോധത്തിനടിസ്ഥാനം മതപരമായ ഭിന്നത ആയിരുന്നില്ല എന്നത് പ്രധാനമാണ്. ശരിയായ നേതൃത്വത്തിന്റെയും സംഘാടനത്തിന്റെയും വർഗബോധത്തിന്റെയും അഭാവത്തിൽ, ചൂഷകർ ക്കെതിരായി സമരം ചെയ്ത കർഷകരുടെ മതവികാരം ചൂഷണം ചെയ്യപ്പെ ടുകയും, അടിസ്ഥാനപരമായി കാർഷിക സ്വഭാവമുള്ള ഈ മുന്നേറ്റത്തിൽ, പ്രാഥമികമായല്ലെങ്കിലും, മതം ഒരു ഘടകമായി മാറുകയും ചെയ്തതിൽ അത്ഭുതമില്ല.

ഈ കലാപങ്ങൾക്കു പിന്നിലെ പ്രധാന പ്രേരണ മതഭ്രാന്താണെന്ന നിഗമനത്തിന്റെ അടിസ്ഥാനത്തിൽ സ്പെഷ്യൽ കമ്മീഷണർ മുന്നോട്ടു വച്ച പരിഹാര നിർദ്ദേശങ്ങൾ മർദ്ദക സ്വഭാവത്തോടെയുള്ളതായിരുന്നു.[27] അതിന്റെ തുടർച്ചയെന്ന നിലയിൽ, 1854 ൽ മാപ്പിള ഔട്ട്റേജസ് ആക്ട്, മാപ്പിള വാർ നൈവ്സ് ആക്ട് എന്നീ നിയമങ്ങൾ പാസാക്കി. ഈ നിയമ ങ്ങൾ കനത്ത ഫൈനുകൾക്കും കലാപകാരികളുടെ സ്വത്തുക്കൾ കണ്ടു കെട്ടുന്നതടക്കമുള്ള നടപടികൾക്കും സാധുത നൽകി. മലബാറിൽ ഗാർഹികാവശ്യങ്ങൾക്ക് ഉപയോഗിച്ചിരുന്ന വെട്ടുകത്തി കൈവശം വയ്ക്കുന്നത് നിരോധിച്ചു. അതേ സമയം, ഏറ്റവും പ്രധാന കാര്യമായ കുടിയായ്മ ബന്ധങ്ങളിലെ പ്രശ്നങ്ങൾ പരിഹരിക്കപ്പെടാതെയും സ്പർശിക്കപ്പെടാതെയും കിടന്നു. ഇതെല്ലാം മാപ്പിള കർഷകരുടെ സാമ്പത്തിക ഇല്ലായ്മകൾ തീവ്രമാക്കുകയും ഹിന്ദുക്കളായ ജന്മിമാരോ ടുള്ള അവരുടെ ശത്രുതയ്ക്ക് മൂർച്ച കൂട്ടുകയുമാണ് ചെയ്തതെന്ന് പ്രത്യേകം പറയേണ്ടതില്ലല്ലോ.

റിലീഫ് ആക്ടും അതിന്റെ ഫലങ്ങളും

ഈ നിയമങ്ങൾ ഉദ്ദേശിച്ച ഫലം ചെയ്തില്ല. കലാപങ്ങൾ തുടർന്നു എന്നു മാത്രമല്ല, അവയുടെ തീവ്രതയും വ്യാപ്തിയും ക്രമേണ വർധിച്ചു വരികയും ചെയ്തു. മദ്രാസ് സർക്കാർ മറ്റൊരന്വേഷണം തീരുമാനിക്കു കയും മലബാറിലെ മുൻ കളക്ടറും പ്രസിദ്ധമായ മലബാർ മാന്വലിന്റെ കർത്താവുമായ വില്യം ലോഗനെ അത് ഏൽപ്പിക്കുകയും ചെയ്തു. ലോഗൻ വിശദമായ ഒരന്വേഷണം നടത്തുകയും തന്റെ മൂന്നു വാള്യങ്ങ ളുള്ള റിപ്പോർട്ടിൽ 'മാപ്പിളമാരുടെ വർഗീയ ഭ്രാന്തെന്ന' കെട്ടുകഥ പൊളി ക്കുകയും കാർഷിക അസംതൃപ്തിയാണ് ഈ കലാപങ്ങളുടെ അടിസ്ഥാന കാരണമെന്ന വസ്തുത ചൂണ്ടിക്കാണിക്കുകയും ചെയ്തു. അദ്ദേഹം ഇങ്ങനെ നിരീക്ഷിക്കുന്നു:

> എന്റെ അഭിപ്രായത്തിൽ, കുടിയിറക്കാനും പാട്ടം വർധിപ്പിക്കാനു മുള്ള ജന്മിമാരുടെ അധികാരത്തിന് ബ്രിട്ടീഷ് കോടതികളുടെ പിന്തുണ ലഭിക്കുന്നതും അവരുടെ ശക്തിയും സ്വാധീനവും

വർധിക്കുന്നതും തടയുന്നതിനുമുള്ള മാപ്പിളമാരുടെ ശ്രമത്തിന്റെ സംഘടിത രൂപമായിരുന്നു ഈ കലാപങ്ങൾ. കോടതി മുഖേന, വ്യാജ മാർഗങ്ങൾ ഉപയോഗിച്ചോ അല്ലാതെയോ, തന്റെ കുടിയാനെ ഒഴിപ്പിക്കുന്ന ജന്മി മരണം അർഹിക്കുന്നുവെന്നും അത്തരമൊരാളെ കൊല്ലുന്നതും അത്തരക്കാരെ പിന്തുണയ്ക്കുന്ന ഗവൺമെന്റിനെതിരെ ആയുധമേന്തുന്നതും പൊരുതി മരിക്കുന്നതും തെറ്റല്ലെന്നും, മറിച്ച്, മതപരമായ നൻമയാണെന്നും കരുതപ്പെട്ടു.[28]

കൃഷിക്കാരുടെ സ്ഥിതി മെച്ചപ്പെടുത്തുന്നതിനായി, പാട്ടവ്യവസ്ഥകൾ സ്ഥിരാടിസ്ഥാനത്തിലാക്കുക, മണ്ണ് കാർഷികാവശ്യങ്ങൾക്ക് ഉപയോഗിക്കാൻ പൂർണ്ണ സ്വാതന്ത്ര്യം നൽകുക, ഭൂമി അതിന്മേലുള്ള കടമടക്കം വിൽക്കാനോ കൈമാറ്റം ചെയ്യാനോ കുടിയാൻമാർക്ക് അവകാശം നൽകുക എന്നിവയടക്കം നിരവധി നിർദ്ദേശങ്ങൾ ലോഗൻ മുന്നോട്ടുവയ്ക്കുകയുണ്ടായി. ഈ നിർദ്ദേശങ്ങൾ ജന്മിമാരോടുള്ള ക്രൂരതയാവുമെന്ന് സർക്കാർ വൃത്തങ്ങളിലെ പലരും കരുതി. ഇതിനെ ചൊല്ലി അഞ്ചു വർഷത്തോളം ചൂടുപിടിച്ച വാദപ്രതിവാദം നടന്നു. ഒടുവിൽ, ലോഗന്റെ ശുപാർശകളുടെ അടിസ്ഥാനത്തിൽ, 1887 ൽ മലബാർ കോംപൻസേഷൻ ഫോർ ടെനന്റ്സ് ഇംപ്രൂവ്മെന്റ് ആക്ട് പാസാക്കി. കാർഷിക പ്രശ്നത്തിനുള്ള ഏറ്റവും നല്ല പരിഹാരം ഏറ്റവും കുറച്ചു മാത്രം അതിൽ ഇടപെടുക എന്നതാണെന്ന തത്ത്വം മദ്രാസ് ഗവൺമെന്റ് പിൻപറ്റി. കുടിയൊഴിപ്പിക്കപ്പെടുന്ന കുടിയാന്, കീഴ്വഴക്കങ്ങളും ആചാരങ്ങളും എന്തു തന്നെയാകട്ടെ, അയാളോ അയാളുടെ മുൻഗാമികളോ ആ മണ്ണിൽ നട്ടുപിടിപ്പിച്ച വിളകളുടെ വിലയ്ക്കനുസരിച്ച് നഷ്ടപരിഹാരം നൽകേണ്ടതാണെന്ന ഋജുവായ വ്യവസ്ഥ നിയമത്തിൽ ഉൾപ്പെടുത്തി. ഒഴിപ്പിക്കാൻ ഉത്തരവിടുന്ന കോടതി തന്നെ ഈ നഷ്ടപരിഹാരത്തുകയും നിശ്ചയിക്കണം.[29]

1887 ലെ നിയമം പ്രയോഗത്തിൽ

കുടിയാൻമാർക്ക് അവർ സൃഷ്ടിച്ച ആസ്തികളുടെ കമ്പോളവിലയ്ക്ക് തുല്യമായ നഷ്ടപരിഹാരം ഉറപ്പു വരുത്തുന്നതിലൂടെ വർധിച്ചു വരുന്ന കുടിയൊഴിപ്പിക്കലിന് തടയിടാൻ കഴിയുമെന്ന കണക്കുകൂട്ടൽ ഫലിച്ചില്ല. കുടിയാൻമാർക്ക് കമ്പോള വിലയ്ക്ക് തുല്യമായ നഷ്ടപരിഹാരം ഉറപ്പു വരുത്താനോ കുടിയൊഴിപ്പിക്കൽ കുറയ്ക്കാനോ നിയമത്തിനായില്ല. നഷ്ടപരിഹാരത്തുക നിശ്ചയിക്കുന്നതു സംബന്ധിച്ച സിവിൽ കോടതികളുടെ വ്യാഖ്യാനങ്ങൾ നിയമത്തിന്റെ യഥാർത്ഥ ലക്ഷ്യങ്ങൾക്ക് നിരക്കുന്നതായിരുന്നില്ല. ചിലർ മുടക്കുമുതലിന്റെയും ഭൂമിയിലെ ആസ്തി വികസനത്തിനായി ചെലവിട്ട അധ്വാനത്തിന്റെയും അടിസ്ഥാനത്തിൽ തുക കണക്കാക്കി. വേറെ ചിലർ കമ്പോളവില എന്ന ആശയം അപ്പാടെ നിരാകരിക്കുകയും വിളകൾ നട്ടുപിടിപ്പിക്കുന്നതിനും പരിപാലിക്കുന്നതിനുമുള്ള അധ്വാനത്തിന്റെ കൂലിയാണ്, ആ അധ്വാനത്തിന്റെ ഉൽപ്പന്ന

മായ വിളയുടെ വിലയല്ല, കണക്കിലെടുക്കേണ്ടതെന്ന് കരുതുകയും ചെയ്തു.[30] ഭൂമിയുടെ പൂർണ്ണ ഉടമസ്ഥത ജന്മിക്കാണെന്ന കാരണത്താൽ, ഭൂവികസനത്തിന്റെ ഫലമായ ഉൽപ്പാദന വർധനവിന്റെ ഒരു വിഹിതം ജന്മിക്കുള്ളതാണെന്നും വ്യാഖ്യാനമുണ്ടായി.[31] ഇതിനു പുറമേ, നിയമത്തിലെ വ്യവസ്ഥകൾ മറികടക്കാനുള്ള രണ്ട് സൂക്ഷ്മ ഉപായങ്ങൾ കൂടി ജന്മിമാർ കണ്ടെത്തി. ഒന്നാമതായി, പാട്ടക്കരാർ പുതുക്കുന്ന വേളയിൽ ഉയർന്ന പാട്ടം നിശ്ചയിക്കുകയും, അതിൽ നിന്ന് കുറവു ചെയ്യുന്ന തുക പാട്ട ഭൂമിയിൽ നടത്താനിരിക്കുന്ന ആസ്തി വികസനത്തിന്റെ മുൻകൂർ വിലയായി കാണിച്ച് കരാറാക്കുകയും ചെയ്തു. രണ്ടാമതായി, കരാർ കാലാവധി കഴിഞ്ഞ് എതാനും വർഷത്തേക്കു കൂടി ഭൂമി കൈവശം വയ്ക്കാൻ കുടിയാൻമാരെ അനുവദിക്കുകയും അതിലെ വിളകൾ മുഴുവൻ ജന്മി നടത്തിയ ആസ്തി വികസനമായി കാണിച്ച് പുതിയ കരാറുണ്ടാക്കുകയും ചെയ്തു.

ഭൂമിയിലെ ആസ്തി വികസനത്തിന്റെ മൂല്യം കണ്ടെത്താൻ കോടതികൾ അവലംബിച്ച നടപടി ക്രമങ്ങളിലും പോരായ്മകൾ ഉണ്ടായിരുന്നു. കുടിയാൻമാർക്ക് നഷ്ടപരിഹാരം ഉറപ്പാക്കുന്നതിനും കുടിയൊഴിപ്പിക്കൽ തടയുന്നതിനും ഈ നിയമം എത്രമാത്രം അപര്യാപ്തമായിരുന്നുവെന്ന് ആ കാലത്തെ കുടിയൊഴിപ്പിക്കലിന്റെ കണക്കുകൾ വ്യക്തമാക്കും. ജില്ലയിൽ 1890, 1891, 1892 വർഷങ്ങളിൽ നടന്ന കുടിയൊഴിപ്പിക്കലുകളുടെ എണ്ണം യഥാക്രമം 4227, 4132, 4620 എന്നിങ്ങനെയാണ്. അതിൽ യഥാക്രമം 3268 (77%), 3112 (75%), 3524(76.4%) എന്നിങ്ങനെയാണ് നഷ്ടപരിഹാരം നൽകാതെയുള്ള കുടിയൊഴിപ്പിക്കലുകൾ. ഏകദേശം ഏറനാട്, വള്ളുവനാട് താലൂക്കുകൾ മുഴുവൻ ഉൾക്കൊള്ളുന്ന ഷേറനാട്, ഏറനാട്, വെട്ടത്തു നാട്, കുട്ടനാട് എന്നീ മുൻസിഫ് കോടതികൾ തിരിച്ചുള്ള ഇതിന്റെ വിശദാംശങ്ങൾ ടേബിൾ 8.7 ൽ കാണാം.

ടേബിൾ 8.7:
കുടിയൊഴിപ്പിക്കലുകളുടെ എണ്ണം

കോടതി	വർഷം	കുടിയൊഴിപ്പിക്കലുകൾ	നഷ്ടപരിഹാരം നൽകാത്തവ	ശതമാനം
ഷേറനാട്	1890	343	263	76
ഏറനാട്	”	246	205	83.3
വെട്ടത്തു നാട്	”	401	348	86.7
കുട്ടനാട്	”	278	237	85
ഷേറനാട്	1891	319	264	82
ഏറനാട്	”	218	183	83.9

വെട്ടത്തു നാട്	”	331	249	75.2
കുട്ടനാട്	”	328	279	85
ഷേറനാട്	1892	387	346	89
ഏറനാട്	”	296	253	85.4
വെട്ടത്തു നാട്	”	355	289	81.4
കുട്ടനാട്	”	310	273	88

ടേബിളിൽ കാണാവുന്നതുപോലെ യാതൊരു നഷ്ടപരിഹാരവും നൽകാതെയായിരുന്നു മിക്ക ഒഴിപ്പിക്കലുകളും. നഷ്ടപരിഹാരം നൽകിയ കേസുകളിലാവട്ടെ തുക നാമമാത്രമായിരുന്നു താനും. 1887 ൽ 2,819 ഒഴിപ്പിക്കലുകൾ നടന്ന സ്ഥാനത്ത് 1891 ൽ അത് 4,620 ആയി ഉയർന്നു.

1900 ൽ പാസാക്കിയ കോംപൻസേഷൻ ആക്ടിലെ ഭേദഗതി ഈ പോരായ്മകൾ പരിഹരിക്കുന്നതിൽ പരാജയപ്പെട്ടു. കാർഷിക വർഗങ്ങൾക്കിടയിൽ വർധിച്ചു വന്ന അസംതൃപ്തിയുടെ പശ്ചാത്തലത്തിൽ, ഏകപക്ഷീയമായ ഒഴിപ്പിക്കലുകളിൽ നിന്ന് കുടിയാൻമാരെ സംരക്ഷിക്കേണ്ടതാണെന്നും കുടിയായ്മയുടെ സ്ഥിരത ഉറപ്പു വരുത്തേണ്ടതാണെന്നും ഇന്ത്യാ ഗവൺമെൻറ് കരുതി. എന്നാൽ കർഷകരുടെ താൽപ്പര്യങ്ങൾ സംരക്ഷിക്കാൻ ഉതകുന്ന വ്യക്തതയാർന്ന ഒരു നിയമമുണ്ടാക്കാൻ മദ്രാസ് ഗവൺമെന്റ് കൂട്ടാക്കിയില്ല. 1887 ലെ നിയമത്തിന്റെ അവ്യക്തത നിറഞ്ഞതും തെറ്റിദ്ധാരണാജനകവുമായ ഭാഷാ പ്രയോഗങ്ങളിൽ വ്യക്തത വരുത്താനും നഷ്ടപരിഹാരത്തിന്റെ തത്ത്വങ്ങൾ വിശദീകരിക്കാനും മാത്രമേ ഈ ഭേദഗതി ഉതകിയുള്ളൂ. കുടിയായ്മ വ്യവസ്ഥകളും കുടിയായ്മ ബന്ധങ്ങളും കർഷകരുടെ അവകാശങ്ങളും സംബന്ധിച്ച പ്രധാന കാര്യങ്ങളിൽ നിന്ന് ഒഴിഞ്ഞു മാറുകയും അപ്രധാന കാര്യങ്ങൾ പെരുപ്പിച്ചു കാട്ടുകയുമാണ് ഭൂവുടമ വർഗങ്ങളുടെ താൽപ്പര്യങ്ങൾക്കു വേണ്ടി നിലകൊണ്ടവർ ചെയ്തത്. ഭേദഗതി നിയമത്തിലെ പുതിയ സ്പഷ്ടീകരണങ്ങളെല്ലാം കുടിയാൻമാരുടെ താൽപ്പര്യങ്ങൾക്ക് എതിരായിരുന്നു. പാട്ട ഭൂമിയിൽ സൃഷ്ടിച്ച ആസ്തികളുടെ കമ്പോള വിലയുടെ അടിസ്ഥാനത്തിൽ നഷ്ട പരിഹാരം നൽകണമെന്ന തത്ത്വം ഈ നിയമത്തിൽ അംഗീകരിക്കപ്പെട്ടില്ല. കുടിയാൻ തന്റെ പാട്ട ഭൂമിയിൽ വളർത്തിയെടുക്കുന്ന ഫലവൃക്ഷത്തിന് അത് വളരുന്ന ഭൂമിയിൽ നിന്ന് വേറിട്ട് മൂല്യമില്ലെന്നും അത് ആസ്തിയുടെ മെച്ചപ്പെടുത്തലായി കാണുകയോ നഷ്ടപരിഹാരം നൽകുകയോ ചെയ്യേണ്ടതില്ലെന്നും അഭിപ്രായമുണ്ടായി. ഇത്തരത്തിൽ പാട്ട ഭൂമിയിൽ സൃഷ്ടിക്കപ്പെട്ട അധിക മൂല്യത്തിന്റെ 25 ശതമാനം ജന്മിക്ക് അവകാശപ്പെട്ടതാണെന്ന് നിശ്ചയിക്കപ്പെട്ടു. അങ്ങനെ, നിയമത്തിൽ വ്യക്തത വരുത്തുന്നുവെന്ന പേരിൽ കർഷകരുടെ അധ്വാന മൂല്യത്തിലെ ഒരു വിഹിതം കൂടി ജന്മിക്കുള്ളതാക്കി മാറ്റി.

ഈ കാരണങ്ങളാൽ, കുടിയാൻമാരുടെ അവസ്ഥ ഏതെങ്കിലും തരത്തിൽ മെച്ചപ്പെടുത്താൻ റിലീഫ് ആക്റ്റിന് കഴിഞ്ഞില്ല. പത്തൊമ്പതാം നൂറ്റാണ്ടിന്റെ മധ്യത്തിലെ ജന്മിമാരുടെ എല്ലാ ദുഷ്ചെയ്തികളും മർദ്ദനവും, പിന്നീടും, കുറവില്ലാതെ തുടർന്നു.

ചാൾസ് ഇന്നസ് (Charles Innes)

മലബാറിലെ കളക്ടറായിരുന്ന ചാൾസ് ഇന്നസ് (Charles Innes) 1915 ൽ നടത്തിയ അന്വേഷണത്തിൽ കടുംപാട്ടവും നഷ്ടപരിഹാരത്തിന്റെ അപര്യാപ്തതയും പാട്ടവ്യവസ്ഥയിലെ പോരായ്മകളും ഉയർന്ന പുതുക്കൽ ഫീസും, അതിലെല്ലാമുപരി, ജന്മിമാരുടെ സാമൂഹ്യാധിപത്യവും കർഷകരെ കഷ്ടത്തിലാക്കിയിരുന്നത് ശ്രദ്ധയിൽ പെടുകയുണ്ടായി. 1900 നു ശേഷമുള്ള കാലത്ത്, ജന്മിമാർ വ്യവസ്ഥകൾ തെറ്റിച്ച് ഏകപക്ഷീയമായി നടത്തുന്ന കുടിയൊഴിപ്പിക്കലുകൾ വർധിച്ചു. 1919, 1920, 1921 വർഷങ്ങളിൽ ജില്ലയിലെ വിവിധ കോടതികളിൽ യഥാക്രമം 5074 ഉം 5142 ഉം 4490 ഉം കുടിയൊഴിക്കൽ കേസുകൾ വന്നു. ഈ പെട്ടെന്നുള്ള വർധനവിന് നിരവധി കാരണങ്ങളുണ്ട്. കുടിയാൻ പ്രസ്ഥാനം ശക്തിപ്പെട്ടതും കുടിയായ്മ സ്ഥിരാടിസ്ഥാനത്തിലാക്കണമെന്ന ആവശ്യവും അതു സംബന്ധിച്ച ചർച്ചകളും ഒന്നാം ലോക മഹായുദ്ധകാലത്തുണ്ടായ ഭക്ഷ്യധാന്യ ദൗർലഭ്യവും വില വർധനവും അതിൽ പ്രധാനപ്പെട്ടവയാണ്. രാജ്യത്തിന്റെ മറ്റ് ഭാഗങ്ങളിൽ പാട്ട ഭൂമിക്കു മേലുള്ള കുടിയാൻമാരുടെ അവകാശങ്ങൾ കുറച്ചൊക്കെ അംഗീകരിക്കപ്പെട്ടു കഴിഞ്ഞിരുന്നു. 1885, 1889,1901 വർഷങ്ങളിൽ യഥാക്രമം ബംഗാളിലും പഞ്ചാബിലും വടക്കു പടിഞ്ഞാറൻ പ്രവിശ്യയിലും കുടിയായ്മ നിയമങ്ങൾ പാസാക്കിയിരുന്നു. 1867ൽ തിരുവിതാംകൂറിലും 1914 ൽ കൊച്ചി സംസ്ഥാനത്തും കാണവ്യവസ്ഥയുടെ അടിസ്ഥാനത്തിൽ ഭൂമിക്ക് കൈവശാവകാശം നൽകി. 1908 ൽ മദ്രാസ് പ്രസിഡൻസിയിലെ സെമീന്ദാരി കുടിയാൻമാർക്കും ഈ അവകാശം ലഭിച്ചു. സ്വാഭാവികമായും, മലബാറിലെ ഭൂപ്രഭുക്കൻമാർക്കും കാറ്റിന്റെ ഗതി വ്യക്തമായിരുന്നു.

തെക്കേ മലബാറിന്റെ ഉൾനാടൻ താലൂക്കുകളിലെ മാപ്പിള കർഷകരെയാണ് ഈ പ്രവണതകൾ ഏറ്റവും മോശമായി ബാധിച്ചത്. നഷ്ടപരിഹാര നിയമങ്ങളുടെ ഏറ്റവും പരിമിതമായ പ്രയോജനം പോലും

അവർക്ക് ലഭിച്ചില്ല. ജില്ലയിലെ 70 ശതമാനത്തോളം ധാന്യ വിളകൃഷിയും ഈ താലൂക്കുകളിലായിരുന്നു. ധാന്യവയലുകളിൽ ഫലവൃക്ഷങ്ങൾ ഇല്ലാതിരുന്നതിനാൽ, ആസ്തി മെച്ചപ്പെടുത്തലിന്റെ പേരിലുള്ള നഷ്ടപരിഹാരവും സാധ്യമായിരുന്നില്ല. ഈ പ്രദേശങ്ങളിലെ ഒഴിപ്പിക്കപ്പെട്ട കുടിയാൻമാർക്ക് അതിന്റെ പേരിൽ നഷ്ട പരിഹാരം ആവശ്യപ്പെടാൻ പോലും കഴിഞ്ഞില്ല. നഷ്ടപരിഹാരം നൽകാതെയുള്ള ഒഴിപ്പിക്കലുകൾ, ജില്ലയിലെ മറ്റ് ഭാഗങ്ങളെ അപേക്ഷിച്ച്, ഈ താലൂക്കുകളിൽ കൂടുതലായിരുന്നു.[39]

ഇരുപതാം നൂറ്റാണ്ടിന്റെ രണ്ടാം ദശകത്തോടെ തെക്കേ മലബാറിലെ കർഷകരുടെ സ്ഥിതി അങ്ങേയറ്റം ദയനീയമായിത്തീർന്നു. കാർഷിക വർഗങ്ങൾക്കിടയിലെ ബന്ധത്തിൽ പിരിമുറുക്കത്തിന്റെ സൂചനകൾ പ്രകടമായി. ബ്രിട്ടീഷ് ഉദ്യോഗസ്ഥൻമാർ മലബാറിലെ കാർഷിക സ്ഥിതി വിശേഷത്തിന്റെ ഗൗരവം ഗവൺമെന്റിനെ ധരിപ്പിച്ചു. സത്വരവും നിർണായകവുമായ പരിഹാര നടപടികളുടെ ആവശ്യകത വർത്തമാന പത്രങ്ങൾ നിരന്തരം എഴുതി. കുടിയായ്മ പ്രശ്നത്താട് നിഷേധാത്മകവും മടിച്ചു മടിച്ചുള്ളതുമായ നിലപാടും അവഗണനയുടെയും നിസ്സംഗത യുടെയും നയവും തുടർന്നാൽ ഏതു നിമിഷവും അതൊരു കൊടുങ്കാറ്റിന് കാരണമാവുമെന്ന് കേരള സഞ്ചാരിയും മിതവാദിയും സർക്കാരിനെ താക്കീതു ചെയ്തു.

1921 ആഗസ്ത് 1 ന് പൂക്കോട്ടൂരിൽ അതു തന്നെയാണ് സംഭവിച്ചത്.

കലാപത്തിന്റെ തുടക്കം

തെക്കേ മലബാറിലെ ഏറനാട് താലൂക്കിൽ മഞ്ചേരിയിൽ നിന്ന് അഞ്ച് മൈലോളം വടക്കുപടിഞ്ഞാറുള്ള പൂക്കോട്ടൂർ എന്ന ഗ്രാമത്തിലെ ജനങ്ങളിൽ ബഹുഭൂരിപക്ഷവും മാപ്പിളമാരായിരുന്നു. ജനങ്ങൾ തിങ്ങിപ്പാർക്കുന്ന ഈ ഗ്രാമത്തിൽ 2170 മാപ്പിളമാരും ഹിന്ദുക്കളയ 993 പേരുമാണ് താമസിച്ചിരുന്നത്.[42] തെക്കേ മലബാറിലെ ഏറ്റവും സമ്പന്നരായ ഭൂപ്രഭുക്കളിൽ ഒരാളായ നിലമ്പൂർ രാജാവിന്റേതായിരുന്നു ഇവിടത്തെ ഭൂമിയുടെ സിംഹഭാഗവും. രാജകുടുംബാംഗമായ തിരുമുൽപ്പാട് ആറാമൻ പൂക്കോട്ടൂരിലെ കോവിലകത്തിൽ താമസിച്ച് നികുതി പിരിച്ചു പോന്നു. കുടിയാൻമാരോ കീഴ്ക്കുടിയാൻമാരോ നിലമ്പൂർ രാജകുടുംബത്തിന്റെ കൂലിവേലക്കാരോ ആയിരുന്നു പൂക്കോട്ടൂരിലെ മാപ്പിളമാരിൽ മിക്കവരും. 1921 ജൂലായ് അവസാന ആഴ്ചയിലെ ഒരു ദിവസം നിലമ്പൂർ രാജാവിന്റെ കുടിയാനും, നേരത്തേ പാട്ടപ്പിരിവിൽ ഏർപ്പെട്ടിരുന്നയാളുമായ കളത്തിങ്കൽ മമ്മദ് ഒരു കൂട്ടം മാപ്പിള കർഷകരുമായി തിരുമുൽപ്പാടിനെ സമീപിക്കുകയും കുടിശ്ശികയുള്ള 350 രൂപ നൽകാൻ ആവശ്യപ്പെടുകയും ചെയ്തു. ഉടനടി അത്രയും പണം നൽകാൻ കൈയിൽ ഇല്ലാതിരുന്ന തിരുമുൽപ്പാട് സമീപവാസിയായ ഒരു ധനിക മാപ്പിളയോട് പണം കടം വാങ്ങി നൽകുകയും അവരുടെ

പൂക്കോട്ടൂർ കോവിലകം

കോപത്തിന് ഇരയാകാതെ രക്ഷപ്പെടുകയും ചെയ്തു. തൊട്ടു പിന്നാലെ, വില്ലേജ് അധികാരികളുമായി രഹസ്യ ധാരണയുണ്ടാക്കിയ തിരുമുൽപ്പാട് ഭവനഭേദനവും തോക്കു മോഷണവും ആരോപിച്ച് കേസു കൊടുക്കുകയും പൊലീസ് മമ്മദിന്റെ വീട്ടിലെത്തി തിരച്ചിൽ നടത്തുകയും ചെയ്തു. ആഗസ്ത് ഒന്നിന് കേസന്വേഷണത്തിന്റെ ഭാഗമായി പൂക്കോട്ടൂരിലെത്തിയ പൊലീസ് ഇൻസ്പെക്ടറെ മമ്മദും ഇരുന്നൂറോളം മാപ്പിളമാരും ചേർന്ന് തടഞ്ഞു. ചോദ്യം ചെയ്യലിനായി കോവിലകത്ത് എത്തണമെന്ന പൊലീസ് ഇൻസ്പെക്ടറുടെ ആവശ്യത്തിന് മമ്മദ് വഴങ്ങിയില്ല. ജന്മിയും പൊലീസും ഒത്തുകളിക്കുകയാണെന്ന് കണ്ട മമ്മദ് അറസ്റ്റിനെ ചെറുത്തു. മാപ്പിളമാർ അക്രമാസക്തരാവുമെന്ന് ഭയന്ന ഇൻസ്പെക്ടർ മമ്മദിനെതിരെ യാതൊരു നടപടിയും ഉണ്ടാകില്ലെന്ന് ഉറപ്പുകൊടുത്ത് രംഗത്തുനിന്ന് വലിഞ്ഞു.[43]

തെക്കേ മലബാറിൽ ഭയാനകമായ സാമുദായിക സ്ഥിതി വിശേഷം നിലനിൽക്കുന്നതായി പൊലീസ് ഇൻസ്പെക്ടർ ജില്ലാ മജിസ്ട്രേറ്റിനു നൽകിയ റിപ്പോർട്ടിൽ ചിത്രീകരിച്ചു. സന്നദ്ധ സൈനികരെ സംഘടിപ്പിക്കുന്നതിലും, ആയുധങ്ങൾ ഉണ്ടാക്കുന്നതിലും ശേഖരിക്കുന്ന തിലും മാപ്പിളമാർ വ്യാപൃതരാണെന്ന് ഈ റിപ്പോർട്ട് വ്യക്തമാക്കി. അടിയന്തരവും നിർണ്ണായകവുമായ നടപടി ഉണ്ടായില്ലെങ്കിൽ ഏറനാട് താലൂക്കിൽ ഒരു മാപ്പിള കലാപം പൊട്ടിപ്പുറപ്പെട്ടേക്കുമെന്ന് പൊലീസ് സൂചന നൽകി. പൊലീസിന്റെ വിലയിരുത്തലിനോട് ജില്ലാ മജിസ്ട്രേറ്റ്

ഇ.എഫ് തോമസും യോജിച്ചു. സ്ഥിതി അതീവ ഗുരുതരമാണെന്ന് കണ്ട അയാൾ ജില്ലയിൽ ക്രമസമാധാനം നിലനിർത്താൻ മദ്രാസ് ഗവർണ്ണറോട് സൈനിക സഹായം തേടി. തെക്കേ മലബാറിലെ ഗ്രാമങ്ങൾ അരിച്ചു പെറുക്കി കലാപകാരികളായ മാപ്പിളമാരെ കണ്ടെത്തി നിരായുധരാക്കുകയും അറസ്റ്റു ചെയ്യുകയും വേണമെന്നായിരുന്നു അയാളുടെ അഭിപ്രായം.[44] ഈ ആവശ്യത്തോടുള്ള പ്രതികരണമെന്ന നിലയിൽ ഫസ്റ്റ് ലൈസൻസർ റജിമെന്റിനെ കോഴിക്കോട്ടേക്ക് അയച്ചുവെങ്കിലും മാപ്പിളമാർക്കെതിരായ നടപടി ഒഴിവാക്കണമെന്ന് ജില്ലാ മജിസ്ട്രേറ്റിനോട് ഗവർണർ നിർദ്ദേശിച്ചു. കൂടുതൽ കുഴപ്പങ്ങൾ ഒഴിവാക്കുന്നതിനായി നേതാക്കളെ അറസ്റ്റ് ചെയ്യാൻ മാത്രമാണ് ഗവർണർ അനുവാദം നൽകിയത്. ജില്ലാ മജിസ്ട്രേറ്റിന്റെ ഉൽക്കണ്ഠയും അക്ഷമയും ഗവൺമെന്റിന് അതേ പടി സ്വീകാര്യമായില്ല. നേരിട്ടുള്ള പരിശോധനയ്ക്കായി കോഴിക്കോട്ടെത്തിയ ഗവർണ്ണറുടെ എക്സിക്യൂട്ടീവ് കൗൺസിൽ അംഗമായ നാപ്പിന് ഏറനാട്ടിലെ സ്ഥിതിവിശേഷം അത്രയൊന്നും ഭയാനകമായി തോന്നിയില്ല. എന്നാൽ, ജില്ലാ മജിസ്ട്രേറ്റായ തോമസ് പൊതുവേ സമാധാന പ്രിയരായ ബ്രിട്ടീഷ് ഓഫീസർമാരിൽ ഒരാളായിരുന്നില്ല. വാസ്തവത്തിൽ ഏറനാട്ടിലെ സാമുദായിക സ്ഥിതിയല്ല, ഖിലാഫത്ത് പ്രസ്ഥാനത്തിന്റെ മുന്നേറ്റവും, പൊതുജനവും നേതാക്കളും തന്നോടു പുലർത്തുന്ന അവഗണനയും അവമതിപ്പുമാണ് അയാളെ അസ്വസ്ഥനാക്കിയത്.[45] ഖിലാഫത്ത് നിസ്സഹകരണ പ്രവർത്തകർക്കെതിരെ ഡയറിനെ കടത്തിവെട്ടുന്നതെന്ന് കെ.വി. പിള്ള എഴുതിയതു പോലുള്ള മർദ്ദന നടപടികൾ കൈക്കൊണ്ട അയാൾ ഒരു ഭീകര വാഴ്ച തന്നെ കെട്ടഴിച്ചു വിട്ടു.

തിരൂരങ്ങാടി സംഭവം

1921 ആഗസ്ത് 19 ന് ജനങ്ങൾ അങ്ങേയറ്റം ആദരവോടെ കാണുന്ന മമ്പുറം പള്ളിയിലെ പുരോഹിതനായ ആലി മുസലിയാർ അടക്കമുള്ള നേതാക്കളെ അറസ്റ്റ് ചെയ്യാനുറച്ച് ഒരു സേനാ വിഭാഗവും പൊലീസുദ്യോഗസ്ഥരുമായി തോമസ് പുറപ്പെട്ടു. മോസ്ക്കുകളും വീടുകളും സർച്ച് ചെയ്യാനും വെട്ടുകത്തികൾ പിടിച്ചെടുക്കാനും അയാൾ ഉത്തരവിട്ടിരുന്നു. ആഗസ്ത് 20 ന് രാവിലെ തിരൂരങ്ങാടിയിലെത്തിയ തോമസും സംഘവും കിഴക്കേപ്പള്ളി സർച്ച് ചെയ്യുകയും താരതമ്യേന അപ്രധാനികളായ മൂന്ന് ഖിലാഫത്ത് വളണ്ടിയർമാരെ അറസ്റ്റ് ചെയ്യുകയും ചെയ്തു. ആ സമയത്ത് മോസ്ക്കിൽ ഇല്ലാതിരുന്ന ആലി മുസലിയാരെ അവർക്ക് അറസ്റ്റ് ചെയ്യാനായില്ല. പൊലീസ് പള്ളിയിൽ കടന്നതായും ഖിലാഫത്ത് വളണ്ടിയർമാരെ അറസ്റ്റ് ചെയ്തതായുമുള്ള വാർത്തകൾ പൊടിപ്പും തൊങ്ങലും ചേർത്ത് അതിവേഗം പരന്നു. മലബാറിലെ ഏറ്റവും പഴക്കവും പ്രാധാന്യവുമുള്ള ആരാധനാലയങ്ങളിൽ ഒന്നായ മമ്പുറം പള്ളിക്കു നേരെ ബ്രിട്ടീഷ് പട്ടാളം നിറയൊഴിച്ചുവെന്നും പള്ളി നശിപ്പിച്ചുവെന്നുമുള്ള

ആലി മുസലിയാർ

വാർത്തയാണ് താനൂരിലെയും പരപ്പനങ്ങാടിയിലെയും കോട്ടയ്ക്കലിലെയും മാപ്പിളമാർക്കിടയിൽ പരന്നത്. കോട്ടയ്ക്കലിൽ ആഴ്ചച്ചന്ത ദിവസമായിരുന്ന അന്ന് അവിടെ കൂടിയിരുന്ന മാപ്പിളമാർ വാസ്തവം നേരിൽ കണ്ടറിയാനുള്ള ആകാംക്ഷയോടെ തിരൂരങ്ങാടി ലക്ഷ്യമാക്കി നീങ്ങി. സമാന രീതിയിൽ, സംഭവം കേട്ടറിഞ്ഞ താനൂർ, പരപ്പനങ്ങാടി എന്നിവിടങ്ങളിലേയും സമീപ പ്രദേശങ്ങളിലേയും മാപ്പിളമാരും തിരൂരങ്ങാടിയിലേക്ക് നീങ്ങി. തുർക്കിയിലെ ഇസ്ലാമിക ആരാധനാലയങ്ങളെ ബ്രിട്ടീഷുകാർ അവമതിക്കുന്നതായി നേരത്തേ തന്നെ കേട്ടറിവുണ്ടായിരുന്ന നിരക്ഷരരായ മാപ്പിളമാർ ബ്രിട്ടീഷുകാർ മമ്പുറം പള്ളി തകർത്തുവെന്ന വാർത്തയും വിശ്വസിച്ചു.[47] അവരുടെ പ്രതികരണം സ്വാഭാവികവും സ്വമേധയാലുള്ളതും ആയിരുന്നു. നേതൃത്വമോ സംഘടനയോ അവർക്കുണ്ടായിരുന്നില്ല.

ഒരു വലിയ കൂട്ടം മാപ്പിളമാർ തിരൂരങ്ങാടിയിൽ ഒത്തുകൂടി. കൈയിൽ കരുതിയ വടികളല്ലാതെ അവരുടെ പക്കൽ മറ്റ് ആയുധങ്ങൾ ഉണ്ടായിരുന്നില്ല.[48] അറസ്റ്റ് ചെയ്ത ഖിലാഫത്ത് വളണ്ടിയർമാരെ

വിട്ടുകിട്ടണമെന്ന ആവശ്യവുമായി, അവരുടെ പ്രതിനിധികൾ ബ്രിട്ടീഷ് ഓഫീസർമാരെ കണ്ടു. ജനക്കൂട്ടം അവരെ പിന്തുടർന്നു; അവർ ശാന്തരായിരുന്നു. യാതൊരു വിധ അക്രമവും അവർ പ്രവർത്തിച്ചില്ല. പൊലീസ് ആവശ്യപ്പെട്ടപ്പോൾ നിലത്ത് കുത്തിയിരിക്കാൻ പോലും അവർ തയ്യാറായി. എന്നാൽ, നിലത്തിരിക്കാൻ ഒരുങ്ങിയ ജനക്കൂട്ടത്തിനു നേർക്ക് പൊലീസ് നിറയൊഴിച്ചു. നിരായുധരായ നിരവധി മാപ്പിളമാർ വെടിയേറ്റ് മരിച്ചു.[49] അതോടെ, അക്രമാസക്തരായിത്തീർന്ന ആൾക്കൂട്ടം പട്ടാളത്തേയും പൊലീസിനേയും ആക്രമിച്ചു. അവർ സർക്കാർ ഓഫീസുകൾ നശിപ്പിക്കുകയും ട്രഷറി കൊള്ളയടിക്കുകയും രേഖകൾ അഗ്നിക്കിരയാക്കുകയും ചെയ്തു. അങ്കലാപ്പിലായ ജില്ലാ മജിസ്ട്രേറ്റും സംഘവും കോഴിക്കോട്ടേക്ക് കടന്നു. അങ്ങനെ തിരൂരങ്ങാടിയിൽ ആരംഭിച്ച കലാപമാണ്, പെട്ടെന്നു തന്നെ ഏറനാട്, വള്ളുവനാട്, പൊന്നാനി താലൂക്കുകളിൽ വ്യാപിച്ച മലബാർ കലാപമായത്. ആദ്യം യൂറോപ്യൻമാരായ ഉദ്യോഗസ്ഥ അനുദ്യോഗസ്ഥരെയും തുടർന്ന് ഹിന്ദു ജന്മിമാരേയും മറ്റ് ഹിന്ദുക്കളേയും ലക്ഷ്യം വച്ച മത വർഗീയ കലാപമായി മജിസ്ട്രേറ്റ് തന്റെ കമ്യൂണിക്കേയിൽ ഇതിനെ ചിത്രീകരിച്ചു. 'എല്ലായിടത്തും സർക്കാർ ഓഫീസുകൾ കൊള്ളയടിക്കപ്പെടുകയും മനകളും[50] കോവിലകങ്ങളും നശിപ്പിക്കപ്പെടുകയും ഹിന്ദുക്കൾ കൊല്ലപ്പെടുകയും മതം മാറാൻ നിർബന്ധിക്കപ്പെടുകയും ചെയ്തു.[51]

കലാപത്തിന്റെ ആദ്യഘട്ടത്തിൽ അത് ലക്ഷ്യം വച്ചത് ഹിന്ദുക്കളായ ജന്മിമാരേയും ട്രഷറികൾ, കച്ചേരികൾ, പൊലീസ് സ്റ്റേഷനുകൾ തുടങ്ങിയ ബ്രിട്ടീഷ് അധികാരത്തിന്റെ പ്രതീകങ്ങളേയുമായിരുന്നു. ഇത് കൂടുതൽ വ്യക്തമാക്കുന്നതിന്, നമുക്ക് പൂക്കോട്ടൂർ സംഭവത്തിലേക്കു തന്നെ പോകാം. ആഗസ്ത് 21 ന് പൂക്കോട്ടൂരിലെത്തിയ മാപ്പിളമാർ ഏകദേശം 23 മൈൽ ദൂരം താണ്ടി അവരുടെ ജന്മിയായ നിലമ്പൂർ രാജാവ് താമസിച്ചിരുന്ന നിലമ്പൂരിലേക്ക് നീങ്ങി. പൂക്കോട്ടൂരിൽ വച്ചോ നിലമ്പൂരിലേക്കുള്ള വഴിയിൽ വച്ചോ ഒരു ഹിന്ദുവിനുമെതിരെ യാതൊരു വിധ അക്രമവും അവർ പ്രവർത്തിച്ചില്ല. പൂക്കോട്ടൂരിൽ വച്ച്, അക്രമം പാടില്ലെന്ന് ഉപദേശിച്ച കോൺഗ്രസ് നേതാവായ കെ.മാധവൻ നായരെ അവർ ക്ഷമാപൂർവം കേൾക്കുകയാണ് ചെയ്തത്. നിലമ്പൂരിലേക്കുള്ള മാർഗമധ്യേ ഒരു പൊലീസ് സ്റ്റേഷൻ അവരുടെ ആക്രമണത്തിന് ഇരയായി. കോവിലകത്തിന് അടുത്തു വച്ച് രാജാവിന്റെ അംഗരക്ഷകരിൽ ഒരാൾ അവർക്കു നേരേ നിറയൊഴിച്ചു. തുടർന്നുണ്ടായ ഏറ്റുമുട്ടലിൽ 17 പേർ കൊല്ലപ്പെട്ടു. കോവിലകത്തിൽ പ്രവേശിച്ച കലാപകാരികൾ എല്ലാ രേഖകളും പിടിച്ചെടുത്ത് കത്തിക്കുകയാണ് ആദ്യം ചെയ്തത്.[52] നിലമ്പൂർ കുടുംബത്തിലെ ഒരംഗത്തെയും അവർ ഉപദ്രവിച്ചില്ല. രാജാവിന്റെ അനന്തരാവകാശി ആ സമയത്ത് കോവിലകത്തുണ്ടായിരുന്നു. തിരിച്ച് പൂക്കോട്ടൂരിലേക്ക് പോകുന്ന വഴിയിലും അവർ ഒരാളേയും കൊല്ലുകയോ

ഏതെങ്കിലും ഹിന്ദുവിന്റെ വീട് കൊള്ളയടിക്കുകയോ ചെയ്തില്ല.[53] പൂക്കോട്ടൂരിലെ മാപ്പിളമാർ 23 മൈൽ താണ്ടി നിലമ്പൂരിലെത്തി ജന്മിയുടെ പക്കൽ നിന്ന് രേഖകൾ പിടിച്ചെടുത്ത് കത്തിക്കുകയാണ്, പന്ത്രണ്ടു മൈൽ മാത്രം ദൂരെയുള്ള തിരൂരങ്ങാടിയിലെത്തി തങ്ങളുടെ മതത്തിൽ പെട്ടവരുടെ സഹായം തേടുകയല്ല, ഉണ്ടായത്. മതഭ്രാന്തൻമാരെന്ന് ബ്രിട്ടീഷുകാർ വിളിച്ച മാപ്പിളമാർ ഈ വിധമാണ് പ്രവർത്തിച്ചതെന്ന വസ്തുത പ്രത്യേക പ്രാധാന്യമർഹിക്കുന്നു.

ആദ്യ ഘട്ടത്തിൽ തെക്കേ മലബാറിൽ എല്ലായിടത്തും ഇതേ രീതിയിലാണ് കലാപ പ്രവർത്തനങ്ങൾ നടന്നത്. തിരൂർ, പെരിന്തൽമണ്ണ, മഞ്ചേരി, മലപ്പുറം, മണ്ണാർക്കാട് എന്നിവിടങ്ങളിലും മറ്റ് സ്ഥലങ്ങളിലും ബ്രിട്ടീഷ് ട്രഷറികളും ഓഫീസുകളും കൊള്ളയടിക്കുകയും ആക്രമിച്ച് നശിപ്പിക്കുകയുമാണ് കലാപകാരികൾ ചെയ്തത്.[54] മർദ്ദനത്തിനും പിടിച്ചുപറിക്കും കുപ്രസിദ്ധരായ ജന്മിമാരേയും അവർ വെറുതെ വിട്ടില്ല. പാവപ്പെട്ട ഹിന്ദുക്കളെയോ അനുഭാവത്തോടെ പെരുമാറിയ ജന്മിമാരെ

മലബാർ കലാപം

യോ അവർ ഉപദ്രവിച്ചില്ല. ബ്രിട്ടീഷുകാരായ പ്ളാന്റർമാരുടെ റബ്ബർ എസ്റ്റേറ്റുകളും ആക്രമണത്തിന് വിധേയമായി. കാളികാവിലേയും ചെമ്പ്രശ്ശേരിയിലെയും തൊഴിലാളികൾ പുല്ലങ്ങോട്, കേരള റബ്ബർ എസ്റ്റേറ്റുകൾ ആക്രമിച്ചു. തൊഴിലാളികളോട് ചെയ്ത അതിക്രമങ്ങൾ എണ്ണിപ്പറഞ്ഞാണ് എസ്റ്റേറ്റിലെ പ്രൊപ്രൈറ്ററായ ഈറ്റൺ (Eaten) എന്നയാളെ അവർ പ്രഹരിച്ചത്.[56] മണ്ണാർക്കാട് വച്ച് പൊലീസ് സ്റ്റേഷൻ ആക്രമിക്കുകയും പാലങ്ങളും റോഡുകളും തകർക്കുകയും ചെയ്ത കലാപകാരികളുടെ കൂട്ടത്തിൽ ധാരാളം ഹിന്ദുക്കളും ഉണ്ടായിരുന്നു.

കലാപനേതാക്കളും അവരുടെ മനോഭാവവും

ഏറനാട്ടിൽ വാരിയം കുന്നത്ത് കുഞ്ഞമ്മദ് ഹാജി, കളത്തിങ്കൽ മമ്മദ്, ആലി മുസലിയാർ എന്നിവരും വള്ളുവനാട്ടിൽ സീതിക്കോയ തങ്ങൾ, ഇമ്പിച്ചിക്കോയ തങ്ങൾ എന്നിവരുമായിരുന്നു കലാപത്തിന്റെ ഏറ്റവും പ്രധാന നേതാക്കൾ. ഏറനാട് മേഖലയിൽ കലാപകാരികൾ ഒരു സ്വതന്ത്ര റിപ്പബ്ലിക്ക് സ്ഥാപിക്കുകയും കുഞ്ഞമ്മദ് ഹാജിയും മമ്മദും അതിന്റെ പ്രസിഡന്റുമാരായി സ്വയം പ്രഖ്യാപിക്കുകയും ചെയ്തു. അവർ സൈനികരെ റിക്രൂട്ട് ചെയ്യുകയും പൊലീസ് സേനയെ സംഘടിപ്പിക്കുകയും കുറ്റവാളികളെ വിചാരണ ചെയ്യാൻ കോടതികൾ സ്ഥാപിക്കുകയും ചെയ്തു. തന്റെ രാജ്യം ബ്രിട്ടീഷ് ആധിപത്യത്തിൽ നിന്ന് സ്വതന്ത്രമായതായി കുഞ്ഞമ്മദ് ഹാജി പ്രഖ്യാപിച്ചു. എല്ലാ നികുതികൾക്കും അദ്ദേഹം ഒരു വർഷത്തെ മോറട്ടോറിയം അനുവദിച്ചു. റിപ്പബ്ലിക്കിന് പുറത്ത് യാത്ര ചെയ്യുന്നവർക്ക് പാസ്പോർട്ടുകൾ നൽകി. പാസ്പോർട്ടിന് സാമ്പത്തിക നില നോക്കി ഫീസ് ഈടാക്കി. ഭൂപ്രഭുക്കൻമാരുടെ വയലുകൾ കൊയ്യാൻ കർഷകരോട് ആവശ്യപ്പെട്ടു.[58]

വള്ളുവനാട്ടിലെ ഖിലാഫത്ത് രാജ്യത്തിന്റെ ഗവർണ്ണറായി സീതിക്കോയ തങ്ങൾ സ്വയം അവരോധിച്ചു. രാജ്യം ജനങ്ങളുടേതായി കഴിഞ്ഞുവെന്നും ആരും ഒരു തരത്തിലുള്ള കുറ്റകൃത്യത്തിലും ഏർപ്പെടരുതെന്നും അദ്ദേഹം ഫത്വയിറക്കി. കുറ്റവാളികളെ വിചാരണ ചെയ്യാൻ വള്ളുവനാടിന്റെ വിവിധ ഭാഗങ്ങളിൽ കോടതികൾ സ്ഥാപിച്ചു. ഇമ്പിച്ചിക്കോയ തങ്ങളും അതു തന്നെ ചെയ്തു.[59] ചുരുക്കി പറഞ്ഞാൽ, ഏറനാട്, വള്ളുവനാട് താലൂക്കുകൾ വലിയൊരളവുവരെ ഈ നേതാക്കളുടെ നിയന്ത്രണത്തിലായി. മദ്രാസ് സർക്കാരിന്റെ ചീഫ് സെക്രട്ടറി ഇങ്ങനെ നിരീക്ഷിക്കുന്നു:

പാലക്കാട് താലൂക്ക് ഒഴികെയുള്ള തെക്കേ മലബാറിന്റെ ഉൾനാടുകൾ മുഴുവൻ കലാപകാരികളുടെ കൈയിലാണ്. ഭരണപരമായ കാഴ്ചപ്പാടിൽ പറഞ്ഞാൽ, ഗവൺമെന്റിന്റെ പ്രാദേശിക സംവിധാനം തകർന്നു കഴിഞ്ഞു. കലാപം ബാധിച്ച പ്രദേശങ്ങളിലെല്ലാം സർക്കാർ ഓഫീസുകൾ ആക്രമിക്കപ്പെടുകയും രേഖകൾ നശിപ്പിക്കപ്പെടുകയും ചെയ്യുന്നു. വാർത്താ വിനിമയ സംവിധാനം തടസ്സപ്പെടുന്നു. എല്ലാ സർക്കാർ ഓഫീസുകളും കോടതികളും പ്രവർത്തനം നിലച്ച് നിർജീവാവസ്ഥയിലാണ്.[60]

കുഞ്ഞമ്മദ് ഹാജി ഹിന്ദുക്കളുടെ രാജാവും മുസ്ലീങ്ങളുടെ അമീറും ഖിലാഫത്ത് സൈന്യത്തിന്റെ കേണലുമായി സ്വയം പ്രഖ്യാപിച്ചു.[61] അദ്ദേഹം എല്ലാവരേയും ഒരുപോലെ കണ്ടു. 'പ്രജ'കൾക്കിടയിൽ ഒരു തരത്തിലുള്ള വിവേചനവും അനുവദിച്ചില്ല. നാട്ടിലെ അസ്ഥിരത മുതലെടുത്ത് കൊള്ളകൾ നടത്തുകയും നിരപരാധികളായ ആളുകളെ

പീഡനങ്ങൾക്ക് ഇരയാക്കുകയും ചെയ്തവരെ അദ്ദേഹം പരസ്യമായി ശിക്ഷിക്കുകയും കൊള്ള മുതലുകൾ ഉടമസ്ഥർക്ക് തിരിച്ചു നൽകുകയും ചെയ്തു.[62] കൈകൾ ഛേദിച്ചു കളയുക എന്നതായിരുന്നു സ്ത്രീകളെ പീഡിപ്പിച്ചവർക്കുള്ള ശിക്ഷ.[63] മാപ്പിളമാർ കൊള്ളകൾ നടത്തുന്നതായും നിരപരാധികളായ ഹിന്ദുക്കളെ കൊല്ലുന്നതായും മാധവൻ നായർ പരാതിപ്പെട്ടപ്പോൾ അത്തരം അക്രമികളുടെ കൈകൾ ഛേദിച്ചുകളയുമെന്ന് ഹാജി വ്യക്തമാക്കി.[64] വാസ്തവത്തിൽ, അദ്ദേഹം ഏറനാട് മുഴുവൻ സഞ്ചരിച്ച് അതിക്രമങ്ങൾ തടയുകയും ഹിന്ദുക്കൾക്ക് എതിരായി പ്രവർത്തിക്കാൻ ആരെയും അനുവദിക്കില്ലെന്ന് അവർക്ക് ഉറപ്പു നൽകുകയും ചെയ്തു. കുഞ്ഞമ്മദ് ഹാജി ഒരു തരത്തിലുള്ള വർഗീയവിദ്വേഷവും വച്ചു പുലർത്താത്ത ആളായിരുന്നുവെന്ന് ഏറനാട് താലൂക്കിലെ ഹിന്ദുക്കളായ നിരവധി പേരുടെ രേഖപ്പെടുത്തപ്പെട്ട പ്രസ്താവനകൾ കാണിക്കുന്നു. അവയിൽ ഒരെണ്ണം ഉദ്ധരിക്കാം. ചാത്തൻകോട് വില്ലേജിലെ സി ഗോപാല പണിക്കർ ഇങ്ങനെ പറയുന്നു:

> കൊള്ളയിൽ ഏർപ്പെട്ട മാപ്പിളമാരെ തന്റെ മുന്നിൽ ഹാജരാക്കാൻ വാരിയം കുന്നത്ത് കുഞ്ഞമ്മദ് ഹാജി കൽപ്പിച്ചു. കുഞ്ഞാലി എന്നു പേരുള്ള ഒരാളൊഴികെ എല്ലാവരും കൊള്ള മുതലുകൾ ഉടമസ്ഥർക്ക് തിരിച്ചു നൽകി. കുഞ്ഞാലി മാത്രം അതിനു തയ്യാറായില്ല. ശിക്ഷയായി 125 അടി കിട്ടിയപ്പോൾ അയാൾ കുറ്റം ഏറ്റു പറഞ്ഞു. കൊള്ള മുതലുകൾ കണ്ടെടുക്കപ്പെട്ടു. മാറാത്തു നമ്പൂതിരിയേയും കാവുങ്കൽ നമ്പൂതിരിയേയും കാണിച്ച് അവരുടേതു തന്നെയെന്ന് ഉറപ്പു വരുത്തിയതിനു ശേഷം അതവർക്ക് തിരിച്ചുനൽകി. കുഞ്ഞമ്മദ് ഹാജി ഹിന്ദുക്കൾക്ക് യാതൊരു വിധ ഉപദ്രവവും ചെയ്തില്ല.[66]

കലാപകാരികളായ മറ്റു നേതാക്കളുടെ പ്രവൃത്തികളും ഇതേ രീതിയിൽത്തന്നെ ആയിരുന്നു. പൂക്കോട്ടൂരിൽ ഹിന്ദുക്കളിൽ നിന്ന് പണം തട്ടിയെടുത്തവരെയും അവരുടെ കന്നുകാലികളെ അപഹരിച്ചവരേയും മമ്മദ് ശിക്ഷിച്ചു. അത്തരത്തിൽ അപഹരിച്ച പണം തിരിച്ചു കൊടുക്കാൻ ഏർപ്പാടുണ്ടാക്കി.[67] ആലി മുസലിയാർ, സീതിക്കോയ തങ്ങൾ, ഇമ്പിച്ചിക്കോയ തങ്ങൾ എന്നിവരും ഈ വിധം തന്നെ പ്രവർത്തിച്ചു.

കലാപകാലത്ത് നിരപരാധികളുടെ കൊലപാതകങ്ങളോ നിർബന്ധിച്ചുള്ള മതം മാറ്റമോ ഹിന്ദുക്കളുടെ സ്വത്തുക്കൾ കൊള്ളയടിച്ച സംഭവങ്ങളോ ഉണ്ടായിട്ടേയില്ലെന്ന് ഈ പറഞ്ഞതിനർത്ഥമില്ല. നേതാക്കൾ മാപ്പിളമാരെ അതിന്റെ പേരിൽ ശിക്ഷിച്ചതു തന്നെ അത്തരം സംഭവങ്ങൾ ഉണ്ടായിട്ടുണ്ടെന്ന വസ്തുതയിലേക്ക് വിരൽ ചൂണ്ടുന്നു. ശുദ്ധി പ്രചാരണത്തിനും ആശ്വാസ പ്രവർത്തനങ്ങൾക്കുമായി മലബാർ സന്ദർശിച്ച

പണ്ഡിറ്റ് ഋഷിറാം എന്ന ആര്യസമാജ പ്രവർത്തകന്റെ അഭിപ്രായത്തിൽ 2500 ഓളം നിർബന്ധിത മതപരിവർത്തനങ്ങൾ നടക്കുകയുണ്ടായി.[68] കൊല്ലപ്പെട്ട ആളുകളുടെ എണ്ണം സംബന്ധിച്ച ഔദ്യോഗിക കണക്കുകൾ ലഭ്യമല്ലെങ്കിലും 600 ഓളം പേർ കൊല്ലപ്പെട്ടതായി കണക്കാക്കപ്പെടുന്നു. ഇ.എം.എസ്. നമ്പൂതിരിപ്പാട് ചൂണ്ടിക്കാട്ടുന്നതു പോലെ, 4 ലക്ഷത്തോളം ഹിന്ദുക്കൾ അധിവസിക്കുന്ന ഒരു പ്രദേശത്ത് കൊല്ലപ്പെട്ടവരുടെ എണ്ണം 600 ഓളവും മതം മാറ്റപ്പെട്ടവരുടെ സംഖ്യ 2500 ഓളവും മാത്രമാണെന്നത് പ്രധാനപ്പെട്ട വസ്തുതയാണ്. [70] ആറ് മാസത്തോളം കലാപകാരികൾക്ക് ആ പ്രദേശത്താകെ സമ്പൂർണ്ണ മേൽക്കൈ ഉണ്ടായിരുന്നു എന്നിരിക്കെ, അതൊരു വർഗീയ കലാപമായിരുന്നുവെങ്കിൽ ഈ സംഖ്യകൾ ചെറുതാണെന്ന് പറയേണ്ടി വരും. ഈ കൊലപാതകങ്ങളുടെയും മതം മാറ്റങ്ങളുടെയും കാര്യത്തിൽ പോലും അതിന്റെ സന്ദർഭം അങ്ങേയറ്റം പ്രധാനമാണ്.

മുകളിൽ വിവരിച്ച നിലമ്പൂർ സംഭവത്തിൽ വ്യക്തമാവുന്നതു പോലെ, കലാപത്തിന്റെ ആദ്യ ഘട്ടത്തിൽ ബ്രിട്ടീഷുകാർക്കും

നിലമ്പൂർ കോവിലകം

ജന്മിമാർക്കും നേരെയായിരുന്നു കലാപകാരികളുടെ രോഷം മുഴുവൻ. ബ്രിട്ടീഷധികാരികളടക്കം അക്കാലത്തെ എല്ലാ നിരീക്ഷകരും ഹിന്ദു ഭൂവുടമ വർഗമായിരുന്നു കലാപത്തിന്റെ പ്രധാന ഇരകളെന്ന വസ്തുത വ്യക്തമാക്കിയിട്ടുണ്ട്.[71] കുറ്റകൃത്യങ്ങൾ ചെയ്ത തെമ്മാടികളായ ചിലരെ നേതാക്കൾ വേണ്ട വിധം ശിക്ഷിക്കുകയും ചെയ്തു. ഇതൊഴിച്ചു നിർത്തിയാൽ ഹിന്ദു ജനസാമാന്യത്തെ കലാപം അതിന്റെ ആദ്യ ഘട്ടത്തിൽ ബാധിച്ചതേയില്ല. പിന്നീട്, ഈ സ്ഥിതി മാറി. പട്ടാളനിയമം പ്രഖ്യാപിക്കപ്പെടുകയും ബ്രിട്ടീഷ് സൈന്യം എത്തുകയും ചെയ്തതോടെ സാമുദായിക ബന്ധങ്ങളിൽ വിള്ളലുണ്ടാക്കാനുള്ള ശ്രമവും ശക്തമായി. സൈന്യത്തെ സഹായിക്കാനും കലാപകാരികളെ സംബന്ധിച്ച വിവരങ്ങൾ നൽകാനും ഹിന്ദുക്കളിൽ പലരും നിർബന്ധിക്കപ്പെട്ടു. ചിലർ അത് സ്വമേധയാ ചെയ്യുകയുമുണ്ടായി. ഇത് മാപ്പിള്ളമാരെ സംശയാലുക്കളാക്കുകയും നിരപരാധികളായ ഹിന്ദുക്കളെ പോലും അവർ സംശയിക്കാൻ തുടങ്ങുകയും ചെയ്തു. കലാപകാരികളിൽ ചിലർ അത്തരക്കാരോട് പ്രതികാരത്തിനൊരുമ്പെട്ടു. ഉദാഹരണത്തിന്, സൈന്യത്തിന് പാലും കരിക്കും നൽകിയതായി ആരോപിക്കപ്പെട്ട നാൽപ്പത് ഹിന്ദുക്കളെ ഇമ്പിച്ചിക്കോയ തങ്ങൾ വിചാരണ ചെയ്തു. അതിൽ 38 പേർക്കും മരണശിക്ഷ നൽകി. സംശയിക്കപ്പെടുകയും പീഡിപ്പിക്കപ്പെടുകയും ചെയ്ത ഹിന്ദുക്കൾ ബ്രിട്ടീഷ് സൈന്യത്തിന്റെയും പൊലീസിന്റെയും സഹായത്തോടെ മാപ്പിളമാരോട് പകവീട്ടി. കലാപകാരികൾ കൂടുതൽ രോഷത്തോടെ അവരെ നേരിട്ടു. മാധവൻ നായർ തന്റെ ഓർമ്മക്കുറിപ്പുകളിൽ ഇങ്ങനെ അഭിപ്രായപ്പെടുന്നു:

മാപ്പിളമാരോട് ഹിന്ദുക്കളും പൊലീസും ചേർന്ന് പക വീട്ടി. മാപ്പിളമാർ തിരിച്ചും പകവീട്ടി. പൊലീസും സൈന്യവും ചേർന്ന് കൂടുതൽ ശക്തമായി തിരിച്ചടിച്ചു. ചുരുക്കത്തിൽ, ഇങ്ങനെയാണ് മലബാർ കലാപത്തിന്റെ ചരിത്രം.[72]

മഹമൂദ് ഷംനാദ് സാഹിബ് ബഹാദൂർ ലെജിസ്ലേറ്റീവ് കൗൺസിലിൽ നടത്തിയ പ്രസംഗത്തിലും സമാന നിരീക്ഷണം കാണാം.

> ഒരു വിഭാഗം മാപ്പിളമാരും നായൻമാരും നിസ്സഹകരണ പ്രസ്ഥാനക്കാരും ചേർന്ന് പൊതു ആവശ്യത്തിന്റെ പേരിലാണ് തുടങ്ങിയത്. തുടക്കത്തിൽ, ഇതിൽ പങ്കെടുത്ത എല്ലാ വിഭാഗത്തിൽ പെട്ടവരേയും അറസ്റ്റ് ചെയ്യുകയും വിവേചനം കൂടാതെ ശിക്ഷിക്കുകയും ചെയ്തു. എന്നാൽ, പിന്നീടിത് മാറി. മാപ്പിളമാരെ വിടുന്നതും അവരുടെ ശത്രുക്കളായി നിൽക്കുന്നതുമാണ് കൂടുതൽ സുരക്ഷിതമെന്ന തോന്നൽ ഈ നായൻമാർക്കിടയിൽ ഉണ്ടായി. മാപ്പിളമാരുടെ വീടുകൾ കൊള്ളയടിക്കാനും അവരുടെ സ്ത്രീകളെ ഉപദ്രവിക്കാനും പൊലീസിനും പട്ടാളക്കാർക്കുമൊപ്പം ഇവരും

ചേർന്നു. കൂടെ നിന്നവർ എതിരാവുന്നതു കണ്ട മാപ്പിളമാർ അതിനെ വഞ്ചനയായി കരുതി. വൈകുന്നേരങ്ങളിൽ സൈന്യം തിരിച്ചുപോയിക്കഴിഞ്ഞ നേരം നോക്കി അവർ അത്തരക്കാരോട് പ്രതികാരം ചെയ്യുകയും അവരുടെ സ്വത്തുക്കൾ പിടിച്ചെടുക്കുകയും ചെയ്തു.

തുടക്കത്തിൽ ഭൂപ്രഭുത്വത്തിനും സമാജ്യത്വത്തിനും എതിരായിരുന്ന കലാപത്തിന് പിന്നീട് വർഗീയ നിറം കൈവന്നത് ഇങ്ങനെയാണ്. ഒരു ഫ്യൂഡൽ കൊളോണിയൽ ബഹുമത സമൂഹത്തിൽ ഇതിൽ ഒട്ടും അത്ഭുതത്തിന് അവകാശമില്ല.

ബ്രിട്ടീഷുകാരോട് അനുഭാവം പുലർത്തിയതിന്റെ പേരിൽ ശിക്ഷിക്കപ്പെട്ടത് ഹിന്ദുക്കൾ മാത്രമായിരുന്നു എന്നു പറയാനാവില്ല. റിട്ടയേഡ് പൊലീസ് ഇൻസ്പെക്ടർ ഖാൻ ബഹാദൂർ ചേക്കുട്ടിയെ കൊല ചെയ്തുകൊണ്ടാണ് വാരിയംകുന്നത്ത് കുഞ്ഞമ്മദ് ഹാജി കലാപകാരിയായി മാറിയതു തന്നെ. പൊലീസിനെ സഹായിച്ചതായി വിവരം കിട്ടിയതിനെ തുടർന്ന് ഏറനാട്ടിലെ പ്രസിദ്ധ വൈദ്യനായ ഐദ്രു ഹാജിയെ വധിക്കാൻ കുഞ്ഞമ്മദ് ഹാജി ഉത്തരവിടുകയുണ്ടായി. ബ്രിട്ടീഷുകാരെ അനുകൂലിച്ച ഒട്ടുവളരെ മാപ്പിളമാരെ അദ്ദേഹം ശിക്ഷിച്ചിട്ടുണ്ട്.

കലാപത്തിന്റെ ഏതെങ്കിലും ഒരു ഘട്ടത്തിൽ സമ്പൂർണ്ണമായ മതഭിന്നത നിലനിന്നതായി കരുതാൻ തെളിവുകളില്ല. പലയിടത്തും ഗ്രാമത്തിന് പുറത്തുള്ള കലാപകാരികളിൽ നിന്ന് മാപ്പിളമാർ തന്നെ അവിടത്തെ ഹിന്ദുക്കളെ സംരക്ഷിച്ചു. അറിയപ്പെടാത്ത മാപ്പിളമാർ ഹിന്ദുക്കളെ രക്ഷപ്പെടുത്തിയ നിരവധി സംഭവങ്ങളുണ്ട്.[75] പൊന്നാനിയിലെ ഹിന്ദുക്കളും മുസ്ലിങ്ങളും ഒരുമിച്ചു നിന്നാണ് താനൂരിൽ നിന്നുള്ള കലാപകാരികളെ തിരിച്ചയച്ചത്. കലാപം ഏറ്റവും ശക്തമായ കാലത്തുപോലും ഏറനാട്ടിലെ ഹിന്ദുക്കളും മുസ്ലിങ്ങളും സമാധാനത്തോടെ ഒരുമിച്ച് ജീവിച്ചു. അക്രമം കാണിക്കരുതെന്ന് മാധവൻ നായർ ശകാരിച്ചപ്പോൾ എതിർപ്പ് പ്രകടിപ്പിക്കുക പോലും ചെയ്യാതെ ആളുകൾ തിരിച്ച് പോവുകയുണ്ടായി.

കലാപത്തിന്റെ സ്വഭാവം

1921 ലെ കലാപങ്ങൾ വർഗീയമെന്ന് വ്യാഖ്യാനിക്കാവുന്ന ഒന്നല്ലെന്ന് ഇതുവരെ നടത്തിയ വിശകലനം വ്യക്തമാക്കുന്നു. നേരേമറിച്ച്, കർഷകരുടെ സാമ്പത്തിക പശ്ചാത്തലവും കലാപ പ്രവർത്തനങ്ങളുടെ പൊതുവായ രീതിയും കലാപകാരികളുടെ വർഗ പശ്ചാത്തലവും പരിശോധിച്ചാൽ പത്തൊമ്പതാം നൂറ്റാണ്ടിലെ കാർഷിക സംഘർഷങ്ങളുടെ തുടർച്ചയായിരുന്നു ഈ കലാപവുമെന്ന് ന്യായമായും കരുതാം. റാവു ബഹാദൂർ സി.എസ്. സുബ്രഹ്മണ്യൻ ലെജിസ്ലേറ്റീവ് കൗൺസിലിൽ

നടത്തിയ പ്രസംഗത്തിൽ ഇങ്ങനെ നിരീക്ഷിക്കുന്നു:

ഈ കലാപത്തിന് ഒരു പ്രത്യേകതയുണ്ട്. സ്വത്തുള്ളവരും ഭേദപ്പെട്ട നിലയിൽ കഴിഞ്ഞ വിഭാഗങ്ങളും ഇതിൽ പങ്കെടുത്തില്ല. ഇപ്പോൾ ജയിലിൽ ഉള്ളവരും മരണപ്പെട്ടവരും അറസ്റ്റു ചെയ്യപ്പെട്ടവരും നാടുവിട്ടു പോകാൻ നിർബന്ധിതരായവരും സ്വത്തില്ലാത്തവരാണെന്ന വസ്തുതയിലേക്ക് നിങ്ങളുടെ ശ്രദ്ധ ക്ഷണിക്കാൻ ഞാൻ ആഗ്രഹിക്കുന്നു.[76]

കാർഷിക സ്ഥിതി വിശേഷം കലാപത്തെ സ്വാധീനിച്ചതായി വൈസ്രോയി ആയിരുന്ന റീഡിങ് പ്രഭുപോലും തിരിച്ചറിയുകയുണ്ടായി. വെല്ലിങ്ടൺ പ്രഭുവിന് അയച്ച കത്തിൽ അദ്ദേഹം ഇങ്ങനെ എഴുതുന്നു.

ലോർഡ് റീഡിങ്

കാർഷിക പ്രശ്നങ്ങൾ കലാപത്തിന് പ്രേരണയാവുകയെങ്കിലും ചെയ്തിട്ടുണ്ട്. അഥവാ, ഈ വാദത്തിൽ സത്യമില്ലെന്നു വരികിലും, കുടിയായ്മ വ്യവസ്ഥകൾ പരിഷ്ക്കരിക്കുന്നത് മലബാറിൽ സമാധാനം നിലനിർത്താൻ ഭാവിയിലും സഹായിക്കും. മലബാറിൽ തൽക്കാലത്തേക്ക് സമാധാനം പുനഃസ്ഥാപിക്കുക മാത്രമല്ല, മാപ്പിളമാരെ സർക്കാരിനോട് വിധേയത്വമുള്ളവരും സമാധാനം പാലിക്കുന്നവരുമായ പൗരൻമാരായി മാറ്റുകയെന്നതും നമ്മുടെ ലക്ഷ്യമാണ്. കാർഷിക പരിഷ്കാരം അവരെ ഈ ദിശയിൽ ശക്തമായി സ്വാധീനിക്കുന്ന ഒന്നായിരിക്കും.[77]

കലാപങ്ങൾ ആവർത്തിക്കുന്നത് തടയാൻ മറ്റൊരു മാപ്പിള ഔട്ട്റേജസ് ആക്ട് കൊണ്ടുവരികയല്ല, ഒരു കുടിയായ്മ നിയമം 1930 ൽ പാസാക്കുകയാണ് സർക്കാർ ചെയ്തത്.

എന്നിരുന്നാലും, പത്തൊമ്പതാം നൂറ്റാണ്ടിലെ കാർഷിക സംഘർഷങ്ങളിൽ നിന്ന് 1921 ലെ കലാപത്തിന് ഒരു പ്രധാന വ്യത്യാസമുണ്ട്. മുൻകാല കലാപങ്ങൾ പ്രാദേശിക സ്വഭാവത്തിലുള്ളതും വ്യാപ്തി കുറഞ്ഞതും ആയിരുന്നുവെങ്കിൽ, 1921 ലെ കലാപം കൂടുതൽ തീവ്രവും വ്യാപകവുമായിരുന്നു. ഏറനാട്ടിലെയും വള്ളുവനാട്ടിലെയും മാപ്പിള കർഷക ജനസാമാന്യം ഇതിൽ കാര്യമായി പങ്കുകൊണ്ടു. ഔദ്യോഗിക കണക്കനുസരിച്ച്, 2337 മാപ്പിളമാർ കൊല്ലപ്പെടുകയും 1652 പേർക്ക് പരിക്കേൽക്കുകയും ചെയ്തു.[78] അനൗദ്യോഗിക സ്രോതസുകൾ പ്രകാരം

ഈ സംഖ്യ 10000 ത്തിന് മുകളിലാണ്.[79] 45,404 മാപ്പിള കലാപകാരികൾ പിടിയിലാവുകയോ കീഴടങ്ങുകയോ ചെയ്തു.[80] കലാപത്തിൽ പങ്കെടുത്തവരുടെ യഥാർഥ സംഖ്യ ഇതിന്റെ ഇരട്ടിയിൽ കുറയില്ലെന്ന് പ്രത്യേകം പറയേണ്ട കാര്യമില്ല.

ഖിലാഫത്ത് പ്രക്ഷോഭവും കുടിയാൻ പ്രസ്ഥാനവും

ഇരുപതാം നൂറ്റാണ്ടിന്റെ രണ്ടാം ദശകത്തോടെ മലബാറിലെ രാഷ്ട്രീയ, സാമ്പത്തിക ശക്തികൾക്കിടയിൽ ഉണ്ടായ പാരസ്പര്യമാണ് 1921 ലെ കലാപത്തിന് ജനകീയ സ്വഭാവം നൽകിയത്. ഈ കാലത്ത് ദേശീയ പ്രസ്ഥാനം ശക്തിപ്പെടുകയും ഗ്രാമീണ മേഖലകളിലേക്കു കൂടി കോൺഗ്രസിന്റെ പ്രവർത്തനം എത്തുകയും ചെയ്തു.[81] 1920 ൽ മഹാത്മാഗാന്ധിയും ഷൗക്കത്തലിയും മലബാർ സന്ദർശിക്കുകയും കോഴിക്കോട്ട് ഒരു പൊതുയോഗത്തിൽ പ്രസംഗിക്കുകയും ചെയ്തു. നിസ്സഹകരണ സമരത്തിനു വേണ്ടിയുള്ള അവരുടെ ആഹ്വാനം നാഗരിക മധ്യ, ഉപരി വർഗങ്ങൾക്കിടയിൽ വലിയ താൽപ്പര്യം ഉണർത്തിയില്ല. എന്നാൽ, ഖിലാഫത്ത് പ്രസ്ഥാനം മാപ്പിളമാരിൽ, വിശേഷിച്ച് ദക്ഷിണ മലബാറിലെ മാപ്പിളമാരിൽ, പെട്ടെന്നു തന്നെ പ്രതികരണമുളവാക്കി. 1920 ൽ മഞ്ചേരിയിൽ നടന്ന മലബാർ ജില്ലാ കോൺഗ്രസ് സമ്മേളനത്തിൽ ധാരാളം മാപ്പിളമാർ പങ്കെടുത്തു. റിഫോംസ് ആക്ടിനു മേലുള്ള ഒരു പ്രമേയം ആദ്യം ചർച്ച ചെയ്യണമെന്ന് ആനി ബസന്റ് നിർദ്ദേശിച്ചുവെങ്കിലും ഖിലാഫത്ത് പ്രമേയം ആദ്യം പരിഗണിക്കണമെന്ന് ഭൂരിപക്ഷം പ്രതിനിധികളും ആവശ്യപ്പെട്ടു. ആനി ബസന്റ്, മഞ്ചരി രാമ അയ്യർ എന്നിവരും സമ്മേളനത്തിൽ സംസാരിച്ച മറ്റുള്ളവരും ടർക്കിയോടുള്ള ബ്രിട്ടന്റെ സമീപനത്തെ അപലപിക്കുകയും മുസ്ലിം സമുദായത്തോട് ബ്രിട്ടൻ ചെയ്ത അനീതി വിവരിക്കുകയും ചെയ്തു. മഞ്ചേരി സമ്മേളനം മലബാറിൽ വ്യാപകമായ ഖിലാഫത്ത് പ്രക്ഷോഭങ്ങൾക്ക് തുടക്കം കുറിച്ചു. പെട്ടെന്നു തന്നെ, കോഴിക്കോട്, കൊണ്ടോട്ടി, താനൂർ, വേങ്ങര, പുളിക്കൽ, തിരൂർ, തിരൂരങ്ങാടി, കോട്ടയ്ക്കൽ, കൊടൂർ, പൊന്നാനി, മലപ്പുറം, മഞ്ചേരി, മമ്പാട് എന്നീ സ്ഥലങ്ങളിൽ ഖിലാഫത്ത് കമ്മിറ്റികൾ രൂപം കൊള്ളുകയും ആയിരക്കണക്കിന് ആളുകൾ പങ്കെടുത്ത സമ്മേളനങ്ങൾ നടക്കുകയും ചെയ്തു. ഈ സമ്മേളനങ്ങളിൽ ഹിന്ദു പങ്കാളിത്തം വിരളമായിരുന്നുവെന്നോ ഒട്ടും തന്നെ ഉണ്ടായിരുന്നില്ലെന്നോ പറയാം.[82] വിശുദ്ധ സ്ഥലങ്ങളുടെ പരിപാവനത്വം കാത്തുസൂക്ഷിക്കണമെന്ന് ആവശ്യപ്പെടുകയും വിജയം വരെ ഇന്ത്യയിലെ മുസ്ലീങ്ങൾ വിശ്രമിക്കുകയോ ബ്രിട്ടനെ തുരത്തുന്നതു വരെ അവരെ വിശ്രമിക്കാൻ അനുവദിക്കുകയോ ഇല്ലെന്ന് പ്രഖ്യാപിക്കുകയും ചെയ്യുന്ന ഖിലാഫത്ത് പ്രമേയങ്ങൾ ഈ യോഗങ്ങളിൽ വായിച്ച് അംഗീകരിച്ചു.[83] കണ്ണൂരിലെ

സമ്മേളനത്തിൽ, ഇസ്ലാമിനോട് തെറ്റ് ചെയ്ത ബ്രിട്ടനെതിരെ യുദ്ധം ചെയ്യണമെന്ന് ജനങ്ങളെ ആഹ്വാനം ചെയ്ത ഏറ്റവും പ്രധാന ഖിലാഫത്ത് നേതാക്കളിൽ ഒരാളായ ഇ. മൊയ്തു അത്തരമൊരു പോരാട്ടത്തിന് ആവശ്യമായ കോപ്പുകൾ കൈവശമില്ലെന്ന് പരിതപിച്ചു.[84] മാപ്പിളമാർ ബ്രിട്ടീഷ് സാമ്രാജ്യത്തിനെതിരെ ഉണർന്നെഴുന്നേറ്റുവെങ്കിലും, അപ്പോഴും നാഗരിക മധ്യവർഗങ്ങളുടെ നിയന്ത്രണത്തിലായിരുന്ന പ്രസ്ഥാനത്തിന്റെ പൊതു സ്വഭാവം ആക്രമരഹിതമായ നിസ്സഹകരണത്തിന്റേതു തന്നെ ആയിരുന്നു. പ്രസ്ഥാനത്തിന്റെ ജനപിന്തുണയും മാപ്പിളമാർക്കിടയിലെ വർധിച്ചു വരുന്ന ഒത്തൊരുമയും കണ്ട് അസ്വസ്ഥരായ ജില്ലാ അധികാരികൾ എല്ലാ ഖിലാഫത്ത് യോഗങ്ങളും നിരോധിച്ചു. ഖിലാഫത്ത് പ്രസ്ഥാനം മാപ്പിളമാരെ ബ്രിട്ടീഷുകാർക്ക് മാത്രമല്ല, ഏറനാട് താലൂക്കിലെ ഹിന്ദു ജന്മിമാർക്കും എതിരായി തിരിച്ചു വിടുമെന്ന് 1921 ഫെബ്രുവരി 5ന് പുറപ്പെടുവിച്ച നിരോധന നോട്ടീസിൽ ജില്ലാ മജിസ്ട്രേറ്റ് പ്രസ്താവിച്ചു.[85] ഫെബ്രുവരി 16 ന് യാക്കൂബ് ഹസൻ, യു. ഗോപാലമേനോൻ, പി. മൊയ്തീൻ കോയ, കെ. മാധവൻ നായർ എന്നിവരടക്കം കോൺഗ്രസിന്റെയും ഖിലാഫത്തിന്റെയും പ്രധാന നേതാക്കളെല്ലാം അറസ്റ്റിലായി. നേതാക്കളുടെ അറസ്റ്റും പൊതുയോഗങ്ങൾക്ക് ഏർപ്പെടുത്തിയ നിരോധനവും മാപ്പിളമാരായ പ്രാദേശിക നേതാക്കളിലേക്ക് പ്രസ്ഥാനത്തിന്റെ നിയന്ത്രണം എത്തിക്കുകയും കോൺഗ്രസ് വാദിച്ചു പോന്ന അക്രമരഹിത സമരമാർഗത്തിൽ നിന്ന് അവർ വ്യതിചലിക്കുകയും ചെയ്തു. സമരോൽസുകരായ മാപ്പിളമാർ തങ്ങളുടെ സ്വാധീനത്തിൽ നിന്ന് വഴുതിപ്പോകുന്ന കാഴ്ചയാണ് മൂന്ന് മാസത്തിനു ശേഷം ജയിലിൽ നിന്ന് തിരിച്ചെത്തിയ നേതാക്കൾ കണ്ടത്.

ഖിലാഫത്ത് മൂവ്മെന്റ് ഒരു ഫയൽ ചിത്രം

ആനി വിതയ്ക്കുകയും ഗാന്ധി വെള്ളമൊഴിച്ച് വളർത്തുകയും ചെയ്ത വിത്തിന്റെ ഫലമാണ് മലബാർ കലാപമെന്ന് ബ്രിട്ടീഷ് അധികാരികൾ വ്യാഖ്യാനിച്ചു.[86] അക്രമരഹിത നിസ്സഹകരണ മാർഗം ഫലപ്രദമല്ലെന്ന തോന്നൽ 1920 ജൂലായിൽത്തന്നെ മാപ്പിളമാർക്കുണ്ടായിരുന്നു. ഗാന്ധി വാഗ്ദാനം ചെയ്ത സ്വരാജ്യം ഗാന്ധിസത്തിലൂടെ സാധ്യമല്ലെന്നും സായുധ സമരം ആവശ്യമാണെന്നുമുള്ള തോന്നലിലാണ് ഒരു വർഷത്തിനകം മാപ്പിളമാർ എത്തിയത്.

സായുധ മാർഗം തെരഞ്ഞെടുക്കാനുള്ള മലബാറിലെ മാപ്പിളമാരുടെ തീരുമാനത്തെ സ്വാധീനിച്ച നിരവധി ഘടകങ്ങളുണ്ട്. ഗ്രാമങ്ങളിലെ നിരക്ഷരരായ മാപ്പിളമാർ കിംവദന്തികൾക്ക് എളുപ്പത്തിൽ വശംവദരായി. ഒന്നാം ലോകമഹായുദ്ധത്തോടെ ബ്രിട്ടീഷ് സൈന്യം ദുർബലമായെന്നും ശക്തമായ സൈനിക നടപടിയിലേക്കു നീങ്ങാനുള്ള ശേഷി അവർക്കില്ലെന്നും ഒരു പൊതു സംസാരമുണ്ടായിരുന്നു. മലപ്പുറത്തെ ബ്രിട്ടീഷ് റജിമെന്റിനെ അവിടെ നിന്ന് മാറ്റിയത് ഈ തോന്നലിന് കൂടുതൽ വിശ്വാസ്യത നൽകി. റജിമെന്റിന്റെ വസ്തുവകകൾ ലേലത്തിൽ വച്ചത് ബ്രിട്ടൻ ചെന്നുപെട്ട അതിരൂക്ഷമായ സാമ്പത്തിക പ്രതിസന്ധിയുടെ സൂചനയായി വ്യാഖ്യാനിക്കപ്പെട്ടു. ഒന്നാം ലോകമഹായുദ്ധത്തിനു ശേഷം സൈന്യത്തിൽ നിന്ന് പിരിച്ചു വിടപ്പെട്ട മാപ്പിളമാരായ പട്ടാളക്കാർ ഗ്രാമങ്ങളിലെ ബ്രിട്ടീഷ് വിരുദ്ധ വികാരവും സാമ്പത്തിക അസംതൃപ്തിയും നിരാശയും രൂക്ഷമാക്കി.

ദക്ഷിണ മലബാറിലെ കുടിയായ്മ പ്രസ്ഥാനവും ഖിലാഫത്ത് സമരവും തമ്മിൽ അടുത്ത് ബന്ധപ്പെട്ടിരുന്നു. 1916 ലെ ജില്ലാ കോൺഗ്രസ് സമ്മേളനത്തിലാണ് കുടിയായ്മ പ്രശ്നം ആദ്യമായി ഉന്നയിക്കപ്പെട്ടത്. എന്നാൽ, കോൺഗ്രസിനുള്ളിലെ ഭൂവുടമ താൽപ്പര്യങ്ങൾ മൂലം 1920 വരെ അത് ചർച്ച ചെയ്യപ്പെടുകയുണ്ടായില്ല.[87] വലിയൊരു സംഖ്യ മാപ്പിളമാർ പങ്കെടുത്ത മഞ്ചേരി സമ്മേളനത്തിലാണ് കുടിയാൻ ജന്മി ബന്ധങ്ങളെ നിയന്ത്രിക്കുന്ന ഒരു നിയമനിർമാണം വേണമെന്ന പ്രമേയം ആദ്യമായി പാസാക്കിയത്.[88] അതിനു തൊട്ടുപിന്നാലെ കോഴിക്കോട് ഒരു കുടിയാൻ സംഘം രൂപീകരിക്കപ്പെട്ടു. മലബാറിന്റെ മറ്റു ഭാഗങ്ങളിലും സമാന സ്വഭാവമുള്ള സംഘടനകൾ പ്രവർത്തനം തുടങ്ങി. കുടിയാൻമാരുടെ ദുരിതങ്ങൾ വരച്ചു കാട്ടുന്ന പൊതു യോഗങ്ങൾ സംഘടിപ്പിക്കുക എന്നതായിരുന്നു അവരുടെ പ്രധാന പ്രവർത്തനം. 1920 സെപ്തംബറിൽ കോട്ടയ്ക്കലിൽ ചേർന്ന യോഗത്തിൽ 5,000 ഓളം കുടിയാൻമാർ പങ്കെടുത്തു.[89] 1921 ജനുവരിയിൽ പൂക്കോട്ടൂരിൽ നടന്ന കൂറ്റൻ സമ്മേളനമടക്കമുള്ള നിരവധി യോഗങ്ങൾ ഏറനാട്, വള്ളുവനാട് താലൂക്കുകളിലെ വിവിധ സ്ഥലങ്ങളിൽ നടന്നു. കുടിയാൻമാരിൽ അധികവും മാപ്പിളമാരായിരുന്ന ഈ താലൂക്കുകളിൽ നടന്ന യോഗങ്ങൾക്ക് ഒരു കുടിയായ്മ ഖിലാഫത്ത് സംയുക്ത പ്രക്ഷോഭത്തിന്റെ

സ്വഭാവം കൈവന്നു. കളത്തിങ്കൽ മമ്മദ്, കുഞ്ഞിക്കാദർ, കട്ടളശ്ശേരി മുഹമ്മദ് മുസലിയാർ, ചെമ്പ്രശ്ശേരി തങ്ങൾ തുടങ്ങിയ മിക്ക ഖിലാഫത്ത് നേതാക്കളും കുടിയാൻ പ്രസ്ഥാനത്തിന്റെ സജീവ പ്രവർത്തകർ കൂടിയായിരുന്നു. 1921 ലെ രാഷ്ട്രീയ സംഭവ വികാസങ്ങൾ സാമ്രാജ്യത്വത്തിനും ഭൂപ്രഭുത്വത്തിനും എതിരായ ഖിലാഫത്തിന്റെയും കുടിയാൻ പ്രസ്ഥാനത്തിന്റെയും കൂടിച്ചേരലിലേക്ക് നയിച്ചു.

ഈ സഖ്യം കർഷകർക്കിടയിലെ ഐക്യവും സാഹോദര്യവും ഊട്ടിയുറപ്പിച്ചു. ഇതവർക്ക് ഒരു ശക്തമായ സംഘടനാടിത്തറ പ്രദാനം ചെയ്തു. ഇത്തരത്തിൽ സാഹോദര്യവും സംഘടനയും സ്വായത്തമാക്കിയ കർഷകർക്ക് ജന്മി വർഗത്തോടുണ്ടായിരുന്ന സാമ്പത്തിക ശത്രുത ജന്മിമാർക്കും സാമ്രാജ്യത്യശക്തികൾക്കും എതിരായ ഒരു കലാപമായി മാറി.

(പരിഭാഷ: ഷിജു ഏലിയാസ്)

NOTES

1. Kathleen Gough, 'Indian Peasant Uprising', *Economic and Political Weekly* Special Number, 11 (32-4), August 1974, pp. 1391-412.
2. After this paper was first presented in a seminar organized by Nehru Memorial Museum and Library in March 1971, a few monographs have been published. Important among them are Stephen Frederic Dale, *The Mappilas of Malabar,* 1498-1922, New York, 1980 and Conrad Wood, *The Mappila Rebellion and its Genesis,* New Delhi, 1989, and K N Panikkar, *Against Lord and State,* New Delhi, 1989.
3. The Cannanore, Kozhikode, Palghat, and Malappuram districts of the present state of Kerala roughly comprise the former Malabar District.
4. *Madras Census Report,* 1921, part II, p. 350.
5. Ibid
6. Ibid., p. 254.
7. *Janmam* means birth. *Janmi* is one who possesses a birthright. *Kanakkaran* is derived from the word *kanakka* (see). For an excellent study of the evolution of the *janmi* system, see Elamkulam P.N. Kunjan Pillai, *Janmi Sampradayam Keralathil* (in Malayalam), Kottayam, 1959. For a description of the development of different types of tenures, see Baden Powell, *Land System of British India,* vol. III, Oxford, 1892, pp. 162-77
8. For a brief survey of the land revenue policy, settlement and assessment, see William Logan, *Malabar Manual,* Madras, 1951

Reprint, pp. 625-89. Also see T A Varghese, *Agrarian Change and Economic Consequence,* Bombay, 1970, pp. 20-32 and Thomas W Shea (jr). *The Land Tenure Structure of Malabar and its influence upon Capital Formation in Agriculture*, unpublished Ph.D Thesis, University of Pennsylvania, pp. 94-166.

9. *Report of the Malabar Special Commission,* Madras, 1882, vol. 1. Pp. 1881-2, para 257.
10. Ibid., vol.2, Appendix 2, p. 194.
11. Ibid., para 263.
12. Ibid., pp. xxii-vi
13. Ibid., para 92.
14. Ibid., p.Ivi, Logan does not give the measurement of holdings. He has used numbers for purposes of comparison. Though inadequate, it is mentioned here to indicate the nature of landholdings.
15. Madras Government, Minuts of Consultation, 17 February 1852; *Correspondence on Moplah Outrages* in *Malabar for the year* 1849-53, Madras, 1863, pp. 268-73.
16. Ibid., p. 509.
17. Ibid., p. 408.
18. Ibid., p. 441.
19. The principal servant of a landlord who looked after his landed interests and collected rent from the tenants. He was not only the instrument of landlords' oppression, but an oppressor himself. Well versed in judicial matters, he was dreaded by the tenants for his dubious ways.
20. Report by C Collect, Assistant Magistrate to HV Conolly, Magistrate, 20 September 1851, *Correspondence on Moplah Outrages,* Vol. I. pp. 177-80.
21. Ibid., p. 187.
22. Ibid., p. 188.
23. See Table 8.4
24. *Correspondence on Moplah Outrages,* vol. 1, p. 191.
25. Robinson to Conolly, 13 February 1852, ibid., p. 285.
26. Collect to Conolly, 20 September 1851, ibid., p. 195.
27. Report of T.L. Strange, paras 42-72, *Correspondence on Moplah Outrages,* pp. 454-74.
28. *Malabar Special Commission Report,* 1881-2, vol. 1. Para 280.
29. Clause nos. 4 and 5 of the Act of 1889.
30. Government of India (GOD), Legislative Department Proceedings, January 1900, nos 1-4, National Archives of India, New Delhi.
31. Opinion of Justice Parker of the Madras High Court, ibid.

32. Madras Government Revenue Department, Government Order (GO) (no. 4114 (Confl) 25 October 1894.
33. GOI, Legislative Department Proceedings, nos 1-4, January 1900.
34. Ibid.
35. Rev. Dept. GO no. 4114 (Confl.), 25 October 1894.
36. Denzil Ibbetson to Secretary, Madras government, 29 August 1895, GOl Legislative Department, part B, September 1895, no. 25.
37. See the debate on the Bill in the Madras Legislative Council on 24 January 1899, especially the speeches of S. Sankara Subbayar, Ratna Sabhapati Pillai, and Vijaya Raghavachariar.
38. GOI, Legislative Department, January 1900, nos 1-4
39. *Report of the Malabar Tenancy Committee,* 1928, vol. I, chapter 2.
40. Rev, Dept. GO no. 4114 (Confl), 25 October 1894.
41. *Native News Paper Reports,* Madras 1921, pp. 394 and 584
42. *Madras Census Report* 1921; *Village Statistics for Malabar District.*
43. *K. Madhavan Nair, Malabar Kalapam* (Malayalam), Kozhikode, 1971, pp. 94-7.
44. *The Madras Mail,* 8 August 1921.
45. On 17 August 1921, three important leaders of the Non-Cooperation and Khilafat movement - Gopala Menon, K. Madhavan Nair and Moideen Koya - were released from jail after a six-month term. They were accorded a grand reception at Kozhikode. The processionists clapped in derision when they saw the collector passing through the Collectorate, K Madhavan Nair, *Malabar Kalapam,* p. 101.
46. *Muslim,* 8 September 1921, *Native News Paper Reports,* Madras, 1921, p. 1111.
47. Kunhi Kadar, the local leader of the Khilafat at Tanur, told Brahmadattan Nambudiripad that he and his followers went to Tirurangadi on hearing about the destruction of the Mambram Mosque. Mozhikunnatha Brahmadattan Nambudi-ripad, *Khilafat Smaranakal* (Malayalam), Kozhikode, 1965, pp. 43-4. Kanjirappali Ali Musaliar, a participant in the Rebellion of 1921, whom the auther interviewed on 30 June 1943 mentioned the same.
48. The Madras government in its communique issued on 24 August, said: 'Police charged with fixed bayonets and were met with sticks in self defence.' GOI, Home (Political) Department, 1921 F. no. 241, Part I, A, p. 123. Also see nair, *Malabar Kalapam,* no. 40, pp. 110-26
49. Ibid.
50. House of a Nambudiri Brahmin.
51. GOI, Home (Pol.) Dept, 1921, F. no. 241, part I-A, appendixe XIII.

52. Nair, *Malabar Kalapam,* no. 40.
53. Nair, *Malabar Kalapam,* no. 40.
54. Ibid., Pp. 129-52.
55. Ibid.
56. Ibid.
57. Nair, *Malabar Kalapam,* no. 40. p. 164
58. C. Gopalan Nair, *Moplah Rebellion,* Calicut, 1923, pp. 76-80
59. Ibid.
60. Chief Secretary, Madras government to Secretary, Government of India, 30 August 1921, Home (pol.) Dept. 1921, File no. 241, part I-A, p. 146.
61. Ibid.
62. Statement of Puliyali Krishnan Nair recorded at the Malabar Congress Office quoted by Nair, *Malabar Kalapam,* p. 260.
63. *Kerala Patrika,* 24 October 1921. Quoted by Nair, n. 40, p. 260
64. Nair, *Malabar Kalapam.* P.171. Also see Nambudiripad, *Khilafat Smaranakal,* pp· 54-5.
65. E. Moidu Maulavi was an important Congress leader, and had visited Eranad and Walluvanad taluks in the beginning of Rebellion. In an interview with the author on 26 June 1973, he further detailed the efforts made by the rebel leaders for maintaining communal harmony.
66. Nair, *Malabar Kalapam,* p. 261.
67. Message of a correspondent, a Hindu resident of Kozhikode, *Leader, 14* September 1921. See Home (Pol.) Dept, 1922, F. no. 232.
68. Quoted by E M S Nambudiripad, *Keralathile Deshiya Prasnam* (Malayalam), Ernakulam, 1951, pp. 223-3.
69. Nair, *Moplah Rebellion,* p. 58.
70. Quoted by E M S Nambudiripad, n. 65, p. 232.
71. Account given by a judicial officer belonging to an aristocratic family for publication in *Hindu,* Home (pol.) Dept, 1922, f. no. 23. For the opinion of British officers see Home (Pol.) Dept, 1921, F. no. 241, Part I-A.
72. Nair, *Malabar Kalapam,* p. 216. Kanjirapalli Ali Musaliar told Madhavan Nair that in his region, i.e. Manjeri, also the Hindus who were attacked by the rebels were mainly those who had helped the British army.
73. Mahmood Sr. Chamnad Sahib Bahdur's speech in the Legislative Council, 8 February 1922.
74. Nair, *Malabar Kalapam,* p. 169.
75. *Reading papers,* microfilm. R. No.1, Nehru Memorial Museum and Library, New Delhi, p. 236.

76. *Legislative Council Debates,* 8 February 1922.
77. Lord Reading to Lord Wellington, 26 May 1922, Home (Pol.) Dept, 1922, F. no. 23.
78. Home (Pol.) Dept. 1923, F. no. 129, IV.
79. *The Statesman,* 2 September 1922. In contrast to this, the number of Hindus killed during the Rebellion was estimated to be around 600 only.
80. Home (Pol.) Dept, 1923, F. no. 1929-IV.
81. For a brief survey of the history of the national movement in Kerala, see Perunna K N, Nair, *Keralathile Congress Prasthanam* (Malayalam), Trivandrum, 1967.
82. Nair, *Malabar Kalapam,* p. 65.
83. Home (pol.) Dept. 1921, File no. 241, part I-A.
84. Ibid.
85. Quoted by Nair, *Malabar Kalapam,* p. 68.
86. H B Jackson to C.A. Innes, 4 September 1921, Home (Pol.) Dept, 1921, File no. 241. Part I-A.
87. V.R. Menon, *Mathrubhumiyude Charitram* (Malayalam), vol. I, (Kozhikode, 1973), p. 34.
88. Nair, *Malabar Kalapam,* p. 88.
89. Ibid., p. 83.

ഗതിവിഗതികളും വിധിവിപര്യയവും

കെ ഇ കെ നമ്പൂതിരി

മാപ്പിളലഹള, മലബാർ കലാപം എന്നൊക്കെ വിളിക്കപ്പെടുന്ന സംഭവം നടന്നിട്ട് ഏഴ് പതിറ്റാണ്ടായെങ്കിലും അതിന്നും ഒരു വിവാദവിഷയമായിത്തന്നെ തുടരുന്നു. നമ്മുടെ ദേശീയ വിമോചന പ്രസ്ഥാനത്തിലെ അത്യുജ്ജ്വലവും ദൂരവ്യാപകമായ ഫലമുളവാക്കിയതുമായ ചരിത്ര ഒരദ്ധ്യായമാണത്. അതിന്റെ തുടക്കം, സംഭവപരമ്പരകൾ, ഗതിവിഗതികൾ എന്നിവയിലേക്ക് കണ്ണോടിക്കുന്നത് ആ ചരിത്ര സംഭവത്തിന്റെ സ്വഭാവം മനസ്സിലാക്കാൻ കുറേയൊക്കെ സഹായകമാകും. അതിനുമുമ്പായി കലാപം നടന്ന ഏറനാടിന്റെ ഭൂമിശാസ്ത്രപരവും ചരിത്രപരവും സാമൂഹ്യവുമായ പശ്ചാത്തലം ചുരുക്കത്തിൽ പരിശോധിക്കാം.

അന്നത്തെ 966 ചതുരശ്രനാഴിക വിസ്തീർണ്ണമുള്ള ഏറനാട്. വടക്ക് ചാലിയാറിനും തെക്ക് കടലുണ്ടി പുഴയ്ക്കും ഇടയിൽ കിഴക്ക് നീലഗിരി മുതൽ പടിഞ്ഞാറ് അറബിക്കടൽ വരെ നീണ്ടുകിടക്കുന്ന കാടും മേടും താഴ്വാരവും വിശാലമായ നെല്പാടങ്ങളും ഇടകലർന്ന് സ്ഥിതിചെയ്യുന്ന ഭൂവിഭാഗമാണത്. 1922 ലെ സെൻസസ് പ്രകാരം ഏറനാട്ടിലെ ജനസംഖ്യ 4,01,101 ആയിരുന്നു. വിസ്തീർണ്ണത്തിൽ മലബാറിന്റെ അഞ്ചിൽ ഒരു ഭാഗവും ജനസംഖ്യയിൽ ഏഴിൽ ഒരു ഭാഗവും വരുന്ന ഈ പ്രദേശം, വിദ്യാഭ്യാസത്തിൽ ഏറെ പിന്നണിയിൽ കിടക്കുന്നു. മലബാറിലാകെ അക്ഷരാഭ്യാസമുള്ളവരിൽ 13 ൽ ഒരംശം മാത്രമേ അന്നത്തെ ഏറനാട്ടിലുള്ളു. മലബാറിലാകെ അന്ന് 4 ലക്ഷം സാക്ഷരരുണ്ടായിരുന്നതിൽ ഏറനാടിന്റെ പങ്ക് 30,171 പേർ മാത്രം. മലബാറിൽ ഇംഗ്ലീഷ് പരിജ്ഞാനമുള്ളവർ 30,000 ത്തോളം ഉണ്ടായിരുന്നപ്പോൾ ഏറനാട്ടിൽ 900 പേർ മാത്രമാണുണ്ടായിരുന്നത്.

ഏറനാട്ടിലെ 4 ലക്ഷത്തിൽപ്പരം ആളുകളുണ്ടായിരുന്നതിൽ ഹിന്ദു

മലബാർ മാന്വൽ

ക്കൾ 1,63,328 പേരും മുസ്ലീങ്ങൾ, 2,37,402 പേരുമായിരുന്നു. വിദ്യാഭ്യാസത്തിലെന്നപോലെ സാമ്പത്തികമായും മാപ്പിളമാർ വളരെ പിന്നോക്കമായിരുന്നു. ചാലിയാർ തീരത്ത് മരക്കച്ചവടത്തിലേർപ്പെട്ട് അല്പം സമ്പത്ത് ആർജ്ജിച്ചവരും നിലമ്പൂർപോലുള്ള പ്രദേശങ്ങളിൽ തരിശുഭൂമി വെട്ടിക്കിളച്ച് കൃഷി ചെയ്ത് അല്പസ്വല്പം നേടിയവരുമായ ഒരു ചെറിയ ന്യൂനപക്ഷമൊഴിച്ചാൽ മാപ്പിളമാർ പൊതുവെ ദരിദ്രരും കൃഷിപ്പണിയിലും കൂലിപ്പണിയിലും പട്ടണങ്ങളിൽ അല്ലറചില്ലറ കച്ചവടത്തിലും ഏർപ്പെട്ട് ഉപജീവനം കഴിച്ചിരുന്നവരുമായിരുന്നു. ഇവരിൽ ജന്മികളായി പറയത്തക്കവണ്ണം ആരും ഉണ്ടായിരുന്നില്ല. കാണവസ്തു ഉടമസ്ഥരായി അല്പം ചില്ലറകൾ കണ്ടേക്കാമെങ്കിലും ആനുപാതികമായി അവരുടെ എണ്ണം നന്നേകുറച്ചു മാത്രമായിരുന്നു. കൃഷിപ്രവർത്തിയിൽ ഏർപ്പെട്ട മാപ്പിളമാരിൽ ഏറിയകൂറും വെറും പാട്ടക്കാരോ വെറും കൂലിപ്പണിക്കാരോ ആയിരുന്നു. ജന്മിവ്യവസ്ഥയിൽ ഓരോ ജാതിക്കാരുടെയും കിടപ്പാടം പ്രത്യേക പേരിലാണല്ലോ വിളിക്കപ്പെട്ടിരുന്നത്. മാപ്പിളമാരുടെ കിടപ്പാടത്തെ 'മാപ്പിളക്കുടി' എന്നാണ് വിളിച്ചുപോന്നത്. പേരു സൂചിപ്പിക്കുന്നതുപോല അവ ഏറക്കുറെ കുടിലുകൾ തന്നെ ആയിരുന്നുതാനും.

ഭൂമി ഏറിയകൂറും കോവിലകങ്ങൾ, നമ്പൂതിരിമാരുടെ മനകൾ എന്നിവയുടെയും അമ്പലവാസികൾ തുടങ്ങിയ മറ്റ് സവർണ്ണവിഭാഗക്കാരുടെയും അധീനതയിലായിരുന്നു.

മലബാർ ബ്രിട്ടീഷുഭരണത്തിൽ കീഴിലായതിൽപിന്നെ അമ്പതിലേറെ മാപ്പിളലഹളകൾ നടന്നതായി രേഖപ്പെടുത്തപ്പെട്ടിട്ടുണ്ട്. അവ മുഖ്യമായും 1836 നും 1880 നുമിടയ്ക്കാണ് നടന്നത്. 1836 നും 1853 നും ഇടയ്ക്കുള്ള പതിനെട്ടുവർഷമാണ് ഈ ലഹളയുടെ മൂർദ്ധന്യദശ എന്നു പറയാം. ഈ കാലഘട്ടത്തിനിടയ്ക്ക് ഇരുപത്തിരണ്ട് ലഹളകൾ നടന്നു. ഇവ വഴിക്കുവഴി ലോഗന്റെ *മലബാർ മാന്വലിൽ* വിവരിച്ചിട്ടുണ്ട്. ഇതിലാദ്യത്തേത് 1836 നവംബർ 26 നാണ് നടന്നത്. മഞ്ചേരി അംശം പന്തലൂർ

ദേശക്കാരനായ കല്ലിങ്ങൽ കുഞ്ഞോലൻ, കണിശൻ ചാക്കുപ്പണിക്കരെ കുത്തിക്കൊല്ലുകയും മറ്റ് മൂന്നുപേരെ പരിക്കേല്പിക്കുകയും ചെയ്തതാണ് ആ സംഭവം. എന്നാൽ ഈ ലഹളകളിൽ പലതും ഭൂമിയുമായി ബന്ധപ്പെട്ടവയാണെന്ന് ഈ സംഭവവിവരണം പരിശോധിച്ചാൽ കാണാവുന്നതാണ്. 1847 ഏപ്രിൽ 5 ന് തുമ്പമണ്ണിൽ കുഞ്ഞുണ്യാനും മറ്റ് എട്ടു പേരും ചേർന്നു പെരുമ്പള്ളി നമ്പൂതിരിയെ കൊലപ്പെടുത്തി. കുറച്ചു നിലം വാക്കാൽ ചാർത്തി വാങ്ങിച്ച 15 രൂപ അച്ചാരം നല്കിയ ശേഷം അതേ നിലം മറ്റൊരു മുസ്ലീമിനു മേല്ചാർത്തു കൊടുത്തതാണ് കുഞ്ഞ്യാലനെ കുപിതനാക്കിയത്. ഈ കലാപങ്ങളിൽ ഏറ്റവും പ്രധാനപ്പെട്ടത് കുളത്തൂർ സംഭവവും തുടർന്നുനടന്ന 'കൂട്ടക്കൊല'യുമാണ്. സംഭവത്തിന്റെ തുടക്കം 1851 ആഗസ്ത് 21 നാണ്. ഒരു കോമുമേനോനെയും കാര്യസ്ഥനെയും വധിച്ച ശേഷം ചെങ്ങരവാര്യരുടെ വസതിക്കു തീ വെച്ചു. സ്ഥലത്തെ പ്രബല ജന്മിയായ വാര്യർ ഒരു പള്ളി പണിയുന്നതിനെ എതിർത്തിരുന്നു. വിവരമറിഞ്ഞെത്തിയ നാടൻ പട്ടാളത്തെ ലഹളക്കാർ തുരത്തി. തുടർന്ന് യൂറോപ്യൻ പട്ടാളം വന്നു. പട്ടാളവും ലഹളക്കാരും തമ്മിൽ രൂക്ഷമായ സംഘട്ടനം നടന്നു. നാലു വെള്ളക്കാരും ഒരു നാടൻ സുബേദാറും കൊല്ലപ്പെട്ടുവെങ്കിലും ലഹളക്കാരെ ഒന്നൊഴിയാതെ വകവരുത്തി. മറ്റൊരു സംഭവം നടന്നത് വടക്കെ മലബാറിലാണ്. മട്ടന്നൂർ കേശവൻ തങ്ങളുടെ വീടാക്രമിച്ചു. 18 പേരെ വധിക്കുകയും വീട് ചുട്ടെരിക്കുകയും ചെയ്തു. 1852 ജനുവരി 4 നാണ് സംഭവം നടന്നത്.

ഈ സംഭവത്തിനുശേഷം ജില്ലാ മജിസ്ട്രേറ്റ് കൊണോലി ഗവൺമെന്റിന് നല്കിയ റിപ്പോർട്ടിൽ "മാപ്പിള" അസ്വാസ്ഥ്യത്തെ കുറിച്ചന്വേഷിക്കാൻ ഒരു കമ്മീഷനെ നിയമിക്കണമെന്ന് നിർദ്ദേശിക്കുകയുണ്ടായി. ഇതു പ്രകാരം സാദർ അദാലത്തിലെ ഒരു ജഡ്ജിയായ തോമസ് ലാമ്സ സ്ട്രേഞ്ചിനെ കമ്മീഷനായി നിയമിച്ചു. ഇതോടൊപ്പം തന്നെ മമ്പുറം തങ്ങൾക്കെതിരെ കൈക്കൊള്ളേണ്ടതായ നടപടികളെക്കുറിച്ചും പറഞ്ഞിരുന്നു. ഇതറിഞ്ഞ് പതിനായിരത്തിൽപ്പരം മുസ്ലീങ്ങൾ തിരൂരങ്ങാടിയിൽ സമ്മേളിച്ചു. സെയ്യദ് ഫസൽ തങ്ങളുടെ ഉൽബോധനം കേട്ടുവെന്ന് കളക്ടർ റിപ്പോർട്ട് ചെയ്യുകയുണ്ടായി. ഏതായാലും ഫസൽ കൊണോലിയുടെ പ്രേരണപ്രകാരം നാടുവിട്ട് അറേബ്യയിലേക്ക് പോയി.

സ്ട്രേഞ്ച് ഈ പ്രശ്നത്തെ വെറും ക്രമസമാധാനപ്രശ്നമായാണ് കണക്കിലെടുത്തത്. അക്രമസംഭവങ്ങളെ നേരിടാൻ ഹിന്ദുക്കൾ മാത്രമടങ്ങിയ സ്പെഷ്യൽ പൊലീസ് സേന രൂപീകരിക്കുക, ലഹളയുണ്ടാവുന്ന പ്രദേശത്ത് കൂട്ടപ്പിഴ ചുമത്തുക തുടങ്ങിയ നടപടികളാണ് അദ്ദേഹം നിർദ്ദേശിച്ചത്. ഇതനുസരിച്ച് ഗവൺമെന്റ് മർദ്ദന നിയമങ്ങൾ കൊണ്ടു വന്നു. വാൾക്കത്തി കൊണ്ടുനടക്കുന്നത് നിയമവിരുദ്ധമാക്കി. വാൾക്കത്തി പിടിച്ചെടുക്കാൻ 1964 ഡിസംബറിൽ ഒരു പര്യടനം നടത്തി. 2725 കത്തികൾ പിടിച്ചെടുത്തു. ഏതായാലും ഈ കളക്ടർ കൊണോലി തന്റെ സ്വന്തം ബംഗ്ലാവിൽ വെച്ച് ദാരുണമായി കൊലചെയ്യപ്പെട്ടു.

മലബാർ കലക്ടർ കൊണോലി: ഛായാചിത്രം

മർദ്ദന നടപടികൾ ശക്തിപ്പെടുത്തിയിട്ടും അസ്വാസ്ഥ്യങ്ങൾ തുടർന്നു പോന്നു. മലബാറിലെ കൃഷിക്കാരുടെ വിഷമതകളും സ്വന്തം ഭൂമിയിൽ നിന്ന് ഒഴിപ്പിക്കപ്പെടുന്ന ദുഃസ്ഥിതിയും വിവരിച്ചുകൊണ്ട് ഇംഗ്ലണ്ടിലെ രാജകീയ ഗവൺമെന്റിന് പേരുവെക്കാത്ത ഒരു ഹർജി ലഭിച്ചു. ഇതേക്കുറിച്ചന്വേഷിക്കാൻ ഡിസ്ട്രിക് ജഡ്ജി വിഗ്രാമിന് നിർദ്ദേശം നല്കി. വിഗ്രാം ഈ ഹർജി ജില്ലാ മജിസ്ട്രേറ്റ് ലോഗനും അയച്ചുകൊടുത്തു. കൃഷിക്കാരുടെ അസംതൃപ്തി സ്ട്രേഞ്ച് കണ്ടില്ലെന്ന അഭിപ്രായക്കാരായിരുന്നു വിഗ്രാമും ലോഗനും. തിരുവിതാംകൂർ-കൊച്ചി റസിഡന്റായ മാക്ഗ്രിഗറും ഇത് ശരിവച്ചു. തുടർന്ന് ജില്ലാ കളക്ടർ ലോഗനെ മലബാറിലെ കുടിയായ്മ സംബന്ധിച്ചും മറ്റും അന്വേഷിക്കാൻ സ്പെഷ്യൽ കമ്മീഷനായി ഗവൺമെന്റ് നിയമിച്ചു.

അസ്വാസ്ഥ്യത്തിന് മുഖ്യകാരണം കൃഷിക്കാരുടെ അസംതൃപ്തിയാണെന്ന അസന്ദിഗ്ദ്ധമായ നിഗമനത്തിലാണ് ലോഗൻ ചെന്നെത്തിയത്.

ബ്രിട്ടീഷ് ഭരണാധികാരികൾ ജന്മിയുടെ യഥാർത്ഥ പദവിയെപ്പറ്റി തെറ്റിദ്ധരിച്ച് റോമൻ കീഴ്വഴക്കത്തിന്റെ ചുവടുപിടിച്ച് ജന്മിയെന്നാൽ മണ്ണിന്റെ ഉടമയാണെന്ന് തെറ്റായി പരിഗണിച്ച് ആ നിലയ്ക്കുള്ള അധികാരാവകാശങ്ങൾ അയാളിൽ നിക്ഷിപ്തമാക്കിയെന്ന് അദ്ദേഹം ചൂണ്ടിക്കാട്ടി. 1818-23 കാലത്ത് സ്പെഷ്യൽ കമ്മീഷണറായിരുന്ന ഗ്രെമെ ഭൂനികുതി(വാരം) പുനർനിർണ്ണയം ചെയ്യാൻ നടപടി കൈക്കൊണ്ടത് സ്ഥിതി

കൂടുതൽ രൂക്ഷമാക്കി. 1832 നടുത്ത് കാർഷികോല്പന്നങ്ങളുടെ വിലകൂടിയതോടെ ലാഭം പങ്കുവയ്ക്കുന്നത് സംബന്ധിച്ച് ജന്മിയും കുടിയാനും തമ്മിലുള്ള സംഘർഷം വർദ്ധിക്കുകയും ചെയ്തു. റോമൻ സങ്കല്പം കോടതി ശരിവെച്ചതോടെ കൃഷിക്കാരെ കൂട്ടത്തോടെ ഒഴിപ്പിക്കാൻ ജന്മിമാർ മുന്നോട്ടുവന്നു. ഈ അസംതൃപ്തിയുടെ പശ്ചാത്തലത്തിലാണ് ലഹളകളുടെ പരമ്പരകൾ അരങ്ങേറിയത്. ഇതിൽ ഒന്നാമത്തേതു നടന്നത്. 1836 ലാണെന്നുകൂടി ഓർക്കുക. ഏറ്റവും ഒടുവിലത്തേത് 1836 സെപ്തംബർ 9 നാണ് നടന്നത്. സ്ട്രേഞ്ചിന്റെ മർദ്ദനനയംകൊണ്ടു ഫലമുണ്ടായില്ല. അതിനുശേഷവും ലഹളകൾ തുടർന്നുപോന്നു.

ഈ ജന്മി-കുടിയാൻ സംഘർഷത്തിന്റെയും തുടർന്ന് ബ്രിട്ടീഷ് ഗവൺമെന്റ് അവലംബിച്ച കൊടിയ മർദ്ദനനയത്തിന്റെയും പശ്ചാത്തലത്തിൽ വേണം 1921 ലെ ലഹളയെയും കാണാൻ.

ഒന്നാംലോക മഹായുദ്ധത്തെത്തുടർന്നുണ്ടായ സാമ്പത്തികക്കുഴപ്പം ഇന്ത്യയിലും അതിന്റെ പ്രത്യാഘാതമുളവാക്കി. യുദ്ധം അവസാനിച്ചെങ്കിലും പട്ടാളച്ചെലവ് കുറയുകയല്ല കൂടുകയാണ് ചെയ്തത്. ഇന്ത്യയിൽ അക്കാലത്ത് വളർന്നുവന്ന ദേശീയ പ്രസ്ഥാനത്തെ അടിച്ചമർത്താൻ പട്ടാളത്തെ നിലനിർത്തേണ്ടത് ആവശ്യമാണെന്ന് ബ്രിട്ടീഷ് ഗവൺമെന്റ് കരുതി. 1918-19 ൽ 70.2 കോടി രൂപയായിരുന്ന പട്ടാളച്ചെലവ് 1919-20 ൽ 91 കോടിരൂപയായി ഉയർന്നു.

മാപ്പിള റൈഫിൾസിലെ ഭടന്മാർ

അതേസമയംതന്നെ ദേശീയ കടഭാരം 1914 ൽ 410 കോടിരൂപയായിരുന്നത് 1923 ൽ 718 കോടിരൂപയായി ഉയർന്നു. വർദ്ധിച്ച പട്ടാളച്ചെലവും കടഭാരത്തിന്റെ പലിശയും ജനങ്ങളുടെ മേൽ വമ്പിച്ച ഭാരം അടിച്ചേല്പിച്ചു. ജനങ്ങൾ ഭക്ഷ്യക്ഷാമവും വിലക്കയറ്റവുംകൊണ്ട് വീർപ്പുമുട്ടി. ഭക്ഷ്യോ

ല്പാദനം 1911 നും 1921 നും ഇടയ്ക്ക് പ്രതിവർഷം 1 കോടി ടൺ കണ്ടു കുറഞ്ഞത് 1.9 കോടി ടണ്ണിലെത്തി. ജീവിതച്ചെലവ് 1914 നെ അപേക്ഷിച്ച് 1919 ൽ 83 ശതമാനം വർദ്ധിച്ചു. പട്ടിണിയും പകർച്ചവ്യാധിയും മൂലം 1918–19 കാലത്ത് ഇന്ത്യയിൽ 120–130 ലക്ഷംപേർ മരിച്ചു.

രാജ്യത്താകെ അസ്വാസ്ഥ്യം പടർന്നുപിടിച്ചു. മദ്രാസ് ബക്കിങ്ങാം കർണ്ണാട്ടിക് മില്ലിലും ബോംബെ തുറമുഖത്തും ലക്നൗ റെയിൽവേ വർക്ക്ഷോപ്പിലും അഹമ്മദാബാദിലെ 47 തുണിമില്ലുകളിലും ആസാം ചായത്തോട്ടങ്ങളിലുമെല്ലാം പണിമുടക്കുകൾ പൊട്ടിപ്പുറപ്പെട്ടു. അവയെ അടിച്ചമർത്താൻ ഗൂർഖാ പട്ടാളത്തെ അയച്ചു. ഇതിൽ പ്രതിഷേധിച്ച് കിഴക്കൻ ബംഗാളിലെ റെയിൽവേ-കപ്പൽ തൊഴിലാളികൾ അനുഭാവപ്പണിമുടക്കും നടത്തി. വളർന്നുവരുന്ന വർഗ്ഗബോധത്തെയാണിത് കാണിക്കുന്നത്.

യുദ്ധകാലത്തുതന്നെ വളർന്നുവരാൻ തുടങ്ങിയ കർഷകപ്രസ്ഥാനം 1920 അവസാനത്തോടെ ശക്തിപ്പെടാൻ തുടങ്ങി. ഇത് ഏറ്റവുംകൂടുതൽ പ്രകടമായത് പഞ്ചാബ് ഐക്യസംസ്ഥാനം, മലബാർ എന്നിവിടങ്ങളിലാണ്.

രാഷ്ട്രീയരംഗത്തും പുതിയ ചലനങ്ങൾ ദൃശ്യമായി. ഖിലാഫത്ത് പ്രസ്ഥാനം ഉടലെടുത്തതിനെത്തുടർന്ന് ലോകത്തെങ്ങുമെന്നപോലെ ഇന്ത്യയിലും മുസ്ലീങ്ങൾക്കിടയിൽ സാമ്രാജ്യത്വ വിരോധം ശക്തിപ്പെട്ടു. ബ്രിട്ടീഷ് സാമ്രാജ്യത്വത്തിനെതിരെ ഹിന്ദുമുസ്ലിം മൈത്രിക്ക് ഇത് കളമൊരുക്കി. 1916 ൽ കോൺഗ്രസ്-മുസ്ലിംലീഗ് നേതാക്കൾ സംയുക്തയോഗം ചേർന്ന് ഐക്യപ്രമേയം അംഗീകരിച്ചു. 1918 ൽത്തന്നെ ഖിലാഫത്ത് കമ്മിറ്റി രൂപപ്പെട്ടുകഴിഞ്ഞിരുന്നു. ഖിലാഫത്ത് പ്രസ്ഥാനത്തിന് നേതൃത്വം നല്കിയവരിൽ പ്രധാനികൾ ആലി സഹോദരന്മാർ (മൗലാന മുഹമ്മദലി, മൗലാന ഷൗക്കത്തലി) ആയിരുന്നു. യുദ്ധകാലത്തുതന്നെ ബ്രിട്ടീഷ് വിരുദ്ധപ്രചരണം നടത്തിയതിന്റെ പേരിൽ അവർ തുറുങ്കിലടയ്ക്കപ്പെട്ടു. 1919 ൽ ജയിൽമോചിതരായ അവർ കോൺഗ്രസിൽ ചേരുകയും ഖിലാഫത്ത് പ്രസ്ഥാനത്തിന്റെ അനിഷേദ്ധ്യ നേതാക്കളായി ഉയരുകയും ചെയ്തു. ഖിലാഫത്ത് പ്രസ്ഥാനം ഇന്ത്യയിലെ മുസ്ലീങ്ങളെ വൻതോതിൽ ആകർഷിച്ചു.

ഇതിനിടയിൽ 1920 സെപ്തംബറിൽ കോൺഗ്രസിന്റെ ഒരു വിശേഷാൽ സമ്മേളനം കല്ക്കത്തയിൽ ചേർന്നു നിസ്സഹകരണപ്രമേയം അംഗീകരിച്ചു. രണ്ടു ലക്ഷ്യം മുൻനിർത്തിയാണ് ഈ പ്രമേയം അംഗീകരിച്ചത്. ഒന്ന്: സ്വരാജ്, രണ്ട്: ഖിലാഫത്തിന്റെ ആവശ്യങ്ങൾ നേടുക. 'സ്വരാജ്യം ഒരു വർഷത്തിനകം' എന്ന മുദ്രാവാക്യം ഉയർത്തപ്പെട്ടു. പിന്നീട് കോൺഗ്രസിന്റെ നാഗ്പൂർ സമ്മേളനവും ഇത് അംഗീകരിച്ചു. തുടർന്ന് നാടൊട്ടുക്കും ഖിലാഫത്ത് കമ്മിറ്റികൾ രൂപീകരിക്കാൻ തുടങ്ങി. ദേശീയ പ്രസ്ഥാനത്തിന് അതോടെ ഒരു പുതിയ ഉണർവ്വ് കൈവന്നു. സ്വരാജ് എന്നതിന് പൂർണ്ണ സ്വരാജ് എന്ന നിർവ്വചനം നല്കണമെന്ന് 1921 ൽ അഹമ്മദാബാദ് സമ്മേ

ളനത്തിൽ ആവശ്യപ്പെട്ടതു ഖിലാഫത്ത് നേതാവ് മൗലാന ഹസ്റത്ത് മൊഹാനിയാണെന്നതും പ്രസ്താവ്യമാണ്.

രാജ്യത്ത് വളർന്നുവരുന്ന അസ്വാസ്ഥ്യം, ഉയർന്നുവരുന്ന സമരങ്ങൾ, ഹിന്ദു-മുസ്ലിം ഐക്യത്തോടെ ദേശീയപ്രസ്ഥാനത്തിനു കൈവന്ന പുതു ചൈതന്യം—ഇതൊന്നും ബ്രിട്ടീഷ് ഭരണാധികാരികൾ കാണാതിരുന്നില്ല. അവർ തങ്ങളുടെ നികുംഭിലയിൽ പുതിയ മർദ്ദനായുധങ്ങൾ ഒരുക്കൂട്ടി. 1919 മാർച്ച് 16 ന് റൗലക്ട് ആക്ട് എന്ന കരിനിയമം കൊണ്ടുവന്നു. ഇതിനെതിരായി ഉയർന്നുവന്ന പ്രതിഷേധമാണ് ഒടുവിൽ കുപ്രസിദ്ധമായ ജാലിയൻവാലാബാഗ് സംഭവത്തിൽ ചെന്നുകലാശിച്ചത്. ജാലിയൻവാലാബാഗ് കൂട്ടക്കൊലക്കെതിരായി രാജ്യത്താകമാനം ഒരു ബഹുജനമുന്നേറ്റം തന്നെ അലയടിച്ചുയർന്നു. ബ്രിട്ടീഷ്-അഫ്ഗാൻ യുദ്ധത്തോടെ മുസ്ലീങ്ങൾക്കിടയിലെ ബ്രിട്ടീഷ് വിരുദ്ധമനോഭാവം ശക്തിപ്പെടുകയും ചെയ്തു. ബ്രിട്ടീഷ് സേനയിലെ മുസ്ലിം പട്ടാളക്കാർ കൂറുമാറി അഫ്ഗാൻ സേനയോടൊപ്പം ചേർന്ന ഒരു സംഭവവും അതിനിടയ്ക്കുണ്ടായി.

നാഗ്പൂർ സമ്മേളനത്തെത്തുടർന്ന് ഖിലാഫത്ത് സന്ദേശം മലബാറിലും അലയടിച്ചു. ഖിലാഫത്ത് കമ്മിറ്റികൾ രൂപംകൊള്ളാൻ തുടങ്ങി. ആദ്യം കോഴിക്കോട്ടും പിന്നീട് തിരൂരങ്ങാടി, കൊണ്ടോട്ടി, താനൂർ, മലപ്പുറം, തിരൂർ, പരപ്പനങ്ങാടി, പാണ്ടിക്കാട്, പൂക്കോട്ടൂർ, പൊന്നാനി എന്നിവിടങ്ങളിലും കമ്മിറ്റികൾ രൂപീകരിക്കപ്പെട്ടു. സ്വരാജ്യം ഒരുകൊല്ലത്തിനകം എന്ന മുദ്രാവാക്യത്തിൽ ആകൃഷ്ടരായി. യു ഗോപാലമേനോൻ, കെ മാധവൻനായർ, കെ പി കേശവമേനോൻ തുടങ്ങിയ പലരും പ്രാക്ടീസ് അവസാനിപ്പിച്ച് കോടതിവിട്ട് പുറത്തിറങ്ങി. കെ കേളപ്പനെപ്പോലെ മറ്റുപലരും കോളേജ് വിട്ടുവന്നു. ഇവരെല്ലാം കോൺഗ്രസ്-ഖിലാഫത്ത് പ്രവർത്തനങ്ങളിൽ മുഴുകി. കുഞ്ഞുക്കോയതങ്ങൾ പ്രസിഡന്റും ഹസ്സൻകോയമൊല്ല, മേലേക്കണ്ടി മൊയ്തു, യു ഗോപാലമേനോൻ എന്നിവർ വൈസ്പ്രസിഡന്റുമാരുമായ കമ്മിറ്റിയാണ് കോഴിക്കോട്ട് നിലവിൽവന്നത്. തിരൂരങ്ങാടിക്കമ്മിറ്റിയിലെ വൈസ്പ്രസിഡന്റുമാരിലൊരാൾ പിന്നീട് ലഹളയിലെ പ്രധാന കഥാപാത്രമായ ആലി മുസ്ലിയാരായിരുന്നു.

ഇടത്തരക്കാർ ദേശീയപ്രസ്ഥാനത്തിലേക്ക് ആകൃഷ്ടരായി, പ്രാദേശികതലത്തിൽ പ്രവർത്തനം ശക്തിപ്പെട്ടു. സാമ്രാജ്യവിരുദ്ധസമരം, ജന്മിനാടുവാഴി വിരുദ്ധസമരവുമായി കൂട്ടിയിണക്കപ്പെട്ടു. ദേശീയപ്രസ്ഥാനവുമായി ബന്ധപ്പെട്ട കുടിയായ്മ പരിഷ്കാരം തുടങ്ങിയ പ്രശ്നങ്ങൾ ഉയർന്നുവരാൻ തുടങ്ങി. ഇതോടൊപ്പം ഹിന്ദു-മുസ്ലിം മൈത്രി കൂടിയായപ്പോൾ ദേശീയപ്രസ്ഥാനത്തിന് പുതിയൊരു ചൈതന്യം കൈവന്നു. ഇതോടെ അധികൃതരുടെ മനോഭാവത്തിലും മാറ്റം വന്നു. അവർ മർദ്ദനനയം അവലംബിക്കാൻ തുടങ്ങി. 1921 ഫെബ്രുവരി 16 ന് കോഴിക്കോടു ചേരാൻ നിശ്ചയിച്ചിരുന്ന പൊതുയോഗം 144-ാം വകുപ്പുപ്രകാരം നിരോധിച്ചു. അദ്ധ്യക്ഷത വഹിക്കാനെത്തിയ യാക്കൂബ്ഹസ്സനെയും സംഘാടകരായ കെ മാധവൻനായർ, യു ഗോപാലമേനോൻ, മൊയ്തീൻകോയ

എന്നിവരെയും അറസ്റ്റുചെയ്ത് ആറുമാസത്തേക്ക് ശിക്ഷിച്ചു. അന്നാദ്യമായി കോഴിക്കോട്ട് കടപ്പുറത്ത് ഒരു ലാത്തിച്ചാർജും നടന്നു.

1927 ഏപ്രിൽ 25 ന് ഖിലാഫത്തിന്റെ ഒന്നാം സംസ്ഥാന സമ്മേളനം ഒറ്റപ്പാലത്തുചേർന്നു. കോൺഗ്രസ് സമ്മേളനവും ഖിലാഫത്ത് സമ്മേളനവും ഒരേ പന്തലിലാണ് ചേർന്നത്. കോളേജ് ബഹിഷ്കരിച്ച് മലബാറിലെത്തിയ മുഹമ്മദ് അബ്ദുൾ റഹിമാൻ സാഹേബിന്റെ രംഗപ്രവേശം ഈ സമ്മേളനത്തിലായിരുന്നു.

ഒന്നാം ലോകമഹായുദ്ധകാലത്തെ മാപ്പിള റൈഫിൾസ്, 88 കർണ്ണാട്ടിക് ഇൻഫന്ററി എന്നിവയിൽ ഒട്ടേറെ മാപ്പിളമാർ ചേർന്നിരുന്നു. പിരിച്ചയക്കപ്പെട്ട അവർ ഖിലാഫത്ത് പ്രസ്ഥാനത്തിൽ വളരെയേറെ ആകൃഷ്ടരായി. വാളണ്ടിയർ സംഘത്തിന് ഒറ്റപ്പാലം സമ്മേളനത്തിൽ പട്ടാളം എന്ന പേരുതന്നെ പ്രയോഗിക്കപ്പെട്ടു. അദ്ധ്യക്ഷൻ മൂത്തഘോഷ് ഖിലാഫത്ത് പട്ടാളത്തിന്റെ അകമ്പടിയോടെ പന്തലിൽ പ്രവേശിച്ചുവെന്നായിരുന്നു പത്രറിപ്പോർട്ട്.

പുതുപൊന്നാനി വെല്ലൂർ ലത്തീഫിയ മദ്രസയിലെ പ്രധാനാദ്ധ്യാപകൻ അബ്ദുൾ അസീസ് മൗലവിയുടെ അദ്ധ്യക്ഷതയിൽ ഒരു ഖിലാഫത്ത് സമ്മേളനം 1921 ജൂലൈ 24 ന് വിളിച്ചുകൂട്ടുകയുണ്ടായി. രാജ്യഭക്തന്മാർ ഒരു എതിർസമ്മേളനത്തിനും വട്ടംകൂട്ടി. ഖിലാഫത്ത് സമ്മേളനത്തിലേക്ക് ആലിമുസ്ലിയാരെയും സന്നദ്ധഭടന്മാരെയും ക്ഷണിച്ചിരുന്നു. പൊലീസ് ഇവരെത്തടയാൻ പൊന്നാനിപ്പാലത്തിനുമേൽ നിലയുറപ്പിച്ചു. എന്നാൽ മുസ്ലിയാരും സംഘവും പൊലീസിനെ തട്ടിമാറ്റി പാലം കടന്നശേഷം സംഘട്ടനമൊഴിവാക്കാൻ ഇടവഴിയിലൂടെയാണ് സമ്മേളനസ്ഥലത്തെത്തിയത്. പൊലീസിന്റെ ഈ പ്രകോപനനടപടിയെ കേളപ്പജിയും അബ്ദുൾറഹിമാൻ സാഹേബും അപലപിക്കുകയുണ്ടായി. ഇതോടെ ആലി മുസ്ലിയാരും തിരൂരങ്ങാടി, പൂക്കോട്ടൂർ ഖിലാഫത്ത് പ്രവർത്തകരും പൊലീസിന്റെ നോട്ടപ്പുള്ളികളായി.

അതിനുമുമ്പുതന്നെ തൃശൂരിൽ ഒരു സംഭവം നടന്നു. കോഴിക്കോട്ട് സംഭവത്തെ തുടർന്നാണത്. അറസ്റ്റുവരിച്ച യാക്കൂബ് ഹസ്സനെയും മറ്റും അഭിനന്ദിക്കാൻ ചേർന്ന യോഗം ക്രിസ്ത്യാനികൾ അലങ്കോലപ്പെടുത്തിയെങ്കിലും ഏതാനും ദിവസത്തിനുശേഷം വീണ്ടും യോഗംചേർന്നു. സംഭവത്തെ അപലപിച്ചു. അടുത്തദിവസം രാജ്യഭക്തന്മാരുടെ പ്രകടനം നടന്നു. തുടർന്ന് ഒരുഭാഗത്ത് ക്രിസ്ത്യാനികളും മറുഭാഗത്ത് ഹിന്ദുക്കളും മുസ്ലീങ്ങളും അണിനിരന്നു നടന്ന ലഹള ഒടുവിൽ റസിഡന്റും ദിവാൻജിയും മറ്റും ഇടപെട്ട് സൗഹാർദ്ദ സമ്മേളനത്തിനുശേഷമാണവസാനിച്ചത്. എ ആർ മേനോനും മറ്റുമാണതിന് നേതൃത്വം നല്കിയത്. ഇതിൽ പങ്കെടുക്കാൻ മലബാറിൽനിന്ന് (പൂക്കോട്ടൂരിൽനിന്നും മറ്റും) മുസ്ലീങ്ങളും എത്തിയിരുന്നു.

ലഹള യഥാർത്ഥത്തിൽ ആരംഭിച്ചത് ആഗസ്ത് 20 ആയിരുന്നെങ്കിലും ആഗസ്ത് ഒന്നിന് നടന്ന ഒരു സംഭവം പ്രത്യേകം പ്രസ്താവ്യമാണ്. നില

മ്പൂർ കോവിലകം വക പൂക്കോട്ടൂർ കളത്തിലെ മാനേജരായ നിലമ്പൂർ ആറാംമുറ തിരുമുൽപ്പാട്, കളം കാര്യസ്ഥനായ വടക്കെ വീട്ടിൽ മുഹമ്മദിനെ കള്ളക്കേസിൽ കുടുക്കി പൊലീസിനെക്കൊണ്ട് പിടിപ്പിക്കാൻ വട്ടം കൂട്ടിയതാണ് സംഭവത്തിനുള്ള തുടക്കംകുറിച്ചത്. മുഹമ്മദ് ഖിലാഫത്ത് സെക്രട്ടറിയായതിനെത്തുടർന്ന് തിരുമുൽപ്പാട് അയാളെ പിരിച്ചുവിട്ടു. മുഹമ്മദ് ശമ്പളബാക്കി ആവശ്യപ്പെട്ടു എന്നുമാത്രമല്ല, നിർബ്ബന്ധപൂർവ്വം അതു നേടുകയും ചെയ്തു. തിരുമുൽപ്പാട് ഭയപ്പെട്ടു കളംവിട്ടോടി. തിരുമുൽപ്പാടിന്റെ പ്രേരണയാൽ ഇൻസ്പെക്ടർ നാരായണമേനോൻ മുഹമ്മദിനെ പൂക്കോട്ടൂർകളത്തിലേക്ക് ആളയച്ചുവരുത്തി. മുഹമ്മദ് കരുതലോടെയാണ് പോയത്. കാര്യം പന്തിയല്ലെന്നുകണ്ട ഇൻസ്പെക്ടർ തന്ത്രപൂർവ്വം ഒഴിഞ്ഞുമാറി. ഖിലാഫത്തിനെതിരെ താൻ മേലിൽ ഒന്നും ചെയ്യില്ലെന്ന് ഇൻസ്പെക്ടർക്ക് സത്യം ചെയ്യുകപോലും വേണ്ടിവന്നു.

അപമാനിതനായ ഇൻസ്പെക്ടർ പകവീട്ടാൻ ഒരു പദ്ധതി മെനഞ്ഞെടുത്തു. സംഭവം കളക്ടർക്ക് റിപ്പോർട്ടുചെയ്തു. കളക്ടർ അത് മദിരാശി ഗവർണർക്കയച്ചു. (ആഗസ്ത് 7) മാപ്പിളമാർ പടക്കളത്തിലിറങ്ങിക്കഴിഞ്ഞുവെന്ന പ്രതീതി ജനിപ്പിക്കുന്ന ഈ റിപ്പോർട്ട് 8-ാം തീയതിയിലെ മെയിൽ പത്രം പ്രസിദ്ധീകരിച്ചു. സ്ഥിതി ഗുരുതരമാണെന്നും പട്ടാളത്തെ അയച്ചുതരണമെന്നും കളക്ടർ ആവശ്യപ്പെട്ടിരുന്നു. ഈ റിപ്പോർട്ടും പത്രറിപ്പോർട്ടും തുടർന്നുവീണ്ടും കമ്പിയും ലഭിച്ചതോടെ മലബാറിലെ പട്ടാളത്തെയാകെ ഒരു കമ്പനിയാക്കി വിപുലീകരിക്കാനും സ്ഥിതിഗതികൾ പഠിക്കാനുമായി ഗവർണർ പള്ളിക്കുറിപ്പ് ലഹളയുടെ അനുഭവമുള്ള നേപ്പിനെ മലബാറിലേക്കയച്ചു.

ഇതിനിടയിൽ ജയിൽമോചിതരായ യു ഗോപാലമേനോൻ, മാധവൻനായർ എന്നിവർക്ക് ആഗസ്ത് 17 ന് കോഴിക്കോട്ട് സ്വീകരണം നല്കപ്പെട്ടു. മലബാറിന്റെ നാനാഭാഗത്തുനിന്നും ധാരാളംപേർ അതിൽ പങ്കെടുത്തു. ഒപ്പം വിദേശവസ്ത്ര ദഹനവും അശ്വാരൂഢനായ ക്യാപ്റ്റൻ ചാത്തുക്കുട്ടി നായരുടെ നേതൃത്വത്തിൽ വളണ്ടിയർ പ്രകടനവും നടന്നു. തിരൂരങ്ങാടിയിൽവെച്ച് അറസ്റ്റുചെയ്യപ്പെട്ടവരും മോചിതരായതിനെത്തുടർന്ന് അവിടെയും വമ്പിച്ച സ്വീകരണത്തിന് ഒരുക്കങ്ങൾ നടന്നുവന്നു. ഇതിനിടയിൽ ഖിലാഫത്ത് നേതാക്കൾക്കെതിരെ തിരിയാൻ തന്നെ സർക്കാർ ഉറച്ചു.

കോഴിക്കോട്ടെ സ്വീകരണത്തിനുശേഷം ആഗസ്ത് 19 ന് രാത്രി കളക്ടർ തോമസിന്റെ നേതൃത്വത്തിൽ പട്ടാളക്കാരെയും കയറ്റി ഒരു സ്പെഷ്യൽവണ്ടി തെക്കോട്ടുതിരിച്ചു. പൂക്കോട്ടൂർ വഴി മലപ്പുറത്തേക്കു വേറൊരു സംഘം റോഡുവഴിക്കും തിരിച്ചു. തീവണ്ടിയിൽ പോയവർ പരപ്പനങ്ങാടിയിലിറങ്ങി. അഞ്ഞൂറോളംവരുന്ന ഈ വെള്ളപ്പട്ടാളം റിസർവ്വ് പൊലീസ് സംഘത്തോടെ, മെഷീൻഗൺ തുടങ്ങിയ ആയുധസജ്ജീകരണത്തോടെ തിരൂരങ്ങാടിക്ക് മാർച്ചുചെയ്തു. തിരൂരങ്ങാടിക്കുള്ള എല്ലാ വഴികളും അവർ തടസ്സപ്പെടുത്തിയിരുന്നു. 20-ാം തീയതി വെളുപ്പിന് അഞ്ചു

മണിയോടെ കിഴക്കേപ്പള്ളിയും ചില ഖിലാഫത്ത് പ്രവർത്തകരുടെ വീടുകളും പട്ടാളം വളഞ്ഞുകഴിഞ്ഞിരുന്നു. രാവിലെ ഏഴുമണിയോടെ കളക്ടർ തോമസിന്റെയും ഡി എസ് പി ഹിച്ച്കോക്കിന്റെയും നേതൃത്വത്തിൽ പള്ളിയും ഖിലാഫത്ത് കമ്മിറ്റി ആപ്പീസും പരിശോധന നടത്തി. മൂന്നുപേരെ അറസ്റ്റുചെയ്തശേഷം പൊലീസ് സ്റ്റേഷനിലേക്ക് മടങ്ങി.

ഇതേവരെ യാതൊരനിഷ്ട സംഭവവുമുണ്ടായിട്ടില്ല. ക്യാപ്റ്റൻ ഇവാൻസ് മോട്ടോർ സൈക്കിളിൽ കോഴിക്കോട്ടേക്കു തിരിക്കുകയും ചെയ്തു. അതിനിടെ വെള്ളപ്പട്ടാളം മമ്പറത്തുപള്ളി വളഞ്ഞുവെന്നും പള്ളി വെടിവച്ച് തകർത്തുവെന്നുമുള്ള കിംവദന്തി കാട്ടുതീപോലെ പരന്നു. (ഇത് പ്രചരിപ്പിച്ചത് ഉദ്യോഗസ്ഥന്മാർത്തന്നെയാണെന്നാണ് ലഹളയുമായി ആദ്യന്തം ബന്ധപ്പെട്ടിരുന്നയാളെന്ന നിലയ്ക്ക് കോയട്ടി മൗലവി പറയുന്നത്.)

ഏതാലായും മാപ്പിളമാർ തിരൂരങ്ങാടിക്ക് കുതിക്കാൻ തുടങ്ങി. മാപ്പിളമാരുടെ പ്രവാഹംകണ്ട് ഇവാൻസ് തിരൂരങ്ങാടിക്കുതന്നെ മടങ്ങി. ഇവർക്കെതിരായി പട്ടാളത്തെ അയക്കുകയും ചെയ്തു. പട്ടാളം ജനക്കൂട്ടത്തിനുനേർക്ക് വെടിയുതിർത്തു. നിരവധിപേർ കൊല്ലപ്പെട്ടു. പലരും പള്ളിയിലും വീടുകളിലും അഭയംതേടി. പലരെയും അറസ്റ്റുചെയ്ത് തിരൂരങ്ങാടി മജിസ്ട്രേറ്റ് കോടതിയിൽ തടങ്കലിൽ വച്ചു. സംഭവമറിഞ്ഞെത്തിയ മാപ്പിളമാർ അങ്ങോട്ടു കുതിച്ചു. വഴിക്കുവച്ചു പട്ടാളം ഇവരെ തടഞ്ഞു. തുടർന്നുണ്ടായ സംഘട്ടനത്തിൽ സെക്കന്റ് ലെഫ്റ്റനന്റ് ജോൺസൻ, ഡി വൈ എസ് പി റൈലി എന്നീ വെള്ളക്കാരും ഏതാനും കോൺസ്റ്റബിൾമാരും കൊല്ലപ്പെട്ടു. തുടർന്ന് പട്ടാളം വീണ്ടും വെടിവച്ചു. വെടിവെപ്പിൽ ഒട്ടേറെപ്പേർ കൊല്ലപ്പെടുകയും ചെയ്തു.

പിന്നീട് ഫറോക്കുവരെ വഴിനീളെ വെടിയുതിർത്തുകൊണ്ടാണ് പട്ടാളം മടങ്ങിപ്പോയത്. 21-ാം തീയതി തിരൂരിലും ലഹള നടന്നു. അവിടെ കച്ചേരി കൈയേറിയപ്പോൾ പൊലീസുകാർ കീഴടങ്ങി. ലഹളക്കാർ റൈഫിളും മറ്റും പിടിച്ചെടുത്തു. പൊലീസുകാർ റൈഫിൾ അടിയറവച്ചപ്പോൾ ടോപ്പുമാറ്റിയിട്ടുണ്ടോയെന്ന് ലഹളക്കാർ പ്രത്യേകം പരിശോധിക്കുകയുണ്ടായെന്നു പ്രസ്താവിച്ചുകൊണ്ട് ലഹളക്കാർ റൈഫിൾ ഉപയോഗിക്കുന്നതിൽ പരിചയസമ്പന്നരായിരുന്നുവെന്നു മോഴിക്കുന്നം ചൂണ്ടിക്കാട്ടുന്നു.

തിരൂരങ്ങാടിയിലെ തിരച്ചിലിൽ ആലിമുസലിയാരെ പിടികിട്ടിയിരുന്നില്ല. ആഗസ്ത് 21 ന് പട്ടാളത്തെ പിൻവലിച്ചശേഷം മുസലിയാർ വളണ്ടിയർമാരെ ശേഖരിച്ച് തിരൂരങ്ങാടി പള്ളിയിൽ താവളമടിച്ചു.

ആഗസ്ത് 21 ന് നിലമ്പൂർ കോവിലകം പട്ടാളക്കാർ കൈയേറി. ഖിലാഫത്തിൽ ചേർന്നതിന് കാര്യസ്ഥനായ മുഹമ്മദിനെ പിരിച്ചുവിടുകയും ശമ്പളം ബാക്കിയാവശ്യപ്പെട്ടതിന് മുഹമ്മദിനോട് പകരം വീട്ടാൻ മാപ്പിളമാർക്കെതിരെ പടപ്പുറപ്പാടിനു സൂത്രധാരത്വം വഹിക്കുകയും ചെയ്തത് നിലമ്പൂർ കോവിലകക്കാരായിരുന്നു എന്നത് നേരത്തെ സൂചിപ്പിച്ചുവല്ലോ.

കോവിലകത്തുനിന്നു മടങ്ങുംവഴി മഞ്ചേരി ഖജനാവ് കൊള്ളചെയ്തു. കുഞ്ഞഹമ്മദ് ഹാജിയായിരുന്നു അവരുടെ നേതാവ്.

മഞ്ചേരിയിലെ നമ്പൂതിരി ബാങ്ക് കൊള്ളചെയ്തത് അറിഞ്ഞപ്പോൾ ഹാജി അതൊക്കെ തിരിച്ചുകൊടുപ്പിച്ചു. 22-ാം തീയതി പെരിന്തൽമണ്ണ യിലും ലഹളനടന്നു. കച്ചേരിയും ഖജനാവും കൊള്ളചെയ്തു. എന്നാൽ പിറ്റേദിവസം അത് തഹസീൽദാർക്ക് തിരിച്ചേല്പിച്ചെങ്കിലും അദ്ദേഹം അത് സ്വീകരിക്കായ്കയാൽ അതെടുത്ത് ഉദ്യോഗസ്ഥന്മാർക്ക് ശമ്പളം കൊടുത്തു. പിന്നീടവിടെ ഹിന്ദുക്കളും മുസ്ലീങ്ങളും ഉൾപ്പെട്ട അഡ്ഹോക്ക് കമ്മിറ്റി തഹസിൽദാരും മറ്റും ഉൾപ്പെടെ രൂപീകരിച്ചു. ഭരണനടപടികൾ വ്യവസ്ഥചെയ്തു. ഹിന്ദുക്കൾക്ക് യാതൊരു ദ്രോഹവും ഏല്ക്കാനിടവരുത്തുകയില്ലെന്ന് അവിടെവെച്ച് കുഞ്ഞഹമ്മദ്ഹാജി ഉറപ്പുനല്കുകയും ചെയ്തു.

ഏറനാട്ടുതാലൂക്കിന്റെ ഏതാണ്ട് മദ്ധ്യഭാഗത്ത് സ്ഥിതിചെയ്യുന്ന തന്ത്ര പ്രധാനമായ ഒരു സ്ഥലമാണ് പൂക്കോട്ടൂർ. കോഴിക്കോട്ടുനിന്നും മലപ്പുറ ത്തേക്കുള്ള റോഡിൽ 6-ാം മൈലിൽ സ്ഥിതിചെയ്യുന്ന ഈ പ്രദേശം മല പ്പുറത്തുനിന്ന് അഞ്ച് നാഴിക വടക്കും മഞ്ചേരിയിൽനിന്ന് അഞ്ചുനാഴിക പടിഞ്ഞാറുമായി മോങ്ങത്തുനിന്ന് മലപ്പുറത്തേക്കുള്ള റോഡരികിലാണ്. കോഴിക്കോട്ടുനിന്നും റോഡുമാർഗ്ഗം 24-ാം മൈലിൽ പാലം പൊളിച്ചു തടസ്സം സൃഷ്ടിച്ചിരുന്നു. വെള്ളൂർ പാലവും പൊളിച്ചിരുന്നു. തീരത്തിൽ മരങ്ങൾ മുറിച്ചിട്ടു തടസ്സം സൃഷ്ടിക്കുകയും ചെയ്തിരുന്നു. തെക്കു വട ക്കായി പോകുന്ന റോഡിന്റെ പടിഞ്ഞാറുവശം കൊമ്പത്താൻകാവ് എന്ന മലയും കിഴക്കുവശം അരിയപ്പറൻ എന്ന കുന്നും ഇടയിൽ പരന്നുകിട ക്കുന്ന പാടവും ഉൾപ്പെട്ടതാണ്. ലഹളക്കാർ പട്ടാളത്തെ ചെറുക്കുവാൻ തെരഞ്ഞെടുത്ത പ്രദേശം പാടത്തിനു നടുക്ക് ഒരു തോടുണ്ട്. ലഹളക്കാർ കിടങ്ങായി ഉപയോഗിച്ചത് ഈ തോടാണ്. തോട്ടിൽനിന്നാണ് ലഹളക്കാർ പട്ടാളക്കാരുടെ നേരെ വെടി ഉതിർത്തത്. ചുരുക്കത്തിൽ ഗറില്ലായുദ്ധത്തിൽ ഏറ്റവും പറ്റിയ സ്ഥലമാണിത്. അവിടെയാണ് ലഹളക്കാർ താവളമടിച്ച ത്. അവരുടെ സംഖ്യ 3000 ത്തോളമായിരുന്നു.

ആഗസ്ത് 22 മുതൽക്കേ പട്ടാളത്തെ അങ്ങോട്ടേക്കയക്കാൻ അധി കൃതർ ശ്രമിച്ചെങ്കിലും തടസ്സം കാരണം കഴിഞ്ഞില്ല. വഴിക്കുള്ള പാല ങ്ങളും കലിങ്കുകളുമൊക്കെ നന്നാക്കി 25 ൽ പൂക്കോട്ടൂരേക്കു പുറപ്പെട്ട പട്ടാളത്തിന് മാർഗ്ഗതടസ്സം കാരണം വൈകുന്നേരം കൊണ്ടോട്ടിക്കു മടങ്ങേണ്ടിവന്നു. അന്നവിടെ പൊലീസ് സ്റ്റേഷനിൽ കഴിഞ്ഞശേഷം പിറ്റേ ന്നു രാവിലെ അഞ്ചുമണിക്കു പുറപ്പെട്ടു. വെള്ളൂർ പാലം നന്നാക്കിയും റോഡിൽ വെട്ടിയിട്ട മരങ്ങൾ വെട്ടിമാറ്റിയും ഏതാണ്ടു ഒൻപതുമണിക്കേ പട്ടാളത്തിന് പൂക്കോട്ടൂരെത്താൻ കഴിഞ്ഞുള്ളൂ. പട്ടാളം പുറപ്പെട്ടിട്ടുണ്ടെന്ന വിവരം അറിഞ്ഞതിനെത്തുടർന്നാണ് മാപ്പിളമാർ പലഭാഗത്തുനിന്നും തന്ത്രപ്രധാനമായ പൂക്കോട്ടൂരെത്തി താവളമടിച്ചത്. ക്യാപ്റ്റൻ മെക്കൻറി പരീക്ഷണാർത്ഥം ഒരു വെടിയുതിർത്തപ്പോഴേക്കും നാനാഭാഗത്തുനിന്നും

പട്ടാളക്കാരുടെ നേർക്ക് വെടിയുണ്ടകൾ ഉതിർക്കപ്പെട്ടു. വാളും കുന്തവുമൊക്കെയായി ലഹളക്കാർ പട്ടാളക്കാരുടെ നേർക്ക് ചീറിയടുത്തു. മെഷീൻഗണ്ണും കൈബോംബുമൊക്കെ പട്ടാളം പ്രയോഗിച്ചെങ്കിലും അതിനൊന്നും കൂസാതെ ലഹളക്കാർ പാഞ്ഞടുത്തു. പട്ടാളക്കാരുടെ അണി ഭേദിച്ചു. അഞ്ചുമണിക്കൂർനേരത്തെ പൊരിഞ്ഞ യുദ്ധത്തിനുശേഷമാണ് പട്ടാളത്തിന് അവരെ കീഴ്പ്പെടുത്താൻ കഴിഞ്ഞത്. പട്ടാള ആപ്പീസറും സൂപ്രണ്ട് ലങ്കാസ്റ്ററും ഉൾപ്പെടെ നാലു ബ്രിട്ടീഷ് ഉദ്യോഗസ്ഥന്മാർ കൊല്ലപ്പെട്ടു. പട്ടാളക്കാരിൽ എത്രപേർ മരിച്ചെന്നു വ്യക്തമല്ല. ലഹളക്കാരുടെ ഭാഗത്തുനിന്നും 200 ൽപ്പരം ആളുകൾ കൊല്ലപ്പെട്ടിട്ടുണ്ടെന്നാണ് കണക്കാക്കപ്പെടുന്നത്. അവരെ റോഡിന്റെ പടിഞ്ഞാറുവശത്ത് നാലു സ്ഥലത്തായി മറവുചെയ്തു. ലഹളക്കാരുടെ തലവനും പൂക്കോട്ടൂർ ഖിലാഫത്ത് നേതാവുമായ വടക്കെ വീട്ടിൽ മുഹമ്മദും കൊല്ലപ്പെട്ടവരിൽ ഉൾപ്പെടും.

ഒരുശിരൻ കലാപം ജന്മിനാടുവാഴിത്തത്തിനും സാമ്രാജ്യാധിപത്യത്തിനുമെതിരായി ഉരുത്തിരിഞ്ഞുവന്നപ്പോൾ അതിനു തുടക്കത്തിൽ നേതൃത്വം നല്കി നയിക്കേണ്ടവർ ഭീരുത്വപൂർണ്ണമായ നിലപാടെടുത്തതുകാരണം ആലിമുസ്ലിയാർക്കും മറ്റും ആശ നശിച്ചു. വെള്ളപ്പട്ടാളവും കുതിരപ്പട്ടാളവും തേർവാഴ്ച നടത്തുന്നു. കൂടുതൽ പട്ടാളം ബാംഗ്ലൂരിൽനിന്നും മറ്റും എത്തിക്കൊണ്ടിരുന്നു.

ഈ പരിതസ്ഥിതിയിലാണ് ഒരു വമ്പിച്ച പട്ടാളം ഷൊർണൂർ, കുറ്റിപ്പുറം, കോഴിക്കോട് എന്നിവിടങ്ങളിൽ നിന്ന് 30-ാം തീയതി തിരൂരങ്ങാടിയിലെത്തിയത്. ആലിമുസ്ലിയാരെ പിടിക്കുകയായിരുന്നു ഉന്നം. പട്ടാളം ജമാഅത്ത് പള്ളി വളഞ്ഞു വെടിയുതിർത്തു. ലഹളക്കാർ തിരിച്ചങ്ങോട്ടും വെടിയുതിർത്തു. എട്ടുമണിക്കാരംഭിച്ച യുദ്ധം 12 മണിവരെ തുടർന്നു. 114 പേർ മാത്രമേ പള്ളിയിലുണ്ടായിരുന്നുള്ളൂ. ഒടുവിൽ ഗത്യന്തരമില്ലെന്നുവന്നപ്പോൾ ചില യോദ്ധാക്കൾ പട്ടാളക്കാർക്കുനേരെ എടുത്തുചാടി മൂന്നുപേരെ വെട്ടിക്കൊന്നു. പിടികൊടുക്കാതെ രക്ഷപ്പെട്ടു. ഒടുവിൽ ആലിമുസ്ലിയാരും ശേഷിച്ച 37 പേരും പട്ടാളത്തിന് കീഴടങ്ങി. ആലിമുസ്ലിയാരെ ബന്ധനസ്ഥനാക്കിയ ശേഷം കൊടിയ മർദ്ദനമാണ് പട്ടാളക്കാർ അവിടെ അഴിച്ചുവിട്ടത്. വീടുകൾ കൊള്ളയടിച്ചും ചുട്ടുനശിപ്പിച്ചും വലിയ നാശനഷ്ടം വരുത്തി. ആലിമുസ്ലിയാർ ഉൾപ്പെടെ കീഴടങ്ങിയ 38 പേരെയും പട്ടാളക്കോടതി വിചാരണചെയ്തു. മുസ്ലിയാർക്കും വേറെ 12 പേർക്കും വധശിക്ഷ വിധിച്ചു. 25 പേരെ നാടുകടത്താൻ വിധിച്ചു. മുസ്ലിയാരെ 1922 ഫെബ്രുവരി 17 ന് കോയമ്പത്തൂർ ജയിലിൽവെച്ചു തൂക്കിക്കൊന്നും. ലഹളത്തലവന്മാരിൽ പ്രമുഖരായ വാരിയൻകുന്നത്ത് കുഞ്ഞഹമ്മദ്ഹാജി, ചെമ്പ്രശ്ശേരിത്തങ്ങൾ എന്നിവരും പില്ക്കാലത്തു കീഴടങ്ങി. തുടർന്നു പട്ടാളക്കോടതി വിധിയനുസരിച്ച് അവരെ വെടിവെച്ചുകൊന്നു. ലഹളയിൽ ആയിരത്തോളം മാപ്പിളമാർ കൊല്ലപ്പെട്ടു. 14,000 ത്തിൽപ്പരം പേർ അറസ്റ്റുചെയ്യപ്പെട്ടു.

ആലിമുസ്ലിയാർ കീഴടങ്ങുകയും പൂക്കോട്ടൂർ യുദ്ധം പരാജയപ്പെട്ടു

കയും ചെയ്തതോടെ ലഹള ഏതാണ്ടു ശമിച്ചുകഴിഞ്ഞിരുന്നു. ഈ ഘട്ടത്തിൽ ഗവൺമെന്റ് പ്രതികാരവാഞ്ഛയ്ക്ക് മുതിരാതെ വിവേകം കാണിച്ചിരുന്നുവെങ്കിൽ പിന്നെയുണ്ടായ അനിഷ്ട സംഭവങ്ങൾ ഒഴിവാക്കാൻ കഴിയുമായിരുന്നു. മാപ്പിളമാരെ കൈയിൽക്കിട്ടിയാൽ കേസെടുത്ത് പതിനാലും ഇരുപതും കൊല്ലത്തേക്കു ശിക്ഷിക്കുക, ഏറനാട്-വള്ളുവനാട്-പൊന്നാനി താലൂക്കുകളിൽ കടക്കാനോ പാടില്ല. അങ്ങനെ കഴിയണമെങ്കിൽത്തന്നെ മജിസ്ട്രേറ്റിന്റെയോ പൊലീസ് ഇൻസ്പെക്ടറുടെയോ പാസുവേണം. നാടുവിട്ടു പോയിക്കൂടാ. വീട്ടിൽ താമസിച്ചുകൂടാ. കുറ്റം ചെയ്തവരായാലും അല്ലെങ്കിലും അറസ്റ്റും ശിക്ഷയും! തടവുകാരുടെ സ്ഥിതി അതിലേറെ അസഹ്യം. പത്തുപേരെ ഇടാവുന്ന മുറിയിൽ 50 ഉം 100 ഉം പേരെ കുത്തിനിറയ്ക്കും.

സർക്കാരിന്റെയും പട്ടാളക്കാരുടെയും മൃഗീയതയ്ക്ക് മകുടം ചാർത്തുന്നതാണ് വാഗൺട്രാഡി എന്ന പേരിൽ പിന്നീട് കുപ്രസിദ്ധമായിത്തീർന്ന ദുരന്തസംഭവം. പട്ടാളക്കാരെ കാറ്റുപോലും കടക്കാത്ത ഗുഡ്സ് വാഗണുകളിലടച്ചിട്ടാണ് കൊണ്ടുപോയിരുന്നത്. പുറത്തുള്ളവർ തടവുകാരെ കാണുന്നതു തടയാൻ ഹിച്ച്കോക്കിന്റെ ബുദ്ധിയിലുദിച്ചതാണിത്. 1921 നവംബർ 17 ന് ഒരു വാഗൺനിറയെ (200ഓളം) തടവുകാരെ ഇങ്ങനെ വാഗണിലിട്ടു തിരൂരിൽനിന്നു കോയമ്പത്തൂർക്ക് പുറപ്പെട്ടു. തടവുകാർക്ക് കുടിവെള്ളം-ശ്വസിക്കാൻ വായുപോലും ലഭിച്ചില്ല. വെള്ളത്തിനുവേണ്ടി നിലവിളിച്ചത് പുറത്തുകേട്ടിരുന്നു. പോത്തന്നൂരെത്തിയപ്പോൾ ശബ്ദം നിലച്ചു. തീവണ്ടി മുറിതുറന്നു നോക്കിയപ്പോൾ ശ്വാസംകിട്ടാതെ തടവുകാർ പരസ്പരം കടിച്ചും മാന്തിയും മരിച്ചുകിടക്കുന്നതായാണ് കണ്ടത്. 64 പേർ അപ്പോഴേ മരിച്ചുകഴിഞ്ഞിരുന്നു. പുറത്തിറക്കിയശേഷവും കുറെപ്പേർ മരിച്ചു.

ഇപ്പോഴത്തെ മലപ്പുറം ജില്ലയുടെ, മിക്കപ്രദേശങ്ങളും ടൗണും പരിസരവുമൊഴികെ കോഴിക്കോടു താലൂക്കും വയനാടും കാറൽമണ്ണ, ചെർപ്പുളശ്ശേരി ഭാഗങ്ങളും ഉൾപ്പെടെ 220 അംശങ്ങളെ ലഹള ബാധിച്ചു. അഞ്ചുമാസത്തോളം അതു നീണ്ടുനില്ക്കുകയും ചെയ്തു.

പട്ടാളം രംഗത്തുവന്നതോടെയാണ് സ്ഥിതി ഏറെ വഷളായത്. ലഹള അതോടെ വ്യാപകമായി. പട്ടാളവാഴ്ച വരുത്തിവയ്ക്കുന്ന ദുരിതങ്ങൾ പ്രത്യേകിച്ചു പറയേണ്ടതില്ല. പട്ടാളക്കാരെ സഹായിച്ചില്ലെങ്കിൽ സർക്കാരിന്റെ വിരോധം ഏറ്റുവാങ്ങേണ്ടിവരും എന്നുമാത്രമല്ല ലഹളക്കാരോടനുഭാവമുള്ളവരായി മുദ്രകുത്തപ്പെടും. ഇതിന്റെ ഫലം അറസ്റ്റും മർദ്ദനവുമായിരിക്കുകയും ചെയ്യും. ഇതു ഭയന്ന് ഭീഷണിക്കു വഴങ്ങി ലഹളക്കാരെ സംബന്ധിച്ചു വല്ല വിവരവും നല്കാൻ നിർബ്ബന്ധിതരായാൽ അതു മാപ്പിളമാരുടെ നീരസത്തിനിടയാകും. ഈ സ്ഥിതിയിൽ ജനങ്ങൾ യഥാർത്ഥത്തിൽ ചെകുത്താന്റെയും കടലിന്റെയും ഇടയിലകപ്പെട്ടു. പട്ടാളം വന്നതോടെ ലഹള ശമിക്കുകയല്ല വ്യാപകമാവുകയാണ് ചെയ്തത്. ലഹള ഒതുക്കാൻ പട്ടാളത്തിനു കഴിഞ്ഞതുമില്ല. ഗൂർഖാപട്ടാളം വന്നതിൽ പിന്നെ

മാത്രമാണ് ലഹള ഒതുക്കാൻ കഴിഞ്ഞത്.

ബ്രിട്ടീഷ് ഭരണം ജന്മിത്തത്തിന് നല്കിയ പുതിയ നിർവ്വചനവും തന്മൂലം വളർന്നുവന്ന ജന്മിമർദ്ദനവും ഒരുവശത്ത്. മർദ്ദനംകൊണ്ടു സഹികെട്ടു വല്ല അതിക്രമവും ചെയ്യാൻ കുടിയാന്മാർ നിർബ്ബന്ധിതരാകുമ്പോൾ ക്രമസമാധാനപ്രശ്നത്തിന്റെ പേരിൽ ഒരു മതസമൂഹത്തെയാകെ തച്ചമർത്താൻ മുതിരുന്ന സാമ്രാജ്യത്വ ഭരണാധികാരികൾ മറുവശത്ത്- ഈ രണ്ടു ശക്തികൾക്കുമെതിരെ അമർഷം കടിച്ചൊതുക്കി കഴിഞ്ഞിരുന്ന ഏറനാട്ടിലെ മാപ്പിള കൃഷിക്കാർ സ്വരാജ് മുദ്രാവാക്യത്തിൽ ആകൃഷ്ടരായി ഖിലാഫത്ത്-നിസ്സഹകരണ പ്രസ്ഥാനത്തിലേക്ക് ആവേശപൂർവ്വം എടുത്തുചാടി കർമ്മനിരതരായത് ഒരു കുറ്റമാണോ! ഈ കർഷക മുന്നേറ്റത്തെ ദേശീയവിമോചന പ്രസ്ഥാനവുമായി കൂട്ടിയിണക്കി ആരോഗ്യകരമായ ഒരു ഉശിരൻ പ്രസ്ഥാനമാക്കി വളർത്താൻ ബൂർഷ്വാ നേതൃത്വം തയ്യാറായില്ല. സ്വാതന്ത്ര്യമന്ത്രം ഉരുവിട്ട് അവരെ തൊട്ടുണർത്തിയ നേതൃത്വം തന്നെ സുസംഘടിതരായി അവർ സമരവീര്യത്തോടെ മുന്നേറിത്തുടങ്ങിയപ്പോൾ വഴിക്കുവച്ച് അവരെ കൈവെടിഞ്ഞു. ശരിയായ നേതൃത്വത്തിന്റെ അഭാവത്തിൽ തുഴയില്ലാത്ത തോണിപോലെ സമരം പാളിപ്പോയി. ഈ സന്ദിഗ്ദ്ധഘട്ടത്തിൽ, നേതൃത്വമാകട്ടെ അവരെ സാമ്രാജ്യത്വ മേധാവികളുടെ പട്ടാളവാഴ്ചയ്ക്കുമുന്നിൽ എറിഞ്ഞുകൊടുക്കുകയാണ് ചെയ്തത്. കലാപത്തിന് വർഗ്ഗീയച്ഛായ പകരാൻ ഭരണാധികാരികൾ ഈ അവസരം ശരിക്കുപയോഗപ്പെടുത്തുകയും ചെയ്തു. ദേശീയ നേതൃത്വം ഈ വഞ്ചനയ്ക്കു മുതിർന്നിരുന്നില്ലെങ്കിൽ മലബാർകലാപം മറ്റൊരു ചരിത്രംകുറിച്ചേനെ.

കുഞ്ഞഹമ്മദ് ഹാജി
വീര മാപ്പിള നേതാവ്

സർദാർ ചന്ദ്രോത്ത്

നിശ്ചിതദിവസം രാവിലെ പലദിക്കിൽനിന്നും വലുതും ചെറുതുമായ പല സംഘങ്ങളും മഞ്ചേരിയിൽ എത്തിച്ചേർന്നു. തോക്കുകൾ, വാളുകൾ, കുന്തങ്ങൾ, കത്തികൾ, പിസ്റ്റളുകൾ, വെൺമഴുക്കൾ, കവണക്കല്ല് എന്നിങ്ങനെ എന്തെങ്കിലും ഒരു ആയുധം ഇല്ലാതെ ഒരാളും ആ കൂട്ടത്തിൽ ഉണ്ടായിരുന്നില്ല. ജനസംഘങ്ങൾ പിന്നെയും പിന്നെയും വന്നുകൊണ്ടേയിരുന്നു.

നേരം പത്തരമണിയായി, അപ്പോഴേക്കും വമ്പിച്ച ഒരു ഇരമ്പം കേൾക്കയായി, ആനക്കയത്തുനിന്നുള്ള ഘോഷയാത്രയായിരുന്നു. ആ ഘോഷയാത്രയിൽനിന്നും ഇടയ്ക്കിടെ മേൽഭാഗത്തേക്ക് തോക്കുകൾ പൊട്ടിക്കുന്നുണ്ട്. ആളുകളെ ആകർഷിക്കുവാൻ വേണ്ടിയായിരുന്നുവത്രെ അങ്ങനെ ചെയ്തിരുന്നത്. ആ സംഘത്തിൽ ആറായ്യിരത്തിലധികം ജനങ്ങളുണ്ട്. എന്നാൽ അവിടെ തടിച്ചുകൂടിയിരുന്ന ജനങ്ങളെ മുഴുവൻ കോരിത്തരിപ്പിച്ചൊരു പ്രത്യേകത ആ സംഘത്തിനുണ്ടായിരുന്നു.

അഞ്ഞൂറിലധികം ആയുധധാരികളായ ഹിന്ദുക്കൾ അതിലുണ്ട്. അവർ തെറ്റിത്തെറിച്ച് നടന്നിരുന്നില്ല. നന്നാലുപേരായ വരിയായി നടന്നുവരുകയായിരുന്നു. വളരെ അച്ചടക്കത്തോടുകൂടിയ ഘോഷയാത്രയ്ക്ക് മുക്കാൽ നാഴികയിലധികം നീളമുണ്ടായിരുന്നു.

ആരാണ് സംഘത്തിന്റെ നേതാവ്? കുറുതായി മെലിഞ്ഞ്, കറുത്ത പല്ലുകൾ പലതും പോയി, കവിളൊട്ടി, താടിയിൽ കുറേശ്ശെ രോമം വളർത്തി, തടിച്ച വെള്ള വസ്ത്രവും വെള്ള ഷർട്ടും വെള്ള കോട്ടും ധരിച്ച് ചുമന്നരോമത്തൊപ്പിയിട്ടും അതിനു ചുറ്റും വെള്ള ഉറുമാൽ കെട്ടി, കരയുന്ന ചെരുപ്പും കൈയിൽ ചൂരലുമായി മുമ്പിൽ നടക്കുന്ന ആ ധീരത്വം സ്ഫുരിക്കുന്ന നേതാവിനെ കണ്ടപ്പോൾ അവിടെ കൂടിയിരുന്ന ജനങ്ങളുടെ

കുഞ്ഞഹമ്മദ് ഹാജി: പെയിന്റിങ്

ഹൃദയം "ചട ചട" മിടിച്ചു എന്നാണ് പറയുന്നത്. കണ്ടാൽ അല്പം വിരൂപനെങ്കിലും അയാളുടെ കണ്ണുകൾക്ക് അയസ്കാന്ത ശക്തിയുണ്ടായിരുന്നു. അതാണ് വാരിയൻ കുന്നത്ത് കുഞ്ഞഹമ്മദ് ഹാജി.

"അല്ലാഹു അക്ബർ" എന്ന വിളി ഇടിമുഴക്കത്തോടെ എഴുപത്തയ്യായിരം കണ്ഠങ്ങളിൽനിന്ന് ആകാശത്തേക്ക് ഉയർന്നു.

ഹാജിയാരുടെ തൊട്ടു പിന്നിൽ ആയിടയ്ക്ക് പട്ടാളത്തിൽ നിന്ന് പിരിഞ്ഞുവന്ന നായിക്ക് ചേക്കു നീളമുള്ള ഒരു കുന്തം പിടിച്ചിരുന്നു. അതിന്റെ മുകളിൽ ഒരു മുസ്ലീംതലയുമുണ്ട്. അതിൽനിന്ന് രക്തം ഇറ്റിറ്റ്‌വീണുകൊണ്ടിരുന്നു.

കുഞ്ഞഹമ്മദ് ഹാജി തിരിഞ്ഞുനിന്നു കൈയുയർത്തി. ഘോഷയാത്ര പെട്ടെന്നു നിന്നു. കുന്തം എല്ലാവർക്കും കാണത്തക്കവണ്ണം മുമ്പിൽ ഒരിടത്തു നട്ടു. എല്ലാവരും ആ അത്ഭുത പുരുഷനായിരുന്ന നേതാവിനെ ഉറ്റുനോക്കി നിന്നു.

റോഡരുകിൽ മേൽക്കൂടില്ലാത്ത ഒരു പോത്തിൻ വണ്ടി കിടന്നിരുന്നു. ഹാജി അതിന്മേൽ കയറിനിന്നു.

"അല്ലാഹു അക്ബർ" മൂന്നാമത്തെ പ്രാവിശ്യം മുഴങ്ങി. നേതാവ് കൈയുർത്തി ശബ്ദം പെട്ടെന്ന് നിലച്ചു.

സലാം പറഞ്ഞുകൊണ്ടു ഹാജി അവിടെ ഇരുന്നവരോട് പറഞ്ഞു-:

"നമ്മൾ കഷ്ടപ്പെട്ടിരിക്കുന്നു. നമ്മൾ അന്യന്മാരുടെ ചൊൽപ്പടിക്കു നടക്കേണ്ടവരായിത്തീർന്നിരിക്കുന്നു. ബ്രിട്ടീഷ് ഗവൺമെന്റാണിതിനു കാരണം. അതിനെ നമ്മുക്കു ഒടുക്കണം. എല്ലാ കഷ്ടപ്പാടുകളും നീക്കണം."

പിന്നീട് അദ്ദേഹം ഗവൺമെന്റിന് നേരെ ആയുധമേന്തി പോരാട്ടത്തിന് ചിലതെല്ലാം നിർദ്ദേശിച്ചുകൊണ്ട്, കുന്തത്തിൻ മേലുള്ള തല ചൂണ്ടി

കൊണ്ടു പറഞ്ഞു.

"ആനക്കയത്തെ പൊലീസ് ഇൻസ്പെക്ടറായ ചേക്കുട്ടിയുടെ തലയാണിത്. ഗവൺമെന്റിനോട് കളിക്കണ്ട, ജന്മികളോട് കളിക്കണ്ട. എന്നും മറ്റും ഇവൻ നമ്മെ ഭീഷണിപ്പെടുത്തി. നമുക്കെതിരായി പ്രവർത്തിക്കുമെന്ന് ശപഥം ചെയ്തു. നിങ്ങൾ എന്തു പറയുന്നു എന്നു എനിക്കറിയണം. ഞാൻ ചെയ്തതു തെറ്റാണെങ്കിൽ അല്ലാഹുവിന്റെ പേരിൽ നിങ്ങൾ എന്നെ ഇവിടെയിട്ട് കൊല്ലണം." (ജനങ്ങൾ ആർത്തുവിളിച്ചു.)

എനിക്ക് മറ്റൊന്നു പറയാനുണ്ട്. ഹിന്ദുക്കളെ കൊല്ലരുത്. അവരെ ഭയപ്പെടുത്തരുത്. അവരുടെ ഇഷ്ടം കൂടാതെ ദീനിൽ ചേർക്കരുത്. ഹിന്ദുക്കളെ നമ്മൾ ദ്രോഹിച്ചാൽ അവർ ഈ ഗവൺമെന്റിന്റെ ഭാഗം ചേരും. അത് നമ്മുടെ തോല്വിക്കു കാരണമാകും.

അവരും നമ്മളെപ്പോലെ കഷ്ടപ്പെടുന്നവരാണ്. ഞാൻ ഇന്നലെ ഒരു വിവരം അറിഞ്ഞു. ഇത് ഹിന്ദുക്കളും മുസൽമാരും തമ്മിലുള്ള ഒരു യുദ്ധമാണെന്ന് പുറം രാജ്യങ്ങളിൽ പറയുന്നുണ്ടത്രേ.

നമുക്ക് ഹിന്ദുക്കളോട് പകയില്ല. എന്നാൽ ഗവൺമെന്റിനെ സഹായിക്കുകയോ ഗവൺമെന്റിന്റെ ആൾക്കാർക്ക് ഒറ്റു കൊടുക്കുകയോ ചെയ്താൽ നിർദ്ദയമായി അവരെ ശിക്ഷിക്കും. അനാവശ്യമായി ഹിന്ദുക്കളെ ആരെങ്കിലും ദ്രോഹിച്ചുവെന്നറിഞ്ഞാൽ അവരെ ഞാൻ ശിക്ഷിക്കും.

ഹിന്ദുക്കൾ നമ്മുടെ നാട്ടുകാരാണ്. നമുക്ക് ഇത് മുസൽമാന്റെ രാജ്യമാക്കാൻ ആഗ്രഹമില്ല.

ഹിന്ദുക്കളോടും അമ്പലങ്ങളോടും എങ്ങനെ പെരുമാറകണമെന്ന് വിവരിച്ചശേഷം നേതാവ് ഏതാണ്ടിങ്ങനെ അവസാനിപ്പിച്ചു.

"ആരും പട്ടിണികിടക്കരുത്. തല്ക്കാലം കൈയിലില്ലാത്തവർ ചോദിച്ചാൽ ഉള്ളവർ കൊടുക്കണം. കൊടുക്കാഞ്ഞാൽ വലിയ ശിക്ഷ തരും. കൃഷി നടത്തണം അതുകൊണ്ട് ചെറുമക്കളെ ആരും ദ്രോഹിച്ചു പോകരുത്. നാം വേണ്ടി വന്നാൽ യുദ്ധം ചെയ്ത് മരിക്കുകതന്നെ വേണം."

അദ്ദേഹം *ഖുർആ*നിലെ ഒരു വചനം ചൊല്ലി. വണ്ടിയിൽനിന്ന് താഴെയിറങ്ങി.

"എന്റെ കൂടെ വരിൻ" എന്നു പറഞ്ഞ് അദ്ദേഹം നടന്നു. പുരുഷാരം മുഴുവൻ പിറകേയും.

വാരിയംകുന്നത്ത് കുഞ്ഞഹമ്മദ് ഹാജി ദേശസ്നേഹിയായ പോരാളി

ഡോ. കെ ടി ജലീൽ

ആയിരത്തിത്തൊള്ളായിരത്തി ഇരുപത്തി ഒന്നിലെ കലാപം അതുവരെ നടന്നിട്ടുള്ള മറ്റെല്ലാ കലാപങ്ങളിൽ നിന്നും വ്യത്യസ്തമായിരുന്നു. ഇതര കലാപങ്ങളൊക്കെത്തന്നെ അതാതു പ്രദേശങ്ങളിൽ മാത്രം ഒതുങ്ങി നില്ക്കുകയാണുണ്ടായത്.[1] തിരൂരങ്ങാടിയിൽ ആഗസ്ത് 20 ന് നടന്ന സംഭവങ്ങളോടുള്ള മാപ്പിളമാരുടെ പ്രതികരണം ഒരു മുന്നൊരുക്കത്തോടെയായിരുന്നില്ല. തികച്ചും യാദൃച്ഛികമായി നടന്ന ഒരു സംഭവത്തിന്റെ ലക്ഷണങ്ങളാണ് അതിനുണ്ടായിരുന്നത്. പലയിടങ്ങളിലും ചെറുത്തുനില്പിനു കാരണം വ്യത്യസ്തമായിരുന്നു. എന്നാൽ, കലാപം പൊട്ടിപ്പുറപ്പെട്ടതോടെ വിവിധ പ്രദേശങ്ങളിൽ നടന്ന ബ്രിട്ടീഷ്വിരുദ്ധ പ്രവർത്തനങ്ങളെ ഏകോപിപ്പിക്കുന്നതിനും നേതൃത്വപരമായ നിർദ്ദേശങ്ങൾ നല്കുന്നതിനുമുള്ള ശ്രമങ്ങൾ ഉണ്ടായിരുന്നുവെന്നത് നിസ്തർക്കമാണ്. ഏതെല്ലാം പ്രദേശങ്ങൾ ആരുടെയെല്ലാം നേതൃത്വത്തിലാണ് നിയന്ത്രിക്കപ്പെടേണ്ടതെന്ന് തീരുമാനിക്കുന്നതിന് ആഗസ്ത് 21 ന് പാണ്ടിക്കാട്ടു നടന്ന യോഗം ഈ ദിശയിലെ പ്രഥമ കാൽവയ്പായിരുന്നു.[2] ഇതിന്റെയടിസ്ഥാനത്തിൽ ഏറനാടുതാലൂക്ക് ചെമ്പ്രശ്ശേരിതങ്ങൾക്കും വാരിയംകുന്നത്തു കുഞ്ഞഹമ്മദുഹാജിക്കും തിരൂരങ്ങാടി ആലിമുസ്ല്യാർക്കും വള്ളുവനാടിന്റെ ഭാഗങ്ങൾ സീതിക്കോയ തങ്ങൾക്കുമായി വിഭജിച്ച് നല്കപ്പെട്ടു.[3]

ലഹളയുടെ ഗതി നിയന്ത്രിക്കുന്നതിൽ നിർണ്ണായകമായ പങ്കുവഹിച്ചവരിൽ പ്രമുഖൻ വാരിയംകുന്നത്തു കുഞ്ഞഹമ്മദുഹാജി ആയിരുന്നു. 1857 ൽ നടന്ന ഒന്നാംസ്വാതന്ത്ര്യസമരത്തിൽ ബഹദൂർഷായ്ക്കുണ്ടായിരുന്ന സ്ഥാനമാണ് 1921-22 കാലഘട്ടത്തിൽ ബ്രിട്ടീഷുകാർക്കെതിരായി നടന്ന കലാപത്തിൽ കുഞ്ഞഹമ്മദുഹാജിക്കുള്ളത്. അദ്ദേഹം ഖിലാ

ഫത്തു പ്രസ്ഥാനത്തിൽ സജീവമായി പങ്കെടുത്തിരുന്നു. ഏറനാട്ടിൽ യോഗങ്ങൾ സംഘടിപ്പിക്കുന്നതിൽനിന്നു അധികാരികൾ അദ്ദേഹത്തെ വിലക്കി. ബ്രിട്ടീഷ് ഭരണത്തിനെതിരെ സമരം നയിച്ചതിന്റെ പേരിൽ 1922 ജനുവരി 6 ന് അറസ്റ്റ് ചെയ്യപ്പെട്ട ഹാജിയെ 20 ന് മലപ്പുറം കോട്ടക്കുന്നിൽവച്ച് വെടിവച്ചു കൊല്ലുകയാണുണ്ടായത്.

ലഹളക്കാരിൽവച്ച് അങ്ങേയറ്റം ആപല്ക്കാരിയും അതേസമയം അത്യന്തം സ്വാധീനശക്തിയുള്ളവനുമെന്ന് എഫ് ബി ഇവാൻസ്[4] വിശേഷിപ്പിച്ചിട്ടുള്ള വാരിയംകുന്നത്തു കുഞ്ഞഹമ്മദുഹാജി മഞ്ചേരി നെല്ലിക്കുത്തു ചക്കിപ്പറമ്പൻ മൊയ്തിൻകുട്ടിഹാജിയുടെയും കുഞ്ഞൈസാഹജ്ജുമ്മയുടെയും മകനായി ജനിച്ചു. അദ്ദേഹം ഈ ദമ്പതികളുടെ രണ്ടാമത്തെ കുട്ടിയായിരുന്നു. ഒരേസമയം കൃഷിക്കാരനും കച്ചവടക്കാരനുമായിരുന്ന മൊയ്തീൻകുട്ടിഹാജി തികഞ്ഞ ദൈവവിശ്വാസിയുമായിരുന്നു. കുഞ്ഞഹമ്മദുഹാജിയുടെ ജനനം 1866 ൽ ആയിരുന്നുവെന്ന് ബ്രിട്ടീഷ് രേഖകൾ പറയുന്നുണ്ടെങ്കിലും ഹിച്ച്കോക്കിന്റെ അഭിപ്രായത്തിൽ അത് 1883 ൽ ആണ്.[5] എന്നാൽ കുഞ്ഞഹമ്മദുഹാജിയുടെ സുഹൃത്തായിരുന്ന മേലാറ്റൂർ കുഞ്ഞുമൊയ്തുഹാജി എഴുതിയ മലയാളത്തിലുള്ള അപ്രകാശിത കൃതിയായ *ഖിലാഫത്തു ലഹള*യിൽ പറയുന്നതനുസരിച്ച് അതിലും ആറുവർഷം മുമ്പാണ് ജനനം. ഇതേ കൃതിയിൽ തന്നെ കുഞ്ഞഹമ്മദുഹാജിക്ക് 49 വയസ്സുള്ളപ്പോഴാണ് മലപ്പുറത്തുവച്ച് അദ്ദേഹം വെടിയേറ്റു മരിച്ചതെന്നും രേഖപ്പെടുത്തിയിട്ടുണ്ട്.[6]

നെല്ലിക്കുത്തു മതപാഠശാലയിൽനിന്നു കുന്നുമ്മൽ കുഞ്ഞിക്കമ്മുമുല്ലയുടെ ശിക്ഷണത്തിലാണ് കുഞ്ഞഹമ്മദുഹാജി *ഖുർആൻ* പഠിച്ചത്. പ്രാഥമിക വിദ്യാഭ്യാസം നേടിയത് വള്ളുവങ്ങാട് മാപ്പിളപ്രൈമറി സ്കൂളിൽ നിന്നായിരുന്നു. അദ്ദേഹം പിന്നീട് മമ്മദുകുട്ടി മുസ്ല്യാരിൽ നിന്നും നിരവധി അറബി ഗ്രന്ഥങ്ങളിൽ അവഗാഹം നേടി. ഖിലാഫത്തു പോരാളി ഏരിക്കുന്നം ആലിമുസ്ല്യാരുടെ സഹോദരനായിരുന്നു മമ്മദുകുട്ടി മുസ്ല്യാർ. കുഞ്ഞഹമ്മദു ഹാജിക്ക് ആലിമുസ്ല്യാരുമായി അടുത്തബന്ധമാണുണ്ടായിരുന്നത്. ഇരുവരും നെല്ലിക്കുത്തുകാരായിരുന്നുവെന്നുമാത്രമല്ല അവരുടെ കുടുംബങ്ങൾ തമ്മിൽ വിവാഹബന്ധങ്ങളും ഉണ്ടായിരുന്നു. ആലിമുസ്ല്യാരുമായുള്ള ഇത്തരം വ്യക്തിബന്ധങ്ങൾക്കപ്പുറം, തന്റെ ബന്ധുക്കളായ പുരുഷന്മാരിൽ ഏറിയകൂറും 1894 ലെ കലാപത്തിൽ കൊലചെയ്യപ്പെട്ടിരുന്നുവെന്നതും കുഞ്ഞഹമ്മദുഹാജിയെ മാപ്പിള ലഹളയിലേക്ക് ആകർഷിക്കുന്നതിന് കാരണമായിത്തീർന്നു.[7]

കുട്ടിക്കാലത്തുതന്നെ അദ്ദേഹം വ്യാപാരത്തിലും കൃഷിയിലും തന്റെ പിതാവിനെ സഹായിച്ചു. കൂട്ടുകാരുമായി ചേർന്ന് അദ്ദേഹം കാളവണ്ടിയിൽ കാർഷികോല്പന്നങ്ങളും മലഞ്ചരക്കുകളും കോഴിക്കോട്ടെത്തിച്ച് വ്യാപാരം നടത്തിയിരുന്നു. വളരെ പെട്ടെന്നു തന്നെ തന്റെ കർമ്മകുശലതകൊണ്ടും ധീരതകൊണ്ടും സർവ്വോപരി മറ്റുള്ളവരോടുള്ള ദയാദാക്ഷിണ്യംകൊണ്ടും അദ്ദേഹം ജനമനസ്സുകളിൽ സ്ഥാനം പിടിച്ചു. നീതി

ബോധവും സത്യസന്ധതയും സഹിഷ്ണുതയും അദ്ദേഹത്തിന്റെ സവിശേഷഗുണങ്ങളായിരുന്നു.[8] വള്ളുവനാട്ടിലും ഏറനാട്ടിലും 1921 നു മുമ്പു നടന്ന കലാപങ്ങളിലും ഹാജിയുടെ കുടുംബം പങ്കുവഹിച്ചിട്ടുണ്ട്. ഈ പോരാട്ടങ്ങളെ പ്രകീർത്തിച്ചുകൊണ്ടുള്ള ധാരാളം നാടൻപാട്ടുകൾ പ്രചാരത്തിലുണ്ടായിരുന്നു. അത്തരത്തിൽപ്പെട്ട മണ്ണാർകാട് പടപ്പാട്ട്, മഞ്ചേരി പടപ്പാട്ട് എന്നിവ ഇംഗ്ലീഷുകാർ നിരോധിച്ചു. 1896 ൽ മഞ്ചേരിയിൽ നടന്ന ചരിത്രപ്രസിദ്ധമായ കർഷക ലഹളയിൽ ഹാജിയും ബന്ധുക്കളും പങ്കെടുത്തിരുന്നു. മഞ്ചേരികോവിലകം വക സ്വത്തുക്കൾ കയ്യേറിയ കലാപകാരികളെ ബ്രിട്ടീഷ് സൈന്യം പരാജയപ്പെടുത്തി. അന്ന് 96 മുസ്ലീങ്ങളാണ് കൊല്ലപ്പെട്ടത്. രക്ഷപ്പെട്ട അപൂർവ്വം പേരിൽ ഒരാൾ കുഞ്ഞഹമ്മദുഹാജിയായിരുന്നു. കലാപം പരാജയപ്പെട്ടതിനെ തുടർന്ന് ഹാജിയുടെ പിതാവിനെയും ചെറുത്തുനില്പിനു നേതൃത്വം നല്കിയ മറ്റ് അഞ്ചുപേരെയും അന്തമാനിലേക്ക് നാടുകടത്തി. അവിടെവച്ച് 1907 ൽ പിതാവ് നിര്യാതനായി.[9]

1910 ൽ നെല്ലിക്കുത്തു സ്വദേശികളായ എരിക്കുന്നം അബ്ദുള്ളഹാജിയെയും പുതുക്കോളി ഉണ്ണിഹസൻ ഹാജിയെയും ബ്രിട്ടീഷുകാർക്കെതിരായ ചെറുത്തുനില്പിന്റെ പേരിൽ മക്കയിലേക്കു നാടുകടത്തി. കുഞ്ഞഹമ്മദുഹാജിയെയും താമസംവിനാ നാടു കടത്താനിടയുണ്ടെന്ന് ഒരു പൊലീസുദ്യോഗസ്ഥൻ അദ്ദേഹത്തെ രഹസ്യമായി ധരിപ്പിക്കുകയുണ്ടായി. അതിനുമുമ്പുതന്നെ മക്കയിലേക്കു പുറപ്പെടാൻ തീരുമാനിച്ച ഹാജി ബോംബെയിൽനിന്നു കടൽമാർഗ്ഗം മക്കയിലേക്ക് യാത്ര തിരിച്ചു. ഈ യാത്രയ്ക്കിടയിൽ അദ്ദേഹം ഹിന്ദുസ്ഥാനിയും അറബിയും സംസാരിക്കുന്നതിനും വായിക്കുന്നതിനും ശീലിച്ചു. നാലുവർഷം കഴിഞ്ഞ് 1913 അവസാനമോ 1914 ആദ്യമോ സ്വന്തം നാട്ടിൽ തിരിച്ചെത്തിയ ഹാജി തന്റെ ഉമ്മയെ ചില സിവിൽ കേസുകളിൽ സഹായിച്ചതിനു രേഖകളുണ്ട്.[10] എന്നാൽ 1908 ൽ തപാൽ ഉരുപ്പടികൾ മോഷണംപോയ ഒരു കേസിലും 1909 ൽ പാലക്കാട്ടുകാരായ തട്ടാന്മാരെ കൊള്ളയടിച്ച ഒരു കേസിലും ഹാജി ഉൾപ്പെട്ടിരുന്നുവെന്നും തുടർന്നാണ് അദ്ദേഹം മക്കയിലേക്കു പോയതെന്നും ഒരു അഭിപ്രായമുണ്ട്.[11]

1915 ൽ മാപ്പിള കലാപത്തെക്കുറിച്ച് മലബാർ ജില്ലാ മജിസ്ട്രേറ്റ് സി എ ഇന്നസ് (C A Innes) തയ്യാറാക്കിയ റിപ്പോർട്ടിൽ കുഞ്ഞഹമ്മദുഹാജിയെക്കുറിച്ചുള്ള പരാമർശമുണ്ട്. സത്യമായാലും അല്ലെങ്കിലും 'മലബാറിലെ ഏറ്റവും അപകടകാരിയായ മനുഷ്യൻ' എന്ന നിലയിലാണ് ഹാജി അറിയപ്പെട്ടിരുന്നതെന്നാണ് പ്രസ്തുത റിപ്പോർട്ടിൽ പറഞ്ഞിട്ടുള്ളത്. ഇത്തരം പരാമർശങ്ങളിൽനിന്നു സമരോൽസുകനായ ഒരു വ്യക്തിയെന്നനിലയിൽ മാത്രമല്ല ജില്ലാ അധികൃതർ കുഞ്ഞഹമ്മദുഹാജിയെ കണ്ടിരുന്നതെന്നു വ്യക്തമാണല്ലോ. മക്കയിൽനിന്നു തിരിച്ചെത്തിയ ഹാജി കൊണ്ടോട്ടിക്കു സമീപമുള്ള മൊറയൂരിൽ സ്ഥിരതാമസമാക്കി. അവിടനിന്നദ്ദേഹം വിവാഹം കഴിക്കുകയും ചെയ്തു. ഈ പ്രദേശത്ത്

കാർഷിക വൃത്തിയിൽ ഏർപ്പെട്ട അദ്ദേഹം കോഴിക്കോട്ടേക്ക് പോത്തുവണ്ടിയിൽ സാധനങ്ങൾ കൊണ്ടുപോകാറുണ്ടായിരുന്നു. 1915 ൽ ജില്ലാമജിസ്ട്രേറ്റിനു നേരെ നടന്ന വധശ്രമത്തിനു പിന്നിൽ ഹാജിയായിരുന്നുവെന്നു സംശയിക്കപ്പെട്ടുവെങ്കിലും ഹാജിയെ മൊറയൂരിൽനിന്നു ഓടിക്കുന്നതിനുവേണ്ടി ചില മാപ്പിളമാർ അദ്ദേഹത്തെ കള്ളക്കേസിൽ കുടുക്കുന്നതിനു ശ്രമിക്കുകയാണുണ്ടായതെന്ന് പിന്നീടുനടന്ന അന്വേഷണം വ്യക്തമാക്കുകയുണ്ടായി. ചില വസ്തുതർക്കങ്ങളെ തുടർന്നാണത്രെ ഒരു വിഭാഗം മാപ്പിളമാർ ഹാജിക്കെതിരെ നീങ്ങിയത്.[12]

ചില കുറ്റകൃത്യങ്ങളിൽ ഉൾപ്പെട്ടതിനെ തുടർന്നാണ് ഹാജി മക്കയിലേക്കു പോകാൻ പ്രേരിതനായതെന്ന ഔദ്യോഗിക ഭാഷ്യത്തിനു ന്യായീകരണമില്ല. എന്നാൽ, ഹാജി മലബാർ വിടാനിടയാക്കിയ സാഹചര്യത്തെക്കുറിച്ച് അനൗദ്യോഗികമായ ചില വിവരങ്ങൾ ലഭ്യമാണ്. 1909 ൽ ബ്രിട്ടീഷുകാർക്കെതിരായി മാപ്പിളമാരെ അണിനിരത്താൻ ശ്രമിച്ചതിന്റെ പേരിൽ ഹാജിയെ അറസ്റ്റു ചെയ്യാനുള്ള നീക്കങ്ങൾ നടത്തുന്നതിനിടയിലാണത്രെ ബോംബെയിൽനിന്നു ഒരു ചരക്കുകപ്പലിൽ കയറി മക്കയിലേക്കു രക്ഷപ്പെട്ടത്.[13] ഏതാനും വർഷങ്ങൾ കഴിഞ്ഞ് മലബാറിൽ തിരിച്ചെത്തിയ ഹാജി പോത്തുവണ്ടിയോടിച്ചാണ് കാലയാപനം നടത്തിവന്നത്.[14] ക്രമേണ സംസ്കാരസമ്പന്നനായ ഒരു നേതാവെന്ന സ്ഥാനം വണ്ടിക്കാരുടെ ഇടയിൽ അദ്ദേഹം നേടിയെടുത്തു.

1914 ൽ ഹാജിയെ നാടുകടത്തുന്നതിന് സർക്കാർ ഉത്തരവിട്ടു. അറബി നന്നായി എഴുതുകയും വായിക്കുകയും ചെയ്തിരുന്ന അദ്ദേഹത്തിന് കുറെ സ്വത്തുക്കളുമുണ്ടായിരുന്നു. 1916 ൽ മുസ്ലീങ്ങളിൽ ചിലർ മലബാർ കളക്ടർ ആയിരുന്ന ഇൻസിനെ വധിക്കുന്നതിനു ഗൂഢാലോചന നടത്തിയെങ്കിലും ആ വിവരം എങ്ങനെയോ പുറത്തായതിനാൽ ഉദ്യമം പരാജയപ്പെട്ടു. കളക്ടറെ വധിക്കുന്നതിനു പ്രേരണ നല്കിയത് വാരിയംകുന്നത്തായിരുന്നുവെന്ന് നാട്ടിൽ സംസാരമുണ്ടായിരുന്നു. ഇതിന്റെ പേരിൽ ഹിച്ച്കോക്ക് ഹാജിയെ ചോദ്യംചെയ്യുകയുണ്ടായി. എന്നാൽ അദ്ദേഹം എഴുതിയതെന്ന് ആരോപിക്കപ്പെട്ടിരുന്ന അറബി-മലയാളത്തിലുള്ള ഒരു കത്ത് വ്യാജമാണെന്നു ബോദ്ധ്യപ്പെട്ടതിനാൽ ഹാജിയെ വിട്ടയയ്ക്കുകയാണുണ്ടായത്.[15] അദ്ദേഹം ജീവിച്ച കാലഘട്ടത്തിന്റെ സ്വഭാവം മനസ്സിലാക്കിയാൽ എങ്ങനെയാണ് ഹാജി കടുത്ത സാമ്രാജ്യത്വവിരോധിയായതെന്ന് ഗ്രഹിക്കാനാകും.

1861-1919 കാലഘട്ടത്തിൽ മുസ്ലീങ്ങളായ കൃഷിക്കാർ അധികാരികൾക്കും ഭൂവുടമകൾക്കുമെതിരായി പരസ്യമായ ചെറുത്തുനില്പുകൾ സംഘടിപ്പിക്കാൻ തുടങ്ങി. ചുരുക്കം ചിലസംഭവങ്ങൾ ഒഴിച്ചു നിർത്തിയാൽ ഈ സമരം പൊതുവെ സമാധാനപരമായിരുന്നു. ഇക്കാലത്ത് മുസ്ലീംസമുദായത്തിലെ നേതാക്കന്മാർ തങ്ങളുടെ സമുദായത്തിന്റെ ഉന്നതിക്കുവേണ്ട പദ്ധതികളെക്കുറിച്ച് ആലോചിക്കുകയും സർക്കാരിന്റെ സഹകരണത്തോടെ തങ്ങൾക്ക് വിദ്യാഭ്യാസപരവും സാമ്പത്തികവുമായ പുരോ

ഗതി പ്രാപിക്കാൻ കഴിയുമെന്ന നിലപാടിലെത്തിച്ചേരുകയും ചെയ്തു. കോഴിക്കോട്ടെ ഹിമായത്തുൽ ഇസ്ലാം സഭയും മഞ്ചേരിയിലെ ഹിദായത്തുൽ മുസ്ലിമീൻ സഭയുമാണ് ഇതേ രീതിയിൽ ചിന്തിച്ചിരുന്ന സംഘടനകളിൽ പ്രധാനം. സർക്കാരിനെ അനുകൂലിച്ചിരുന്ന ഈ രണ്ടു സംഘടനകളും സമുദായത്തിന്റെ ആധുനികവല്ക്കരണത്തിനുവേണ്ടി വാദിക്കുന്നവയായിരുന്നു. ഹിദായത്തുൽ മുസ്ലിമീൻ സഭ 1919 ഒക്ടോബർ 8 ന് ഗവർണ്ണർ വെല്ലിങ്ടൻ പ്രഭുവിന് സമർപ്പിച്ച നിവേദനത്തിൽ ഇങ്ങനെ പറയുന്നു:

> ഞങ്ങൾ താങ്കളെ മലബാറിലേക്കു സ്വാഗതം ചെയ്യുന്നു. താങ്കൾ ഇവിടം സന്ദർശിക്കാൻ ആഗ്രഹം പ്രകടിപ്പിച്ചതിൽ ഞങ്ങൾക്കു വലിയ സന്തോഷമുണ്ട്. ഈ സംഘടന രൂപീകരിച്ചിട്ടുള്ളത് ഗവൺമെന്റുമായി സഹകരിച്ചു പ്രവർത്തിക്കുന്നതിനു വേണ്ടിയാണ്. ഉദ്യോഗസ്ഥന്മാർക്ക് ഞങ്ങളോട് നല്ല സമീപനമാണുള്ളത്. ഞങ്ങൾ ബ്രിട്ടീഷ് സർക്കാരിനോടു കൂറുപുലർത്തുന്നവരാണ്. സർക്കാർ സഹായത്തോടെ ജീവിതം മെച്ചപ്പെടുത്തുകയെന്നതാണ് ഞങ്ങളുടെ ഏകലക്ഷ്യം. മറിച്ചുള്ള സംഭവങ്ങൾ ചില കുബുദ്ധികൾ ചെയ്തു വെക്കുന്നതാണ്. ഇത്തരക്കാർ സമുദായത്തിനുതന്നെ ഒരു ബാദ്ധ്യതയായി തീർന്നിട്ടുണ്ട്. മതഭ്രാന്തന്മാർ എല്ലാ മതങ്ങളിലുമുണ്ട്. എന്നാൽ സർക്കാരിന്റെ സ്വാധീനം വർദ്ധിച്ചുവരുന്നതനുസരിച്ച് ഇത്തരക്കാരുടെ എണ്ണം കുറഞ്ഞുവരികയാണ്. സർക്കാരിനോടുള്ള ഞങ്ങളുടെ കൂറ് ഉദ്യോഗസ്ഥന്മാർക്ക് ബോദ്ധ്യപ്പെട്ടിട്ടുള്ളതാണ്. മറ്റുള്ളവരെപ്പോലെതന്നെ ബ്രിട്ടീഷ് സാമ്രാജ്യത്തിന്റെ വിജയങ്ങളിൽ ഞങ്ങൾക്കും സന്തോഷമുണ്ട്. അത്തരം യുദ്ധങ്ങളിൽ പലതിലും തങ്ങളുടെ സമുദായത്തിൽപ്പെട്ട കുറേപ്പേർ പങ്കെടുത്തിരുന്നുവെന്നത് ചാരിതാർത്ഥ്യജനകമാണ്. എങ്കിലും ഞങ്ങളിൽപ്പെട്ട പലരും വളരെ ശോചനീയമായ ചുറ്റുപാടിലാണു ജീവിക്കുന്നത്. ഞങ്ങൾ സർക്കാരിനെ പ്രത്യാശയോടെയാണ് വീക്ഷിച്ചുകൊണ്ടിരിക്കുന്നത്. ഞങ്ങളുടെ ബുദ്ധിമുട്ടുകൾക്കെല്ലാം പ്രധാനകാരണം ഭൂവുടമകളാണ്. മിസ്റ്റർ ലോഗൻ ഉൾപ്പെടെ മിക്ക ഉദ്യോഗസ്ഥന്മാർക്കും ഇക്കാര്യം ബോദ്ധ്യപ്പെട്ടിട്ടുള്ളതാണ്. മാത്രമല്ല, മുസ്ലീങ്ങൾ പൊതുവെ നിരാശ്രയരും നിരക്ഷരരുമാണ്.
>
> ഏറനാട്ടിലെയും വള്ളുവനാട്ടിലെയും മുസ്ലീങ്ങളുടെ ഉപജീവനമാർഗ്ഗം കൃഷിയാണ്. കുടിയാൻനിയമം (The Tenant Act) അവരുടെ ജീവിതത്തെ അരക്ഷിതമാക്കുന്നു. പാട്ടത്തുകയിൽ വരുത്തിയ വർദ്ധനവിലും, പാട്ടക്കൈമാറ്റങ്ങളിലും, കുടിയൊഴിപ്പിക്കലിലുമൊക്കെ കുടിയാന്മാർക്കു യാതൊരു പങ്കുമില്ലാതായിരിക്കുന്നു. കുടിയാൻ നിയമം അനുയോജ്യമാണെങ്കിൽ കൂടി പാട്ടക്കാരുടെ പല ജീവൽ പ്രശ്നങ്ങൾക്കും പരിഹാരം കാണുന്നതിന് അതിനു

> കഴിഞ്ഞിട്ടില്ല. ഒന്നാമതായി അതിനു വ്യക്തതയില്ല. രണ്ടാമതായി, പാട്ടത്തുക കുത്തനെ വർദ്ധിപ്പിക്കുന്നത് നിയന്ത്രിക്കുന്നതിന് ഈ നിയമത്തിനു കഴിയുന്നില്ല. പാട്ടക്കാർ വസ്തു നന്നാക്കുന്നുണ്ടെന്ന കാര്യം പരിഗണിച്ചിട്ടേയില്ല. അതേസമയം പാട്ടക്കാരുടെ കൈവശാവകാശം അംഗീകരിച്ചുകൊണ്ടുള്ള തിരുവിതാകൂർ, കൊച്ചി എന്നീ രാജ്യങ്ങളിൽ നിലവിലുള്ള നിയമത്തിലെ മാനദണ്ഡങ്ങൾ താരതമ്യേന ഭേദപ്പെട്ടവയാണ്. ഞങ്ങൾ ആഗ്രഹിക്കുന്നത് അത്തരത്തിൽ ഒരു നിയമമാണ്. പാട്ടക്കാരന്റെ സുരക്ഷയ്ക്ക് ഇതിൽ കുറഞ്ഞ ഒന്നും പര്യാപ്തമാവുകയില്ല. മാത്രമല്ല, അത്തരമൊരു നടപടി പാട്ടക്കാരനും ഭൂവുടമയും തമ്മിലുള്ള ബന്ധം മെച്ചപ്പെടുത്തുകയും ചെയ്യും.

ഈ നിവേദനം 1919 ഒക്ടോബർ 11 ന് കോഴിക്കോട്ടുള്ള തന്റെ ഔദ്യോഗിക വസതിയിൽ വച്ചാണ് ഗവർണർ സ്വീകരിച്ചത്.

താഴെപ്പറയുന്നവരാണ് നിവേദക സംഘത്തിലുണ്ടായിരുന്നത്.

(സാഹിബ് ബഹദൂർ) കോർമത്ത് അഹമ്മദുഹാജി
(സാഹിബ് ബഹദൂർ) കരപ്പുല മുഹമ്മദുകോയാകുരിക്കൾ
(സാഹിബ് ബഹദൂർ) കൊരമ്പയിൽ അഹമ്മദ്
(സാഹിബ് ബഹദൂർ) വല്ലാഞ്ചിറ കുഞ്ഞിമോയിൻ
(സാഹിബ് ബഹദൂർ) കോട്ടമ്പറമ്പൻ കുഞ്ഞഹമ്മദ്
(സാഹിബ് ബഹദൂർ) മുടിത്തോടിക്ക മൊയ്തീൻ
(സാഹിബ് ബഹദൂർ) കോർമത്ത് പോക്കർ
(സാഹിബ് ബഹദൂർ) വല്ലഞ്ചിറ അലി

മുസ്ലീം കുട്ടികൾക്കുള്ള നിർബ്ബന്ധിതവിദ്യാഭ്യാസവും മുസ്ലീം സ്കൂളുകളിലുള്ള അറബി ഭാഷാ പഠനവുമാണ് നിവേദനത്തിൽ എടുത്തുപറഞ്ഞിരുന്ന രണ്ടു പ്രധാന വിഷയങ്ങൾ.

പാട്ടക്കുടിയാൻ നിയമം (Tenant Act) ഭേദഗതി ചെയ്യുന്നതിന് നിവേദനത്തിൽ ആവശ്യപ്പെട്ടിരുന്നതിനു മറുപടിയായി ഗവർണ്ണർ ഇങ്ങനെ പറഞ്ഞു:

> തലശ്ശേരിയിലെ ഒരു പ്രമുഖ വ്യക്തിയുമായി നടത്തിയ സംഭാഷണത്തിൽനിന്നും കുടിയാന്മാരുടെ ജീവിതാവസ്ഥകളെപ്പറ്റി എനിക്കു ബോദ്ധ്യപ്പെട്ടിട്ടുള്ളതാകുന്നു. ഈ വിഷയത്തിൽ എന്തു ചെയ്യാൻ കഴിയുമെന്ന് ഞാൻ പരിശോധിച്ചു വരികയാണ്. ഇപ്പോൾ ഇതു സംബന്ധമായി എനിക്ക് ഇത്രമാത്രമേ പറയാൻ കഴിയൂ.[16]

ഇന്ത്യൻനാഷണൽ കോൺഗ്രസിന്റെയും ഖിലാഫത്തു പ്രസ്ഥാനത്തിന്റെയും സംയുക്തവേദിയായ ഭാരത് മഹാജനസഭ 1920 മുതൽ സർക്കാരിനോട് നിസ്സഹകരിക്കുന്നതിനുള്ള ആഹ്വാനങ്ങളടങ്ങിയ നിരവധി പ്രമേയങ്ങൾ പാസാക്കിയിട്ടുണ്ട്. 1920 ഏപ്രിൽ 28-29 ന് മഞ്ചേരിയിൽ

കോൺഗ്രസുകാരുടെ ഒരു യോഗം സംഘടിപ്പിക്കപ്പെട്ടു. ഇതു സംബന്ധമായി ശ്രീ. എ കെ പിള്ള രേഖപ്പെടുത്തിയിട്ടുള്ളത് പ്രസക്തമാണ്.

> ഒരു ജില്ലാതല യോഗം മാത്രമായിരുന്നെങ്കിലും അതിനെ കവച്ചുവെക്കുന്ന തയ്യാറെടുപ്പുകളും ആവേശവുമാണ് കാണാൻ കഴിഞ്ഞത്. മലബാറിൽ നിന്നുള്ള ധാരാളം പ്രതിനിധികൾ പങ്കെടുത്തു. മദ്രാസിൽ നിന്നുപോലും ആളുകൾ എത്തിയിരുന്നു. ആനിബസന്റ്, കെ പി കേശവമേനോൻ, എ രംഗസ്വാമി അയ്യർ, കെ മാധവൻ നായർ, രാമയ്യർ മഞ്ചേരി തുടങ്ങിയവർ പങ്കെടുത്ത യോഗത്തിൽ *ദി ഹിന്ദു* പത്രാധിപർ കസ്തൂരി രംഗയ്യൻ അദ്ധ്യക്ഷനായിരുന്നു. നിരവധി വ്യാപാരികളും സന്നിഹിതരായിരുന്നു. മുസ്ലീം പ്രതിനിധികളുടെ വൻതോതിലുള്ള സാന്നിദ്ധ്യം എടുത്തുപറയേണ്ടതാണ്.
>
> പാണ്ടിക്കാട്, പയ്യനാട്, നെല്ലിക്കുത്ത് എന്നിവിടങ്ങളിൽ നിന്നാണ് മുസ്ലീം പ്രതിനിധികളിൽ ഏറിയകൂറും എത്തിയത്. അവർ യോഗത്തിൽ നല്ല പ്രകടനമാണ് കാഴ്ചവച്ചത്. യോഗത്തിൽ പങ്കെടുത്തിരുന്നവരെ രണ്ടായി തിരിക്കാം, ഹോംറൂൾവാദികളും മിതവാദികളും അടങ്ങുന്ന ഒരു വിഭാഗവും തീവ്രവാദികളും ദേശീയവാദികളുമടങ്ങുന്ന മറ്റൊരു വിഭാഗവും. വാദങ്ങളും എതിർ വാദങ്ങളും കൊണ്ട് അന്തരീക്ഷം ഇളകിമറിഞ്ഞു. അജയ്യനായ ദേശീയവാദിയും ഉറച്ച ഖിലാഫത്ത് അനുകൂലിയുമായിരുന്ന കുഞ്ഞഹമ്മദുഹാജി സ്വയംഭരണത്തിനുവേണ്ടിയാണു വാദിച്ചത്.[17]

ശ്രീ. എ കെ പിള്ള ഇപ്രകാരം തുടരുന്നു:

> ഭരണപരിഷ്കാരങ്ങൾ, ഖിലാഫത്ത്, നിസ്സഹകരണം എന്നിവ സജീവ ചർച്ചാവിഷയങ്ങളായി. കുഞ്ഞഹമ്മദുഹാജി, ഖിലാഫത്ത് – കോൺഗ്രസ് കൂട്ടായ്മയുടെ അവിഭാജ്യ ഘടകമായി മാറി.[18] അദ്ദേഹം മഞ്ചേരിയിലെ അഭിഭാഷകനായിരുന്ന ശ്രീ. കെ കേശവൻ നായരിൽ നിന്ന് കേരളാകോൺഗ്രസ് കമ്മിറ്റിയുടെ സർക്കുലറുകൾ സംഘടിപ്പിക്കുകയും അതിന്റെ പ്രസക്തഭാഗങ്ങൾ ഏറനാടിന്റെ കിഴക്കൻ ഭാഗങ്ങളിലാകമാനം പ്രചരിപ്പിക്കുകയും ചെയ്തു. ഖിലാഫത്ത് അംഗങ്ങളായി അറിയപ്പെടാൻ ആഗ്രഹിച്ചിരുന്നവരിൽനിന്നു ആളൊന്നിന് ഒരണ വീതം പിരിച്ചെടുക്കാൻ മഞ്ചേരി ഖിലാഫത്തു കമ്മിറ്റി ചിലരെ നിയോഗിച്ചിരുന്നു. അവരിൽ ഒരാൾ വാരിയംകുന്നത്തു കുഞ്ഞഹമ്മദുഹാജിയായിരുന്നു.[19] ജില്ലാഭരണകൂടത്തിന്റെ നിതാന്തനിരീക്ഷണത്തിലായിരുന്ന കോൺഗ്രസ് ഖിലാഫത്തു സമരം ഏറനാടിന്റെ ഉൾപ്രദേശങ്ങളിലേക്ക് വ്യാപിക്കാൻ തുടങ്ങിയതോടെ കുഞ്ഞഹമ്മദുഹാജി സംശയത്തിന്റെ മുൾമുനയിലായി. നിസ്സഹകരണ സമരത്തിന്റെ സന്ദേശം ജനങ്ങളിലെത്തിക്കുന്നതിന്റെ ഭാഗമായി 18.08.1920 ൽ മഹാത്മാ

ഗാന്ധിയും മൗലാനാ ഷൗക്കത്ത്അലിയും കോഴിക്കോട്ട് വെള്ളയിൽ കടപ്പുറത്തുവച്ച് ഒരു റാലിയെ അഭിസംബോധന ചെയ്തിരുന്നു. ഈ പൊതുയോഗത്തിൽ ആലിമുസ്ലിയാരോടൊപ്പം ഹാജിയും പങ്കെടുത്തിരുന്നു.[20]

സി കെ മൂസ്സത് രേഖപ്പെടുത്തിയത് കാണുക:

> ആദ്യകാലത്ത് കോൺഗ്രസ്, ഖിലാഫത്തുമായി സഹകരിച്ചാണ് പ്രവർത്തിച്ചിരുന്നത്. 1920 ആഗസ്ത് 18 ന് ഗാന്ധിജിയും ഷൗക്കത്ത് അലിയും കോഴിക്കോട്ടെത്തിച്ചേർന്നു. ഖാൻബഹദൂർ പി കെ മുത്തുക്കോയാ തങ്ങൾ ഗാന്ധിജിയെ ഹാരാർപ്പണം ചെയ്തു. വമ്പിച്ച ഒരു ഘോഷയാത്രയായി കോൺഗ്രസുകാർ അവരെ റസ്റ്റ്ഹൗസിലേക്ക് ആനയിച്ചു. കെ മാധവൻനായർ, കേളപ്പൻ, രാവുണ്ണിമേനോൻ എന്നിവരും സന്നിഹിതരായിരുന്നു. ഗാന്ധിജിയുടെ പ്രസംഗം മലയാളത്തിലേക്കു പരിഭാഷപ്പെടുത്തിയത് മാധവൻനായർ ആയിരുന്നു. രാവുണ്ണിമേനോൻ ഖിലാഫത്തിന് 2500 രൂപാ വാഗ്ദാനം ചെയ്തു.[21]

മുപ്പതിനായിരത്തോളം പേർ പങ്കെടുത്ത ആ മഹായോഗത്തിൽ ധാരാളം സ്ത്രീകളും കുട്ടികളും പങ്കെടുത്തിരുന്നു. ശ്രോതാക്കളിൽ പകുതിയിലേറെപ്പേർ മുസ്ലീങ്ങളായിരുന്നു. കുഞ്ഞഹമ്മദുഹാജിയും ചെമ്പ്രശ്ശേരി തങ്ങളും യോഗത്തിനെത്തിച്ചേർന്നത് വൈകിട്ട് ആറരമണിയോടെയാണ്. അന്നേ ദിവസം രാവിലെ മുതൽ ഇരുവരും ചില വ്യവഹാരങ്ങളുമായി ബന്ധപ്പെട്ട് കോഴിക്കോട്ടായിരുന്നു. ഹിന്ദുക്കളും മുസ്ലീങ്ങളും ഉൾപ്പെട്ട ഏതാനും സന്നദ്ധ ഭടന്മാർ അവരെ യോഗസ്ഥലത്തേക്ക് ആനയിച്ചു. പ്രസ്തുത യോഗത്തിൽ ഗാന്ധിജി നടത്തിയ പ്രസംഗം സദസിനെ പിടിച്ചുകുലുക്കി. കുഞ്ഞഹമ്മദുഹാജി ഏറെ ആവേശത്തോടെയാണ് ഗാന്ധിജിയുടെ പ്രസംഗം കേട്ടത്. ഗാന്ധിജിയുടെ പ്രസംഗം ഇങ്ങനെ സംഗ്രഹിക്കാം:

> ഇന്ത്യൻ മുസ്ലീങ്ങൾ ആത്മബലിക്കു തയ്യാറല്ലേ? ജനവികാരമെന്തെന്നു സർക്കാരിനെ ബോദ്ധ്യപ്പെടുത്താൻ അതു കൂടിയേകഴിയൂ. സർക്കാരിനോടു നിസ്സഹകരിക്കുകയെന്ന ഒറ്റ മാർഗ്ഗമേ നമ്മുടെ മുന്നിലുള്ളൂ. ഖിലാഫത്തുപ്രശ്നത്തിൽ നീതി ലഭിക്കുന്നതിനുവേണ്ടി മുസ്ലീങ്ങൾ നിസ്സഹകരണസമരത്തിൽ അണിചേർന്നാൽ ഹിന്ദുക്കൾ അതിനെ സർവ്വാത്മനാ സ്വാഗതം ചെയ്യേണ്ടതാണ്. എന്നെ സംബന്ധിച്ചിടത്തോളം സാമുദായിക സൗഹാർദ്ദം ഇന്ത്യയിലെ ബ്രിട്ടീഷ് ഭരണത്തിന്റെ ഭാഗധേയത്തെക്കാൾ കൂടുതൽ പ്രധാനപ്പെട്ടതാണ്. ഇതാണ് സമാധാനപരമായ സഹവർത്തിത്വത്തിനുള്ള സമയമെന്ന് ഹിന്ദുക്കൾ കരുതുന്ന പക്ഷം നൂറ്റാണ്ടു

> കളായി നിലനില്ക്കുന്ന ശക്തമായ ഒരു ബന്ധം കൂടുതൽ കരുത്തോടെ കെട്ടിപ്പടുക്കാൻ അവർക്കു കഴിയും. മുസ്ലീങ്ങളെ സംബന്ധിച്ചിടത്തോളം, അവർ നിസ്സഹകരണസമരത്തിന്റെ എല്ലാവശങ്ങളും പരിഗണിക്കേണ്ടതുണ്ട്. ഈ സമരത്തിൽ പങ്കെടുത്താൽ ഇപ്പോൾ സർക്കാരിൽ നിന്നു നിങ്ങൾക്കു ലഭിച്ചുകൊണ്ടിരിക്കുന്ന ആനുകൂല്യങ്ങൾ പലതും നഷ്ടപ്പെട്ടുവെന്നു വരാം. കിട്ടിയിട്ടുള്ള സ്ഥാനമാനങ്ങളെ അപമാനത്തിന്റെ അടയാളങ്ങളായി കരുതി ഉപേക്ഷിക്കുവാൻ തയ്യാറാകുക.[22]

ഖിലാഫത്ത് നേതാക്കളുടെ സന്ദേശത്താൽ സ്വാധീനിക്കപ്പെട്ട കുഞ്ഞഹമ്മദുഹാജി പൊലീസിന്റെ നിതാന്തനിരീക്ഷണത്തിലായത് സ്വാഭാവികമായിരുന്നു. അവർ അദ്ദേഹത്തെ നിഴൽപോലെ പിന്തുടർന്നുകൊണ്ടിരുന്നു. അദ്ദേഹത്തിനെതിരെ നിരവധി കള്ളക്കേസുകൾ കെട്ടിച്ചമച്ചു. എന്നാൽ മതിയായ തെളിവുകൾ ഇല്ലാതിരുന്നതിനാൽ അവർക്ക് അദ്ദേഹത്തെ അറസ്റ്റുചെയ്യാൻ കഴിഞ്ഞിരുന്നില്ല. മഞ്ചേരിസമ്മേളനത്തോടു കൂടി ഹാജി ഖിലാഫത്തു കോൺഗ്രസിന്റെ നേതൃനിരയിലേക്ക് ഉയർത്തപ്പെട്ടു. കോൺഗ്രസിന്റെയും ഖിലാഫത്തിന്റെയും സമരങ്ങളുടെ പശ്ചാത്തലത്തിൽ "ഏറനാടുതാലൂക്കിൽ യോഗങ്ങൾ വിളിച്ചുകൂട്ടുന്നതിൽ നിന്നും അത്തരം യോഗങ്ങളിൽ സംസാരിക്കുന്നതിൽ നിന്നും" ചിലനേതാക്കന്മാരെ വിലക്കിക്കൊണ്ട് 1921 ഫെബ്രുവരി മാസത്തിൽ ജില്ലാ മജിസ്ട്രേറ്റ് ഉത്തരവു പുറപ്പെടുവിച്ചപ്പോൾ പ്രസ്തുത പട്ടികയിൽ വാരിയംകുന്നത്തിന്റെ പേരായിരുന്നു പ്രഥമസ്ഥാനത്തുണ്ടായിരുന്നത്.[23]

1921 മേയ് മാസത്തിൽ കരം പിരിക്കുന്നതിനു വന്ന വല്ലങ്ങര വില്ലേജ് അസിസ്റ്റന്റ് രാമൻനായരോട് ഹാജി ഇങ്ങനെ പറഞ്ഞുവത്രെ:

> ഇത് ഈ സർക്കാരിനുള്ള എന്റെ അവസാനത്തെ കരംകൊടുക്കലാണ്. അടുത്ത വർഷം ഞാൻ ഇങ്ങനെ തരില്ല. ബ്രിട്ടീഷ്ഭരണത്തിന്റെ അന്ത്യം അടുത്തുവരികയാണ്. ബ്രിട്ടീഷുകാരെ ഇന്ത്യയിൽ നിന്ന് തുരത്തിയോടിക്കാൻ മഹാത്മാഗാന്ധിയും മൗലാനയും ആഹ്വാനം ചെയ്തിരിക്കുകയാണ്.

ഇതിനു മറുപടിയായി രാമൻനായർ പറഞ്ഞത് ഇപ്രകാരമാണ്:

> വ്യക്തിപരമായി ഞാനും ഖിലാഫത്ത്-കോൺഗ്രസിനെ അനുകൂലിക്കുന്നു. എന്നാൽ പരസ്യമായി അങ്ങനെ ചെയ്യാൻ എനിക്കാവില്ല. എന്തുകൊണ്ടെന്നാൽ അക്കാരണത്താൽ എന്നെ ജോലിയിൽ നിന്നു പിരിച്ചുവിടും. ഇത് എന്റെ ജീവിതമാർഗ്ഗമാണ്.

കോഴിക്കോട്ടു നടന്ന റാലിയെ തുടർന്ന് ആലിമുസ്‌ലിയാരും കുഞ്ഞഹമ്മദുഹാജിയും മുസ്ലീംഭൂരിപക്ഷ പ്രദേശങ്ങളിൽ ഖിലാഫത്തു-കോൺഗ്രസിന്റെ പ്രാദേശിക കമ്മിറ്റികൾ രൂപീകരിക്കുന്നതിനുള്ള

പ്രവർത്തനങ്ങളിൽ വ്യാപൃതരായി. ആലിമുസ്‌ലിയാർ, കട്ടിലശ്ശേരി മുഹമ്മദ് മുസ്‌ലിയാർ, എം പി നാരായണമേനോൻ എന്നിവരുടെ നിർദ്ദേശാനുസരണം ഏറനാട്ടിലെയും വള്ളുവനാട്ടിലെയും എല്ലാ ഗ്രാമങ്ങളിലും പള്ളികളിലും ഹാജിയുടെ നേതൃത്വത്തിൽ വൻതോതിലുള്ള സർക്കാർ വിരുദ്ധ പ്രചാരണം ആരംഭിച്ചു. ശക്തമായ വാഗ്ധോരണിയുടെ ഉടമയായിരുന്നു ഹാജി. *ഖുർആനിൽ*നിന്നും മോയിൻകുട്ടി വൈദ്യരുടെ രചനകളിൽനിന്നുമുള്ള ധാരാളം ഉദ്ധരണികൾ പ്രസംഗങ്ങളിൽ ഉടനീളം അവതരിപ്പിച്ചുകൊണ്ട് ശ്രോതാക്കളെ ഇളക്കിമറിക്കുന്നതിനുള്ള ഹാജിയുടെ വിരുത് ഒന്നു വേറെതന്നെയായിരുന്നു. അക്കാലത്ത് ഡി എസ് പി ആയിരുന്ന ഹിച്ച്കോക്ക് ഹാജിക്കെതിരെ നടപടിയെടുക്കുന്നതിനു പര്യാപ്തമായ നിരവധി റിപ്പോർട്ടുകൾ മലബാർ കളക്ടർക്ക് അയച്ചുകൊടുത്തുകൊണ്ടിരുന്നു.[24]

മലപ്പുറത്തുമാത്രമല്ല, സമീപപ്രദേശങ്ങളിലും കോൺഗ്രസ് - ഖിലാഫത്തു കമ്മിറ്റികൾ വളരെവേഗം രൂപീകൃതമാകാൻ തുടങ്ങി. ജനങ്ങൾക്കിടയിൽ തികഞ്ഞ സാഹോദര്യമാണ് നിലനിന്നിരുന്നത്. എന്നാൽ ബ്രിട്ടീഷുകാരുടെ ഏജന്റുമാർ അടങ്ങിയിരുന്നില്ല. അവർ ഊതിപ്പെരുപ്പിച്ച വാർത്തകൾ പടച്ചുവിട്ടുകൊണ്ടിരുന്നു. ഇതിന്റെ ഫലമായി 1921 ഡിസംബർ 25 ൽ ജില്ലാ കളക്ടർ മലബാറിൽ നിരോധനാജ്ഞ പുറപ്പെടുവിച്ചു. അതിൽ ഇങ്ങനെ പറഞ്ഞിരുന്നതായി ശ്രീ. എ കെ പിള്ള രേഖപ്പെടുത്തിയിട്ടുണ്ട്:

> അഭിഭാഷകരായിരുന്ന വി ഗോപാലമേനോൻ, കെ മാധവൻനായർ എന്നിവരുടെയും മുമ്പു പല കലാപങ്ങളിലും പ്രധാനപങ്കുവഹിച്ചിട്ടുള്ള വാരിയംകുന്നത്തു വീട്ടിൽ കുഞ്ഞഹമ്മദുഹാജിയുടെയും നേതൃത്വത്തിൽ ഏറനാട് താലൂക്കിലെ നെല്ലിക്കുത്തിൽ ഒരു സമ്മേളനം നടത്തുന്നതിന് ഖിലാഫത്തു കമ്മറ്റികൾ തീരുമാനിച്ചിരിക്കുന്നതായി അറിയുന്നതിനാൽ പ്രസ്തുത സമ്മേളനം ഇതിനാൽ നിരോധിക്കുകയും മുൻപറഞ്ഞ ആളുകളെ പൊതുയോഗങ്ങളിൽ സംസാരിക്കുന്നതിൽ നിന്ന് വിലക്കുകയും ചെയ്തുകൊള്ളുന്നു.

വാരിയംകുന്നത്തു കുഞ്ഞഹമ്മദ് ഹാജി എന്ന ഗ്രന്ഥത്തിൽ കെകെ മുഹമ്മദ് അബ്ദുൽകരീം എഴുതി:

> ഞാൻ ഇ മൊയ്തു മൗലവിയോട്, ഹാജിയുമായുള്ള അദ്ദേഹത്തിന്റെ പരിചയത്തെപ്പറ്റി ചോദിക്കുകയുണ്ടായി. അദ്ദേഹം പറഞ്ഞു: കൊണ്ടോട്ടിയിൽവച്ചു നടന്ന ഒരു ഖിലാഫത്തുയോഗത്തിൽ വച്ചാണ് ഞാൻ വാരിയംകുന്നത്തിനെ ആദ്യമായി കാണുന്നത്. ആരോ അദ്ദേഹത്തെ എനിക്കു പരിചയപ്പെടുത്തി. നിരോധനാജ്ഞയെ തുടർന്ന് അദ്ദേഹം നിശ്ശബ്ദമായ പ്രവർത്തനങ്ങളിൽ മുഴുകി വരികയായിരുന്നു. കറുത്തനിറമുള്ള ആജാനബാഹുവായ

> ഒരാൾ. ജ്വലിക്കുന്ന കണ്ണുകൾ, ധീരത ഓളംവെട്ടുന്ന മുഖഭാവം. ഖിലാഫത്തുകാർ ധരിക്കാറുള്ള കോട്ടും തൊപ്പിയും ധരിച്ചിരുന്നു. അദ്ദേഹം ഖദർ വേഷത്തിലുമായിരുന്നു.

ഖിലാഫത്തു നേതാവ് ആലിമുസ്ലിയാർ 1920 ൽ നെല്ലിക്കുത്തിൽ താമസം തുടങ്ങി. ഹാജിയും ആലിമുസ്ലിയാരും തൊട്ടടുത്ത വീടുകളിലാണു താമസിച്ചിരുന്നത്. നെല്ലിക്കുത്ത്, പാണ്ടിക്കാട് തുടങ്ങിയ പ്രദേശങ്ങളിൽ കമ്മറ്റികൾ രൂപീകരിച്ച വിവരം മുസ്ലിയാർ ഹാജിയോടുപറഞ്ഞു. ആലിമുസ്ലിയാർ ദൂതൻവഴി ചെമ്പ്രശ്ശേരി തങ്ങൾക്ക് ഒരു കത്തു നല്കി. ഏതാനും ദിവസങ്ങൾക്കുള്ളിൽ കട്ടിലശ്ശേരി മുഹമ്മദ് മുസ്ലിയാരും എം പി നാരായണ മേനോനും നെല്ലിക്കുത്തിലെത്തി. അവരുടെ മേൽനോട്ടത്തിൽ ഹാജിയെ പ്രസിഡന്റാക്കിക്കൊണ്ട് ഒരു കമ്മിറ്റി രൂപീകരിച്ചു. പിറ്റേ ദിവസം തങ്ങൾ പാണ്ടിക്കാട്ടുള്ള ജുമാഅത്ത് പള്ളിയിലെത്തി ഹാജിയെ ആളയച്ചു വിളിപ്പിച്ചു. പള്ളിയിൽ ധാരാളം മുസ്ലീങ്ങൾ തടിച്ചുകൂടിയിരുന്നു. ഹാജി ജനക്കൂട്ടത്തെ അഭിസംബോധന ചെയ്തു.

> ബ്രിട്ടീഷ് സർക്കാരിനെ പിൻതാങ്ങുന്നവരെ സമുദായമേതെന്നു നോക്കാതെ കർശനമായി 'കൈകാര്യം' ചെയ്യേണ്ടതുണ്ട്. നിസ്സഹകരണ പ്രസ്ഥാനത്തിന്റെ വിജയത്തിനു വേണ്ടി ഹിന്ദുക്കളും മുസ്ലീങ്ങളും ഒരുമയോടെ പ്രവർത്തിക്കേണ്ടിയിരിക്കുന്നു. നമ്മുടെ വിശ്വാസപ്രമാണങ്ങൾക്ക് ഭീഷണി ഉണ്ടായിരിക്കുന്നു. തുടർന്ന് മഹാത്മാഗാന്ധിയുടെയും അലിസഹോദരന്മാരുടെയും നേതൃത്വത്തിൽ തിരഞ്ഞെടുക്കപ്പെട്ട ഒരു സർക്കാർ ആസന്നഭാവിയിൽ അധികാരത്തിൽ വരുമെന്ന് അദ്ദേഹം ഉറപ്പിച്ചു പറഞ്ഞു. ചെമ്പ്രശ്ശേരി തങ്ങളും യോഗത്തിൽ സംസാരിക്കുകയുണ്ടായി.[25]

ഖിലാഫത്തു - കോൺഗ്രസിന്റെ പ്രാദേശിക നേതാക്കളുടെ രഹസ്യയോഗങ്ങൾ വിളിച്ചുചേർത്ത് ഭാവിപരിപാടികൾ ആസൂത്രണം ചെയ്യുന്നതിൽ ഹാജി പിന്നീടു വ്യാപൃതനായി. ഒരു ദിവസം വല്ലാഞ്ചിറ കുഞ്ഞിമോയിൻഹാജിയുടെ വായനശാലയിൽ അച്ചടിച്ച ഒരു നോട്ടീസ് പ്രത്യക്ഷപ്പെട്ടു: "നെല്ലിക്കുത്തിൽ നടക്കുന്ന ഖിലാഫത്തു- കോൺഗ്രസിന്റെ മഹാസമ്മേളനത്തിൽ എം പി നാരായണമേനോൻ, കെ മാധവൻനായർ, ആലിമുസ്ലിയാർ, കട്ടിലശ്ശേരി മുഹമ്മദ്മുസ്ലിയാർ എന്നിവർ സംസാരിക്കുന്നു." പള്ളത്തുമൂലയിൽ പറമ്പിൽ 'സഭേന്റെ പിലാവ്' എന്നറിയപ്പെട്ടിരുന്ന ഒരു പ്ലാവ് ഉണ്ടായിരുന്നു. ഈ പ്ലാവിന്റെ ചുവട്ടിൽ നിരവധിയോഗങ്ങൾ നടന്നിരുന്നതുകൊണ്ടാണത്രെ അതിന് ഇങ്ങനെയൊരു വിളിപ്പേരുണ്ടായത്. നിരോധനത്തെത്തുടർന്ന് പ്രസ്തുതയോഗം നടന്നില്ല.[26]

മാപ്പിളമാർക്കു പൊതുവിലും, കുഞ്ഞഹമ്മദുഹാജിക്കു പ്രത്യേകിച്ചും യൂറോപ്യന്മാരായ ഉദ്യോഗസ്ഥന്മാരോടുള്ള ശത്രുത വളരെ വ്യക്തമായി

രുന്നു. കണ്ടുമുട്ടുന്ന ഒറ്റ വെള്ളക്കാരനെയും കലാപകാരികൾ വെറുതെ വിട്ടിരുന്നില്ല. ഏറനാട്ട് ഉണ്ടായിരുന്ന വെള്ളക്കാരിൽ മിക്കവരും നാടുവിട്ടുപോകുകയോ തങ്ങളോടൊപ്പമുണ്ടായിരുന്ന സ്ത്രീകളെ അവിടെനിന്നു മാറ്റിത്താമസിപ്പിക്കുകയോ ചെയ്തിരുന്നു. കാളികാവിലുള്ള ഒരു റബ്ബർ എസ്റ്റേറ്റിന്റെ മാനേജർ ആയിരുന്ന എസ് പി ഈറ്റൺ എന്നയാളെ ജനക്കൂട്ടം ആക്രമിക്കുകയും അയാളെ കശാപ്പുചെയ്തശേഷം തല അറുത്തെടുത്ത് പൊതുനിരത്തിൽ വെക്കുകയും ചെയ്തു. അയാളെ കൊലപ്പെടുത്തിയത് സ്വന്തം തൊഴിലാളികൾ തന്നെയായിരുന്നു. തങ്ങളോടുകാട്ടിയ അതിക്രമങ്ങളുടെ പേരിൽ അയാളെ ഭർത്സിച്ചുകൊണ്ട് ആ ശരീരം അവർ വെട്ടിനുറുക്കി. എന്നാൽ സായിപ്പിനോടൊപ്പമുണ്ടായിരുന്ന രാമൻനായർ എന്നയാളെ ജനക്കൂട്ടം വെറുതെ വിട്ടു. "ഞങ്ങൾക്കു വെള്ളക്കാരെയാണു വേണ്ട"തെന്ന് അവർ ആക്രോശിക്കുന്നുണ്ടായിരുന്നു.

1921 ആഗസ്ത് 21 ന് നടന്ന തിരൂരങ്ങാടി സംഭവത്തെപ്പറ്റി വിഷലിപ്തമായ കെട്ടുകഥകളാണ് ഏറനാട്ടിലും വള്ളുവനാട്ടിലും പ്രചരിച്ചുകൊണ്ടിരുന്നത്. ഖിലാഫത്തു പ്രസ്ഥാനത്തിന് ഇതോടെ വലിയ പ്രശസ്തിയും അംഗീകാരവുമാണ് ലഭിച്ചത്. കേരളത്തിലുടനീളവും ഏറനാട്, വള്ളുവനാട്, കോഴിക്കോട്, പൊന്നാനി എന്നിവിടങ്ങളിൽ വിശേഷിച്ചും രാഷ്ട്രീയമായ ഒരു ഉണർവ്വുണ്ടാക്കുന്നതിന് മേൽസംഭവം വഴിതെളിയിച്ചുവെന്നു പറയാം. തിരൂരങ്ങാടിയിൽ വെടിവയ്പുണ്ടായെന്നും അവിടെയുണ്ടായിരുന്ന പള്ളി നശിപ്പിക്കപ്പെട്ടുവെന്നും 1921 ആഗസ്ത് 21-ാം തീയതി ആരോ കുഞ്ഞഹമ്മദുഹാജിയെ അറിയിക്കുകയുണ്ടായി.[27] കളക്ടറുടെയും ഉദ്യോഗസ്ഥന്മാരുടെയും കിരാതമായ നടപടികൾ മലബാറിനെ ആകെ ഇളക്കിമറിച്ചു. സഹനമനോഭാവക്കാരായ നേതാക്കൾക്കിടയിൽപ്പോലും ബ്രിട്ടീഷ് വിരുദ്ധവികാരം കൂടുതൽ ശക്തമായി. ജനവികാരത്തെ ശരിയായ ദിശയിൽ വഴിതിരിച്ചുവിടുന്നതിനു നേതൃത്വം നല്കിയ കുഞ്ഞഹമ്മദുഹാജിയും ചെമ്പ്രശ്ശേരിത്തങ്ങളുംവരെ ഇതിന് അപവാദമായിരുന്നില്ല.

1921 ആഗസ്ത് 21 നാണ് കിഴക്കൻ ഏറനാടിന്റെ ഉരുക്കുമനുഷ്യൻ എന്ന ഖ്യാതി നേടിയ വാരിയംകുന്നത്തു കുഞ്ഞഹമ്മദുഹാജി ബ്രിട്ടീഷുകാരുമായി നേരിട്ടുള്ള ഏറ്റുമുട്ടലിന് ആഹ്വാനം ചെയ്തത്. ബ്രിട്ടീഷുകാരോടും അവരുടെ പിണിയാളുകളോടുമുള്ള വെറുപ്പും വിദ്വേഷവും അദ്ദേഹത്തിന്റെ ഉള്ളിൽ നീറിപ്പുകയുകയായിരുന്നു. ഖിലാഫത്ത്, നിസ്സഹകരണം, സ്വയംഭരണം തുടങ്ങിയ ആശയങ്ങൾ അദ്ദേഹത്തെ വികാരംകൊള്ളിച്ചു.[28] കലാപം പൊട്ടിപ്പുറപ്പെട്ടപ്പോൾ കിഴക്കൻ ഏറനാട്ടിൽ അദ്ദേഹം അതിന്റെ നേതൃത്വം ഏറ്റെടുക്കുകയും "ഹിന്ദുക്കളുടെ രാജാവായും മുസ്ലീങ്ങളുടെ അമീറായും ഖിലാഫത്തു പട്ടാളത്തിന്റെ കേണലാ"യും സ്വയം പ്രഖ്യാപിക്കുകയും ചെയ്തു.[29] മുസ്ലീങ്ങൾ മാത്രമല്ല, ഇതര സമുദായക്കാരും അദ്ദേഹത്തിന്റെ പിന്നിൽ അണിനിരന്നു.

ഇ മൊയ്തു മൗലവി രേഖപ്പെടുത്തിയത് കാണുക:

1921 ആഗസ്ത് 28 ന് തിരൂരങ്ങാടിയിൽ ലഹള ആരംഭിച്ചു. പിറ്റേ

> ദിവസം തന്നെ കുഞ്ഞഹമ്മദുഹാജി ബ്രിട്ടീഷുകാരെ ആക്രമിക്കാൻ തുടങ്ങി. ഹാജിയുടെ നേതൃത്വത്തിൽ ജനങ്ങൾ സർക്കാർകെട്ടിടങ്ങൾ തകർക്കുകയും റോഡുകളും റയിൽപ്പാളങ്ങളും കേടുവരുത്തുകയും ചെയ്തു. സ്വകാര്യസ്വത്തുക്കൾ പിടിച്ചെടുക്കുന്നതും ആളുകളെ ഭീഷണിപ്പെടുത്തുന്നതും ഹാജി ശക്തമായിവിലക്കിയിരുന്നു. ചെമ്പ്രശ്ശേരിത്തങ്ങൾക്കും ഇതേ ചിന്താഗതിയാണ് ഉണ്ടായിരുന്നത്. ഇരുവരും പാണ്ടിക്കാട്ടുവച്ച് ഒരു ഉടമ്പടി ഉണ്ടാക്കി. പലയിടത്തും ബ്രിട്ടീഷ് പട്ടാളക്കാർ ആക്രമിക്കപ്പെട്ടു. ബ്രിട്ടീഷ് പട്ടാളം ശക്തമായി തിരിച്ചടിച്ചാൽ ഓടിരക്ഷപ്പെടണമെന്നായിരുന്നു തീരുമാനം.[30]

നിരന്തരയാത്രയും പോരാട്ടവും വാരിയംകുന്നത്തിനെ ശാരീരികമായി ക്ഷീണിപ്പിച്ചിരുന്നു. 1921 ആഗസ്ത് 24 ന് തന്റെ വീടിന്റെ മുമ്പിൽ വച്ചു കണ്ടുമുട്ടിയ ഹാജിയെക്കുറിച്ച് കെ മാധവൻ നായർ വിവരിക്കുന്നതിങ്ങനെയാണ്:

> കുഞ്ഞഹമ്മദുഹാജിക്ക് അറുപതു വയസ്സിൽ കൂടുതൽ തോന്നിച്ചു. കനം കുറഞ്ഞ് ശരാശരി പൊക്കമുള്ള ഒരാൾ. കറുത്ത കുപ്പായമാണു ധരിച്ചിരുന്നത്. അരയിൽ വാളും, കൈയിൽ തോക്കുമുണ്ടായിരുന്നു. കാഴ്ചയിൽ ധീരനായ ഒരുവനെന്നു തോന്നിയതേയില്ല. ആൾ അവശനും രോഗിയുമാണെന്നാണു തോന്നിയത്. എന്നെക്കണ്ടുകൊണ്ട് അദ്ദേഹം എഴുന്നേറ്റെങ്കിലും കൂടുതൽ സമയം നില്ക്കാൻ കഴിയാതെ താഴെ ഇരിക്കുകയാണുചെയ്തത്.[31]

1921 ആഗസ്ത് 21 ന് വൈകിട്ട് നമസ്കാരത്തിനുശേഷം നെല്ലിക്കുത്തിലെയും സമീപപ്രദേശങ്ങളിലെയും ധാരാളം ആളുകൾ ഹാജിയുടെ വീടിനു മുമ്പിൽ തടിച്ചുകൂടി. ഹാജി, അവരോട് വള്ളുവങ്ങാട്ടുപാലം പൊളിക്കാൻ കല്പിച്ചു. പൊലീസിന്റെയും പട്ടാളത്തിന്റെയും സഞ്ചാരം തടസ്സപ്പെടുത്തുന്നതിനുവേണ്ടിയായിരുന്നു അത്. ഒരിക്കലും മുസ്ലീം പക്ഷപാതിയായി ചുരുങ്ങാതിരുന്ന ഹാജി സർക്കാർ അനുകൂലികളായ ധാരാളം മുസ്ലീങ്ങളെ വധിക്കുവാൻ ആജ്ഞനല്കി.[32] 24-ാം തീയതി കുഞ്ഞഹമ്മദുഹാജി മഞ്ചേരിയിലെത്തി. മാധവൻനായരുമായി കൂടിക്കാഴ്ച നടത്തി. തുടർന്നുള്ള പ്രവർത്തനങ്ങളിൽ അദ്ദേഹത്തിന്റെ ഉപദേശം തേടി. ലഹളയിൽനിന്നു ഉടനടി പിന്മാറാനാണ് മാധവൻനായർ ആവശ്യപ്പെട്ടത്. എന്നാൽ അപ്പോഴത്തെ അവസ്ഥയിൽ അതിനു കഴിയില്ലെന്ന് ഹാജി അറിയിച്ചു. അതേസമയം മാപ്പിളമാർ ഹിന്ദുക്കളുടെ വീടുകൾ കൊള്ളയടിക്കുന്നതു തടയണമെന്ന മാധവൻനായരുടെ ആവശ്യത്തോട് ഹാജി യോജിച്ചു. താൻ മഞ്ചേരിയിലെത്തിയതു തന്നെ ഇത്തരം കൊള്ളകൾ അവസാനിപ്പിക്കുകയെന്ന ഉദ്ദേശ്യത്തോടെയാണെന്നു പറഞ്ഞ ഹാജി, കൊള്ളനടത്തുന്ന മുസ്ലീമിന്റെ വലതുകൈ വെട്ടുമെന്നു

പ്രഖ്യാപിച്ചു.[33] ഹിന്ദുക്കളെ സഹോദരന്മാരായി കണക്കാക്കണമെന്ന പക്ഷക്കാരനായിരുന്നു ഹാജി. വിപ്ലവകാരികൾക്കായി അദ്ദേഹം ഒരു പെരുമാറ്റച്ചട്ടം തന്നെ ഉണ്ടാക്കിയിരുന്നു. നെല്ലിക്കുത്ത് വള്ളുവങ്ങാടുപാലം തകർത്ത ശേഷം അവിടെ കൂടിയിരുന്ന കലാപകാരികളോടു ഹാജി പറഞ്ഞു:

> ഏറനാട് -വള്ളുവനാടുപ്രദേശം ഞാനാണു ഭരിക്കുന്നത്. ദൈവാനുഗ്രഹത്താൽ ആലിമുസ്‌ലിയാർ ജീവനോടെയുണ്ട്. അദ്ദേഹം എന്നെ ഖിലാഫത്തിന്റെ ശെരീഫ് ആയി (നേതാവ്) അവരോധിച്ചിരിക്കുകയാണ്. ബ്രിട്ടീഷുകാരുടെ പിണിയാളുകളെ, അവരുടെ മതമേതെന്നു നോക്കാതെ കർശനമായി നേരിടുന്നതാണ്. മോഷ്ടാക്കളുടെ കൈ വെട്ടുന്നതും, വിവാഹത്തിനുമുമ്പ് സ്ത്രീകളുമായി ശാരീരിക ബന്ധത്തിലേർപ്പെടുന്നവർക്ക് നൂറ് ചാട്ടവാറടി നല്കുന്നതുമായിരിക്കും.[34]

ലഹളക്കെതിരായി പരസ്യമായ നിലപാടു സ്വീകരിച്ചിരുന്ന *കേരള പത്രിക*യെന്ന വർത്തമാനപത്രത്തിൽ 1921 ഒക്ടോബർ 29 ന് മഞ്ചേരി ലേഖകന്റേതായി വന്ന വാർത്താക്കുറിപ്പ് ശ്രദ്ധേയമായിരുന്നു.

> മഞ്ചേരി 1921 ഒക്ടോബർ 24: കുഞ്ഞഹമ്മദുഹാജിയുടെയും അനുചരന്മാരുടെയും ഭരണം എളംകൂർ, ചാത്തങ്ങോട്ടുപുറം അംശങ്ങളിൽ ശക്തിപ്പെട്ടുവരുന്നു. കവർച്ചയിലേർപ്പെടുന്നവരും സ്ത്രീകളെ അപമാനിക്കുന്നവരും കർശനമായി ശിക്ഷിക്കപ്പെടുന്നുണ്ട്. അപ്പുനായർ എന്നൊരാൾ ലഹളക്കാർ തന്നെ ആക്രമിച്ചു പരിക്കേല്പിച്ചതായി ഹാജിയോടു പരാതിപ്പെട്ടതിന്മേൽ അന്വേഷണം നടത്തുകയും കുറ്റക്കാരെന്ന് കണ്ടെത്തിയവരെ പിടികൂടി ചമ്മട്ടിക്കൊണ്ട് അടിക്കുകയും ചെയ്തിരിക്കുന്നു. സ്ത്രീകളെ ഉപദ്രവിക്കുന്നവരുടെ വിരലുകൾ മുറിച്ചുമാറ്റുകയെന്നതാണ് ശിക്ഷാരീതി.[35]

ഹാജിയുടെ നേതൃത്വത്തിൽ നിലമ്പൂർ കേന്ദ്രമാക്കി ഒരു രാജ്യംസ്ഥാപിച്ചു ഭരണം തുടങ്ങി.

> മോഷണമോ നിർബ്ബന്ധിത മതപരിവർത്തനമോ ഒരുതരത്തിലും അവിടെ അനുവദിച്ചിരുന്നില്ല. 'പാസ്' (അനുവാദപത്രം) ഇല്ലാതെ ആരെയും അവിടേക്കു പ്രവേശിപ്പിക്കുകയോ അവിടെനിന്നു പുറത്തേക്കു വിടുകയോ ചെയ്തിരുന്നില്ല.[36] എങ്ങും ബ്രിട്ടീഷുകാർക്കെതിരായി മുദ്രാവാക്യങ്ങൾ മുഴക്കിക്കൊണ്ട് ആളുകൾ പ്രകടനങ്ങൾ നടത്തിക്കൊണ്ടിരുന്നു. നാട്ടിലുണ്ടായിരുന്ന കൊല്ലപ്പണിക്കാർ ആയുധങ്ങൾ നിർമ്മിച്ചുകൂട്ടുന്ന തിരക്കിലായിരുന്നു. അവർ കുന്തങ്ങളും വാളുകളും കത്തികളും ഉണ്ടാക്കി ഖിലാഫത്തിലെയും നിസ്സഹകരണ പ്രസ്ഥാനത്തിലെയും സജീവപ്രവർത്തകർക്ക് യഥേഷ്ടം

> ലഭ്യമാക്കി. *ശരീഅത്തി*ന് വിരുദ്ധമായ കവർച്ചകളും കൊലപാതകങ്ങളും ഹാജി നിരോധിച്ചിരുന്നു. ഇതിനിടെ പാണ്ടിക്കാട്ട് പട്ടാളമെത്തിയത് അറുംകൊലകൾക്കു വഴിവച്ചു. പട്ടാളത്തെ സഹായിച്ചവരെന്നു സംശയിക്കപ്പെട്ട മുപ്പത്തിയഞ്ചോളം ആളുകൾ കൊലചെയ്യപ്പെട്ടു. ഇവരിൽ രണ്ടു മാപ്പിളമാരും ഹെഡ്കോൺസ്റ്റബിളായി ഉദ്യോഗത്തിൽനിന്നു വിരമിച്ച ഒരു കുമാരപ്പണിക്കരും ഉൾപ്പെട്ടിരുന്നു. വാരിയംകുന്നത്തു കുഞ്ഞഹമ്മദുഹാജിയും കൂട്ടരുമാണ് ഈ കൊലപാതകങ്ങൾ നടത്തിയത്. ഒരേസമയം അമ്പതോളം വീടുകൾ ചുട്ടെരിക്കപ്പെട്ടു.[37]

1921 ആഗസ്ത് 24 ന് മഞ്ചേരിയിലെ ചില മാപ്പിളമാർ ഒരു നമ്പൂതിരിയുടെ ഉടമസ്ഥതയിലുള്ള ബാങ്കു കൊള്ളചെയ്യുന്നതിന് പദ്ധതി ഇട്ടതായി മണത്തറിഞ്ഞ ഹാജി കവർച്ചതടയുന്നതിനുവേണ്ടി തന്റെ ആൾക്കാരെ ബാങ്കിനു കാവൽനിറുത്തി. മാത്രമല്ല, ബാങ്കിൽ ഉരുപ്പടികൾ പണയം വച്ചിട്ടുള്ളവരൊക്കെ വന്നാൽ വായ്പത്തുക മടക്കിക്കൊടുക്കാതെ തന്നെ അവർക്ക് തങ്ങളുടെ വസ്തുക്കൾ തിരിച്ചുകൊണ്ടുപോകാമെന്ന് വിളംബരം നടത്തുകയും ചെയ്തു. ഇങ്ങനെ അനേകം ഹിന്ദുക്കൾക്കും മുസ്ലീങ്ങൾക്കും തങ്ങളുടെ വിലയേറിയ പണയ ഉരുപ്പടികൾ തിരിച്ചുകിട്ടി.[38]

എല്ലാഹിന്ദുക്കൾക്കും സുരക്ഷ ഉറപ്പുനല്കുമെന്ന് ഹാജി പ്രഖ്യാപിച്ചു. ഇതു സംബന്ധിച്ച് *കേരളപത്രിക* ഇങ്ങനെ റിപ്പോർട്ടുചെയ്തു:

> 1921 ആഗസ്ത് 24 ന് മഞ്ചേരിയിൽ വച്ചു നടത്തിയ വിളംബരത്തിൽ എല്ലാഹിന്ദുക്കൾക്കും സുരക്ഷിതത്വവും പരിരക്ഷയും നല്കുമെന്ന് കുഞ്ഞഹമ്മദുഹാജി ഉറപ്പുനല്കി. എല്ലാവരുടെയും പിന്തുണയുണ്ടെങ്കിലേ തനിക്കു മുന്നോട്ടു പോകുവാൻ കഴിയൂ എന്ന് ഒരു പക്ഷേ അദ്ദേഹത്തിനു ബോദ്ധ്യപ്പെട്ടിരിക്കാം. മഞ്ചേരിയിലെ ബാങ്കു കവർച്ചയിൽ നഷ്ടപ്പെട്ട ഉരുപ്പടികൾ ഉടമസ്ഥർക്കു തിരിച്ചുകൊടുത്ത നടപടി, ഹിന്ദുക്കളുടെ വിശ്വാസം ആർജ്ജിക്കുന്നതിനുള്ള ശ്രമത്തിന്റെ ഭാഗമായി വേണം കാണാൻ. കവർച്ചകൾ തടയുന്നതിനും കുറ്റക്കാരെ ശിക്ഷിക്കുന്നതിനുമായി ഹാജി നാട്ടിൽ ഉടനീളം സഞ്ചരിച്ചിരുന്നു. അവയവങ്ങൾ ഛേദിച്ചുകളയുകയോ പരസ്യമായി ചമ്മട്ടികൊണ്ട് അടിക്കുകയോ ആയിരുന്നു സാധാരണയായി നല്കിയിരുന്ന ശിക്ഷകൾ. എന്നാൽ, അതൊന്നും തന്നിഷ്ടപ്രകാരമായിരുന്നില്ല. മതിയായ അന്വേഷണത്തിനും വിചാരണയ്ക്കും ശേഷം മാത്രമേ ശിക്ഷ നല്കിയിരുന്നുള്ളൂ. മാത്രമല്ല, നമ്പൂതിരിബാങ്കിലെ വായ്പക്കാരിൽ ഉരുപ്പടികൾ തിരികെ കിട്ടിയ പലരും ഹിന്ദുക്കളായിരുന്നു.[39]

1921 സെപ്തംബർ 7-ാം തീയതി നിലമ്പൂരിൽ ഒരു ചെട്ടിയെ കൊലപ്പെടുത്തി. പട്ടാളക്കാർക്ക് സിഗരറ്റു വിറ്റുവെന്ന കുറ്റമാണ് അയാളുടെ

മേൽ ആരോപിക്കപ്പെട്ടത്. സെപ്തംബർ 11-ാം തീയതി ഷെയ്ക്ക് മൊയ്തീൻ എന്ന സബ് ഇൻസ്പെക്ടറും രണ്ടു നായർ കോൺസ്റ്റബിൾമാരും ഹാജിയുടെ പിടിയിലായി. ഇവരിൽ സബ് ഇൻസ്പെക്ടറെ വെടിവച്ചും മറ്റുരണ്ടുപേരെ വെട്ടിയും കൊലപ്പെടുത്തി.[40]

ഒരുദിവസം ഹാജിക്ക് ഒരു രഹസ്യസന്ദേശം ലഭിച്ചു. "ഒരു വണ്ടി നിറയെ വെടിക്കോപ്പുകളുമായി ഒരു പൊലീസ് സംഘം പാണ്ടിക്കാട്ടു പൊലീസ് സ്റ്റേഷനിൽനിന്നു മഞ്ചേരിയിലേക്കു തിരിച്ചിട്ടുണ്ട്. മേലേപ്പാടം അഹമ്മദുകുട്ടിയാണ് വണ്ടിക്കാരൻ." ഉടൻതന്നെ ഹാജിയും കൂട്ടാളികളും പാണ്ടിക്കാട്ടേക്കു യാത്രയായി. അവർ വണ്ടി തടഞ്ഞു. വണ്ടിക്കാരൻ ഇറങ്ങിയോടി ജനക്കൂട്ടത്തിൽ മറഞ്ഞു. വാഹനത്തിന് അകമ്പടിവന്ന നാലു പൊലീസുകാർ സ്തബ്ധരായി നില്ക്കെ വണ്ടിയിലുള്ള സാധനങ്ങൾ താഴെയിറക്കാൻ ഹാജി ആജ്ഞാപിച്ചു. പൊലീസുകാരനായ ചന്തുക്കുറുപ്പും കൂട്ടരും പേടിച്ചു വിറച്ചു. ചന്തുക്കുറുപ്പ് സ്വതവേ അക്രമിയും ഖിലാഫത്തു-കോൺഗ്രസിന്റെ കടുത്ത വിരോധിയുമായിരുന്നു. ഹാജിയുടെ അനന്തിരവനായ ഉണ്ണിക്കോയ പൊലീസുകാരെ അടിച്ചോടിച്ച് ആയുധങ്ങൾ കൈക്കലാക്കി. അപ്പോൾ ഉണ്ണിക്കോയയ്ക്ക് പ്രായം വെറും ഇരുപത്. പാണ്ടിക്കാട് കലാപത്തിൽ ആ യുവാവിന് ജീവൻ നഷ്ടപ്പെട്ടു. 1921 ആഗസ്ത് 29 ന് ഹാജി, ഇരുനൂറിൽപ്പരം സഹചാരികളുമായി അങ്ങാടിപ്പുറത്തെത്തി. ആയുധങ്ങൾ സംഘടിപ്പിക്കുകയെന്നതായിരുന്നു അവരുടെ ലക്ഷ്യം. അന്നേ ദിവസം ഒരു പൊതുയോഗത്തിൽ സംസാരിക്കവെ, ഖിലാഫത്തിന്റെ ആദർശങ്ങളെയും നിസ്സഹകരണ സമരത്തെയും ശക്തമായി പിന്താങ്ങാൻ അദ്ദേഹം മുസ്ലീങ്ങളെയും ഹിന്ദുക്കളെയും ആഹ്വാനം ചെയ്തു. ഒരു വർഷത്തിനകം സ്വയംഭരണം നേടാൻ കഴിയുമെന്ന് ഗാന്ധിജി ഉറപ്പുനല്കിയ കാര്യം അദ്ദേഹം ഓർമ്മിപ്പിച്ചു. ഹാജിയെയും കൂട്ടരെയും തികഞ്ഞ ആദരവോടെയാണ് ജനം കണ്ടത്. നാട്ടുകാരായ കോൺഗ്രസുകാർ അവർക്ക് മധുരപലഹാരങ്ങൾ വിതരണം ചെയ്തു.

ബ്രിട്ടീഷ് വിരുദ്ധ നീക്കങ്ങളുടെ കടിഞ്ഞാൺ ഹാജിയുടെ കൈകളിലാണെന്നു മനസ്സിലായതോടെ അധികാരികൾ അമ്പരപ്പിലായി. എ കെ പിള്ളയെ ഉദ്ധരിക്കട്ടെ:

> കുഞ്ഞഹമ്മദുഹാജി നേതൃത്വം ഏറ്റെടുത്തതോടെ കലാപത്തിന്റെ ലക്ഷ്യം തന്നെ ഒരു ഉയർന്ന തലത്തിലെത്തിയെന്നു പറയാം. മാർഗ്ഗഭ്രംശം സംഭവിക്കാതിരിക്കാൻ മുൻകരുതലുകൾ സ്വീകരിക്കുന്നതോടൊപ്പം ദുഷ്ടശക്തികൾ സാഹചര്യം മുതലെടുക്കാതിരിക്കുന്നതിനും അദ്ദേഹം ബദ്ധശ്രദ്ധനായിരുന്നു. തന്റെ അനുചരന്മാർക്കായി ചില പെരുമാറ്റച്ചട്ടങ്ങൾ ആവിഷ്കരിച്ച ഹാജി അതിനു വിരുദ്ധമായി പ്രവർത്തിച്ചിരുന്നവരെ കർശനമായി ശിക്ഷിക്കാറുണ്ടായിരുന്നു. സംശയത്തിന്റെ പേരിൽ തടഞ്ഞുവക്കപ്പെട്ടിട്ടുള്ള ആരെയും തന്റെ മുൻകൂർ അനുവാദം കൂടാതെ ഒരുകാരണവശാലും വധിക്കാൻ പാടില്ലെന്ന് അദ്ദേഹം കർശനനിർദ്ദേശം നല്കി

യിരുന്നു. ഹിന്ദുക്കളെ പീഡിപ്പിച്ചതായുള്ള പരാതികൾ അദ്ദേഹം പ്രത്യേകം പരിശോധിച്ചു. പെരുമാറ്റസംഹിത ലംഘിച്ചവരെയും പൊതുജനങ്ങളെ ഉപദ്രവിച്ചിരുന്നവരെയും കടകൾ കൊള്ളയടിച്ചിരുന്നവരെയും വിചാരണ നടത്തി ശിക്ഷിച്ചു.[41]

ശ്രീ. മോഴിക്കുന്നത്ത് ബ്രഹ്മദത്തൻ നമ്പൂതിരിപ്പാട് അഭിപ്രായപ്പെട്ടത് പ്രസക്തമാണ്:

ശ്രീ. മോഴിക്കുന്നത്ത് ബ്രഹ്മദത്തൻ നമ്പൂതിരി

> അടുത്തകാലത്ത് മഞ്ചേരിയിൽ ചില സംഭവങ്ങൾ ഉണ്ടായി. ലഹളക്കാർ പുല്ലൂർ ബാങ്ക് കവർച്ചചെയ്തു. പണയം വച്ചിരുന്ന സ്വർണ്ണം അക്രമികൾ അപഹരിച്ചുകൊണ്ടുപോയി. എന്നാൽ ഹാജി ഇടപെട്ട് അക്രമികളെക്കൊണ്ട് സ്വർണ്ണം അതിന്റെ ഉടമസ്ഥർക്കു തിരികെ കൊടുപ്പിച്ചു. അതിനുമുമ്പ് മഞ്ചേരിയിലെ സർക്കാർ ട്രഷറി കൊള്ളയടിച്ചെടുത്ത പണത്തിൽ നിന്ന് പുല്ലൂരിലുണ്ടായ നഷ്ടം നികത്താൻ ലഹളക്കാർക്ക് കഴിഞ്ഞു. ഒരു മുസ്ലീം ഒരു ഹിന്ദുവിനു കൊടുത്തിരുന്ന പ്രോമിസറിനോട്ട് ബലമായി തിരികെവാങ്ങി. ഹിന്ദു, ഹാജിയോടു പരാതിപ്പെട്ടു. ശിക്ഷയായി കൈവെട്ടുവാൻ ഹാജി ഉത്തരവിടേണ്ട താമസം അയാൾ പേടിച്ചുവിറച്ച് രേഖ തിരികെ നല്കാൻ തയ്യാറായി. അതോടെ ശിക്ഷാവിധി നടപ്പിലാക്കിയതുമില്ല. 1921 ആഗസ്ത് 25 ന് ഹാജിയുടെ നേതൃത്വത്തിൽ മഞ്ചേരിയിൽ കൂടിയ പ്രവർത്തക സമ്മേളനം ഹിന്ദുക്കൾക്ക് പരിരക്ഷയും സമാധാനവും ഉറപ്പുവരുത്തുന്നതിനുള്ള തീരുമാനം കൈക്കൊണ്ടു.[42]

കുഞ്ഞഹമ്മദുഹാജിയുടെ വ്യക്തിത്വത്തിന്റെ പ്രത്യേകതകൾ വിളിച്ചോതുന്ന നിരവധി സംഭവങ്ങളുണ്ട്. 1921 ആഗസ്ത് മാസത്തിൽ ഹാജി വീട്ടിലുണ്ടായിരുന്ന അവസരത്തിൽ ഏതാനും ചെറുപ്പക്കാർ ഓടിക്കിതച്ചുവന്നു പറഞ്ഞു:

> ഹാജീ, നമ്മുടെ പെരുമാറ്റച്ചട്ടങ്ങൾക്കു വിരുദ്ധമായി ചില അക്രമികൾ മഞ്ചേരിയിലും പരിസരത്തും കൊള്ള നടത്തിക്കൊണ്ടിരിക്കുകയാണ്. അവരിൽ ഹിന്ദുക്കളും മുസ്ലീങ്ങളും ഉണ്ട്. അവർ അവിടെയുള്ള നമ്പൂതിരിബാങ്ക് കൊള്ളയടിക്കാനുള്ള പുറപ്പാടിലാണ്.[43]

ഉടൻതന്നെ ആ പ്രദേശത്ത് സാധാരണനില പുനഃസ്ഥാപിക്കുന്ന

തിനും അക്രമികളെ തടയുന്നതിനും കവർച്ച മുതൽ യഥാർത്ഥ ഉടമസ്ഥർക്കു തിരികെനല്കുന്നതിനും ഹാജി തന്റെ വിശ്വസ്തരായ ഏതാനും ആളുകളെ മഞ്ചേരിയിലേക്കയച്ചു. അല്പസമയത്തിനകം ഹാജി മുപ്പതുപേരടങ്ങുന്ന ഒരു സംഘവുമായി മഞ്ചേരിയിലേക്ക് തിരിച്ചു. ഉച്ചതിരിഞ്ഞ് രണ്ടു മണിയോടെ അവർ മഞ്ചേരിയിലെത്തി. അവിടെ, മാധവൻനായരുടെ വീടിനു സമീപമുള്ള വയലിൽ തന്റെ സംഘാംഗങ്ങളെ നിറുത്തിയശേഷം ഹാജി സമീപമുള്ള കുളക്കരയിൽ ഒരു ആൽമരച്ചുവട്ടിൽ ഇരുന്നുകൊണ്ട് മാധവൻനായരെ കൂട്ടിക്കൊണ്ടുവരാൻ ആളിനെ അയച്ചു. മാധവൻനായർ തന്റെ സഹോദരൻ കേശവൻ നായരുമൊത്ത് കുളക്കരയിലെത്തി. മാധവൻനായരെ ഹസ്തദാനം ചെയ്തുകൊണ്ട് ഹാജി പറഞ്ഞു:

"നിങ്ങൾ രണ്ടുപേരെയും എനിക്കറിയാം. എന്നാൽ ഇതുവരെ അടുത്തുപരിചയപ്പെടാൻ കഴിഞ്ഞിട്ടില്ല. ഇപ്പോൾ ആകെ താളംതെറ്റിയിരിക്കുകയാണല്ലോ? ഞങ്ങൾക്കു നിങ്ങളുടെ ഉപദേശം ആവശ്യമാണ്. അതിനാണു വിളിപ്പിച്ചത്."

മാധവൻനായരുടെ പ്രതികരണം പെട്ടെന്നായിരുന്നു.

"എല്ലാം പിഴച്ചിരിക്കുന്നു. നാട്ടിലെങ്ങും കുഴപ്പം തന്നെ. ഇനി കൈയും കെട്ടി വീട്ടിലിരിക്കുക. മറ്റുള്ളവരോടും സൗഹൃദത്തിൽ കഴിയാൻ പറയുക. ഇതല്ലാതെ ഞാൻ എന്തു പറയാനാണ്?"

ഈ സംഭവത്തെപ്പറ്റി മാധവൻനായർ തന്നെ പിന്നീടു പറഞ്ഞിട്ടുണ്ട്: "ഹാജി കോപിക്കുമെന്നാണു ഞാൻ കരുതിയത്. എന്നാൽ, അങ്ങനെ സംഭവിച്ചില്ല." അദ്ദേഹം തികച്ചും ശാന്തനായി പറഞ്ഞു:

"ഇപ്പോൾ അതു ശരിയായിരിക്കില്ല. ഞാൻ പ്രവർത്തനം തുടങ്ങിയിരിക്കുകയാണ്. കുറെയൊക്കെ ചെയ്തു കഴിഞ്ഞു. ഇനിയൊരു തിരിച്ചുപോക്ക് അസാദ്ധ്യമാണ്. മാത്രമല്ല, ആലിമുസ്ലിയാരുടെ സ്ഥിതി അപകടത്തിലാണ്. എനിക്ക് അദ്ദേഹത്തെ സഹായിച്ചേ തീരൂ. ഇനി എന്താണു പറയാനുള്ളത്?"

അല്പനേരത്തെ മൗനത്തിനു ശേഷം ഞാൻ പറഞ്ഞു: "നിങ്ങൾക്കു പ്രാപ്തിയുണ്ടെങ്കിൽ കവർച്ചകൾക്ക് അറുതിവരുത്തുക."

കണ്ണുകൾ മലർക്കെത്തുറന്ന് അദ്ദേഹം പറഞ്ഞു:

"അതിനാണല്ലോ ഞാൻ ഇവിടെ വന്നിരിക്കുന്നത്. മഞ്ചേരിയിലെ യോഗത്തിലും ഞാൻ ഇതു പറഞ്ഞു. കവർച്ചനടത്തുന്ന മുസ്ലീമിന്റെ വലതുകൈ ഞാൻ വെട്ടിയെടുക്കും. സംശയം വേണ്ട. കവർച്ചകൾ നടക്കുന്ന വിവരം അറിഞ്ഞുകൊണ്ടുതന്നെയാണ് ഞാൻ വന്നിട്ടുള്ളത്."

ഞാൻ പറഞ്ഞു:

"കൈവെട്ടുന്നതൊക്കെ കിരാതമായ ഒരേർപ്പാടാണ്. അതുചെയ്യാൻ പാടില്ല. പക്ഷേ, കൊള്ളകൾ നടക്കാൻ പാടില്ല."

"അതുകൊണ്ടുമാത്രമേ കവർച്ചക്കാരെ ഭയപ്പെടുത്താൻ കഴിയൂ." ഹാജി എന്നെ ബോദ്ധ്യപ്പെടുത്താൻ ശ്രമിച്ചു.

ലഹളകൾ വ്യാപിച്ചുകൊണ്ടിരുന്നപ്പോഴും ഹാജിയും അദ്ദേഹത്തിന്റെ ആളുകളും മിക്കപ്പോഴും കെ മാധവൻനായരെപ്പോലെയുള്ളവരുമായി കാര്യങ്ങൾ ആലോചിച്ചിരുന്നു. എന്നാൽ, ചില കോൺഗ്രസുകാർക്ക് സായുധസമരക്കാരെയും അവരുടെ നേതാക്കന്മാരെയും സഹായിക്കാൻ വൈമുഖ്യമുണ്ടായിരുന്നു. നമ്മുടെ ദേശീയനേതാക്കളിൽ പലരും സർക്കാർ അനുകൂല റിപ്പോർട്ടുകളെയും ഔദ്യോഗിക ഭാഷ്യങ്ങളെയും അമിതമായി വിശ്വാസത്തിലെടുത്തിരുന്നതിനാൽ കലാപകാരികളെ അഭിസംബോധന ചെയ്യാൻ അവർ പലപ്പോഴും താല്പര്യം കാണിച്ചില്ല.[44]

1921 ആഗസ്ത് 24-ാം തീയതി ഹാജി മഞ്ചേരിയിൽ തന്നെ തങ്ങി. കവർച്ചകൾക്കിരയായവർ അദ്ദേഹത്തിന്റെ വസതിയിൽ പരാതിയുമായെത്തി. ഹാജി അപ്പോൾ അവിടെയുണ്ടായിരുന്ന സന്നദ്ധഭടന്മാരെ വിളിച്ചുവരുത്തി വിചാരണ ചെയ്തു. അതിനെ തുടർന്ന് അവശേഷിച്ചിരുന്ന കൊള്ളമുതലുകൾ പരാതിക്കാർക്ക് തിരികെ കൊടുത്തു. കുറ്റക്കാരുടെ കൈകൾ വെട്ടിമാറ്റിയില്ല. എന്നാൽ അവരെ ചമ്മട്ടി പ്രഹരത്തിനു വിധേയരാക്കി.

> പൂക്കോട്ടൂർ ലഹളയെക്കുറിച്ച് പറഞ്ഞപ്പോൾ ചെമ്പ്രശ്ശേരി തങ്ങളെ കണ്ട് കുറെ ആയുധങ്ങൾ സംഘടിപ്പിക്കുന്നതിനുവേണ്ടി കുഞ്ഞഹമ്മദുഹാജി കരുവാരക്കുണ്ടിലെത്തി. മാർഗ്ഗമദ്ധ്യേ ധാരാളം ആളുകൾ അദ്ദേഹത്തോടൊപ്പം കൂടി. അവരിൽ അധികവും മേലാറ്റൂർ മുതൽ അങ്ങാടിപ്പുറം വരെയുള്ളവരായിരുന്നു. ആ പ്രദേശം മുഴുവൻ പരതിയെങ്കിലും അവർക്ക് കാര്യമായ നിലയിൽ ആയുധങ്ങളൊന്നും തന്നെ കിട്ടിയില്ല.[45]

അവിടെനിന്നു 1921 ആഗസ്ത് 30 ന് അവർ പന്തല്ലൂരിലെ മുടിക്കോട് പൊലീസ് ഔട്ട്പോസ്റ്റിലെത്തി ഹെഡ് കോൺസ്റ്റബിൾ (നമ്പർ: 921) ഹൈദ്രോസ് എന്ന മാപ്പിളയെ മൃഗീയമായി കൊലപ്പെടുത്തി. 1921 ആഗസ്ത് 21-ന് നടന്ന ലഹളയുടെയും കവർച്ചകളുടെയും സാഹചര്യത്തിൽ നിലവിലുള്ള ഭീഷണിയെക്കുറിച്ചു തികച്ചും ബോധവാനായിരുന്ന ഹൈദ്രോസ് തന്നോടൊപ്പമുണ്ടായിരുന്ന ഹിന്ദുക്കളായിരുന്ന പൊലീസുകാരെ സ്റ്റേഷനിൽനിന്നു പറഞ്ഞുവിട്ടിരുന്നു. ഹൈദ്രോസിനെ വകവരുത്തിയ ശേഷം കുഞ്ഞഹമ്മദുഹാജിയുടെ സംഘം കഴുകുന്നിമ്മൽ കോയാമുഹാജിയുടെ സംഘത്തോടൊപ്പം ചേർന്ന് ആനക്കയത്തേക്കാണുപോയത്.[46] അവിടെ അവർ പൊലീസ് ഇൻസ്പെക്ടർ ആയി ജോലിയിൽ നിന്നു പിരിഞ്ഞ ഖാൻബഹദൂർ കുരിമണ്ണിൽ വലിയമണ്ണിൽ ചേക്കുട്ടി സാഹിബിന്റെ വീട്ടിലെത്തി. ഇദ്ദേഹം മഞ്ചേരി ഇൻസ്പെക്ടർക്കും നിരവധി ഉദ്യോഗസ്ഥന്മാർക്കും അയൽക്കാരായ നമ്പൂതിരിമാരുൾപ്പെടെയുള്ള പലഹിന്ദുക്കൾക്കും സംരക്ഷണം നല്കുകയും അമൂല്യമായ ചില വസ്തുക്കൾ കാത്തുസൂക്ഷിക്കുകയും ചെയ്തിരുന്നു.

ചേക്കുട്ടിസാഹിബിന്റെ സഹോദരനും പന്തലൂർ അധികാരിയുമായി

രുന്ന ഖാൻസാഹിബ് കെ വി ചേക്കുസാഹിബ് തൊട്ടടുത്ത മറ്റൊരു വീട്ടിലാണു താമസിച്ചിരുന്നത്. ഇദ്ദേഹവും മഞ്ചേരി സബ് ഇൻസ്പെക്ടറും സന്തതസഹചാരികളുമായിരുന്നു. പൂക്കോട്ടൂരിൽ കലാപകാരികൾക്ക് പരാജയം സംഭവിച്ചതിനെ തുടർന്ന് ആ പ്രദേശത്ത് സർക്കാർ ഭീകര വാഴ്ച നടത്തി ഭയപ്പാട് സൃഷ്ടിച്ചു. ഇതിനുള്ള പ്രതികാരമായി പെൻഷൻ പറ്റിയവനെങ്കിലും സർക്കാരിന്റെ വിശ്വസ്തനും പട്ടാളത്തിനും പൊലീസിനും ആവശ്യമായ എല്ലാ രഹസ്യവിവരങ്ങളും എത്തിച്ചുകൊടുക്കുന്നവനുമായ ചേക്കുട്ടിയെ വകവരുത്തണമെന്ന് കുഞ്ഞഹമ്മദുഹാജി തീരുമാനിച്ചതായാണറിവ്. ആനക്കയത്തെത്തിയ ഹാജിക്കും കൂട്ടർക്കും ആ തീരുമാനം നടപ്പിലാക്കാൻ ബുദ്ധിമുട്ടുണ്ടായില്ല. വീടു മുഴുവൻ ആളുകൾ ഉള്ളപ്പോൾ തന്നെയാണ് ആ കൃത്യം വിജയകരമായി അവർ നിർവ്വഹിച്ചത്.[47]

ഹിച്ച്കോക്ക് ചേക്കുട്ടിയുടെ കൊലപാതകത്തെക്കുറിച്ച് പറയുന്നത് നോക്കുക:

ഹിച്ച്കോക്ക്

> അത്യന്തം മൃഗീയമായ രീതിയിലാണ് ചേക്കുട്ടിയെ കൊലപ്പെടുത്തിയത്. കുഞ്ഞഹമ്മദുഹാജിയുടെ മനസ്സിൽ ഈ ഉദ്യോഗസ്ഥനോടുള്ള അടങ്ങാത്ത പ്രതികാരം ആളിക്കത്തിയിട്ടുണ്ടാകുമെന്നത് തീർച്ച. 1894 ൽ നടന്ന കലാപശ്രമങ്ങൾ പരാജയപ്പെടുത്തിയതിൽ ഇദ്ദേഹം വഹിച്ച പങ്ക് വളരെ വ്യക്തമായിരുന്നു. തന്റെ കുടുംബാംഗങ്ങളെ മുഴുവൻ കേസിൽ കുടുക്കിയതിനും പിന്നീടു നടന്ന ലഹളകളിൽ തനിക്കുള്ള പങ്ക് വെളിച്ചത്തുകൊണ്ടുവന്നതിനും പിന്നിൽ ഈ മനുഷ്യനായിരുന്നുവെന്നത് ഹാജിക്കു വിസ്മരിക്കാൻ കഴിയില്ലല്ലോ.[48]

എന്നാൽ ചേക്കുട്ടിയെ കൊലപ്പെടുത്തിയ രീതിയെപ്പറ്റി ഭിന്നമായ വിവരങ്ങളാണ് ലഭ്യമായിട്ടുള്ളത്. 1922 ജനുവരി 14 ന് ഓലക്കര കലാപകാരികളെ പിടികൂടുന്നതിനുപോയ മേലാറ്റൂർ സ്പെഷ്യൽ പൊലീസ് സംഘം തങ്ങളുടെ ഉദ്യമത്തിൽ പരാജയപ്പെട്ടു മടങ്ങിവരുന്ന വഴി ആൾപ്പാർപ്പില്ലാത്ത ഒരു കൊല്ലക്കുടിലിൽ വച്ച് ആനക്കയത്തുകാരനായ തിരുത്തിക്കാട്ട് അയമ്മദിനെ ഒരു വാളുമായി കാണാനിടയായി. അയാളാകട്ടെ, കലശലായ പനി പിടിച്ച് നടക്കാൻപോലും കഴിയാത്ത അവസ്ഥയിലായിരുന്നു. കൊന്നാരതങ്ങളും കൂട്ടരും മമ്പുറത്തേക്കുള്ള യാത്രയിൽ ഓലക്കരയിലെത്തിയപ്പോഴാണ് കൂടെയുണ്ടായിരുന്ന അയമ്മദിനെ രോഗബാധിതനായ നിലയിൽ ഉപേക്ഷിച്ചുപോകേണ്ടിവന്നത്. പൊലീസിന്റെ പിടി

യിലായപ്പോൾ അയമ്മദ് ചില വിവരങ്ങൾ വെളിപ്പെടുത്തി. ഖാൻ ബഹദൂർ ചേക്കുട്ടി സാഹിബിന്റെ വീട്ടുപുരയിടത്തിൽ അയാൾ ഒരുകിണർ കുഴിക്കുന്നതിന് കല്ലുവെട്ടിക്കൊണ്ടിരിക്കുമ്പോഴാണത്രെ ഹാജിയും സംഘവും അങ്ങോട്ടുചെന്നത്. ചേക്കുട്ടിസാഹിബിനെ കൊലപ്പെടുത്തിയശേഷം അവർ തന്നെയും പിടികൂടിയെന്നും തന്റെ യജമാനന്റെ തലയറുത്തെടുത്ത് തന്റെ കൈയിൽ തന്ന് അതുപിടിച്ചുകൊണ്ട് കൂട്ടത്തിൽ ചെല്ലാൻ നിർബ്ബന്ധിച്ചുവെന്നും പിന്നീടു തന്നെയും സംഘത്തിൽ ചേർത്തെന്നുമൊക്കെയായിരുന്നു അയമ്മദിന്റെമൊഴി.[49]

പക്ഷേ, അയമ്മദിന്റെ കഥ വിശ്വസനീയമാണെന്നു തോന്നുന്നില്ല. സർദാർ ചന്ദ്രോത്ത് കുഞ്ഞിരാമൻനായർ ഇതു സംബന്ധമായി മറ്റൊരു കഥയാണു പറഞ്ഞിട്ടുള്ളത്. 1946 ൽ എഴുതിയ ഒരു ലേഖനത്തിൽ ചന്ദ്രോത്ത് ഇവ്വിഷയങ്ങൾ പറയുന്നുണ്ട്. ലഹളനടക്കുന്ന അവസരത്തിൽ ചന്ദ്രോത്ത് ഒരു പട്ടാളക്കാരനായിരുന്നു. അദ്ദേഹത്തിന്റെ വിവരണം കേട്ടുകേൾവിയെ അടിസ്ഥാനമാക്കിയുള്ളതാകയാൽ അതും എത്രത്തോളം യഥാർത്ഥമാണെന്നു പറയുകവയ്യ. സർദാർ ചന്ദ്രോത്ത് എഴുതി:

> അന്നേ ദിവസം രാവിലെ പലസ്ഥലങ്ങളിൽ നിന്നും ചെറുതും വലുതുമായ സംഘങ്ങൾ മഞ്ചേരിയിലെത്തി. എല്ലാവരുടെ കൈയിലും ഏതെങ്കിലുംതരത്തിലുള്ള ആയുധങ്ങൾ ഉണ്ടായിരുന്നു. അവയിൽ തോക്ക്, വാൾ, കുന്തം, മഴു എന്നുവേണ്ട തെറ്റാലിവരെയുണ്ടായിരുന്നു. നേരം ചെല്ലുന്തോറും കൂടുതൽ സംഘങ്ങൾ വന്നു ചേർന്നുകൊണ്ടിരുന്നു. രാവിലെ പത്തരമണിയോടെ ഒരു വലിയ ആരവം ഉയർന്നു. ആനക്കയത്തുനിന്നു ഒരു ജാഥ വരികയായിരുന്നു. ജാഥാംഗങ്ങൾ ആകാശത്തേക്കു നിറയൊഴിച്ചുകൊണ്ട് ആളുകളെ ആകർഷിക്കുന്നുണ്ടായിരുന്നു. ആറായിരത്തോളം ആളുകൾ അണിനിരന്ന ആ പ്രകടനം ആളുകളെ ആവേശം കൊള്ളിച്ചു. ജാഥയിൽ അഞ്ഞൂറോളംപേർ ഹിന്ദുക്കളായിരുന്നു. തികഞ്ഞ അച്ചടക്കത്തോടെ നീങ്ങിയ ജാഥയ്ക്ക് മുക്കാൽ മൈൽ നീളമുണ്ടായിരുന്നു. ആരാണു ജാഥയെ നയിച്ചുകൊണ്ടിരുന്നതെന്നോ? മെലിഞ്ഞ് കറുത്ത ഒരു മനുഷ്യൻ. അയാളുടെ കുറെ പല്ലുകൾ കൊഴിഞ്ഞുപോയിട്ടുണ്ട്. കുഴിഞ്ഞ കവിളുകളും ചെറിയ താടിയും വെള്ളനിറമുള്ള മുണ്ടും ഉടുപ്പും കോട്ടുമാണു വേഷം. ഒരു വെളുത്ത ഉറുമാലു ചുറ്റിയ ചുവന്ന കമ്പിളിത്തൊപ്പി വച്ചിട്ടുണ്ട്. അയാൾ നടക്കുമ്പോൾ ചെരുപ്പിന്റെ 'കറകറ' ശബ്ദം കേൾക്കാമായിരുന്നു. ധീരമായ മുഖകാന്തിയുള്ള അയാളുടെ കൈയിൽ വാളുണ്ടായിരുന്നു. ഒട്ടും സുന്ദരമല്ലെങ്കിൽക്കൂടി അയാളുടെ കണ്ണുകൾ ജ്വലിച്ചിരുന്നു. ആ വീരനായകൻ വാരിയംകുന്നത്തു കുഞ്ഞഹമ്മദുഹാജിയായിരുന്നു.[50]

'അല്ലാഹു അക്ബർ' (ദൈവം മഹാനാണ്) എന്ന ആയിരങ്ങളുടെ

വിളിയിൽ ദിഗന്തങ്ങൾ മാറ്റൊലികൊണ്ടു. ഹാജിയെ തൊട്ടുരുമ്മി മുൻ പട്ടാളക്കാരനായിരുന്ന നായിക് ചേക്കുവുമുണ്ട്. അയാളുടെ കൈയിലുള്ള കുന്തത്തിൽ നിണം വാർന്നൊഴുകിക്കൊണ്ടിരുന്ന ഒരു തലയുമുണ്ടായിരുന്നു. കുഞ്ഞഹമ്മദുഹാജി ഒന്നു തിരിഞ്ഞുനിന്ന തോടെ ജാഥയും അവിടെ നിന്നു. എല്ലാവർക്കും കാണാൻ കഴിയും വിധം കുന്തം തറയിൽ കുത്തിനിറുത്തി. തിങ്ങിക്കൂടിയ പുരുഷാരം തങ്ങളുടെ വീരനായകനെ അത്ഭുതാദരങ്ങളോടെ നോക്കിനിന്നു.[51] വഴിയിൽ മേൽമൂടിയില്ലാത്ത ഒരു കാളവണ്ടി കിടപ്പുണ്ടായിരുന്നു. ഹാജി ആ വണ്ടിയിൽ കയറിനിന്നു. അപ്പോഴേക്കും 'അല്ലാഹു-അക്ബർ' വിളികൾ കൊണ്ട് അന്തരീക്ഷം പ്രകമ്പനംകൊണ്ടു. ഹാജി കൈയുയർത്തിയപ്പോൾ ജനക്കൂട്ടം നിശ്ശബ്ദമായി. തന്റെ വാക്കുകൾക്ക് കാതോർത്തിരിക്കുന്ന ജനസഞ്ചയത്തോടായി ഹാജി പറഞ്ഞു: "നമ്മൾ ദുരിതത്തിലാണ്. ഇതിനു കാരണം ബ്രിട്ടീഷ് ഗവൺമെന്റാണ്. നാം മറ്റുള്ളവരാൽ ഭരിക്കപ്പെടുകയാണ്. ഈ ഭരണം നമുക്കു വേണ്ടെന്നു വയ്ക്കാൻ സമയമായി. നമ്മുടെ ദുരി തത്തിന് അറുതിവരുത്താൻ ഇനി വൈകിക്കരുത്."[52]

തുടർന്ന് സർക്കാരിനെതിരായി നടത്തിക്കൊണ്ടിരിക്കുന്ന സായുധ ചെറുത്തുനില്പിനെക്കുറിച്ച് അദ്ദേഹം സംക്ഷിപ്തമായി വിവരിച്ചു. അതിനുശേഷം നിലത്തു കുത്തിനിറുത്തിയിരുന്ന ശിരസ്സുനോക്കി അദ്ദേഹം പറഞ്ഞു:

ഇത് ആനക്കയം ചേക്കുട്ടിയുടെ തലയാണ്. ഇദ്ദേഹം പൊലീസിൽനിന്നു വിരമിച്ച ആളാണ്. സർക്കാരിനും ഭൂവുടമകൾക്കും വേണ്ടി ഇയാൾ നമ്മെ ഭീഷണിപ്പെടുത്തിവരികയായിരുന്നു. ഇയാൾ നമുക്കെതിരെ പ്രവർത്തിക്കുമെന്ന് പ്രതിജ്ഞയെടുത്തിരുന്ന മനുഷ്യനാണ്. ഇതാണ് ഇയാൾക്കുള്ള പ്രതിഫലം. നിങ്ങൾ എന്തു പറയുന്നു? ഞാൻ ചെയ്തത് തെറ്റാണെന്നു നിങ്ങൾക്കുതോന്നുന്നുവെങ്കിൽ അല്ലാഹുവിന്റെ നാമധേയത്തിൽ എന്നെ കൊന്നുകൊള്ളുക.

ജനക്കൂട്ടം ഹാജിക്ക് അനുകൂലമായി ഹർഷാരവം മുഴക്കി. അദ്ദേഹം തുടർന്നു:

ഹിന്ദുക്കളെ കൊലപ്പെടുത്തുകയോ ഭീഷണിപ്പെടുത്തുകയോ ചെയ്യരുത്. അവരെ നിർബ്ബന്ധിച്ച് മതംമാറ്റരുത്. നാം അവരെ ഉപദ്രവിച്ചാൽ സ്വാഭാവികമായും അവർ സർക്കാരിനെ അനുകൂലിക്കും. അതു നമ്മുടെ പരാജയത്തിനു കാരണമാകും. നമ്മെപ്പോലെ തന്നെ അവരും ദുരിതത്തിലാണ്. ഇപ്പോൾത്തന്നെ ഹിന്ദുക്കൾ മുസ്ലീങ്ങൾക്കെതിരാണെന്നാണ് വെളിയിലുള്ള സംസാരം. നമുക്ക് ഹിന്ദു

> ക്കളോടു യാതൊരു വിരോധവുമില്ല. പക്ഷേ, അവർ സർക്കാരിനെ പിന്താങ്ങുകയോ ഒറ്റുകാരായി പ്രവർത്തിക്കുകയോ ചെയ്താൽ അവർക്കു കടുത്ത ശിക്ഷ ഏറ്റുവാങ്ങേണ്ടിവരും. ഞാൻ ഒരു ഇസ്ലാമിക ഭരണത്തെ ഒരിക്കലും പിന്താങ്ങുന്നില്ല.[53]

പിന്നീട്, ഹിന്ദുക്കളുടെ ആരാധനാലയങ്ങളോട് മുസ്ലീങ്ങളുടെ സമീപനം എങ്ങനെയായിരിക്കണമെന്ന് അദ്ദേഹം ഉദ്ബോധിപ്പിച്ചു. അതിനുശേഷം ഇങ്ങനെ തുടർന്നു:

> വിശപ്പടക്കാൻ ഭക്ഷണമില്ലാത്ത അവസ്ഥ ആർക്കും ഉണ്ടാകരുത്. ആവശ്യപ്പെടുന്നപക്ഷം, ഉള്ളവർ ഇല്ലാത്തവനു കൊടുക്കണം. അങ്ങനെ സഹായിക്കാൻ സന്നദ്ധരല്ലാത്തവർ കടുത്ത ശിക്ഷയ്ക്ക് വിധേയരാകും. കൃഷിചെയ്തേ മതിയാകൂ. അതിനാൽ കർഷക തൊഴിലാളികളെ ഉപദ്രവിക്കാൻ പാടില്ല. ഒരുപക്ഷേ, നമുക്ക് മരണംവരെ പോരാടേണ്ടിവന്നേക്കാം.

ഖുർആൻ വചനങ്ങൾ ഉദ്ധരിച്ചുകൊണ്ടാണ് അദ്ദേഹം തന്റെ വാക്കുകൾ ഉപസംഹരിച്ചത്. "എന്നോടൊപ്പം വരൂ" എന്നു പറഞ്ഞുകൊണ്ട് ഹാജി നടന്നു നീങ്ങിയപ്പോൾ ജനക്കൂട്ടം അദ്ദേഹത്തെ പിന്തുടർന്നു.[54]

കെ മാധവൻനായർ, ഏറെ വിവാദങ്ങൾക്കു വഴിവച്ച *മലബാർ കലാപം* എന്ന തന്റെ ഗ്രന്ഥത്തിൽ ചേക്കുട്ടിയുടെ വധത്തെക്കുറിച്ച് പറഞ്ഞിട്ടുള്ളത് നോക്കുക:

> ചേക്കുട്ടിയുടെ കാര്യത്തിൽ കുഞ്ഞഹമ്മദുഹാജി വളരെ ജാഗരൂകനായിരുന്നു. തന്റെയും പിതാവിന്റെയും പലായനത്തിനു പിന്നിൽ പ്രവർത്തിച്ചത് ചേക്കുട്ടിയാണെന്ന് അദ്ദേഹം വിശ്വസിച്ചിരുന്നു. അവർ തമ്മിൽ വേറെയും ചില പ്രശ്നങ്ങളുണ്ടായിരുന്നു. അതാണ് മറ്റൊരു മാപ്പിളപൊലീസുകാരനെ ആക്രമിച്ച അതേ ദിവസം തന്നെ ചേക്കുട്ടിയുടെ വീടും ആക്രമിച്ചത്. സന്നദ്ധഭടന്മാരൊക്കെത്തന്നെ ചേക്കുട്ടിയെ ബഹുമാനത്തോടെയാണു കണ്ടിരുന്നത്. അതിനാൽ അദ്ദേഹത്തിന് അശേഷം ഭയമില്ലായിരുന്നു. ലഹളക്കാർ എത്തുമ്പോൾ അദ്ദേഹം വീടിന്റെ മുകളിലത്തെ നിലയിലായിരുന്നു. കതകു തുറന്നുകൊണ്ട് ചേക്കുട്ടി അവരോടു ചോദിച്ചു: 'കുട്ടികളേ, നിങ്ങൾക്കെന്താണു വേണ്ടത്?'
>
> അക്കാലത്ത് തോക്കു കൈവശമുള്ളവരൊക്കെ അവ തിരിച്ചേല്പിക്കണമെന്നു കാണിച്ച് സർക്കാർ വിജ്ഞാപനം പുറപ്പെടുവിച്ചിരുന്നു. ആ കാര്യം സൂചിപ്പിച്ചുകൊണ്ട് അവർ പറഞ്ഞു;
>
> "ഞങ്ങൾ ഞങ്ങളുടെ തോക്കുമായി വന്നതാണ്. ഞങ്ങൾ അവ താങ്കളെ ഏല്പിക്കാനാണ് ഉദ്ദേശിക്കുന്നത്. ദയവായി സ്വീകരിച്ചാലും." ഇതിനു മറുപടിയായി ചേക്കുട്ടി അവരോടു പറഞ്ഞു:

"തോക്കുകൾ ഏറ്റെടുക്കുന്നതിന് എനിക്ക് അധികാരമില്ല. നിങ്ങൾ അവ മലപ്പുറം തുക്കിടിയെ ഏല്പിക്കുക. അദ്ദേഹത്തിന് നിങ്ങളെ പരിചയപ്പെടുത്തിക്കൊണ്ട് ഞാൻ കത്തുതരാം." അടുത്തനിമിഷം "ഞങ്ങളുടെ തോക്കുകൾ താങ്കൾക്കായി അടിയറവയ്ക്കുന്നു" വെന്ന് ആക്രോശിച്ചുകൊണ്ട് അവർ ചേക്കുട്ടിയെ വെടിവെച്ചു. ശബ്ദംകേട്ട് ചേക്കുട്ടിയുടെ ഭാര്യ അലമുറയിട്ടുകൊണ്ട് അങ്ങോട്ടോടി വന്നു. തന്റെ ഭർത്താവിന്റെ ശിരസ്സ് മടിയിലെടുത്തു വച്ചുകൊണ്ട് വിലപിക്കുന്ന അവരെ തള്ളിനീക്കിയ ശേഷം കലാപകാരികൾ ചേക്കുട്ടിയുടെ ശിരസ്സ് അറുത്തുമാറ്റി. അവർ അത് ഒരു കുന്തത്തിൽ കുത്തിനിറുത്തി മഞ്ചേരിയിലേക്കു കൊണ്ടുപോയി.[55]

ചേക്കുട്ടിയുടെ അനന്തിരവനായ കെ വി മൊഹമ്മദ് എം എ ഡോ. സി കെ കരീമിനയച്ച ഒരു കത്തിൽ പറയുന്നതും ഇതോടൊപ്പം ചേർത്തുവായിക്കേണ്ടതുണ്ട്:

ലഹളയ്ക്കുമുമ്പ് ഞാൻ ഏറനാട്ടുതാലൂക്കിലെ ഖിലാഫത്തു-കോൺഗ്രസിനുവേണ്ടി പ്രവർത്തിച്ചിട്ടുണ്ട്. അക്കാലത്ത് റൗലത്ത് ആക്ടിനെതിരായ സമരം നടക്കുകയാണ്. മുഹമ്മദ് അബ്ദുറഹ്മാൻ സാഹിബ് കലാശാലാ വിദ്യാഭ്യാസം ഉപേക്ഷിച്ച് ബ്രിട്ടീഷ് വിരുദ്ധ സമരത്തിൽ ഏർപ്പെട്ടതിനെ തുടർന്ന് ഞാനും എന്റെ പഠനം നിറുത്തി. എന്നാൽ എന്റെ സുഹൃത്തായിരുന്ന വാരിയംകുന്നത്തു കുഞ്ഞഹമ്മദുഹാജി 1921 ൽ സായുധകലാപത്തിന് ആഹ്വാനം ചെയ്ത സാഹചര്യത്തിൽ ഞാൻ നിറുത്തിവച്ചിരുന്ന വിദ്യാഭ്യാസം പുനരാരംഭിച്ചു. അന്ന് മലബാർ കളക്ടായിരുന്ന ഇ എഫ് തോമസും പൊലീസ് സൂപ്രണ്ട് ഹിച്ച്കോക്കും എന്റെ വിദ്യാഭ്യാസം തുടരുന്നതിന് എന്നെ സഹായിച്ചിട്ടുണ്ട്. ഞാൻ ഒരു അവധിക്കാലത്ത് വീട്ടിലുള്ളപ്പോഴാണ് ലഹള പൊട്ടിപ്പുറപ്പെടുന്നത്. ഒരാഴ്ച കഴിഞ്ഞ് എന്നെയും എന്റെ അമ്മാവൻ റിട്ട.സബ്ഇൻസ്പെക്ടർ ചേക്കുട്ടിയെയും കൊലപ്പെടുത്തുന്നതിനുവേണ്ടി കുഞ്ഞഹമ്മദുഹാജിയും കൂട്ടരും ഞങ്ങളുടെ വീട്ടിൽ വന്നു. മലബാർ കളക്ടർ ആയിരുന്ന മി.ആസ്റ്റിന്റെ സഹായം നിമിത്തം എനിക്കു രക്ഷപ്പെടാൻ കഴിഞ്ഞു. എന്നാൽ എന്റെ അമ്മാവൻ കൊലചെയ്യപ്പെട്ടു. പിന്നീട് 1927 ൽ മലബാർ ക്രിസ്ത്യൻ കോളേജിൽ നിന്നു ഞാൻ എം എ പാസായി. പാണ്ടിക്കാട്ടേക്കുള്ള പട്ടാളത്തിന്റെ വരവ് ഭയാനകമായ കൊലപാതക പരമ്പരകൾക്കു നാന്ദികുറിച്ചുവെന്നു പറയാം. പട്ടാളവുമായി ഏതെങ്കിലും തരത്തിൽ ബന്ധപ്പെട്ടിരുന്ന ഏകദേശം മുപ്പത്തിയഞ്ചു മാപ്പിളമാരാണ് അറുംകൊലയ്ക്കു വിധേയരായത്. കൊലചെയ്യപ്പെട്ടവരിൽ പൊലീസിൽനിന്നു പെൻഷൻപറ്റി പിരിഞ്ഞ ഹെഡ് കോൺസ്റ്റബിൾ കുമാരപ്പണിക്കരുമുണ്ടായിരുന്നു. 1921 സെപ്തംബർ 25-ാം തീയതി വാരിയംകുന്നത്തു കുഞ്ഞ

> ഹമ്മദുഹാജിയും സംഘവുമാണ് ഇവയ്ക്ക് നേതൃത്വം നല്കിയത്. അൻപതോളം വീടുകളാണ് ഒരേസമയം തീവച്ചു നശിപ്പിക്കപ്പെട്ടത്. ഇന്നു പ്രചരിപ്പിക്കപ്പെടുന്നതുപോലെ വർഗ്ഗീയമായ ഒരു ലഹളയായിരുന്നില്ല അത്. വാസ്തവത്തിൽ സ്വാതന്ത്ര്യത്തിനുവേണ്ടിയുള്ള ഒരു പോരാട്ടമായിരുന്നു അന്നു നടന്നത്. കലാപകാരികൾ എന്റെ അമ്മാവനെ കൊലപ്പെടുത്തിയെന്നത് വസ്തുതയാണെങ്കിലും ഈ യാഥാർത്ഥ്യം അവഗണിക്കാൻ എനിക്കു കഴിയുന്നില്ല.[56]

ഹാജിയോ കൂട്ടാളികളോ ആരെയും നിർബ്ബന്ധിച്ച് മതം മാറ്റിയിട്ടില്ല. ഇക്കാര്യം മുൻതലമുറയ്ക്ക് ബോദ്ധ്യപ്പെട്ടിട്ടുള്ളതാണ്. ഡോ. കെ എൻ പണിക്കർ ഇതുമായി ബന്ധപ്പെട്ട് രേഖപ്പെടുത്തിയത് പ്രാധാന്യമർഹിക്കുന്നതാണ്:

> നേതാക്കൾ നിർബ്ബന്ധിത മതപരിവർത്തനത്തിന് എതിരായിരുന്നു. ആലിമുസ്‌ലിയാരും കുഞ്ഞഹമ്മദുഹാജിയും നിർബ്ബന്ധിത മതപരിവർത്തനം തടയുന്നതിനുവേണ്ടി തങ്ങളുടെ സ്വാധീനം ഉപയോഗിച്ചിട്ടുണ്ട്. മറ്റൊരുതരത്തിൽ പറഞ്ഞാൽ, നേതാക്കന്മാരെന്ന നിലയിൽ അവർ ഒരു മതനിരപേക്ഷ നിലപാടാണു സ്വീകരിച്ചിരുന്നത്.[57]

തിരൂരങ്ങാടിയിൽ നടന്ന റെയ്ഡിനെ തുടർന്ന് മലബാർ ഇളകിമറിഞ്ഞു. 1920 ൽ ഖിലാഫത്തു കോൺഗ്രസ് കമ്മിറ്റി രൂപീകരിക്കപ്പെട്ട അരീക്കോട്ടും സ്ഥിതി വ്യത്യസ്തമായിരുന്നില്ല. അവിടെ പയ്യനാടൻ മോയിന്റെ നേതൃത്വത്തിൽ സാമ്രാജ്യത്വത്തിനും ജന്മിത്വത്തിനും എതിരായി പ്രക്ഷോഭം സംഘടിപ്പിക്കപ്പെട്ടു. അരീക്കോട് പൊലീസ്‌സ്റ്റേഷനും രജിസ്ട്രാർ ആഫീസും കലാപകാരികൾ കത്തിച്ചു. അരീക്കോടു ചന്തയുടെ ഉടമയായ അച്യുതൻനായർ ആറ്റുപുറം ഇല്ലവുമായി വിവാഹബന്ധത്തിലേർപ്പെട്ടിരുന്ന ആളായിരുന്നു. ആറ്റുപുറം ഇല്ലത്തെ പുരുഷോത്തമൻ നമ്പൂതിരിയോടൊപ്പം അച്യുതൻനായരും കൊലചെയ്യപ്പെട്ടു. ഇതിനെ തുടർന്ന് നിർബ്ബന്ധിത മതപരിവർത്തനത്തിനുള്ള ശ്രമങ്ങൾ നടക്കുന്നതായി അറിഞ്ഞ് വാരിയംകുന്നത്തു കുഞ്ഞഹമ്മദു ഹാജിയും സംഘവും അവിടെയെത്തിച്ചേർന്നു. കരിപ്പത്തുവച്ച് ഹാജി മതംമാറ്റപ്പെട്ട ഏതാനും ആളുകളെ കണ്ടുമുട്ടാനിടയായി. സ്വന്തം ഇഷ്ടപ്രകാരമല്ല മതം മാറിയിട്ടുള്ളതെങ്കിൽ പഴയമതത്തിലേക്കു തിരിച്ചുപൊയ്ക്കൊള്ളാൻ ഹാജി അവരോടു പറഞ്ഞു. മാത്രമല്ല, കലാപത്തിനു നേതൃത്വം നല്കിയിരുന്നവരോട് നിർബ്ബന്ധിതമതപരിവർത്തനം നടത്തരുതെന്നും നിർദ്ദോഷികളായ ആളുകളോട് അക്രമം കാട്ടരുതെന്നും ആജ്ഞാപിച്ചു.[58] *മലബാർകലാപം* എന്ന ഗ്രന്ഥത്തിൽ നിന്നുള്ള കെ മാധവൻനായരുടെ വാക്കുകൾ ഉദ്ധരിക്കട്ടെ:

> ബ്രിട്ടീഷുകാർക്കെതിരായി ആദ്യമായി ഒരു സായുധകലാപത്തിനു

നേതൃത്വം നല്കിയത് കുഞ്ഞഹമ്മദുഹാജിയാണെന്നുള്ളത് തർക്കമറ്റ സംഗതിയാണ്. പല നേതാക്കന്മാരെയും നയിച്ചിരുന്നത് അദ്ദേഹമായിരുന്നു. ലഹളയുടെ തുടക്കത്തിൽ മുസ്ലീങ്ങളായ അക്രമികളിൽനിന്നു അദ്ദേഹം പല ഹിന്ദുക്കളെയും സംരക്ഷിച്ചിരുന്നു. അക്രമികളെ നിർദ്ദാക്ഷിണ്യം ശിക്ഷിക്കുകയും സർക്കാരിനു രഹസ്യവിവരങ്ങൾ നല്കിയിരുന്നവരെ വധിക്കുകയും ചെയ്ത അദ്ദേഹം നിർബ്ബന്ധിത മതപരിവർത്തനത്തിന് എതിരായിരുന്നു. എന്നാൽ പില്ക്കാലത്ത് അദ്ദേഹം ഈ പ്രവർത്തനശൈലി ഉപേക്ഷിച്ചു. തന്റെ ബ്രിട്ടീഷ് വിരുദ്ധപോരാട്ടത്തെ ഹിന്ദുക്കൾ ശത്രുതയോടെയാണു കാണുന്നതെന്നു ബോദ്ധ്യപ്പെട്ടതിനാലായിരിക്കണം അദ്ദേഹം ഹിന്ദുക്കൾ ഉപദ്രവിക്കപ്പെടുന്നതും അവർ മാറ്റപ്പെടുന്നതും കണ്ടില്ലെന്ന് നടിച്ചത്.[59]

എന്നാൽ തന്റെ ഈ അഭിപ്രായത്തിനു വിരുദ്ധമായി ശ്രീ. മാധവൻ നായർ തന്നെ അതേ ഗ്രന്ഥത്തിൽ പിന്നീടുപറയുന്നുണ്ട്:

പോരാളികളിൽ അദ്വിതീയനായിരുന്നു കുഞ്ഞഹമ്മദുഹാജി. കലാപവേളയിൽ ആ പ്രദേശമാകെ അക്ഷരാർത്ഥത്തിൽ അദ്ദേഹത്തിന്റെ ഭരണത്തിൻ കീഴിലായിരുന്നു. ഭരണകാര്യത്തിൽ ഹിന്ദുവെന്നോ മുസ്ലീമെന്നോ ഉള്ള വ്യത്യാസം അദ്ദേഹത്തിന് ഉണ്ടായിരുന്നില്ല. സർക്കാരും അതിന്റെ അനുകൂലികളുമായിരുന്നു അദ്ദേഹത്തിന്റെ മുഖ്യലക്ഷ്യം. കലാപത്തിന്റെ ആദ്യനാളുകളിൽ സർക്കാരിനെ അനുകൂലിക്കുന്നവർ എണ്ണത്തിൽ കുറവായിരുന്നതിനാൽ പ്രധാന എതിരാളികൾ പൊലീസും പട്ടാളവുമായിരുന്നു. കൊള്ളകൾ നടത്തിയിരുന്ന അക്രമികളെ നിഷ്കരുണം അമർച്ചചെയ്തിരുന്നു. നിർബ്ബന്ധിത മതപരിവർത്തനം നടത്തിയതായി അദ്ദേഹത്തിനെതിരായി ആരോപണവുമില്ല. ഊർങ്ങാട്ടിരിയിലെ കരിപ്പാട്ടുമനയിൽ മൂന്നോ നാലോ മതപരിവർത്തനങ്ങൾ നടന്നിരുന്നു. ആ സമയം ഹാജി കരിപ്പാട്ടുമനയിൽ ഉണ്ടായിരുന്നുതാനും. എന്നാൽ അവിടെ മതംമാറ്റംനടന്നത് കാരാടൻ മൊയ്തീൻകുട്ടിഹാജിയുടെ നേതൃത്വത്തിലായിരുന്നു. കുഞ്ഞഹമ്മദുഹാജിക്ക് അതിൽ യാതൊരു പങ്കും ഉണ്ടായിരുന്നില്ല. മാത്രമല്ല, സ്വന്തം ഇഷ്ടപ്രകാരമല്ലാതെയുള്ള മതംമാറ്റം ഒരു കാരണവശാലും അംഗീകരിക്കുകയില്ലെന്ന് അദ്ദേഹം വ്യക്തമാക്കുകയും ചെയ്തിരുന്നു.[60]

ഖിലാഫത്തു സമരത്തെത്തുടർന്ന് ആറുമാസക്കാലത്തോളം ഏറനാട്, വള്ളുവനാട്, പൊന്നാനി, കോഴിക്കോട് എന്നീ താലൂക്കുകളിൽ ബ്രിട്ടീഷ്ഭരണം നിലച്ചിരുന്നുവെന്നു പറയാം. തുവ്വൂരിൽ ചെമ്പ്രശ്ശേരിതങ്ങളും നിലമ്പൂരിൽ കുഞ്ഞഹമ്മദുഹാജിയും രാജാക്കന്മാരായി പ്രഖ്യാപിക്കപ്പെടുകയും അവർ ഖിലാഫത്തു വ്യവസ്ഥകൾ പ്രകാരമുള്ള ഭരണം

നടത്തിവരികയും ചെയ്തു.[61] മദ്രാസിൽനിന്നു സർക്കാർ പുറത്തിറക്കിയ *മലയാളരാജ്യവും മാപ്പിളമാരും* എന്നലഘുലേഖയിൽ ഇങ്ങനെ വായിക്കാം:

> മലബാർ ലഹളയുടെ കാരണങ്ങളെക്കുറിച്ച് അന്വേഷിച്ചു റിപ്പോർട്ടു നല്കുന്നതിനുവേണ്ടി ഐ പ്രകാശം, മിസ്റ്റർ ടി വി വെങ്കടരമണ അയ്യർ എന്നിവർ മലബാറിലെത്തി. തഞ്ചാവൂർ കോൺഗ്രസ് കമ്മിറ്റിയാണ് അവരെ നിയമിച്ചിരുന്നത്. നിർബ്ബന്ധിത മതപരിവർത്തനങ്ങൾ വെറും മൂന്നെണ്ണം മാത്രമായിരുന്നുവെന്നാണ് അവരുടെ റിപ്പോർട്ടിൽ ചൂണ്ടിക്കാട്ടിയിട്ടുള്ളത്.[62]

മലബാർകലാപകാലത്ത് ഇന്ത്യയിലും പുറത്തുമുള്ള പത്രങ്ങൾ നിർബ്ബന്ധിത മതപരിവർത്തനം സംബന്ധിച്ച് വലിയ കോലാഹലമുണ്ടാക്കിയിരുന്നു. പഞ്ചാബിൽ വർഗ്ഗീയ ലഹള ഉണ്ടായപ്പോൾ കോഴിക്കോട്ടെ അഭിഭാഷകനായ ശ്രീ. വി ഗോപാലമേനോൻ, യാക്കൂബ് ഹസ്സൻ സേട്ടുവിന് ഒരു കത്തയച്ചു.

> പ്രിയപ്പെട്ട യാക്കൂബ് ഹസ്സൻ,
>
> ഞാൻ ഇവിടെയെത്തിയപ്പോൾ തന്നെ താങ്കൾക്കു കത്തയയ്ക്കാൻ ആലോചിച്ചിരുന്നു. മൂന്നുനാലുദിവസത്തേക്ക് സർക്കാരല്ല, മറിച്ച് ജനങ്ങളാണ് എന്നെ ഉൽക്കണ്ഠപ്പെടുത്തിയത്. ആ സാഹചര്യം ആറുമാസക്കാലം നീണ്ടുനിന്നു. പിന്നീടുണ്ടായത് ഒരു കൊടുങ്കാറ്റാണ്. ഇത് താങ്കളിൽ എന്തു പ്രതികരണമാണുണ്ടാക്കുകയെന്നത് എനിക്ക് ഊഹിക്കാൻ കഴിയുന്നില്ല. പക്ഷേ, മലബാറിലെ ഏറ്റവും താഴേക്കിടയിലുള്ള പ്രവർത്തകർക്ക് അതു മനസ്സിലാക്കാൻ കഴിയും. മറ്റുള്ള പ്രദേശങ്ങളിൽ നിന്നു വ്യത്യസ്തമായി കോൺഗ്രസിന്റെ പ്രവർത്തനങ്ങൾ ഇവിടെ നിലച്ചുപോയിരിക്കുന്നു. എന്നാൽ, ജനങ്ങളുടെ, പ്രത്യേകിച്ച് ഹിന്ദുക്കളുടെ അവസ്ഥയുമായി തട്ടിച്ചുനോക്കുമ്പോൾ അതു വളരെ നിസ്സാരമാണ്. അവരുടെ (ലഹളക്കാരുടെ) പടപ്പുറപ്പാട് സർക്കാരിനെതിരെ ആയിരുന്നു. പക്ഷേ, സിവിൽ ഭരണത്തിന്റെ അഭാവത്തിൽ ചില അക്രമകാരികൾ ഇതര സമുദായങ്ങൾക്കെതിരെ തിരിഞ്ഞിരിക്കുന്നു. കൊള്ളയും കവർച്ചയും തുടർന്നുകൊണ്ടേയിരിക്കുന്നു. ഏറനാട്ടിലും വള്ളുവനാട്ടിലും ഹിന്ദുക്കൾ ന്യൂനപക്ഷമാണ്. എന്നാൽ, അവർക്ക് വൻതോതിൽ ഭൂമിയുണ്ട്. സ്വാഭാവികമായും ഈ ഭൂമിയിൽ നല്ലൊരു പങ്ക് മുസ്ലീങ്ങളുടെ കൈവശമാണ്. ഇതുകൊണ്ടു ദുരിതമനുഭവിക്കുന്നത് ഹിന്ദുക്കളാണ്. പല കുടുംബങ്ങളും വസ്തുവകകൾ ഉപേക്ഷിച്ച് കോഴിക്കോട്ടേക്കു പലായനം ചെയ്തിരിക്കുന്നു. മാത്രമല്ല, ഒന്നു രണ്ടിടങ്ങളിൽ മതപരിവർത്തനവും നടത്തിയി

ട്ടുണ്ട്. ഇത്തരം ചെയ്തികൾ ഹിന്ദുക്കൾക്കെതിരായുള്ളതല്ല. അവരുടെ ആരാധനാലയങ്ങൾ ഏകാന്തതയിലാണ്. ഹിന്ദുക്കളെ കൊലപ്പെടുത്തിയത് അവർ ഹിന്ദുക്കളായതുകൊണ്ടല്ല, മറിച്ച് സ്വത്തുക്കൾ കവർച്ച ചെയ്യാൻ വേണ്ടിയായിരുന്നു. എന്നാൽ ഇത്തരം പ്രവൃത്തികൾ ഹിന്ദുക്കളെ ഭയവിഹ്വലരാക്കിയിട്ടുണ്ട്. ഹിന്ദുക്കൾ ഹിന്ദുക്കളായ കോൺഗ്രസ് പ്രവർത്തകരെപ്പോലും അവിശ്വസിക്കുന്നു. ഇതിനു കാരണം ഹിന്ദുക്കൾ ഖിലാഫത്ത് ഏറ്റെടുത്തിരിക്കുന്നുവെന്നുള്ളതാണ്. അതിന്റെ പരിണതഫലം പരിതാപകരമായിരിക്കും. ധനികരായ ഹിന്ദുക്കളുടെ കളപ്പുരകൾ കൊള്ളയടിക്കപ്പെട്ടിരിക്കുന്നു. ആളുകൾ കടുത്ത ക്ഷാമത്തെ അഭിമുഖീകരിക്കുകയാണ്. മുസ്ലീങ്ങളും ഹിന്ദുക്കളും പട്ടിണിയിലാണ്.[63]

ബ്രിട്ടീഷ് ഗവൺമെന്റിനെതിരായി മാപ്പിളമാരെ വൻതോതിൽ അണിനിരത്തിയ പ്രസ്ഥാനമായിരുന്നു ഖിലാഫത്ത്. 'കുടിയാൻ സംഘ'ങ്ങളും ഇക്കാര്യത്തിൽ പങ്കുവഹിച്ചിട്ടുണ്ട്. കലാപം തുടങ്ങിക്കഴിഞ്ഞതോടെ ഏകോപനത്തിന്റെയും ആസൂത്രണത്തിന്റെയും വ്യക്തമായ സൂചനകളാണ് ഏറനാടിന്റെ കിഴക്കൻ മേഖലകളിൽ കാണാൻകഴിഞ്ഞത്. പാണ്ടിക്കാട്ടെ പള്ളിയിൽ സന്നിഹിതരായിരുന്ന വമ്പിച്ച ജനാവലിയുടെ സാന്നിദ്ധ്യത്തിൽ വാരിയംകുന്നത്തു കുഞ്ഞഹമ്മദു ഹാജിയും ചെമ്പ്രശ്ശേരി തങ്ങളും ലഹളയുടെ നിയന്ത്രണം ഏറ്റെടുക്കുന്നതിനും വിവിധ സംഘങ്ങളുടെ പ്രവർത്തനങ്ങൾ ഏകോപിപ്പിക്കുന്നതിനുമുള്ള ആലോചനകൾ നടത്തി. തങ്ങളുടെ അധീനതയിലുള്ള പ്രദേശങ്ങളുടെ ഭരണം സംബന്ധിച്ചും ഇരുവരും ചർച്ച ചെയ്തു. അതനുസരിച്ച് ആലിമുസ്ലിയാർ, ചെമ്പ്രശ്ശേരി തങ്ങൾ, കുഞ്ഞഹമ്മദുഹാജി, സീതിക്കോയാ തങ്ങൾ എന്നിവരെ വിവിധ മേഖലകളുടെ ഭരണം ഏല്പിക്കുവാൻ തീരുമാനിച്ചു. കലാപത്തിന്റെ മൂന്നാംഘട്ടത്തിൽ, 1921 സെപ്തംബർ 20 ന് ഇവർ വെള്ളിനേഴിക്കു സമീപമുള്ള കാഞ്ഞിരമുക്കിൽ സമ്മേളിച്ച് താഴെപ്പറയുന്ന തീരുമാനങ്ങൾ കൈക്കൊണ്ടു.

(1) പതിനാറുവയസ്സിൽ താഴെ പ്രായമുള്ള ആൺകുട്ടികളെ സംഘങ്ങളിൽനിന്നും ഒഴിവാക്കേണ്ടതും ഭാവിയിൽ അത്തരത്തിലുള്ള കുട്ടികളെ ഉൾപ്പെടുത്താതിരിക്കേണ്ടതുമാണ്.

(2) എല്ലാ അംശങ്ങളിലും പട്ടാളത്തെ ആക്രമിക്കരുത്. എന്നാൽ, പ്രതിലോമകാരികളെ പ്രതിരോധിക്കേണ്ടതും പട്ടാളം നിലയുറപ്പിച്ചിട്ടുള്ള പ്രദേശങ്ങളിലേക്കുള്ള പാതകളിൽ രംഗനിരീക്ഷണം നടത്തുന്നതിനുള്ള ഏർപ്പാടുകൾ ചെയ്യേണ്ടതുമാണ്.

(3) ഭക്ഷ്യവസ്തുക്കൾ സംഭരിക്കേണ്ടതാണ്. അതിലേക്ക് ഹിന്ദുക്കളെ സമീപിക്കാൻ പാടുള്ളതല്ല.[64]

ഖിലാഫത്തു പ്രസ്ഥാനവും കുടിയാൻ സംഘവും തെക്കൻ മലബാറിലെ മാപ്പിളമാർക്കിടയിൽ അന്നോളമുണ്ടായിട്ടില്ലാത്ത ഒരു രാഷ്ട്രീയാ

വബോധം അങ്കുരിപ്പിക്കുന്നതിന് പ്രേരകമായിയെന്നുള്ളത് പ്രത്യേകം എടുത്തുപറയേണ്ട ഒന്നാണ്. ഭയം കൊണ്ടായിരുന്നാൽപ്പോലും, ജന്മിമാരോടൊപ്പം നില്ക്കുന്നത് പ്രയോജനകരമാകില്ലെന്ന തിരിച്ചറിവ് മാപ്പിളമാരിൽ അന്തർലീനമായിരുന്ന സംഘബോധത്തെയും രണോത്സുകതയെയും കെട്ടഴിച്ചുവിട്ടു. മാപ്പിളമാരുടെ പ്രകൃത്യാലുള്ള ഈ ഗുണവിശേഷങ്ങളാണ് മലബാർ കമ്മീഷനിലെ മേജർ വാക്കറിനെ താഴെപ്പറയുന്ന നിരീക്ഷണത്തിലേക്കു നയിച്ചത്. “അവരുടെ പ്രകൃതത്തിൽത്തന്നെ ഒരു പ്രസരിപ്പുണ്ട്. നമ്മുടെ അസാന്നിദ്ധ്യത്തിൽ, ഈ പ്രദേശത്ത് അവർ ആസന്നഭാവിയിൽ തന്നെ ഒരു സാമ്രാജ്യം പടുത്തുയർത്തും.[65]

കരുവാരക്കുണ്ടിൽ നിന്നു ഹിച്ച്കോക്ക് എഴുതിയത് ഇപ്രകാരമായിരുന്നു:

> മാപ്പിളരാജ് ഒരു യാഥാർത്ഥ്യമായിരുന്നു... ഒരു ഭാഗത്ത് നിലമ്പൂർ, പൂക്കോട്ടൂർ, മഞ്ചേരി എന്നിവയും മറുഭാഗത്ത് പെരിന്തൽമണ്ണ, ചെർപ്പുളശ്ശേരി, വെള്ളിനേഴി, തൂത, നാട്ടുകൽ, കുമരംപുത്തൂർ, ഭീമനാട്, തിരുവിഴാംകുന്ന്, അലനല്ലൂർ, മേലാറ്റൂർ, വെട്ടത്തൂർ, അരക്കുപറമ്പ് എന്നിവയും ചേർന്ന മണ്ണാർക്കാട്ടേക്കുള്ള മലയോരപ്രദേശം മുഴുവൻ ഏറക്കുറെ കലാപകാരികളുടെ അധീനതയിലായിരുന്നു.[66]

എഫ് ബി ഇവാൻസിന്റെ അഭിപ്രായവും കൂടി ശ്രദ്ധിക്കൂ: “ഒരു സർക്കാരിന്റെ അവശ്യവകുപ്പുകളുടെ രൂപരേഖകൾ തയ്യാറാക്കാൻ തുടങ്ങി. വിമത ഭരണ സംവിധാനം നിഷ്കർഷിതമായി ചിട്ടപ്പെടുത്തിയിരുന്നു.[67] കുഞ്ഞഹമ്മദുഹാജിയുടെ ‘കോടതി’ കർശനമായ ശിക്ഷകൾ വിധിച്ചിരുന്നതിനാൽ ഹിന്ദുക്കളെ മതപരിവർത്തനം നടത്തുന്നതിനും, കൊള്ളയടിക്കുന്നതിനുമുള്ള ഏറനാടൻ മാപ്പിളമാരുടെ ആവേശം കെട്ടടങ്ങിയിരുന്നു. തന്റെ പ്രധാന വരുമാന സ്രോതസ്സുകളായിരുന്ന ഹിന്ദുക്കളെ സംരക്ഷിക്കുന്നതിനുവേണ്ടി അദ്ദേഹം (ഹാജി) ഒരു വിളംബരം നടത്തി. ഇതനുസരിച്ച്, കണ്ടുകെട്ടിയതോ കൊള്ളയടിച്ചതോ ആയ എല്ലാസ്വത്തുക്കളും ‘ഖിലാഫത്തു സ്വത്തുക്കളാ’യി പ്രഖ്യാപിക്കപ്പെട്ടു. മാത്രമല്ല, ലഹളയിൽ ഏർപ്പെട്ടിരുന്ന മുസ്ലീങ്ങളുടെയും (ചുരുക്കം ചില ഹിന്ദുക്കളുടെയും) അധീനതയിൽ വന്നു ചേർന്ന വസ്തുവകകൾ ഖിലാഫത്ത് അധികാരികളെ ഏല്പിക്കണമെന്നും അങ്ങനെ ചെയ്യാത്തവർ കർശനമായ ശിക്ഷയെ അഭിമുഖീകരിക്കേണ്ടിവരുമെന്നും വിളംബരത്തിൽ വ്യക്തമാക്കിയിരുന്നു.[68] ആയിടയ്ക്ക് ഹിന്ദുപത്രത്തിൽ പ്രസിദ്ധീകരിക്കപ്പെട്ട പത്രാധിപർക്കുള്ള കത്തുകളിൽ ഒരെണ്ണം ശ്രദ്ധിക്കുക:

പന്തലൂർമല

1921 ഒക്ടോബർ 7

മാന്യപത്രാധിപർ,

താഴെപ്പറയുന്ന വിവരം താങ്കളുടെ പത്രത്തിൽ പ്രസിദ്ധീകരിക്കണമെന്ന് അപേക്ഷിക്കുന്നു. മലബാറിൽ നിന്നുമുള്ള പത്ര റിപ്പോർട്ടുകൾ പ്രകാരം ഇവിടെ ഹിന്ദു-മുസ്ലീം ഐക്യം ഇല്ലാതായിരിക്കുകയാണെന്നാണ് കരുതുക. എന്റെ ആളുകൾ ഹിന്ദുക്കളെ നിർബ്ബന്ധിതമായി മതപരിവർത്തനം നടത്തുന്നുവെന്ന റിപ്പോർട്ട് തികച്ചും അസത്യമാണ്. സർക്കാരിന്റെ ആളുകളോ റിസർവ്വ് പൊലീസുകാരോ ലഹളക്കാരുടെ കൂട്ടത്തിൽ കയറി ഇത്തരം പ്രവൃത്തികളിൽ ഏർപ്പെട്ടിട്ടുണ്ടാകാം. എന്നാൽ പട്ടാളത്തെ പേടിച്ച് ഒളിച്ചിരുന്ന നിർദ്ദോഷികളായ ഏതാനും മാപ്പിളമാരെ പട്ടാളത്തെ സഹായിച്ചുവന്ന ചില ഹിന്ദുസഹോദരന്മാർ പിടികൂടി ഏല്പിച്ചതിനെ തുടർന്ന് കുറേ ഹിന്ദുക്കൾക്ക് ചില്ലറ ബുദ്ധിമുട്ടുകൾ ഉണ്ടായിട്ടുണ്ട്. മാത്രമല്ല, ആ പ്രവൃത്തിക്കു വഴിവച്ച നമ്പൂതിരിക്കും ചിലതൊക്കെ അനുഭവിക്കേണ്ടിവന്നിട്ടുണ്ട്. ഇപ്പോൾ ഇവിടുത്തെ പട്ടാളമേധാവി വിവിധ താലൂക്കുകളിൽ നിന്നും ഹിന്ദുക്കളെ ഒഴിപ്പിച്ചുകൊണ്ടിരിക്കുകയാണ്. ഒരു തെറ്റും ചെയ്യാത്ത സ്ത്രീകളും കുട്ടികളുമടങ്ങിയ മുസ്ലീങ്ങളെ അവിടം വിട്ടുപോകാൻ അനുവദിക്കുന്നുമില്ല. ഹിന്ദുക്കളെ നിർബ്ബന്ധപൂർവ്വം സൈനൃത്തിൽ ചേർത്തുകൊണ്ടിരിക്കുകയാണ്. അതിനാൽ പല ഹിന്ദുക്കളും അഭയം തേടി എന്റെ മലയിൽ എത്തിച്ചേർന്നിട്ടുണ്ട്. ഇങ്ങനെ വന്നവരിൽ കുറെ മുസ്ലീങ്ങളുമുണ്ട്. നിരപരാധികളായ കുറെ ആളുകളെ പിടികൂടാനും ശിക്ഷിക്കാനും കഴിഞ്ഞുവെന്നതൊഴിച്ചാൽ എന്തുഗുണമാണ് ഇതുകൊണ്ടൊക്കെ ഉണ്ടായിട്ടുള്ളത്? ലോകത്തുള്ള സമസ്ത ജനങ്ങളും ഇക്കാര്യം അറിയട്ടെ! മഹാത്മാഗാന്ധി ഇതറിയട്ടെ; മൗലാന ഇതറിയട്ടെ!

ഈ കത്തു പ്രസിദ്ധീകരിക്കപ്പെടാത്ത പക്ഷം മറ്റൊരവസരത്തിൽ താങ്കളോടു ഞാൻ അതിനുള്ള വിശദീകരണം ചോദിക്കുന്നതായിരിക്കും.

വാരിയംകുന്നത്തു കുഞ്ഞഹമ്മദുഹാജി.[69]

'പാസ്പോർട്ടു'കളും 'സുരക്ഷിത പ്രവേശനപാസ്സു'കളും വില്പന നടത്തിയാണ് കുഞ്ഞഹമ്മദുഹാജി 'ആയുധ ഫണ്ട്' സ്വരൂപിച്ചിരുന്നത്. ജനങ്ങളിൽനിന്ന് നികുതിപിരിവും നടത്തിയിരുന്നു.[70] കലാപകാരികളുടെ നിയന്ത്രണത്തിലുള്ള പ്രദേശങ്ങളിൽനിന്നു ബ്രിട്ടീഷുകാരുടെ നിയന്ത്രണത്തിലുള്ള പ്രദേശങ്ങളിലേക്കും അതുപോലെ തിരിച്ചും പോകുന്നവരെ നിയന്ത്രിക്കുന്നതിനുവേണ്ടി അതിർത്തികളിൽ കാവൽ ഏർപ്പെടുത്തിയിരുന്നു. 1921 ആഗസ്ത് 28-ാം തീയതി എടക്കരയിൽ മാപ്പിളമാരുടെ നിയന്ത്രണത്തിലുള്ള അതിർത്തി മുറിച്ചുകടക്കുന്നതിനു ശ്രമിച്ച ഒരു സബ് ഇൻസ്പെക്ടറും രണ്ടുപൊലീസുകാരും കൊലചെയ്യപ്പെട്ടു.[71] കുഞ്ഞഹ

മ്മദുഹാജിയുടെ ആൾക്കാർ നല്കിയ പാസ്പോർട്ടുമായി കോഴിക്കോട്ടെത്തിയ ഒരു അഭയാർത്ഥിയെ *മദ്രാസ്മെയിലി*ന്റെ ലേഖകൻ ഇന്റർവ്യൂ നടത്തുകയുണ്ടായി. ബ്രിട്ടീഷുകാരുടെ ആധിപത്യത്തിൻ കീഴിലുള്ള കോഴിക്കോട്ടുപോകാതെ തന്റെ സർക്കാരിന്റെ (ഖിലാഫത്തുസർക്കാർ) നിയന്ത്രണത്തിലുള്ള നിലമ്പൂരിൽ കഴിയുന്നതാണു സുരക്ഷിതമെന്ന് തന്നെ കുഞ്ഞഹമ്മദുഹാജി ഉപദേശിച്ചിരുന്നതായി അഭയാർത്ഥിയായ ഈ നായർ ജില്ലാമജിസ്ട്രേറ്റിനോടു വെളിപ്പെടുത്തിയിരുന്നു.[72] പലഗ്രന്ഥകാരന്മാരും ചിത്രീകരിക്കാൻ ശ്രമിച്ചതുപോലെ മാപ്പിള ഭരണം പിടിച്ചുപറിക്കാരുടെ ഭരണമായിരുന്നില്ലെന്നാണ് ഇത്തരം വസ്തുതകൾ സൂചിപ്പിക്കുന്നത്.

ലഹളക്കാർ ജന്മിമാരിൽനിന്നും നികുതി പിരിച്ചിരുന്നു. സമ്പന്നരായ ചില ജന്മിമാർക്ക് കലാപകാരികളുടെ വിവിധ സംഘങ്ങൾക്ക് ഒരേ സമയം നികുതി കൊടുക്കേണ്ടിവന്നിട്ടുണ്ട്. പോരൂരിലെ നമ്പൂതിരി ജന്മിയായ വെള്ളിക്കാട്ടു ഭട്ടതിരിപ്പാടിനുണ്ടായ അനുഭവം ഹിച്ച്കോക്ക് വിവരിക്കുന്നുണ്ട്. ആഗസ്റ്റ് 21-ാം തീയതിയാണ് കുറേപ്പേർ ഇദ്ദേഹത്തോട് തോക്കും പണവും ആവശ്യപ്പെട്ടത്. ആയിരം രൂപ കൊടുക്കണമെന്നാണ് നമ്പൂതിരിയോട് ചീയോട മമ്മദ് പറഞ്ഞത്. എന്നാൽ വെറും മുപ്പതുരൂപ കൊടുത്തശേഷം ബാക്കി തുക തന്റെ കൈയിൽ വരുന്ന മുറയ്ക്ക് നല്കാമെന്നാണ് നമ്പൂതിരി അറിയിച്ചത്. പക്ഷേ, 22-ാം തീയതി മറ്റൊരു സംഘം നമ്പൂതിരിയെ സമീപിച്ച് 'ആയുധഫണ്ടി'ലേക്ക് പണം ആവശ്യപ്പെട്ടു. ഇക്കുറി ജന്മി വെറും ഇരുപത്തിയഞ്ചു രൂപ കൊടുത്താണ് രക്ഷപ്പെട്ടത്. ഭട്ടതിരിപ്പാടിന്റെ കൈവശം പണമുണ്ടെന്നും തന്നെ കബളിപ്പിക്കുകയായിരുന്നെന്നും മനസ്സിലായപ്പോൾ മമ്മദ് വണ്ടൂരിലെ പ്രബലരായ ചില മാപ്പിളമാരെ ഖിലാഫത്തു ഫണ്ടിലേക്ക് ആയിരം രൂപ വാങ്ങണമെന്നു നിർദ്ദേശിച്ച് പറഞ്ഞയച്ചു. അവർ ഭട്ടതിരിപ്പാടിനു സംരക്ഷണം ഉറപ്പുകൊടുക്കുകയും അതിന്റെയടിസ്ഥാനത്തിൽ അദ്ദേഹം അവർക്ക് എണ്ണൂറ്റി അൻപതു രൂപ കൊടുക്കുകയും ചെയ്തു. എന്നാൽ ഭട്ടതിരിപ്പാട് തന്റെ സർക്കാരിനുള്ള നികുതി കൊടുക്കുന്നതിൽ കാട്ടിയ വൈമുഖ്യം വാരിയംകുന്നത്തിനെ കുപിതനാക്കി. ആഗസ്ത് 27 ന് അദ്ദേഹം ഭട്ടതിരിപ്പാടിന്റെ അടുത്തെത്തി അയ്യായിരം രൂപ ആവശ്യപ്പെട്ടു. മാത്രമല്ല ഭട്ടതിരിപ്പാട് ഇനി ബ്രിട്ടീഷുഗവൺമെന്റിലേക്ക് നികുതികൊടുക്കേണ്ടതില്ലെന്നും ഭരണച്ചെലവിന് പണം നല്കുന്നതിനുള്ള ബാദ്ധ്യത ജന്മിമാർക്കുണ്ടെന്നു പറയുകയുംചെയ്തു. ഭട്ടതിരിപ്പാട് റൊക്കം പണമായി ഇരുപത്തിയഞ്ചു രൂപയും ബാക്കി തുകക്കുള്ള നെല്ലും ഹാജിക്കു കൊടുത്തു. ചുരുക്കത്തിൽ, കലാപത്തിനു മുമ്പ് തങ്ങൾ നികുതിദായകരാണെന്നു പറഞ്ഞ് ബ്രിട്ടീഷ് ഗവൺമെന്റിൽനിന്നു സംരക്ഷണം തേടിയിരുന്ന ജന്മിമാർ കുഞ്ഞഹമ്മദുഹാജിയുടെ നേതൃത്വത്തിലുള്ള ഖിലാഫത്തു ഭരണകൂടത്തിന്റെ ചെലവിലേക്കായി പണം കൊടുക്കാൻ നിർബ്ബന്ധിതരായി തീർന്നു.[73]

വ്യവസ്ഥാപിതരീതിയിലുള്ള ഒരു പ്രാദേശിക ഭരണകൂടത്തിനു വേണ്ടിയുള്ള കുഞ്ഞഹമ്മദുഹാജിയുടെ പ്രവർത്തനങ്ങൾ നടക്കുന്നതിനിടയിൽ തന്നെ തെക്കേമലബാറിൽ ചില നാട്ടുരാജ്യങ്ങൾ ഉയർന്നുവന്നിരുന്നു. ചെമ്പ്രശ്ശേരി തങ്ങൾ (പാണ്ടിക്കാട്ടു രാജാവ്), സീതിക്കോയ തങ്ങളിൽ നിന്നു അംഗീകാരം കിട്ടിയിരുന്ന അല്ലിങ്കൽ ആറ്റക്കോയതങ്ങൾ (വെളിയഞ്ചേരി രാജാവ്) തുടങ്ങിയവർ തന്റെ കീഴിലുള്ള വിവിധ ഭൂവിഭാഗങ്ങൾ ഭരിക്കുന്നതിനുവേണ്ടി കുഞ്ഞഹമ്മദുഹാജിയാൽ നിയമിക്കപ്പെട്ടവരായിരുന്നു.[74] ഹാജിയുടെ ഭരണപരമായ നടപടികൾ പരാജയപ്പെട്ടെങ്കിലും ഖിലാഫത്ത് ഭരണത്തിന്റെ ചട്ടക്കൂടുകൾ എത്രമാത്രം വിപുലമായിരുന്നുവെന്നു പരിശോധിക്കേണ്ടതുണ്ട്.[75] തടവുകാരെ വിചാരണചെയ്തിരുന്ന ഖിലാഫത്തു കോടതികൾ വ്യാപകമായി പ്രവർത്തിച്ചിരുന്നു. ഒരു തരത്തിലുള്ള പട്ടാളനിയമമാണ് ഹാജി നടപ്പിലാക്കിയിരുന്നത്. സാധാരണ പരാതികളും ഇത്തരം കോടതികൾ പരിഗണിച്ചിരുന്നു. മാപ്പിള കലാപകാരികളായ ചിലരുടെ പ്രവൃത്തികൾക്കെതിരെ കുഞ്ഞഹമ്മദുഹാജിയുടെ കോടതിയിലെത്തിയ ഹിന്ദുക്കൾക്ക് നീതിലഭിച്ചത് ശ്രദ്ധേയമാണ്. കൊള്ളനടത്തുകയും ഹിന്ദുസ്ത്രീകളെ ഉപദ്രവിക്കുകയും ചെയ്തതിന്റെ പേരിൽ തന്റെ ആളുകളായ മൂന്നുപേരെ ഹാജി വധശിക്ഷയ്ക്ക് വിധേയരാക്കുകയുണ്ടായി. കുമരംപുത്തൂരിലെ സീതിക്കോയ തങ്ങളും പട്ടാളനിയമം നടപ്പിലാക്കിക്കൊണ്ടാണ് അച്ചടക്കം നിലനിറുത്തിയിരുന്നത്.[76]

ചില റോഡുകളും കടത്തുകളും ഉപയോഗിക്കുന്നതിനും വയനാട്ടിൽ നിന്നും തന്റെ പ്രവിശ്യയിലൂടെ തേയില കടത്തിക്കൊണ്ടുപോകുന്നതിനും കുഞ്ഞഹമ്മദുഹാജി ചുങ്കം ഈടാക്കിയിരുന്നു. മാപ്പിളമാരെ മാത്രമല്ല, ഹിന്ദുക്കളെയും ഉൾപ്പെടുത്തി പട്ടാളത്തെ ശക്തിപ്പെടുത്തുകയും കത്തി, വാൾ തുടങ്ങിയ ആയുധങ്ങൾ ഉണ്ടാക്കുന്നതിനുവേണ്ടി ധാരാളം കൊല്ലന്മാരെ കുടിയിരുത്തുകയും ചെയ്തു. റോഡുകളിൽ മാർഗ്ഗതടസ്സം സൃഷ്ടിക്കുന്നതിനും നിലമ്പൂർ കോവിലകം വക വിളവുകൾ കൊയ്തെടുക്കുന്നതിനുമായി കീഴ്ജാതിക്കാരെ നിയോഗിച്ചിരുന്നു.[77] വിപ്ലവസേനയിലെ അംഗങ്ങളുടെയും കാവല്ക്കാരുടെയും സ്ഥിരമായ പട്ടികയുണ്ടാക്കുകയും അവർക്കു നല്കിയിട്ടുള്ള ആയുധങ്ങളുടെ വിശദവിവരങ്ങൾ രേഖപ്പെടുത്തി സൂക്ഷിക്കുകയും ചെയ്തിരുന്നു. ബ്രിട്ടീഷ് പട്ടാളത്തിന്റെ വരവ് മുൻകൂട്ടി മനസ്സിലാക്കി മുന്നറിയിപ്പു നല്കുന്നതിന് ഒരു പ്രത്യേക സിഗ്നൽ സംവിധാനം തന്നെ ആവിഷ്കരിച്ചു.[78] ചുരുക്കത്തിൽ, സംഘാടനത്തെ സംബന്ധിടത്തോളം 'മാപ്പിളരാജ്' ബ്രിട്ടീഷ്രാജിനെ മാതൃകയാക്കിയാണ് മുന്നോട്ടുപോയത്. മാത്രമല്ല, അവർ 'കളക്ടർ', 'ഗവർണ്ണർ', 'വൈസ്രോയി' എന്നീസ്ഥാനപ്പേരുകളും ഉപയോഗിച്ചിരുന്നു. വളരെ ചുരുക്കം അവസരങ്ങളിൽ മാത്രമേ പദവി നാമമെന്നനിലയിൽ 'രാജാവ്' ഉപയോഗിച്ചിരുന്നുള്ളൂ.

ബ്രിട്ടീഷ് ആധിപത്യം പുനരുജ്ജീവിപ്പിക്കാനുള്ള ശ്രമങ്ങൾ അനുഭവപ്പെട്ടുതുടങ്ങിയപ്പോൾ മാപ്പിളമാർ തങ്ങളുടെ സേനയെ വിവിധ നേതാ

ക്കന്മാരുടെ കീഴിലുള്ള നിരവധി സംഘങ്ങളായി വികേന്ദ്രീകരിച്ചു. കോൺറാഡ്‌വുഡ് ഇങ്ങനെ രേഖപ്പെടുത്തിയിരിക്കുന്നു:

> ആയുധശക്തിയുടെ മേൽക്കൈ ഉണ്ടായിരുന്ന ബ്രിട്ടീഷുകാരെ നേരിടുന്നതിന് മാപ്പിളമാർ സമരമാർഗ്ഗമായി അവലംബിച്ചത് ഒളിപ്പോരായിരുന്നു.[79] മാപ്പിളനേതാക്കന്മാർക്കിടയിലുണ്ടായ അഭിപ്രായവ്യത്യാസങ്ങളും സേനയുടെ വികേന്ദ്രീകണത്തിനു വഴിതെളിച്ചു. മാപ്പിളപ്പോരാളികളിൽ പ്രമുഖനായിരുന്ന അബ്ദുഹാജിയും വാരിയംകുന്നത്തു കുഞ്ഞഹമ്മദുഹാജിയും തമ്മിൽ കലഹിക്കുകയും പന്തലൂരിലുള്ള കലാപകാരികളെ തന്റെ ആധിപത്യത്തിൻ കീഴിൽ കൊണ്ടുവരാൻ കുഞ്ഞഹമ്മദുഹാജി നടത്തിയ ശ്രമങ്ങൾക്ക് തിരിച്ചടി നേരിടുകയും ചെയ്തു.[80] ഇങ്ങനെ ആഗസ്ത് 20 ന് മുൻകൂട്ടിയുള്ള ആസൂത്രണമോ സംഘാടനമോ കൂടാതെ ആരംഭിച്ച കലാപം കേന്ദ്രീകൃതമായ നേതൃത്വത്തിലൂടെ അല്പകാലം തുടർന്നെങ്കിലും പിന്നീട് നിരവധി സംഘങ്ങളടങ്ങിയ വികേന്ദ്രീകൃത സേനാവ്യൂഹങ്ങൾ ബ്രിട്ടീഷ് ഇന്ത്യൻ പട്ടാളത്തോടു നടത്തുന്ന ഒളിപ്പോരാട്ടമായി അത് മാറി.[81] നേതാക്കൾ കൂടിയാലോചിച്ച് ചെമ്പ്രശ്ശേരി, കരുവാരകുണ്ട്, മേലാറ്റൂർ, കാളികാവ് എന്നീ പ്രദേശങ്ങൾ ചെമ്പ്രശ്ശേരി തങ്ങളും, നെല്ലിക്കുത്ത്, വള്ളുവനാടു പ്രദേശങ്ങൾ വാരിയംകുന്നത്തു കുഞ്ഞഹമ്മദുഹാജിയും, പാണ്ടിക്കാട്ട് കോടാലിയിൽ മൂസാഹാജിയും ഭരണം നടത്തേണ്ടതാണെന്നു തീരുമാനിച്ചു.

1921 ആഗസ്ത് 22-ാം തീയതി കോൺഗ്രസ് ഖിലാഫത്തു പ്രവർത്തകർ പെരിന്തൽമണ്ണ പൊലീസ് സ്റ്റേഷനും താലൂക്കാഫീസും രജിസ്ട്രാർ ആഫീസും കൊള്ളയടിച്ചു. അതേപ്പറ്റി മോഴിക്കുന്നത്തു ബ്രഹ്മദത്തൻ നമ്പൂതിരിപ്പാടു പറയുന്നത് ഇങ്ങനെയാണ്:

> ട്രഷറിയിൽ ആകെ രണ്ടായിരം രൂപയേ ഉണ്ടായിരുന്നുള്ളൂ. അവർ (ലഹളക്കാർ) ആ തുക അന്നേദിവസം കൈവശംവച്ചു. പിറ്റേദിവസം പണവുമായി തഹസിൽദാരെ സമീപിച്ചെങ്കിലും അദ്ദേഹം അതു സ്വീകരിക്കുവാൻ തയ്യാറായില്ല. സർക്കാർ ജീവനക്കാർക്കു ശമ്പളം കൊടുക്കുന്നതിനുവേണ്ടി ആ തുക വിനിയോഗിച്ചു. മുസ്ലീങ്ങളും അമുസ്ലീങ്ങളും സർക്കാർ ജീവനക്കാരും സർക്കാരിതര ഉദ്യോഗസ്ഥന്മാരും അംഗങ്ങളായുള്ള ഒരു അഡ്ഹോക്ക് കമ്മിറ്റി രൂപീകരിച്ചിരുന്നു. അതിനു കീഴിലായി എല്ലാ സമുദായങ്ങൾക്കും പ്രാതിനിധ്യമുള്ള ഒരു വോളണ്ടിയർ കമ്മിറ്റിയും പ്രവർത്തിച്ചിരുന്നു. ഇതായിരുന്നു പെരിന്തൽമണ്ണയിലെ ആഭ്യന്തരവകുപ്പ്.[82]

വെട്ടിക്കാട്ടിരി ആസ്ഥാനമാക്കിയുള്ള കുഞ്ഞഹമ്മദുഹാജിയുടെ ഭര

ണത്തെപ്പറ്റി *കേരളപത്രിക*യുടെ മഞ്ചേരി ലേഖകൻ എഴുതിയത് ഹാജിയിലെ ദേശസ്നേഹിയെയാണ് നമുക്ക് പരിചയപ്പെടുത്തി തരുന്നത്:

വാരിയംകുന്നത്തു കുഞ്ഞഹമ്മദുഹാജി വെട്ടിക്കാട്ടിരിയിൽ ക്യാമ്പു ചെയ്യുന്ന സമയത്ത് മണക്കുന്നൻ ചോഴിക്കുട്ടി എന്ന കള്ളുഷാപ്പു മുതലാളിയുടെ വീട് ആക്രമിച്ച് അയാളുടെ ഭാര്യയുടെ സമ്പാദ്യങ്ങളും മരുമകളുടെ സ്വർണ്ണമാലയും കവർച്ച ചെയ്തതിന്റെ പേരിൽ വേരാംതൊടി രായിൻകുട്ടി, അന്തമോയി എന്നിവരെ ഖിലാഫത്തു സേന പിടികൂടി. തൃക്കലങ്ങോട് വിക്കര വെള്ളോടിക്ക് വിറ്റിരുന്ന സ്വർണ്ണം കണ്ടെടുത്ത് ഉടമസ്ഥർക്കു കൈമാറിയതായി അറിയുന്നു.[83]

മദ്രാസിൽനിന്നു പ്രസിദ്ധീകരിച്ചിരുന്ന *ദി ഹിന്ദു* പത്രത്തിൽ മലബാർ ലേഖകന്മാർ എഴുതിയിരുന്ന അസത്യങ്ങൾ വായിച്ച കുഞ്ഞഹമ്മദുഹാജി ആ പത്രത്തിന് ഒരു കത്തെഴുതിയ കാര്യം നേരത്തെ സൂചിപ്പിച്ചിരുന്നു. 1921 ഒക്ടോബർ 18 ലെ കത്ത് പത്രത്തിൽ പ്രസിദ്ധീകരിക്കപ്പെട്ട ശേഷം അതേപത്രത്തിൽ മൗലാനാ ഷൗക്കത്തലിയുടേതായി ഒരു പ്രസ്താവന വന്നു:

> കുഞ്ഞഹമ്മദുഹാജിയുടെ പ്രസ്താവന പത്രത്തിൽ വായിക്കാൻ കഴിഞ്ഞതിൽ സന്തോഷമുണ്ട്. ഹിന്ദുക്കൾക്കും മുസ്ലീങ്ങൾക്കുമിടയിൽ പ്രശ്നമുണ്ടാക്കുന്നത് സർക്കാരാണെന്ന് അതിൽ പറയുന്നു. അത്തരം പ്രശ്നങ്ങളെക്കുറിച്ച് ഞാനിവിടെ ചർച്ചചെയ്യുന്നില്ല. എന്നാൽ ദുരിതമനുഭവിക്കുന്ന ഹിന്ദുക്കളെയും മുസ്ലീങ്ങളെയുമോർത്ത് എനിക്ക് ഉൽക്കണ്ഠയുണ്ട്. ഹിന്ദുക്കളിലെയും മുസ്ലീങ്ങളിലെയും നേതാക്കൾ ഇടപെട്ട് കലാപം അവസാനിപ്പിക്കുന്നതിന് ശ്രദ്ധിക്കേണ്ടതാണ്. മലബാറിലെ സംഭവങ്ങളെയോർത്ത് വിഷമിക്കരുതെന്ന് മദ്രാസിലെ ഹിന്ദുക്കളും മുസ്ലീങ്ങളുമായ സഹോദരന്മാരോട് ഞാൻ അഭ്യർത്ഥിക്കുകയാണ്. മലബാറിലെ ധീരരും ദരിദ്രരുമായ മാപ്പിളമാർ നമ്മുടെ സഹതാപവും പിന്തുണയും അർഹിക്കുന്നുണ്ട്.[84]

അത്യധികം ശക്തമായ ബ്രിട്ടീഷ് പട്ടാളത്തിനെതിരെ നടത്തുന്ന സായുധകലാപത്തിന്റെ നിരർത്ഥകതയെപ്പറ്റി തന്നോടു വാദിച്ച എം പി നാരായണ മേനോനോട് കുഞ്ഞഹമ്മദുഹാജി പറഞ്ഞുവത്രെ:

> നിങ്ങൾ വിദ്യാഭ്യാസമുള്ള ഒരു വക്കീലാണ്, മാപ്പിളമാരുടെ മിത്രവുമാണ്. പറയുന്നതുപോലെ പ്രവർത്തിക്കുന്ന ഒരാളാണ് നിങ്ങൾ. എന്നെ സംബന്ധിച്ചിടത്തോളം താങ്കൾ ഒരു 'തങ്ങളെ'പ്പോലെയോ 'ഗുരു'വിനെപ്പോലെയോ ആണ്. എന്നിരുന്നാലും എനിക്ക് താങ്കൾ പറയുന്നത് അനുസരിക്കാൻ കഴിയില്ല. ഞാൻ ഒരു മാപ്പിളയാണ്. പറങ്കികൾക്കെതിരെ പോരാടിയവരുടെ പിൻമുറക്കാരനാണ്. സമരം നിറുത്തിയാൽ അവർ എന്നെ പേപ്പട്ടിയെപ്പോലെ വെടിവച്ചുകൊ

ല്ലും. എനിക്കു ശക്തിയുള്ളിടത്തോളം കാലം ഞാൻ ചെറുത്തുനില്പ് തുടർന്നുകൊണ്ടേയിരിക്കും. മുഴുവൻ ഹിന്ദുക്കളും കൂടി ഞങ്ങളോടൊപ്പം നിന്നിരുന്നെങ്കിൽ ബ്രിട്ടീഷുകാരെ മലബാറിൽ നിന്ന് അടിച്ചോടിക്കാൻ കഴിയുമായിരുന്നു. ഇപ്പോൾ ഹിന്ദുനേതാക്കന്മാരൊക്കെ എവിടെയാണ്? ഓടിപ്പോകാതിരുന്ന ഒരേയൊരാൾ നിങ്ങളാണ്. നിങ്ങൾ ഞങ്ങളെ സംബന്ധിച്ചിടത്തോളം ഒരു 'തങ്ങൾ' തന്നെ.[85]

ജില്ലാമജിസ്ട്രേറ്റ് ഉത്തരവിട്ടതിനെത്തുടർന്ന്, 1921 സെപ്തംബർ 10 ന് എം പി നാരായണമേനോനെ അറസ്റ്റുചെയ്തു. ഒരു കൊടുംകുറ്റവാളിയെപ്പോലെ മഞ്ചേരിയിൽനിന്നു അദ്ദേഹത്തെ ചങ്ങലയ്ക്കിട്ടാണു കൊണ്ടുപോയത്. വാരിയംകുന്നത്തു കുഞ്ഞഹമ്മദുഹാജിയുമായി ചേർന്ന് ബ്രിട്ടീഷ് സർക്കാരിനെതിരായി സമരംചെയ്തുവെന്നതായിരുന്നു അദ്ദേഹത്തിൽ ആരോപിക്കപ്പെട്ടിരുന്ന കുറ്റം. പട്ടാളക്കോടതി തടവുശിക്ഷ വിധിച്ചതിനെ തുടർന്ന് അദ്ദേഹത്തിന്റെ കൈയും കാലും ചങ്ങലകൊണ്ടു ബന്ധിച്ച് മലപ്പുറത്തുനിന്നു തിരൂർ റെയിൽവേസ്റ്റേഷൻവരെയുള്ള 38 കിലോമീറ്റർ ദൂരം ആയുധധാരികളായ പട്ടാളക്കാരുടെ അകമ്പടിയോടെ നടത്തിയാണു കൊണ്ടുപോയത്. മങ്ങോട്ടുനാരായണമേനോൻ എന്ന പൊലീസ് ഇൻസ്പെക്ടർ അദ്ദേഹത്തെ ബയണറ്റുകൊണ്ട് കുത്തുന്നതിന് പട്ടാളക്കാരെ പ്രേരിപ്പിക്കുന്നതു കാണാമായിരുന്നു.[86] തങ്ങളുടെ നേതാവിനോടുകാണിച്ച ഇത്തരം മനുഷ്യത്വരഹിതമായ പെരുമാറ്റത്തിനെതിരായി മലബാറിലെ മാപ്പിളമാർ ഒന്നാകെ പ്രതിഷേധമുയർത്തി. പട്ടാള നിയമം കൂസാതെ അവർ പലയിടത്തും പൊലീസിനെയും പട്ടാളത്തെയും ആക്രമിച്ചു. ആലിമുസ്ലിയാരുടെ അറസ്റ്റിനെ തുടർന്നു ക്ഷയോന്മുഖമായിരുന്ന കലാപം അതോടെ വർദ്ധിതവീര്യത്തോടെ പുനരാരംഭിച്ചു. എം പി നാരായണമേനോനു നേരെ നടന്ന മനുഷ്യത്വരഹിതമായ പീഡനം തന്നോടുള്ള വ്യക്തിപരമായ അധിക്ഷേപമായി കണക്കാക്കി, അതിനെതിരെ പ്രതികാരം ചെയ്യുമെന്ന് വാരിയംകുന്നത്തു കുഞ്ഞഹമ്മദുഹാജി ശപഥം ചെയ്തു.[87]

കൊണ്ടോട്ടിയിലെ ശൈഖ് മുഷ്ത്താഖ്ഷാ വലിയതങ്ങൾ എന്നറിയപ്പെട്ടിരുന്ന ഇനാംദാർ നാസറുദീൻ ആദ്യകാലത്ത് ഖിലാഫത്തു-കോൺഗ്രസിനോട് അനുഭാവം പുലർത്തിയിരുന്നു. തിരൂരങ്ങാടിയിൽ നടന്ന ആദ്യത്തെ ഏറ്റുമുട്ടലിനുശേഷം അദ്ദേഹം സർക്കാർ അനുകൂലിയായി മാറി. 1921 സെപ്തംബറിൽ, കുഞ്ഞഹമ്മദുഹാജിയും സൈന്യവും തങ്ങളെ ആക്രമിക്കാനിടയുണ്ടെന്ന് വാർത്തപരന്നു. ഉടൻ തന്നെ തങ്ങൾ മിലിട്ടറി കമാൻഡിങ് ആഫീസർക്ക് ഒരു കത്തയച്ചു:

അവിടുത്തേക്കു പ്രണാമം!

വാരിയംകുന്നത്തു കുഞ്ഞഹമ്മദുഹാജിയും കൂട്ടാളികളും പൂക്കോട്ടൂരിനു സമീപമുള്ള വീമ്പൂർദേശത്ത് എത്തിയതായി വിവരം ലഭി

ച്ചിട്ടുണ്ട്. ഇപ്പോൾ അവർ ഇവിടെനിന്നു പതിനാറു മുതൽ ഇരുപത്തിയേഴുവരെ മൈൽ പരിധിയിലാണുള്ളത്. മതിയായ ആയുധങ്ങൾ അവരുടെ പക്കൽ ഇല്ലാത്തതിനാൽ അവർ കൊണ്ടോട്ടിയിലെത്തി എന്റെ ആയുധങ്ങൾ കൈയടക്കാൻ പദ്ധതിയിട്ടിട്ടുണ്ടെന്നാണ് എനിക്കു ലഭിച്ചിട്ടുള്ള വിവരം. ആയതിനാൽ കൊണ്ടോട്ടിയിൽ സേനയെ നിയോഗിക്കുകയോ കലാപകാരികളെ തെരഞ്ഞുപിടിക്കാൻ സൈന്യത്തെ ഉപയോഗിക്കുകയോ ചെയ്യേണ്ടതാണ്.[88]

വിശ്വസ്തൻ
ശൈഖ് മുഷ്ത്താക്ക്ഷാ വലിയ തങ്ങൾ

കൊണ്ടോട്ടി വലിയതങ്ങൾവരെ മാപ്പിളപ്പോരാളികളുടെ ആക്രമണം ഭയപ്പെട്ടിരുന്നുവെന്നുള്ളത് സൂചിപ്പിക്കുന്നത് സമരത്തിലുടനീളം കുഞ്ഞഹമ്മദുഹാജി പുലർത്തിയ മതേതരമായ സമീപനത്തെയാണ്.

മേൽക്കൊടുത്തിരിക്കുന്ന കത്തിൽ പരാമർശിക്കപ്പെട്ടിട്ടുള്ള പൂക്കോട്ടൂർ യുദ്ധം 1921 ആഗസ്ത് 25 ൽ നടന്നതാണ്. പൂക്കോട്ടൂർ സന്ദർശനത്തെപ്പറ്റി ഹാജി പറഞ്ഞിട്ടുള്ളത് നിർബ്ബന്ധിത മതപരിവർത്തനം തടയുകയെന്ന ഉദ്ദേശ്യത്തോടെ മാത്രമേ അദ്ദേഹം അവിടേക്കു പോയിട്ടുള്ളൂവെന്നാണ്.[89] മതപരിവർത്തനം സംബന്ധിച്ച വിവരം ലഭിച്ചയുടൻ തന്നെയാണ് ഹാജി അവിടേക്കുപോയത്. അദ്ദേഹം അവിടെ ചെല്ലുന്നതിനു മുമ്പുതന്നെ യുദ്ധം അവസാനിച്ചിരുന്നുവത്രെ. പട്ടാളം മലപ്പുറത്തേക്കു പിൻവാങ്ങുകയും ചെയ്തിരുന്നു. ഹാജിയും കൂട്ടാളികളും മുസ്ലീങ്ങളെ സമാശ്വസിപ്പിച്ചുകൊണ്ട് ഏതാനും ദിവസം അവിടെ ക്യാമ്പു ചെയ്തു.

1921 ഒക്ടോബർ 25 ന് ഹാജിയും ഇരുന്നൂറോളം അനുചരന്മാരും കൂടി അരീക്കോട്ടുനിന്നു കൊണ്ടോട്ടിക്കു തിരിച്ചു. മാർഗ്ഗ മദ്ധ്യേ ഏതാനും മതപുരോഹിതരും മുസ്ലീങ്ങളും കൂട്ടത്തിൽ ചേർന്നു. കൊണ്ടോട്ടിയിലെ ചക്കിപ്പറമ്പൻ കുടുംബം ഹാജിയുടെ ബന്ധത്തിൽപ്പെട്ടതായിരുന്നു. ചില സന്നദ്ധഭടന്മാർ മുൻകൂട്ടിത്തന്നെ കൊണ്ടോട്ടിയിലെത്തിച്ചേർന്നിരുന്നു. തുറക്കൽ, മേലങ്ങാടി, കുറുപ്പത്ത് തുടങ്ങിയ പ്രദേശങ്ങളിലാണ് അവർ നിലയുറപ്പിച്ചിരുന്നത്. വെളിച്ചെണ്ണ വ്യാപാരിയായിരുന്ന കമ്മു, ഒത്താൻ ചേക്കുട്ടി എന്നിവർ യാത്രയിലുടനീളം ഹാജിയെ സ്നേഹത്തോടെ വീശിക്കൊടുത്തുകൊണ്ട് അനുഗമിക്കുന്നത് കാണാമായിരുന്നു. ജനക്കൂട്ടം പൊലീസ്സ്റ്റേഷൻ തകർക്കുകയും കൊണ്ടോട്ടി രജിസ്ട്രാർ ആഫീസ് കൊള്ളയടിക്കുകയും ചെയ്തു. അതിനുശേഷം അവർ കൊണ്ടോട്ടിതങ്ങളുടെ വീടിനെ ലക്ഷ്യമാക്കി നീങ്ങി. ഹാജിയും കുറേ ആളുകളും തക്കിയാക്കൽ ജുമാഅത്ത് പള്ളിയിൽ തങ്ങി. കൊണ്ടോട്ടി വലിയതങ്ങളുടെ നിർദ്ദേശാനുസരണം ഹസൻകുട്ടി എന്ന വൃദ്ധൻ കെട്ടിടത്തിന്റെ മുകളിൽ നിന്നു ബാങ്കുവിളിച്ചു. അപകടസൂചന നല്കി ആളെക്കൂട്ടുന്നതിനുവേണ്ടിയാണ് ഇങ്ങനെചെയ്തത്. സന്നദ്ധസേനയിൽപ്പെട്ട ചിലർ അദ്ദേഹത്തെ അങ്ങനെ ചെയ്യുന്നതിൽനിന്നു വിലക്കിയെങ്കിലും അയാൾ അത്

ചെവിക്കൊണ്ടില്ല. അപ്പോൾ ഒരാൾ അയാളെ വെടിവച്ചു. എന്നാൽ ഉന്നം പിഴച്ചതിനാൽ വെടികൊണ്ടില്ല. മറ്റൊരാൾ ഉടൻ തന്നെ പള്ളിയിലുണ്ടായിരുന്ന മൊല്ലയെ വെട്ടിവീഴ്ത്തി. പിന്നീടുണ്ടായ സംഭവങ്ങൾ ആന കരിമ്പിൻതോട്ടത്തിൽ കയറിയതുപോലെയായിരുന്നു. സകലതും തല്ലിത്തകർക്കപ്പെട്ടു.

തക്കിയക്കൽ ജുമഅത്ത് പള്ളിയുടെ അല്പം തെക്കുപടിഞ്ഞാറു ഭാഗത്തായി സ്ഥിതിചെയ്തിരുന്ന പഴയമാളിയേക്കൽ ബംഗ്ലാവിലാണ് കൊണ്ടോട്ടിതങ്ങൾ താമസിച്ചിരുന്നത്. ഹാജിയും കൂട്ടരും മിനാരത്തിന്റെ മുകളിൽ എത്തിയപ്പോൾ തങ്ങൾ, അദ്ദേഹത്തിന്റെ കാര്യസ്ഥൻ ചേലേമ്പ്ര സ്വദേശി കോയാഹസ്സൻകോയ (മുൻവില്ലേജ് ആഫീസർ), വള്ളുവമ്പുറത്തുകാരനായ അട്ടൂരക്കാട്ട് കുട്ടിയസ്സൻ എന്നിവർ കാഞ്ചിവലിച്ചു. തങ്ങളുടെ നേർക്ക് വാരിക്കുന്തം ഓങ്ങിക്കൊണ്ട് മമ്മു അലറി: "താഴേക്കിറങ്ങിവാടാ പന്നീ." പക്ഷേ, ഉത്തരക്ഷണത്തിൽ മമ്മുവിനു വെടിയേറ്റു. രണ്ടു ദിവസത്തിനുശേഷമാണ് മമ്മുവിന്റെ മൃതദേഹം അടക്കംചെയ്തത്. ബ്രിട്ടീഷ് സേനയാണു വെടിവച്ചതെന്ന് ഹാജി ധരിച്ചു. ലഹളക്കാർ ഓടി രക്ഷപ്പെട്ടു. തിരിഞ്ഞോടുന്നതിനിടയിൽ പലരും ചെളിയിൽ വീണുരുണ്ടു. അവർ നനഞ്ഞു കുതിർന്നു. യാഥാസ്ഥിതിക വിശ്വാസികളായ മുതിർന്ന ആൾക്കാർ കരുതിയിരുന്നത് മുഹമ്മദുഷാതങ്ങളുടെ ദിവ്യശക്തി കൊണ്ടാണ് ഹാജിയുടെ സംഘത്തിനുനേരെ വെടിയുതിർത്തെന്നാണ്. കൊണ്ടോട്ടി തക്കിയക്കലിലെ ചെകുത്താന്മാരാണ് ഹാജിയെയും കൂട്ടരെയും തുരത്തിയോടിച്ചതെന്നാണ് മറ്റുചിലർ വിശ്വസിച്ചിരുന്നത്.

കെ മാധവൻനായർ സംഭവം വിവരിക്കുന്നത് ഇങ്ങനെയാണ്:

> കിഴക്കുനിന്നുള്ള അതികായനായ ഒരു മുസൽമാനാണ് ഹാജിയെ അകമ്പടി സേവിച്ചിരുന്നത്. പള്ളിയിൽനിന്നു ബാങ്കു വിളിക്കാൻ ചുമതലയേല്പിക്കപ്പെട്ട മൊല്ല ബാങ്കുവിളി നിറുത്താൻ വിസമ്മതിച്ചയുടൻതന്നെ അയാളെ വെടിവച്ചുകൊന്നു. പെട്ടെന്ന് ഹാജി ഉച്ചത്തിലുള്ള ഒരു സ്ഫോടനശബ്ദം കേട്ടു. തങ്ങളോ അദ്ദേഹത്തിന്റെ അനുചരന്മാരോ വെടിവച്ചതായിരിക്കണം. പക്ഷേ, പള്ളിക്കുള്ളിൽ സ്ഫോടനം നടന്നതായാണ് ഹാജിക്കു തോന്നിയത്. അത് ഈശ്വരകല്പിതമെന്നു വിചാരിച്ച ഹാജിക്ക് ആരാധനാലയം ആക്രമിച്ച് അശുദ്ധമാക്കിയത് അപരാധമായിപ്പോയെന്നു തോന്നി. പൊടുന്നനെതന്നെ ഹാജിക്ക് അകമ്പടി സേവിച്ചിരുന്ന അതികായൻ മരിച്ചുവീണു. അതോടെ ഹാജി പേടിച്ചുവിറച്ചുപോയി. അദ്ദേഹവും അനുയായികളും വടക്കോട്ടു പലായനംചെയ്തു. പ്രാണരക്ഷാർത്ഥം ഓടുന്നതിനിടയിൽ പലരും ആറ്റിൽ വീഴുകയും ചിലരുടെ ദേഹമാസകലം മുറിവേല്ക്കുകയും ചെയ്തു. ഹാജിയുടെ കുടയും വിശറിയുമൊക്കെ ആറ്റിൽ ഒഴുകിപ്പോയി. ചെളിയിൽ കുളിച്ച തന്റെ അനുചരന്മാരുമായി ഹാജി കൊണ്ടോട്ടിയിൽനിന്നു

ഒരുവിധത്തിൽ രക്ഷപ്പെട്ടു.[90]

കൊണ്ടോട്ടിക്കു കുറച്ചു തെക്കുമാറി ഒരു ദേശത്ത് ഒരു തങ്ങളും കുറച്ചു ചെറുപ്പക്കാരും ചേർന്ന് റോഡിലുള്ള ഒരു കൂറ്റൻ മരം മുറിച്ചിടാൻ ഒരുങ്ങുന്നതുകണ്ട് ഞങ്ങൾ അവരെ വിലക്കി. അവർ പിന്മാറി. ഞങ്ങളുടെ കാർ മുന്നോട്ടുനീങ്ങി. അല്പദൂരം ചെന്നപ്പോൾ റോഡിലുള്ള ഒരു പാലം പൊളിച്ചിട്ടിരിക്കുന്നതു കണ്ട് കാർ നിറുത്തി. കുറേപ്പേർ അങ്ങോട്ടോടിവന്നു. ഇങ്ങനെ മാർഗ്ഗതടസ്സമുണ്ടാക്കുന്നതു ശരിയാണോയെന്ന് ഞങ്ങൾ അവരോടു ചോദിച്ചു. അപ്പോൾ ഞങ്ങളുടെ കാർ പൊക്കിയെടുത്ത് അപ്പുറത്തു വച്ചു തരാമെന്ന് അവർ പറഞ്ഞു. എന്നാൽ അതിനപ്പുറമുള്ള മറ്റൊരു പാലവും പൊളിച്ചിട്ടിരിക്കുകയാണെന്നറിഞ്ഞതിനാൽ ഞങ്ങൾ കൊണ്ടോട്ടിക്കു തിരികെപ്പോന്നു. അപ്പോഴേക്കും മുൻപുകണ്ട മരം മുറിച്ചിട്ട് വഴി തടസ്സപ്പെടുത്തിയിരുന്നു. എന്നാൽ തങ്ങളും കൂട്ടരും കാർ കൊണ്ടോട്ടിക്കു കൊണ്ടുപോകുന്നതിന് ഞങ്ങളെ സഹായിച്ചു. എന്നാലും മരം മുറിച്ചിട്ടു വഴിതടയുന്ന അവരുടെ പ്രവൃത്തിയിൽ കുപിതനായ അബ്ദുറഹ്മാൻസാഹിബ് അവരെ കഠിനമായി ശകാരിച്ചു. പശ്ചാത്തപിക്കുന്നതുപോലെ കാണപ്പെട്ട അവർ ഞങ്ങളുടെ വാക്കുകൾ ശ്രദ്ധയോടു കേട്ടു നിന്നതല്ലാതെ ഒന്നും പറഞ്ഞില്ല. അപ്പോൾ വാരിയംകുന്നത്തു കുഞ്ഞഹമ്മദുഹാജിയുടെ 'പാസ്പോർട്ടു'മായി ഏതാനും ഹിന്ദുസഹോദരന്മാർ അവിടെയെത്തിച്ചേർന്നു. അവരും ഞങ്ങളെപ്പോലെതന്നെ തങ്ങളെയും കൂട്ടരെയും ശകാരിക്കാൻതുടങ്ങി. പക്ഷേ, ഇത് തങ്ങൾക്കും കൂട്ടർക്കും തീരെ ഇഷ്ടപ്പെട്ടില്ല. "ഇവർ (നേതാക്കന്മാർ) സംസാരിക്കുന്നതുപോലെ നിങ്ങൾ സംസാരിക്കരുത്. മിണ്ടാതെ പൊയ്ക്കൊള്ളണം." അവർ പരുഷമായി പറഞ്ഞു. ഞാൻ അവരുടെ പാസ്പോർട്ടിലേക്കുനോക്കി. അതിൽ ഇങ്ങനെയെഴുതിയിരുന്നു: 'ഈ ആളുകൾ എന്റെ പാസ്പോർട്ടുമായാണുവരുന്നത്. ആരും ഇവരെ തടയുകയോ ശല്യപ്പെടുത്തുകയോ ചെയ്യാൻപാടില്ല. ഇവർ സാധുക്കളും നല്ലവരുമാണ്.'

വാരിയംകുന്നത്തു കുഞ്ഞഹമ്മദുഹാജി

കലാപബാധിതപ്രദേശങ്ങളുടെ നിയന്ത്രണം ഏറ്റെടുക്കാൻ ഹാജി നടത്തിയ ഉദ്യമങ്ങളുടെ ആദ്യത്തെ തെളിവായി ഇതിനെ പരിഗണിക്കാം.[91]

1921 നവംബർമാസത്തിൽ പാണ്ടിക്കാട്ട് 61 ട്രക്കുകൾ നിറയെ പട്ടാളക്കാർ വന്നിറങ്ങി. അവരിൽ ബ്രിട്ടീഷുകാരും നേപ്പാളികളും സിക്കുകാരും താഴേക്കിടയിലുള്ള 'ശിപായി'മാരും ഉണ്ടായിരുന്നു. വില്ലേജ് ആഫീസർ ആയിരുന്ന കോടാലിയിൽ മൂസാൻകുട്ടിയും സർക്കാർ അനുകൂലികളായ ഏതാനും പേരും മാത്രമാണ് ആ നാട്ടിൽ അപ്പോൾ ഉണ്ടായിരുന്നത്. ഹിന്ദുക്കളും മുസ്ലീങ്ങളും ഉൾപ്പെടെ മറ്റുള്ളവരൊക്കെ പാണ്ടിക്കാട്ട് നിന്നും ഒഴി

മലബാറിലെ മുസ്ലീം സ്ത്രീകൾ (1921)

ഞ്ഞുപോയിരുന്നു. പാണ്ടിക്കാട്ടെ പഴയ ചന്തയിലാണ് പട്ടാളം ക്യാമ്പു ചെയ്തത്. വിവിധ നേതാക്കന്മാരുടെ കീഴിലായി പോരാളികൾ പ്രാന്ത പ്രദേശങ്ങളിൽ ഒളിവിൽ കഴിയുകയായിരുന്നു. 1921 ഡിസംബർ 13 ന് വാരിയംകുന്നത്തു കുഞ്ഞഹമ്മദുഹാജി, അദ്ദേഹത്തിന്റെ സഹോദരൻ മൊയ്തീൻഹാജി, ചെമ്പ്രശ്ശേരി ഇമ്പിച്ചിക്കോയാ തങ്ങൾ, മുക്രി അഹമ്മദ് തുടങ്ങിയവരും ആയിരത്തോളം കലാപകാരികളും പാണ്ടിക്കാട്ടെ

ത്തി. അവർ പഴയചന്ത പിടിച്ചെടുത്തു. ചാത്തോലി കുഞ്ഞഹമ്മദുഹാജി, പേളൻ ബീരാൻ, തെക്കിയോടൻ അലവി, ടി ഹസ്സൻ, കക്കുഴിയിൽ കുഞ്ഞാറ, തൊണ്ടിയിൻ മമ്മദ്, മുക്രി അഹമ്മദ് (പന്നശ്ശേരി) എന്നിവരുടെ നേതൃത്വത്തിൽ 'തക്ബീർ' വിളിച്ചുകൊണ്ട് ജനക്കൂട്ടം ചന്തയുടെ മതിൽ തകർത്തു. ക്യാപ്റ്റൻ അൻസനന്റും ഏതാനും ഗൂർഖാസൈനികരും കൊല്ലപ്പെട്ടു. ബഹളത്തിനിടയിൽ പട്ടാളക്കാർ അന്യോന്യം വെടിവച്ചതായും പറയപ്പെടുന്നു. ചന്തയിൽ ആദ്യംകയറിയ ഇരുപതു മുസ്ലീം പോരാളികൾ ഒട്ടേറെ സൈനികരെ കൊലപ്പെടുത്തി. പെട്ടെന്നു ബ്യൂഗിൾമുഴങ്ങി. അതോടെ പട്ടാളം അണിനിരന്നു. അവർ മുസ്ലീംപോരാളികളെ ഗ്രനേഡ് എറിഞ്ഞു. യന്ത്രത്തോക്കുകൾ ഇടതടവില്ലാതെ തീ തുപ്പിക്കൊണ്ടിരുന്നു. പോരാളികൾ പ്രാണനുംകൊണ്ട് ഓടിരക്ഷപ്പെട്ടു. ഓട്ടത്തിനിടയിൽ മുപ്പതോളംപേർ സമീപത്തുള്ള കിണറ്റിലേക്കു വഴുതിവീണു. അവരെയെല്ലാം പട്ടാളം ഗ്രനേഡ് എറിഞ്ഞുകൊലപ്പെടുത്തി. ബ്രിട്ടീഷുകാരുടെ കണക്കനുസരിച്ച് 230 കലാപകാരികളാണ് മരിച്ചുവീണത്. കൊല്ലപ്പെട്ട പട്ടാളക്കാരുടെ എണ്ണം അറിവില്ല.

പട്ടാളക്കാരുടെ മൃതദേഹങ്ങൾ മലപ്പുറത്തുകൊണ്ടുപോയി സംസ്കരിച്ചു. മുസ്ലീം കലാപകാരികളുടെ മൃതദേഹങ്ങൾ പാണ്ടിക്കാട്ടുള്ള മൊയ്തുണ്ണിക്കുളത്തിനു സമീപം പുളിക്കാലപ്പറമ്പിൽ മണ്ണെണ്ണയും പെട്രോളും ഒഴിച്ചു കത്തിച്ചു. വണ്ടിക്കാരൻ മേലേപ്പാടം അഹമ്മദുകുട്ടിയെക്കൊണ്ട് നിർബ്ബന്ധപൂർവ്വം ഈ കൃത്യം ചെയ്യിക്കുകയായിരുന്നു. സർക്കിൾ ഇൻസ്പെക്ടർ കരുണാകരൻ നായരുടെയും സബ് ഇൻസ്പെക്ടർ നാരായണമേനോന്റെയും മേൽനോട്ടത്തിലായിരുന്നു ഈ ശവസംസ്കാരം. എന്നാൽ ഇതിനിടയിൽ യാദൃച്ഛികമായി അഹമ്മദുകുട്ടി തീയിലേക്കു വഴുതിവീണു കൊല്ലപ്പെട്ടു. പാണ്ടിക്കാട്ട് കലാപത്തിൽ രക്തസാക്ഷികളായവരിൽ ഏറിയകൂറും ഏറനാടിന്റെ കിഴക്കൻ മേഖലയിൽ നിന്നുള്ളവരായിരുന്നു.[92]

1921 ലെ കലാപത്തിൽ സ്ത്രീകൾ വഹിച്ച പങ്ക് ചരിത്രകാരന്മാർ അവഗണിക്കുകയാണുണ്ടായത്. മുസ്ലീം സ്ത്രീകൾ രാഷ്ട്രീയ പ്രശ്നങ്ങളിൽനിന്നു ഒഴിഞ്ഞുനില്ക്കുന്നവരാണെന്ന പൊതുവായ ധാരണമൂലമാണ് അങ്ങനെ സംഭവിച്ചത്. എന്നാൽ, മലബാറിലെ സംഭവങ്ങൾ അടുത്തുനിന്നു പരിശോധിച്ചാൽ ഈ ധാരണ തെറ്റാണെന്നുകാണാം. കലാപത്തിലുടനീളം സ്ത്രീകൾ നിർണ്ണായകമായ പങ്കുവഹിച്ചിരുന്നുവെന്നു മാത്രമല്ല, അവർക്ക് വളരെയധികം ത്യാഗം സഹിക്കേണ്ടിവരികയും ചെയ്തിരുന്നു. വാരിയംകുന്നത്ത് ഹാജിയുടെ അസാന്നിദ്ധ്യത്തിൽ അദ്ദേഹത്തിന്റെ വീട്ടിലെ എല്ലാക്കാര്യങ്ങളും നോക്കിനടത്തിയിരുന്നത് അദ്ദേഹത്തിന്റെ മാതാവായിരുന്നു. അക്കാര്യത്തിൽ ഹാജിയെപോലും അതിശയിപ്പിക്കുന്ന മികവാണ് അവർ പ്രകടിപ്പിച്ചത്. കൊണ്ടോട്ടിയിൽ കുറെ വർഷങ്ങൾ ഹാജി തങ്ങാനിടയായത് അവരുടെ പ്രേരണമൂലമാണ്. അവർ താമസിച്ചിരുന്ന വീട് പൂർണ്ണമായി തകർക്കപ്പെട്ടതിനെ തുടർന്ന്

കലാപം അവസാനിക്കുന്നതിനു മുമ്പുതന്നെ നെല്ലിക്കുത്തുപാലത്തിനു സമീപം മറ്റൊരുവീട് പണിയാൻ തുടങ്ങിയത് ഹാജിയുടെ ഉമ്മയുടെയും ഭാര്യയുടെയും താല്പര്യത്തിലായിരുന്നു.

പ്രായപൂർത്തിയായ പുരുഷന്മാർ ആരും വീടുകളിൽ ഇല്ലാതിരുന്നതിനാൽ മിക്ക മുസ്ലീം കുടുംബങ്ങളിലും കടുത്ത ദാരിദ്ര്യമാണ് അനുഭവപ്പെട്ടിരുന്നത്.[93] പൂക്കോട്ടൂരിൽ നടന്ന ആദ്യപോരാട്ടത്തിൽത്തന്നെ പുരുഷന്മാർക്കാവശ്യമായ പ്രേരണ നല്കിയത് സ്ത്രീകളാണ്. മാത്രമല്ല, ചെറിയ ആൺകുട്ടികൾ തങ്ങളാൽ കഴിയുന്ന സഹായങ്ങൾ യോദ്ധാക്കൾക്ക് ചെയ്യണമെന്ന അഭിപ്രായമാണ് പലസ്ത്രീകൾക്കും ഉണ്ടായിരുന്നത്. 1921 നവംബർ 11-ാംതീയതി കോട്ടയ്ക്കലിൽ പതിനാലു വീടുകൾ കത്തിക്കപ്പെട്ട സംഭവത്തോടെ ആ പ്രദേശമാകെ ഭീതിയുടെ കരിനിഴൽ പരന്നിരുന്നു. കൊണ്ടോട്ടിയിലെ ഉശിരുള്ള മാപ്പിള സ്ത്രീകളാണ് സർക്കാർ അനുകൂലികളുടെ വീടു കത്തിച്ച ഈ സംഭവത്തിനു പിന്നിലെന്ന് പില്ക്കാലത്തു വ്യക്തമാകുകയുണ്ടായി.[94]

മാപ്പിളമാർ ഹിന്ദുക്കളെ ആക്രമിക്കുന്നതിനെ എന്നും എതിർത്തിരുന്ന കുഞ്ഞഹമ്മദുഹാജി അത്തരം പ്രവൃത്തികളിൽ ഏർപ്പെട്ടിരുന്ന മാപ്പിളമാരെ കർശനമായി ശിക്ഷിക്കുക പതിവായിരുന്നു. മാധവൻനായർ താമസിച്ചിരുന്ന വീട്ടിൽവച്ച് എം പി നാരായണമേനോൻ, കുഞ്ഞഹമ്മദുഹാജിയുമായി കണ്ടുമുട്ടി. മാധവൻനായർക്കോ കുടുംബത്തിനോ മാപ്പിളമാർ യാതൊരു ഉപദ്രവവും ചെയ്തിരുന്നില്ല. എന്നിരുന്നാലും അക്രമരാഹിത്യം അംഗീകരിച്ച് ഗാന്ധിയനായി കഴിയാൻ ഹാജി ഒരുക്കമല്ലായിരുന്നു. തന്റെ മുമ്പിലുള്ള ഏകമാർഗ്ഗം കഴിയുന്നിടത്തോളം കാലം ബ്രിട്ടീഷുകാരോടു പോരാടുകമാത്രമാണെന്ന് അദ്ദേഹം മേനോനോടു വ്യക്തമാക്കുകയുണ്ടായി. കലാപകാരികളുടെ കൂട്ടത്തിൽ നേതൃപാടവവും ധാരണാശക്തിയും ഒത്തിണങ്ങിയിരുന്നത് ഹാജിയിലായിരുന്നു. രാജാവിനെപ്പോലെയും സേനാനിയെപ്പോലെയും പ്രവർത്തിച്ചിരുന്ന ഒരാൾ. ബ്രിട്ടീഷ് പട്ടാളത്തിന്റെ കരുത്തിനെക്കുറിച്ചുമാത്രമല്ല, മാപ്പിളമാരുടെ അച്ചടക്കമില്ലായ്മയെക്കുറിച്ചും അബദ്ധങ്ങളെക്കുറിച്ചും കൂടി അദ്ദേഹത്തിന് ബോദ്ധ്യമുണ്ടായിരുന്നു. ഹിന്ദുക്കളെ ആക്രമിക്കുന്നതിനും അവരുടെ സ്വത്തുക്കൾ നശിപ്പിക്കുന്നതിനും വേണ്ടി മാപ്പിളമാരുടെ കഴിവും ആയുധങ്ങളും പാഴാക്കിക്കളയുന്നതിന് ഹാജി തികച്ചും എതിരായിരുന്നു. നിർബ്ബന്ധിത മതപരിവർത്തനത്തിന് എതിരായിരുന്ന ഹാജി സ്വന്തം ഇഷ്ടപ്രകാരമല്ലാതെ മതംമാറിയ ഒരുവനും മുസ്ലീമല്ലെന്ന് അഭിപ്രായപ്പെട്ടു. ഹിന്ദുസ്ത്രീകളെ ഉപദ്രവിക്കുകയോ ബലാൽസംഗം ചെയ്യുകയോ ചെയ്തവരെ വധശിക്ഷക്ക് വിധേയരാക്കിയ ഹാജി, കൊള്ളനടത്തിയവരുടെ കൈകൾ മുറിച്ചുമാറ്റിയിരുന്നു. *ഖുർആൻ* അനുശാസിക്കുന്ന വിധമായിരുന്നു അദ്ദേഹം കുറ്റവാളികളെ വിചാരണചെയ്തു ശിക്ഷിച്ചിരുന്നത്. സർക്കാരിനെയും പൊലീസിനെയും പട്ടാളത്തിനെയും ഏതെങ്കിലും തരത്തിൽ പിന്തുണച്ചിരുന്നവരെ അദ്ദേഹം നിഷ്കരുണം കൈകാര്യം ചെയ്തിരുന്നു.[95] ഖാൻ

ബഹദൂർ ചേക്കുട്ടിയുടെ ശിരച്ഛേദവും മറ്റും അക്കൂട്ടത്തിൽപ്പെടുത്തിയാൽ മതി.

വിമതപ്രവർത്തനങ്ങളെ ഏകോപിപ്പിക്കുന്നതിനും ഭരണപരമായ മാർഗ്ഗനിർദ്ദേശങ്ങൾ നല്കുന്നതിനും ഹാജി ശ്രദ്ധവച്ചിരുന്നു. ആഗസ്ത് 22-ാം തീയതി പാണ്ടിക്കാട്ട് ഒരുയോഗം വിളിച്ചുചേർത്ത് കലാപകാരികളുടെ അധീനതയിലുണ്ടായിരുന്ന പ്രദേശത്തെ നാലു മേഖലകളായി തിരിക്കുകയും ഓരോ മേഖലയുടെയും നിയന്ത്രണത്തിന് നാലുനേതാക്കന്മാരെ ചുമതലപ്പെടുത്തുകയും ചെയ്തു. നിലമ്പൂരും സമീപപ്രദേശങ്ങളും തന്റെ അധീനതയിൽ തന്നെയാണ് ഹാജി ഉൾപ്പെടുത്തിയിരുന്നത്. മണ്ണാർക്കാട് ചെമ്പ്രശ്ശേരി തങ്ങൾക്കും, തിരൂരങ്ങാടി ആലിമുസ്ലിയാർക്കും, വള്ളുവനാടിന്റെ ഒരു ഭാഗം സീതികോയാ തങ്ങൾക്കുമാണ് ഏല്പിച്ചുകൊടുത്തത്.[96] താഴേക്കിടയിലുള്ള നേതാക്കന്മാർ ഈ "ഖിലാഫത്തു രാജാക്കന്മാ"രുടെ കീഴിലാണ് പ്രവർത്തിക്കേണ്ടതെന്ന് പ്രത്യേകം വ്യവസ്ഥ ചെയ്തിരുന്നു.

എന്നാൽ, വിപ്ലവത്തിന്റെ തുടർന്നുള്ള ഘട്ടങ്ങളിൽ ഇത്തരം വ്യവസ്ഥാപിത ഭരണസംവിധാനം അപ്രത്യക്ഷമാകുകയും കുഞ്ഞഹമ്മദുഹാജിതന്നെ ഗത്യന്തരമില്ലാതെ അക്രമത്തിന്റെ പാത സ്വീകരിക്കുകയും ചെറുത്തുനില്പാവശ്യങ്ങൾക്ക് പണം തികയാതെ വന്നപ്പോൾ ഹിന്ദുജന്മിമാരിൽനിന്നു നിർബ്ബന്ധമായി പണം സമാഹരിക്കുവാൻ തുടങ്ങുകയും ചെയ്തുവെന്ന് ശ്രീ. കെ എൻ പണിക്കർ അഭിപ്രായപ്പെടുന്നുണ്ട്. ചാത്തൻകോട്ടുപുറം സ്വദേശിയായ കളരിക്കൽ ഗോപാലപ്പണിക്കർ (54) എന്ന ജ്യോത്സ്യൻ, ശ്രീ. കെ പി കേശവമേനോനും മൊയ്തീൻ കോയയ്ക്കും നല്കിയ കത്തിലെ വിവരങ്ങൾ ഹിന്ദുക്കളെ സംരക്ഷിക്കുന്നതിൽ മാപ്പിള നേതാക്കന്മാർ പ്രത്യേക ശ്രദ്ധകാണിച്ചിരുന്നുവെന്നതിനു സാക്ഷ്യപത്രമായി നിലകൊള്ളുന്നു. ലഹള നടന്നുകൊണ്ടിരുന്ന അവസരത്തിൽ എഴുതിയതായിരുന്നു പ്രസ്തുത കത്ത്.

> കുഞ്ഞഹമ്മദുഹാജിയെപ്പോലെയുള്ള കലാപകാരികൾ ഹിന്ദുക്കൾ ഉപദ്രവിക്കപ്പെടുകയോ കൊള്ളയടിക്കപ്പെടുകയോ ചെയ്യുന്നില്ലെന്ന് ഉറപ്പുവരുത്താൻ ശ്രദ്ധിച്ചിരുന്നു. ഹിന്ദുക്കളെ ഉപദ്രവിച്ചിരുന്ന കലാപകാരികളെ ശിക്ഷിക്കുകയും ചെയ്തിരുന്നു. മുസ്ലീങ്ങളോടു പ്രത്യേക പരിഗണനയൊന്നും കാണിക്കാതിരുന്ന ഹാജി, സർക്കാരിനെ പിന്തുണച്ചിരുന്ന ധാരാളം മാപ്പിളമാരെ വധിക്കുകയോ മറ്റു ശിക്ഷാനടപടികൾക്കു വിധേയരാക്കുകയോ ചെയ്തിട്ടുണ്ട്.[97]

കലാപകാലത്തു നടന്ന 'ഖിലാഫത്തു കവർച്ചകൾ', ഗ്രാമപ്രദേശങ്ങളിൽ നടന്ന കൊലപാതകങ്ങൾ, നിർബ്ബന്ധിത മതപരിവർത്തനങ്ങൾ തുടങ്ങിയ സംഭവങ്ങൾക്ക് വാരിയംകുന്നത്തു കുഞ്ഞഹമ്മദുഹാജിയെപ്പോലെയുള്ള ആളുകൾ നടത്തിയ ലക്ഷ്യാധിഷ്ഠിത സൈനിക നീക്കങ്ങളുമായി നേരിട്ടു യാതൊരു ബന്ധവുമുണ്ടായിരുന്നില്ല.[98]

കെ മാധവൻനായർ രേഖപ്പെടുത്തിയിട്ടുള്ളതു ശ്രദ്ധിക്കുക:

എന്റെ അധീനതയിലുള്ള അംശത്തിൽ ലഹള തുടങ്ങുന്നത് ചിങ്ങം 6-ാം തീയതിയാണ്. ഓർമ്മയിൽനിന്നു പറയുന്നതാകയാൽ തീയതി തികച്ചും ശരിയായിക്കൊള്ളണമെന്നില്ല. ചിങ്ങമാസം ആദ്യം ലഹളക്കാർ മണപ്പാട്ടുനമ്പൂതിരിയുടെ മനയിൽ കടന്നു. അവർ അവിടെ മൂന്നു തവണ വന്നിരുന്നു. കുഞ്ഞഹമ്മദുഹാജിയുടെ ആളുകളായിരുന്നുവെന്നാണ് മനസ്സിലാക്കാൻ കഴിഞ്ഞത്. ഒരു ദിവസം അവർ ചില പാചകപ്പാത്രങ്ങൾ വായ്പയായി കൊണ്ടുപോയി. വെട്ടിക്കാട്ടുപള്ളിയിൽ ഒരു സദ്യ ഉണ്ടായിരുന്നത്രെ. രാത്രിയിൽ എടയ്ക്കാട്ടു നമ്പൂതിരിയോട് ചില മുസൽമാന്മാർ ആയുധങ്ങൾ ആവശ്യപ്പെട്ടതായി പറയപ്പെടുന്നു. എന്നാൽ അവിടെനിന്നു ആയുധങ്ങൾ ഒന്നും കൊടുത്തില്ല. എങ്കിലും അവിടന്നു അവർക്ക് വിലപിടിപ്പുള്ള പലവസ്തുക്കളും ലഭിക്കുകയുണ്ടായി. വീട്ടിലുള്ളവർ ധരിച്ചിരുന്ന ആഭരണങ്ങൾപോലും അവർ കൊണ്ടുപോയി. കന്നിമാസം 12-ാം തീയതി രാത്രിയിൽ ഇരുപതോളംപേർ എന്നെ ഉറക്കത്തിൽ നിന്നു വിളിച്ചുണർത്തി. അവർ എനിക്ക് തികച്ചും അപരിചിതർ ആയിരുന്നു. അവരൊക്കെ ചെമ്പ്രശ്ശേരി തങ്ങളുടെ ആൾക്കാരായിരുന്നുവെന്നു പിന്നീടു മനസ്സിലായി. ഞാൻ എഴുന്നേറ്റു കതകുതുറന്നപ്പോഴേക്കും അവർ വീട്ടിലേക്കു തള്ളിക്കയറി വിലപിടിപ്പുള്ള സാധനങ്ങളൊക്കെ എടുത്തുകൊടുക്കാൻ ആവശ്യപ്പെട്ടു. നാലു റീം തുണിയും രണ്ട് ഓട്ടുപാത്രങ്ങളും, ഒരു ചെമ്പുകലവും, കാൽ കിന്റൽ അരിയും 1200 രൂപയും കൊണ്ടാണ് അവർ സ്ഥലംവിട്ടത്. കൂടുതൽ സാധനങ്ങൾ കൊണ്ടുപോകാൻ അടുത്തദിവസം വരുമെന്നുപറഞ്ഞാണ് അവർ പോയത്. പിറ്റേദിവസം ഞാൻ തിരുവല്ലയ്ക്കുപോയി. അവിടെ ഒരു മാസം താമസിച്ചു. അവിടം ശാന്തമായിരുന്നു. മുസ്ലീങ്ങൾ ഒഴിഞ്ഞുപോയെന്നു കേട്ട് ഞാൻ മഞ്ചേരിയിൽ തിരിച്ചെത്തി.

മഞ്ചേരിയിൽനിന്ന് ഞാൻ ഇങ്ങോട്ടു വന്നു. എന്റെ ഭാര്യ തുവ്വൂർ സ്വദേശിയാണ്. ഞാൻ ചാന്തങ്കോട്ടുപുരത്തുനിന്നു പോരുന്നതിനു മുമ്പ് അവരുടെ വീടുകൾ തീവച്ചുനശിപ്പിക്കപ്പെട്ടിരുന്നു. അതേ ദിവസം തന്നെ ചെമ്പ്രശ്ശേരി തങ്ങളുടെ ആളുകൾ തുവ്വൂരിൽ 43 പേരെ കൊലപ്പെടുത്തുകയും ചെയ്തിരുന്നു. മിക്കവരെയും കൊന്നുകിണറ്റിൽ തള്ളുകയായിരുന്നു. എന്റെ ഭാര്യാസഹോദരനെ വീട്ടുപടിക്കൽ വച്ചാണുകൊലപ്പെടുത്തിയത്. പട്ടാളവുമായി കൂട്ടുചേർന്നുവെന്നതായിരുന്നു അയാളിൽ ആരോപിക്കപ്പെട്ടകുറ്റം. പട്ടാളം തുവ്വൂരിൽ കടന്നതോടെ അവർ പല മുസ്ലീംവീടുകളും തീവച്ചുനശിപ്പിച്ചു. മുസ്ലീങ്ങളാകട്ടെ അതിനു പകരമായി ഹിന്ദുക്കളുടെ വീടുകൾക്ക് തീവച്ചു. വാരിയംകുന്നത്തു കുഞ്ഞഹമ്മദുഹാജിയും

മുപ്പതോളം പേരും ചേർന്ന് 1922 ജനുവരി 1-ാം തീയതി രാത്രിയിൽ ചെമ്പ്രശ്ശേരിയിലുള്ള നമ്പാടൻ ചെറിയ മൊയ്തീൻകുട്ടിയുടെ വീടുകൊള്ളയടിച്ചതായി 2-ാം തീയതി പട്ടാളത്തിനു വിവരം ലഭിച്ചു.[99] ബ്രിട്ടീഷുകാർക്കെതിരായി യുദ്ധം ചെയ്യാൻ പണം ആവശ്യമായിരുന്നു. അന്നാകട്ടെ സമ്പത്ത് ഉയർന്ന ജാതിക്കാരുടെയും ചില മുസ്ലീം പ്രമാണിമാരുടെയും ഉടമസ്ഥതയിലായിരുന്നു. ഇവരിൽനിന്നും മതഭേദം കൂടാതെ കലാപകാരികൾ പണം ശേഖരിച്ചിരുന്നുവെന്നാണ് ഇതിൽനിന്നു മനസ്സിലാക്കേണ്ടത്.

ചാത്തൻകോട്ടുപുരത്തു കവർച്ച നടത്തിയ ആളുകളെ അന്വേഷിച്ചു ചെന്ന ഹാജിക്ക് അക്കൂട്ടത്തിൽ പ്രധാനിയായിരുന്ന കണ്ണ്യൻ കുഞ്ഞാമുവിനെ പിടികിട്ടി. എന്നാൽ, കൊള്ളമുതൽ വിട്ടുകൊടുക്കാൻ അയാൾ തയ്യാറായില്ല. അതിനുശിക്ഷയായി അയാൾക്ക് 125 ചമ്മട്ടിപ്രഹരം ഏറ്റുവാങ്ങേണ്ടിവന്നു. ഇനി കൈവെട്ടുമെന്ന് ഹാജിമുന്നറിയിപ്പു നല്കുകയും ചെയ്തു. പ്രഹരത്തിനുശേഷം അദ്ദേഹത്തെ ഹാജിയുടെ സമക്ഷത്തിങ്കൽ ഹാജരാക്കി. വീണ്ടും ചോദ്യംചെയ്തപ്പോൾ അയാളുടെ വീടിന്റെ മുൻവാതിലിനടിയിലും മുറ്റത്തുമാണ് ആഭരണങ്ങൾ കുഴിച്ചിട്ടിരിക്കുന്നതെന്നു വെളിപ്പെട്ടു. ഹാജിയുടെ ആൾക്കാർ അഞ്ചു പവൻ സ്വർണ്ണം കണ്ടെടുത്തു. ശങ്കരൻ നായരെയും മണക്കാട്ടു നമ്പൂതിരിയെയും ആളയച്ചുവരുത്തി മുൻപറഞ്ഞ സ്വർണ്ണം മാത്രമല്ല, കൊള്ളയടിക്കപ്പെട്ട മുഴുവൻ സ്വർണ്ണവും പണവും കാണിച്ചു. പക്ഷേ, അവർ പറഞ്ഞത് അതൊന്നും അവരുടെ ദ്രവ്യമായിരുന്നില്ലെന്നാണ്. അതിനാൽ ഈ സ്വർണ്ണശേഖരം ഹാജിതന്നെ സൂക്ഷിക്കുകയാണുണ്ടായത്.

മാധവൻനായരും കുടുംബവും താമസിച്ചിരുന്ന കാവുങ്ങൽ നമ്പൂതിരിയുടെ വീടിനുനേരെ മാപ്പിളമാരുടെ ആക്രമണശ്രമം ഉണ്ടായി. സർക്കാർ പരാജയപ്പെട്ടെന്നും രാജ്യം തങ്ങൾ കീഴടക്കിയെന്നുമാവാം മാപ്പിളമാർ ധരിച്ചിരുന്നത്. ഏറനാട്ടിൽനിന്നും വള്ളുവനാട്ടിൽനിന്നും ഉദ്യോഗസ്ഥന്മാരും പൊലീസുകാരും അപ്രത്യക്ഷമായത് അവരുടെ ധാരണയ്ക്കു ബലം നല്കി. കഴിയുന്നത്ര ആയുധങ്ങളും പണവും സമാഹരിക്കുന്നതിന് പൂക്കോട്ടൂർ മാപ്പിളമാർ ശ്രമിച്ചിരുന്നു. 26-ാംതീയതി ഒരു കൂട്ടമതംമാറ്റം സംഘടിപ്പിക്കാൻ അവർ പരിപാടിയുമിട്ടിരുന്നു. മാധവൻനായരുടെ പേരും പട്ടികയിൽ ഉൾപ്പെടുത്തിയിരുന്നുവത്രെ.[100]

തന്നെ വന്നുകണ്ട ഹാജിയോടും കൂട്ടാളികളോടും മാപ്പിളമാരെ നിയന്ത്രിച്ചു നിറുത്തണമെന്ന് താൻ ആവശ്യപ്പെട്ടതായി മാധവൻനായർ പറഞ്ഞിട്ടുണ്ട്. ഈ വെളിപ്പെടുത്തലിന്റെ നിജസ്ഥിതി ഊഹിക്കാവുന്നതേയുള്ളൂ. മാധവൻനായരും കെ പി കേശവമേനോനെപ്പോലെയുള്ള കോൺഗ്രസ് നേതാക്കന്മാരും മാപ്പിളമാരെ സംശയിച്ചിരുന്നു. കലാപം ആരംഭിച്ച ഉടൻതന്നെ അവർ ആ പ്രദേശം വിട്ടുപോയതിൽ മാപ്പിളമാർക്ക് അവരോടു നീരസവുമുണ്ടായിരുന്നു. മഞ്ചേരിയിൽ കുറേ ദിവസത്തേക്കെ

ങ്കിലും തങ്ങളുടെ വലയിലായ മാധവൻനായരോട് പ്രതികാരം ചെയ്യുന്നതിനെപ്പറ്റി അവർ ആലോചിച്ചിരുന്നു. സെപ്തംബർ 5-ാം തീയതി പട്ടാളത്തിന്റെ വരവോടെയാണ് അദ്ദേഹം കോഴിക്കോട്ടേക്കു രക്ഷപെട്ടത്.[101] കാവുങ്ങൽനമ്പൂതിരിയുടെ വീട്ടിൽ വരാനിടയായ എം പി നാരായണമേനോനാണ് മാധവൻനായരെയും കുടുംബത്തെയും രക്ഷിച്ചത്. കുഞ്ഞഹമ്മദുഹാജിയുമായി അടുത്തുപരിചയമുള്ള മേനോൻ, ബ്രിട്ടീഷ് പട്ടാളത്തിന് ഒരു മികച്ച എൻജിനീയറിങ് വിഭാഗം ഉള്ളതിനാൽ പാലങ്ങൾ പൊളിച്ചും മാർഗ്ഗതടസ്സങ്ങൾ ഉണ്ടാക്കിയുമുള്ള സമരരീതികൾകൊണ്ട് അധികകാലം പിടിച്ചുനില്ക്കാൻ കഴിയുകയില്ലെന്ന് ഹാജിയെ ബോദ്ധ്യപ്പെടുത്തുകയുണ്ടായി. ബുദ്ധിശൂന്യതയും ധാർഷ്ട്യവുമാണ് മാപ്പിള കലാപകാരികളുടെ രണ്ടു പ്രധാനദോഷങ്ങളെന്ന് മേനോൻ എപ്പോഴും പറയാറുണ്ടായിരുന്നു.[102]

1921 ഡിസംബർ 20-ാം തീയതി തന്നെ ചെമ്പ്രശ്ശേരി ഇമ്പിച്ചികോയാ തങ്ങളും കുമരമ്പത്തൂർ സീതിക്കോയാ തങ്ങളും പൊലീസിനു കീഴടങ്ങിയിരുന്നു. ഈ വിവരം ഹാജിക്ക് അറിയാമായിരുന്നു. അദ്ദേഹത്തിന്റെ ഉപദേശാനുസരണം ഒപ്പമുണ്ടായിരുന്ന ആളുകളിൽ ഒരു വിഭാഗം പിരിഞ്ഞുപോയി. ഹാജിയും കുറെ അനുചരന്മാരും നെന്മിനി പന്തലൂർ പ്രദേശങ്ങളിൽ തമ്പടിച്ചിരുന്നു. പട്ടാളം പന്തലൂർ പിടിച്ചെടുത്തപ്പോൾ ഹാജി നെന്മിനിയിലേക്കു മാറി. 1922 ജനുവരി ആദ്യം ഹാജിയുടെ സന്നദ്ധസേനാംഗങ്ങളിൽ പ്രമുഖനായിരുന്ന പയ്യനാടൻ മോയിൻ പാണ്ടിക്കാടു പൊലീസിനു കീഴടങ്ങി. മോയിനോടു പൊലീസ് ഹാജിയെക്കുറിച്ച് അന്വേഷിച്ചപ്പോൾ അയാൾ ഇങ്ങനെ പറഞ്ഞതായി രേഖപ്പെടുത്തിയിട്ടുണ്ട്:

“ഞാൻ നെന്മിനിയിൽവച്ച് വാരിയംകുന്നത്തിന്റെ സംഘത്തിൽ നിന്നു പിരിഞ്ഞു. പട്ടാളം നെന്മിനിയിലെത്തിയതോടെ, രക്ഷപ്പെടാൻ അനുയായികൾക്കു നിർദ്ദേശം നല്കിയശേഷം ഹാജിയും അദ്ദേഹത്തിന്റെ കൂടെയുണ്ടായിരുന്നവരും രക്ഷപ്പെട്ടു.” ഹാജിയുടെ സംഘത്തിൽ ഉണ്ടായിരുന്നവരെ പലയിടത്തുനിന്നുമായി സൈന്യം വളഞ്ഞുപിടിച്ചു. അവസാനം ഹാജിയും ഇരുപതോളം അനുയായികളും കല്ലാമൂലയ്ക്കു സമീപമുള്ള ഒരു കുന്നിനുസമീപം ഒളിച്ചിരുന്നു. ചില പൊലീസ് ഉദ്യോഗസ്ഥന്മാർ എടത്തനാട്ടുകരയിൽ ഗണ്യമായ സ്വാധീനമുണ്ടായിരുന്ന പാറക്കോട്ട് സെയ്ദാലിയെയും മതപാഠശാലയിലെ അദ്ധ്യാപകനായിരുന്ന മറ്റൊരാളെയും തങ്ങളുടെ പ്രതിനിധികളായി ഹാജിയുടെ അടുത്തേക്ക് അയച്ചു. അവർ ഹാജിയോടു പറഞ്ഞതിപ്രകാരമാണ്:

> നിങ്ങൾക്കു തരുന്നതിനുവേണ്ടി കളക്ടർ ഞങ്ങളുടെ കൈയിൽ വസ്ത്രങ്ങളും കോട്ടും തൊപ്പിയുമൊക്കെ തന്നുവിട്ടിരിക്കുകയാണ്. കീഴടങ്ങിയാൽ നിങ്ങൾക്കു യാതൊരു ബുദ്ധിമുട്ടും ഉണ്ടാകുകയില്ല. ചെമ്പ്രശ്ശേരി തങ്ങളോടും മറ്റു പ്രമുഖനേതാക്കന്മാരോടുമൊപ്പം താങ്കളെ മക്കയിലേക്കു അയയ്ക്കാനും ഗവൺമെന്റ് തയ്യാ

റാണ്. ഹാജിക്ക് അവരുടെ ഉദ്ദേശ്യം പിടികിട്ടി. അവർ കൊണ്ടുവന്ന വസ്ത്രങ്ങൾ സ്വീകരിച്ചശേഷം കീഴടങ്ങുന്നതിനുമുമ്പ് ഇൻസ്പെക്ടർ രാമനാഥ അയ്യരുമായി രഹസ്യമായി ബന്ധപ്പെടുന്നതിന് സൗകര്യം ചെയ്തുകൊടുക്കണമെന്ന് അദ്ദേഹം ആവശ്യപ്പെട്ടു. തന്നെ വിട്ടയയ്ക്കുമെന്ന് ഹാജിക്കു പ്രതീക്ഷയുണ്ടായിരുന്നതായി അനുമാനിക്കാവുന്നതാണ്.

ഹാജി കീഴടങ്ങിയതിനെക്കുറിച്ച് കെ മാധവൻനായരുടെ വിശദീകരണം നോക്കാം:

> പന്തലൂരിൽനിന്ന് ഹാജി കല്ലാമൂലയിലുള്ള തന്റെ ഒളിസങ്കേതത്തിലെത്തിച്ചേർന്നു. അദ്ദേഹത്തിന്റെ അനുയായികളിൽ പലരും പിരിഞ്ഞുപോയിരുന്നു. അവരിൽ കുറേപ്പേരെ പൊലീസ് പിടികൂടുകയും ചെയ്തിരുന്നു. കീഴടങ്ങിയാൽ തന്റെ ജീവൻ രക്ഷിക്കാൻ കഴിയുമെന്ന മിഥ്യാധാരണയിലായിരുന്നു ഹാജി. എന്നാൽ, കിട്ടിയ അവസരം പാഴാക്കാതെ 1922 ജനുവരി 6-ാം തീയതി പട്ടാളം കല്ലാമൂലയിൽനിന്നു ഹാജിയെ പിടികൂടി ജയിലിലടച്ചു.[103]

ചെമ്പ്രശ്ശേരിത്തങ്ങളെ ഡിസംബർ 19-നും സീതിക്കോയാ തങ്ങളെ 20-ാം തീയതിയും പിടികൂടിയതായി ഹിച്ച്കോക്ക് രേഖപ്പെടുത്തിയിട്ടുണ്ട്. ജനുവരി 6 നും ഹാജിയോടൊപ്പം 21 അനുയായികൾ ഉണ്ടായിരുന്നുവെന്നും അവരിൽനിന്നു 303 റൈഫിളുകൾ ഉൾപ്പെടെ നിരവധി ആയുധങ്ങൾ പിടിച്ചെടുത്തുവെന്നും സുബേദാർ ഗോപാലമേനോന്റെയും സബ് ഇൻസ്പെക്ടർ രാമനാഥ അയ്യരുടെയും നേതൃത്വത്തിലുണ്ടായിരുന്ന പൊലീസുകാരാണ് ഹാജിയെ അറസ്റ്റുചെയ്തതെന്നും അദ്ദേഹം പറയുന്നുണ്ട്.[104]

മാധവൻനായർ തുടരുന്നു:

> രഹസ്യവിവരം ലഭിച്ചതിന്റെ അടിസ്ഥാനത്തിൽ സബ് ഇൻസ്പെക്ടർ രാമനാഥ അയ്യരും സൈന്യവും കല്ലാമൂലയിലേക്കുപോയി. അവർ ഹാജിയെയും അനുയായികളെയും വളഞ്ഞു. അവരിൽനിന്നു യാതൊരു ചെറുത്തുനില്പും ഉണ്ടായില്ല. ഹാജിയെ കൂടാതെ അവർ 120 പേരാണ് ഉണ്ടായിരുന്നത്. അവരിൽനിന്ന് പതിനേഴ് തോക്കുകളും കുറെ തിരകളും വാളുകളും പിടിച്ചെടുത്തു.[105] 1922 ജനുവരി 18-ാം തീയതി പട്ടാളക്കോടതിയിൽ ഹാജിയെയും കൂട്ടാളികളെയും തുക്കിടി വിചാരണ നടത്തി. ഹാജിയെയും അടുത്ത അനുയായികളായിരുന്ന ചേക്കുട്ടിയെയും ഏനിക്കുട്ടിയെയും വെടിവച്ചുകൊല്ലാൻ വിധിച്ചു. ബ്രിട്ടീഷ് ഭരണത്തിനെതിരായി പോരാട്ടം നടത്തിയെന്നതായിരുന്നു അവരിൽ ആരോപിക്കപ്പെട്ട കുറ്റം. സർക്കാരിനെ അനുകൂലിച്ചിരുന്ന ജീവനക്കാരെയും

നാട്ടുകാരെയും കൊലപ്പെടുത്തിയതിന്റെ ഉത്തരവാദിത്വവും ഇവരിൽ ആരോപിക്കപ്പെട്ടിരുന്നു.

ദിവംഗതനായ പി എ മാസ്റ്റർ തിരൂരങ്ങാടി അവർകൾ കുഞ്ഞഹമ്മദുഹാജിയുടെയും കൂട്ടരുടെയും വിചാരണ നേരിട്ടു കണ്ടയാളായിരുന്നു. അദ്ദേഹം ആ കാഴ്ച ഇങ്ങനെ വിവരിക്കുന്നു:

> ഹാജിയെ ഒരു കസേരയിൽ ഇരുത്തിയിരിക്കുകയായിരുന്നു. അദ്ദേഹം കോട്ടും തലപ്പാവും ധരിച്ചിരുന്നു. അരികത്തായി അനുചരന്മാരും നില്ക്കുന്നുണ്ടായിരുന്നു. ചുറ്റും നിറതോക്കേന്തിയ മൂന്നു പട്ടാളക്കാർ നിലയുറപ്പിച്ചിരുന്നു. തുക്കിടിയുടെ ഹിന്ദുസ്ഥാനിയിലുള്ള ചോദ്യങ്ങൾക്ക് ഹാജി ഹിന്ദുസ്ഥാനിയിൽത്തന്നെ മറുപടി പറഞ്ഞു. അദ്ദേഹം തികച്ചും അക്ഷോഭ്യനായിരുന്നു. പിറ്റേദിവസം 1922 ജനുവരി 20-ാംതീയതി മഞ്ചേരി റോഡിലുള്ള കോട്ടക്കുന്നിൽവച്ച് ഹാജിയെയും രണ്ട് അനുയായികളെയും വെടിവച്ചുകൊന്നു. മൃതദേഹങ്ങൾ പട്ടാളമാണ് സംസ്കരിച്ചത്. അതിന് ആവശ്യമായ ഒരു വണ്ടി വിറകും രണ്ടു പാട്ട മണ്ണെണ്ണയും വില്ലേജ് ആഫീസർ ആയിരുന്ന കളപ്പാടൻ അലിയാണു നല്കിയത്.[106]

കലാപത്തിന്റെ തുടക്കത്തിൽത്തന്നെ മുമ്പ് വില്ലേജ് ആഫീസർ ആയിരുന്ന അച്ചുതൊടിക മൊയ്തുഹാജിയെ ഉപയോഗിച്ച് വാരിയം കുന്നത്തു കുഞ്ഞഹമ്മദുഹാജിയെ കുടുക്കുന്നതിനുള്ള സാമ്രാജ്യത്വ തന്ത്രം പരാജയപ്പെട്ടിരുന്നു. കല്ലാമൂല ക്യാമ്പിൽ (കേരള-തമിഴ്നാട് അതിർത്തിയിൽ) ഉണ്ടായിരുന്ന പട്ടാളം, കുഞ്ഞഹമ്മദുഹാജിയെയും കൂട്ടരെയും നേരിടാൻ വന്നതായിരുന്നു. 1919 ലെ നെന്മേനി സമരത്തിൽ ജീവത്യാഗം വരിച്ച,

പാറപ്പുറത്തു ചേക്കുഹാജിയുടെ മകൾ പാത്തുമ്മക്കുട്ടിയുടെ ഗൃഹപ്രവേശത്തിന് ഹാജിയും എൺപതോളം അനുചരന്മാരും ഡിസംബർ 28-ാം തീയതി വരുന്നുവെന്നറിഞ്ഞ് പട്ടാളം അങ്ങോട്ടു നീങ്ങിയെങ്കിലും അവർ അവിടെയെത്തിച്ചേരുന്നതിനു മുമ്പുതന്നെ സമരക്കാരുടെ സംഘം പോയിക്കഴിഞ്ഞിരുന്നു.[107]

1921 ഡിസംബർ 31-ാം തീയതി മലപ്പുറത്തു വച്ച് പട്ടാള ഭരണത്തലവൻ കേണൽ ഹംഫ്രിയുടെ അദ്ധ്യക്ഷതയിൽ വിവിധ സൈനിക വിഭാഗങ്ങളുടെയും രഹസ്യാന്വേഷണ വിഭാഗത്തിന്റെയും ഒരു യോഗം ചേർന്ന് ഹാജിയെ ജീവനോടെ പിടികൂടുന്നതിന് ബാറ്ററിയെന്ന പ്രത്യേക ദൗത്യസംഘം രൂപീകരിച്ചു. കൃഷ്ണപ്പണിക്കർ മഞ്ചേരിയെന്ന മുൻസുബേദാറും ഗോപാലമേനോനുമായിരുന്നു ഈ പ്രത്യേകസംഘത്തിന്റെ തലപ്പത്തുണ്ടായിരുന്നത്. 'ബാറ്ററി ഇൻസ്പെക്ടർ' രാമനാഥ അയ്യരെ ദൗത്യസംഘത്തിന്റെ രഹസ്യാന്വേഷണ വിഭാഗം തലവനായി നിയോഗിച്ചു. രാമനാഥ അയ്യർ, മലബാറിലെ പ്രശസ്തവും പുരാതനവുമായ ഒരു മാപ്പിളകുടുംബത്തിലെ ഇളംമുറക്കാരനും കുഞ്ഞഹമ്മദുഹാജിയുടെ സുഹൃത്തുമായിരുന്ന ഇടപ്പറ്റപൊറ്റയിൽ ഉണ്ണിമുസ്ലിയാരെക്കണ്ട് ഹാജി കീഴടങ്ങുന്നപക്ഷം അദ്ദേഹത്തെ സുരക്ഷിതമായി മക്കയിലേക്ക് അയക്കാമെന്ന് ധരിപ്പിക്കാൻ ചുമതലപ്പെടുത്തി. അതുപ്രകാരം ഹാജിയെ കാണുന്നതിനുവേണ്ടി കല്ലാമൂലയിൽനിന്നു ആറുകിലോമീറ്റർ ദൂരെയുള്ള വീതിക്കുന്നിലേക്ക് മുസ്ലിയാർ യാത്രതിരിച്ചു. ആലോചിച്ചു മറുപടി പറയാമെന്നായിരുന്നു ഇതുകേട്ട ഹാജിയുടെ പ്രതികരണം.

പിറ്റേദിവസം പ്രഭാതത്തിൽ, നമസ്കാരത്തിനുശേഷം തിരിച്ചുപോകാൻ സമയത്ത് വഴിതെറ്റാതിരിക്കാൻ തന്റെകൂടെ ഒരു സഹായിയെക്കൂടി അയയ്ക്കണമെന്നും അങ്ങനെ തന്നോടൊപ്പം അയയ്ക്കപ്പെടുന്ന ആൾ അറസ്റ്റുചെയ്യപ്പെടുകയില്ലെന്ന് ഉറപ്പുതരുന്നുവെന്നും മുസ്ലിയാർ ഹാജിയോടുപറഞ്ഞു. ഹാജി അതിന് സമ്മതിച്ചു. അങ്ങനെ, മുസ്ലിയാരോടൊപ്പം കാളികാവിൽ നിന്നുള്ള പുത്തൻപീടിക കുഞ്ഞഹമ്മദുകുട്ടി എന്ന ചെറുപ്പക്കാരനെ അയച്ചു. താൻ ഹാജിയെ കണ്ടു സംസാരിച്ചുവെന്ന് തെളിവുസഹിതം പൊലീസിനെ ബോദ്ധ്യപ്പെടുത്തുന്നതിനു വേണ്ടിയാണ് മുസ്ലിയാർ കുഞ്ഞഹമ്മദ്കുട്ടിയെ തന്നോടൊപ്പം കൂട്ടിയത്. അതേസമയം മുസ്ലിയാർ മുന്നോട്ടുവച്ച വാഗ്ദാനം വിശ്വസനീയമാണെന്ന് ഉറപ്പുവരുത്തുന്നതിനുവേണ്ടിയാണ് ഹാജി അതിനുസമ്മതിച്ചത്. അന്നു രാത്രിതന്നെ ആ ചെറുപ്പക്കാരനെ പൊലീസ് പിടികൂടി തങ്ങളുടെ ക്യാമ്പിലെത്തിക്കുകയും ചോദ്യംചെയ്യുകയും ചെയ്തു.

ഹാജിയെ ജീവനോടെ പിടികൂടുന്നതിന് സൈന്യാധിപൻ കേണൽ ഹംഫ്രി നേരിട്ട് രംഗത്തുവന്നു. രഹസ്യാന്വേഷണ വിഭാഗം തയ്യാറാക്കിയ ഭൂപടത്തിന്റെ അടിസ്ഥാനത്തിൽ, മതിയായ പരിശീലനത്തിനുശേഷം 1922 ജനുവരി 5 ന് മുസ്ലിയാരെ ഹാജിയുടെ അടുത്തേക്കു വീണ്ടും പറഞ്ഞയച്ചു. ഇത്തവണ ഹാജി കീഴടങ്ങുന്നതു സംബന്ധിച്ച സന്ധിസംഭഷണത്തിൽ

നേരിട്ടു പങ്കെടുക്കുന്നതിനുവേണ്ടി മുസ്ലിയാരോടൊപ്പം രാമനാഥ അയ്യരും ഉണ്ടായിരുന്നു. തങ്ങളെ ദൗത്യസംഘം പിന്തുടരുന്നുണ്ടെന്ന വിവരം പാവം മുസ്ലിയാർ അറിഞ്ഞിരുന്നില്ല. ഇരുവരും ഉച്ചതിരിഞ്ഞ് രണ്ടു മണിയോടെ ഹാജിയുടെ ക്യാമ്പിലെത്തി. വെളിയിൽനിന്ന അയ്യരെ പരിചയപ്പെടുത്തിക്കൊണ്ട് ഹാജിയുമായി നേരിട്ടുസംസാരിക്കുന്നതിനു വേണ്ടിയാണ് അദ്ദേഹം എത്തിയിരിക്കുന്നതെന്ന് മുസ്ലിയാർ ഹാജിയെ ബോദ്ധ്യപ്പെടുത്തി. ഹാജി അയ്യരെ അഭിവാദ്യംചെയ്തു. മൂവരുംകൂടി ചർച്ച ആരംഭിച്ചു. ഇതേ സമയം, പട്ടാളം ക്യാമ്പു വളഞ്ഞു. വൈകിട്ട് നമസ്കാരത്തിനുള്ള സമയമായി. ഹാജിയുടെ സംഘത്തിൽപ്പെട്ട ആളുകൾ അംഗശുദ്ധി വരുത്താൻ തുടങ്ങി. റിവോൾവർ ഒരു പാറമേൽ വച്ച ശേഷം കുഞ്ഞഹമ്മദുഹാജിയും ആ കൂട്ടത്തിൽ ചേർന്നു. പെട്ടെന്നു കുറ്റിക്കാട്ടിൽനിന്നു ചാടിവീണ കൃഷ്ണപ്പണിക്കർ ഹാജിയെ പിടികൂടി. ആയുധങ്ങൾ എടുക്കാൻ കഴിയുംമുമ്പ് എല്ലാവരും പിടിയിലായി. കൃഷ്ണപ്പണിക്കരും ഗോപാലമേനോനും കൂടി ഹാജിയെ വരിഞ്ഞുകെട്ടിയശേഷം അദ്ദേഹത്തിന്റെ മോതിരം ഊരിമാറ്റി. അരമണിക്കൂർ നീണ്ടുനിന്ന ചെറുത്തുനില്പിനിടയിൽ രണ്ടുപട്ടാളക്കാരും നാലു മാപ്പിളമാരും കുത്തേറ്റുമരിച്ചുവീണു. പുത്തൻപീടിക കുഞ്ഞഹമ്മദുകുട്ടി വെടിയേറ്റു കൊല്ലപ്പെട്ടു.

1757 ൽ ബംഗാളിലെ സിറാജ്ദൗളയെ തടവിലാക്കാൻ കളിച്ച ഹീനമായ തന്ത്രത്തിന്റെ മറ്റൊരുപതിപ്പായിരുന്നു ഹാജിയുടെ കാര്യത്തിലും നടപ്പിലായത്. 1857 ന് ശേഷം ബ്രിട്ടീഷുകാർക്കെതിരായി നടന്ന ഏറ്റവും രൂക്ഷമായ പോരാട്ടമായിരുന്നു മലബാർ കലാപം. അതിന്റെ പടനായകനെ ഭീരുത്വം നിറഞ്ഞ നടപടിയിലൂടെയാണെങ്കിലും കീഴ്പ്പെടുത്താൻ ബ്രിട്ടീഷുകാർക്കു കഴിഞ്ഞു.[108] മുസ്ലിയാർ ഒരു ഗൂഢാലോചനയുടെ ഭാഗമായി പ്രവർത്തിക്കുകയായിരുന്നുവോയെന്നത് ഇന്നും ഒരു പ്രഹേളികയാണ്. 1922 ജനുവരി 5-ാം തീയതി പിടിയിലായവരുടെ പട്ടികയിൽ അവസാനത്തെ പേരുകാരനായിരുന്ന ഉണ്ണിമുസ്ലിയാർക്ക് രണ്ടു വർഷം തടവും ഏഴുവർഷത്തേക്കുള്ള നാടുകടത്തലുമാണ് ശിക്ഷയായി ലഭിച്ചത്. അദ്ദേഹം ഒൻപതു വർഷക്കാലം ബല്ലാരി ജയിലിൽ ഉണ്ടായിരുന്നു. സാഹചര്യ തെളിവുകളും ദൃക്സാക്ഷി മൊഴികളും പരിശോധിച്ചാൽ മുസ്ലിയാർ ഒരു ചതിക്ക് കൂട്ടുനില്ക്കുകയായിരുന്നുവെന്ന് വിശ്വസിക്കാൻ പ്രയാസമാണ്. അങ്ങനെയായിരുന്നുവെങ്കിൽ ഉണ്ണിമുസ്ലിയാർ ശിക്ഷയ്ക്ക് വിധേയനാകേണ്ടിവരുമായിരുന്നുമില്ല.

1922 ജനുവരി 5 ന് രാത്രി കുഞ്ഞഹമ്മദുഹാജിയെയും കൂട്ടാളികളെയും കാളികാവിൽ പാർപ്പിച്ചു. ഹാജി അറസ്റ്റിലായെന്ന വാർത്ത പൊതുസ്ഥലങ്ങളിൽ പെരുമ്പറകൊട്ടി വിളംബരം ചെയ്തു. പിടിയിലായവരെയെല്ലാം പിറ്റേദിവസം (1922 ജനുവരി 6) രാവിലെ 10 മണിക്ക് വണ്ടൂർവഴി മഞ്ചേരിക്കും അവിടെനിന്ന് മലപ്പുറത്തേക്കും കൊണ്ടുപോയി. യാത്രയിലുടനീളം പട്ടാളക്കാർ നാനാതരത്തിൽ വിജയം ആഘോഷിക്കുകയായിരുന്നു. ബ്രിട്ടീഷ് പട്ടാളത്തിൽപ്പെട്ട ചിലർ ഹാജിയുടെ താടിരോമങ്ങൾ

പിഴുതെടുക്കുന്നതു കാണാമായിരുന്നു. മനുഷ്യത്വമറ്റ ആ പ്രവൃത്തികണ്ട് മുസ്ലിംസ്ത്രീകൾ മാറത്തടിച്ചു നിലവിളിച്ചു. പ്രായഭേദമെന്യേ പാതയോരത്തു തടിച്ചുകൂടിയിരുന്ന എല്ലാവരുടെയും മുഖത്ത് നീരസം നിറഞ്ഞുനിന്നുവെന്ന് സുബേദാർ ഗോപാലമേനോൻ പറഞ്ഞത് അദ്ദേഹത്തിന്റെ ഇളയ സഹോദരി സരോജനിയമ്മ അനുസ്മരിക്കുന്നുണ്ട്.[109] ഉച്ചതിരിഞ്ഞ് 3.20 ന് സുബേദാർ കൃഷ്ണപ്പണിക്കർ കുഞ്ഞഹമ്മദുഹാജിയെ പട്ടാളകമാന്ററായിരുന്ന ഹിച്ച്കോക്ക് മുമ്പാകെ ഹാജരാക്കി. ഹെബർട്ട് ഹംഫ്രി, ഡി വൈ എസ് പി ആമു, സി ഐ നാരായണമേനോൻ എന്നിവരും അവിടെ ഉണ്ടായിരുന്നു. ചോദ്യംചെയ്യലിൽ ഹാജി നടത്തിയ പ്രസ്താവനകൾ ഹിച്ച്കോക്ക് രേഖപ്പെടുത്തിയിട്ടുണ്ട്.

> ....ഞാൻ സ്വയംഭരണത്തിനുവേണ്ടിയാണു പോരാടിയത്. അതു നേടുകയുംചെയ്തു. ജില്ലാ ഉദ്യോഗസ്ഥന്മാർ കൊല്ലപ്പെട്ടു. കളക്ടറും പട്ടാളവും പലായനം ചെയ്തു. ജനങ്ങൾ സ്വയംഭരണത്തിൽ സന്തുഷ്ടരാണ്. ഈ സാഹചര്യത്തിൽ ഞാൻ നേതൃത്വം ഏറ്റെടുത്തു....[110]

ഹാജിയെ വിചാരണ നടത്തിയ പട്ടാളക്കോടതി അദ്ദേഹത്തെ വെടിവച്ചുകൊല്ലാൻ വിധിച്ചു. കോടതിയിൽ ഹാജരാക്കപ്പെടുമ്പോൾ കോട്ടു ധരിച്ചിരുന്ന ഹാജി ഒരു തുർക്കിതൊപ്പിയും വച്ചിരുന്നുവെന്ന് കണ്ണൻമേനോൻ അനുസ്മരിക്കുന്നു.[111] പട്ടാളമേധാവിയായിരുന്ന കേണൽ ഹംഫ്രിയായിരുന്നു വിചാരണനടത്തിയത്. ഇംഗ്ലീഷിലുള്ള ചോദ്യങ്ങൾക്കെല്ലാം ഹാജി മറുപടി പറഞ്ഞു. തന്റെ അന്ത്യാഭിലാഷത്തെക്കുറിച്ചുള്ള ചോദ്യത്തിനു മറുപടിയായി അദ്ദേഹം ഇങ്ങനെ പറഞ്ഞുവത്രെ:

> ഞങ്ങൾ മാന്യമായ മരണം ആഗ്രഹിക്കുന്ന ഒരു ജനവിഭാഗമാണ്. കണ്ണുകൾ മൂടിക്കെട്ടുന്നതും പിറകിൽനിന്നു വെടിവയ്ക്കുന്നതും നിങ്ങളുടെ രീതിയാണ്. എന്നെ മുന്നിൽനിന്നു വെടിവയ്ക്കണമെന്ന് പട്ടാളക്കോടതി മുമ്പാകെ അപേക്ഷിക്കുന്നു.

കോടതി ഈ അഭ്യർത്ഥന സ്വീകരിക്കുകയും അതുപ്രകാരം 1922 ജനുവരി 20-ാം തീയതി രാവിലെ 10 മണിക്ക് ഹാജിയെ പട്ടാളം കോട്ടക്കുന്നിന്റെ വടക്കേച്ചരിവിലേക്ക് കൊണ്ടുപോകുകയും ചെയ്തു. അവിടെ വച്ച് അവർ ധീരനായ ആ വിപ്ലവകാരിയെ വെടിവെച്ചുകൊന്നു. അദ്ദേഹത്തിന്റെ മൃതദേഹം ബന്ധുക്കൾക്ക് വിട്ടുകൊടുക്കാൻ പട്ടാളം തയ്യാറായില്ല. അവർ അതു പെട്രോളൊഴിച്ചു കത്തിക്കുകയാണുണ്ടായത്. ഭൗതികാവശിഷ്ടങ്ങൾ പട്ടാളം എന്തുചെയ്തുവെന്ന് ആർക്കുമറിയില്ല. ഹാജിയുടെ മൃതദേഹത്തോടൊപ്പം തന്നെ വിപ്ലവ സർക്കാരിന്റെ ചിലരേഖകൾ അടങ്ങിയ ഒരു പെട്ടിയും കത്തിച്ചുവത്രെ. ഇതിനു നേതൃത്വം കൊടുത്തത് മലപ്പുറം അംശം അധികാരി കളപ്പാടൻ അലി ആയിരുന്നുവെന്നു പറയപ്പെടുന്നു.[112]

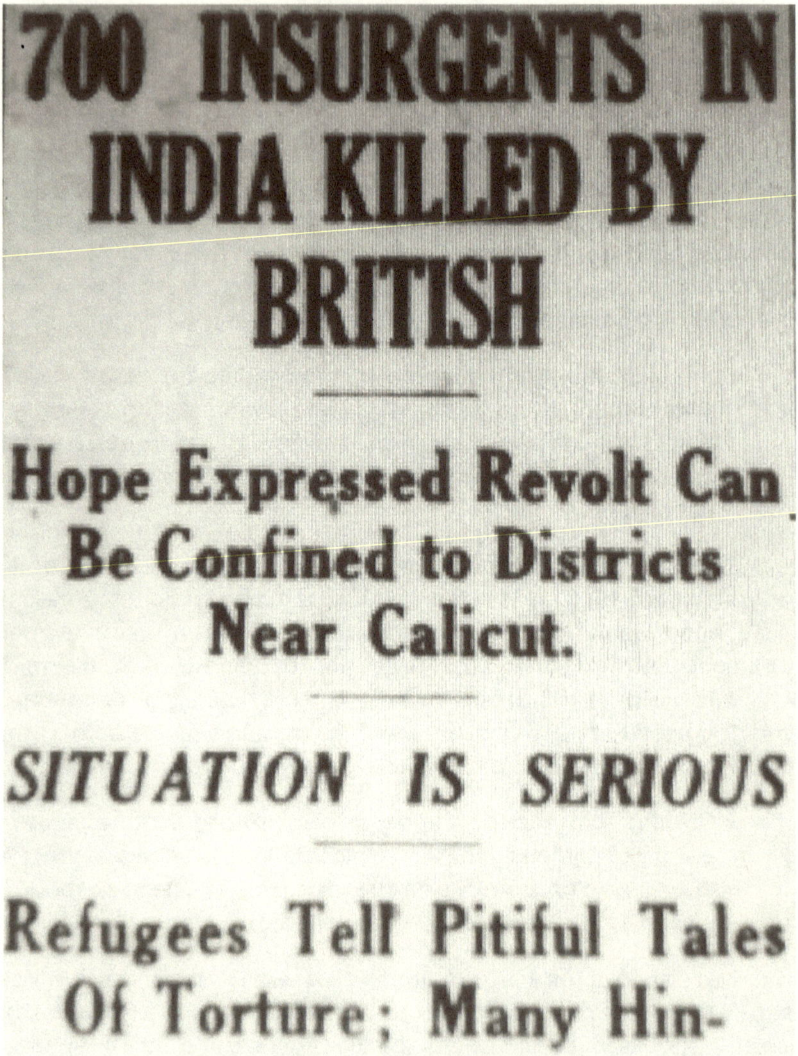

700 INSURGENTS IN INDIA KILLED BY BRITISH

Hope Expressed Revolt Can Be Confined to Districts Near Calicut.

SITUATION IS SERIOUS

Refugees Tell Pitiful Tales Of Torture; Many Hin-

മലബാർ കൂട്ടക്കൊല ബ്രിട്ടീഷ് ദൃഷ്ടിയിൽ

വാരിയംകുന്നത്തു കുഞ്ഞഹമ്മദുഹാജിയുടെ വധത്തോടുകൂടി മലബാർ കലാപത്തിന് അന്ത്യംകുറിക്കപ്പെട്ടുവെന്നു പറയാം.[113] മരണത്തിന്റെ വക്കത്തോായിരിക്കുമ്പോൾപ്പോലും മഹാനായ ആ രാജ്യസ്നേഹി വിട്ടുവീഴ്ചയ്ക്ക് തയ്യാറല്ലായിരുന്നു. അദ്ദേഹത്തെ പിടികൂടാൻ സഹായിച്ചവർക്കെല്ലാം സർക്കാർ പാരിതോഷികങ്ങൾ നല്കി. ഹാജിയുടെയും കുടുംബത്തിന്റെയും സ്വത്തുവഹകൾ പിടിച്ചെടുത്ത് പലർക്കുമായി വിതരണം

ചെയ്തു. ഹാജിയെക്കുറിച്ചുള്ള രഹസ്യങ്ങൾ ചോർത്തിയെടുക്കുന്നതിനു നേതൃത്വം നല്കിയ സുബേദാർ കൃഷ്ണപ്പണിക്കർക്ക് മഞ്ചേരിയുടെ ഹൃദയഭാഗത്ത് പതിനഞ്ചേക്കർ ഭൂമിയും അഞ്ഞൂറു രൂപയും കളക്ടർ സമ്മാനമായി നല്കി. ദൗത്യസേനാംഗങ്ങളിൽ ഓരോരുത്തർക്കും നൂറ്റിയമ്പതുരൂപാ വീതം പാരിതോഷികമായി ലഭിച്ചു.

തന്റെ *മലബാർ കലാപം* എന്ന ഗ്രന്ഥത്തിൽ ശ്രീ. കെ മാധവൻനായർ ഹാജിയുടെ വധത്തിന് ശേഷമുള്ള സാഹചര്യം വിവരിക്കുന്നത് നോക്കുക:

> 1922 ജനുവരി 20-ാംതീയതി വാരിയംകുന്നത്തു കുഞ്ഞഹമ്മദുഹാജിയുടെ വധശിക്ഷ നടപ്പിലായതോടെ മലബാർ കലാപത്തിന്റെ അന്ത്യംകുറിക്കപ്പെട്ടു. 1857 ലെ ശിപ്പായിലഹളയ്ക്കുശേഷം ബ്രിട്ടീഷുകാർക്കെതിരെ ഇന്ത്യയിൽ നടന്നിട്ടുള്ള സമരങ്ങളിൽവച്ച് ഏറ്റവും മഹത്തായത് മലബാർകലാപമായിരുന്നു. കലാപത്തിന്റെ മുന്നണിപ്പോരാളി കുഞ്ഞഹമ്മദുഹാജി ആയിരുന്നു. അദ്ദേഹത്തിന് വിദ്യാഭ്യാസമോ ആയുധങ്ങളോ ബാഹ്യലോകവുമായുള്ള പരിചയമോ ഉണ്ടായിരുന്നില്ല. അക്രമസമരത്തിലൂടെ ബ്രിട്ടീഷ് സർക്കാരിനെ അടിയറവുപറയിക്കാമെന്ന് അദ്ദേഹം വിശ്വസിച്ചിരുന്നു. അഹിംസകൊണ്ടു ഫലമില്ലെന്നു കരുതിയിരുന്ന അദ്ദേഹം അഹിംസാമാർഗ്ഗം പിന്തുടർന്നതുമില്ല. തന്റെ നാടിനെ സംരക്ഷിക്കുന്നതിനുവേണ്ടി ഹാജി നടത്തിയ പോരാട്ടങ്ങളെ അപമാനകരമെന്നു വിളിച്ചുകൂടാ. പ്രത്യാഘാതങ്ങൾ എന്തുതന്നെയായിരുന്നാലും അദ്ദേഹത്തിന് ചില ഉറച്ചധാരണകൾ ഉണ്ടായിരുന്നു. അവക്കുവേണ്ടി ജീവൻ വെടിയുന്നതിനും അദ്ദേഹം ഒരുക്കമായിരുന്നു. അത്തരത്തിലുള്ള ആളുകൾ ലോകത്ത് ആദരിക്കപ്പെടുകതന്നെ ചെയ്യും.[114]
>
> (*മലബാർ കലാപം ഒരു പുനർ വായന* എന്ന ഗ്രന്ഥത്തിൽ നിന്നും)

അവലംബം

1. Thottenham (ed), *The Moplah Rebellion 1921-22*, Madras, 1922, p. 71.
2. Innes, *'Notes on Malabar Rebellion' quoted in Hitchcock, A History of the Malabar Rebellion,* Delhi, 1983, p. 56.
3. Thottenham (ed), *'The Moplah Rebellion' 1921-22,* Madras, 1922. p. 45.
4. F B Evans, *Letter to Madras,* 20 December, 1921, in ibid, p. 276.
5. Hitchcock, *A History of the Malabar Rebellion,* 1921, Delhi, 1983, p. 57.
6. ഉദ്ധരണം, കെ കെ മുഹമ്മദ് അബ്ദുൽകരീം, *വാരിയംകുന്നത്ത് കുഞ്ഞഹമ്മദുഹാജി,* കോഴിക്കോട്, 1922, പേജ് 24.
7. Stephen Federic Dale, *The Mappilas of Malabar 1498-1922*, Oxford, 1980, p. 200.

8. Hitchcock, *A History of the Malabar Rebellion*, 1921, Delhi, 1983, pp. 57-58.
9. Stephen Federic Dale, *The Mappilas of Malabar 1498-1922*, Oxford, 1980, p. 53.
10. *Malabar District Magistrate Letter to Secretary, Judicial Dept. 30, March, 1915 in File of G.O No. 2080 - 84*, 3 September 1915, Govt. Archives, Calicut.
11. കെ കെ മുഹമ്മദ് അബ്ദുൽകരീം, *വാരിയംകുന്നത്ത് കുഞ്ഞഹമ്മദുഹാജി*, കോഴിക്കോട്, 1922, പേജ് 83.
12. Hitchcock, *Report on Outbreak of Crime in Ernad and Valluvanad, in 1915, in File (printed) of G O M O 2080-84, Judicial Department 3 September 1915*, p. 72, Govt. Archives, Calicut.
13. Hitchcock, *A History of the Malabar Rebellion,* 1921, Delhi, 1983, p. 58.
14. എ നിസാമുദ്ദീൻ, *വാരിയംകുന്നത്ത് കുഞ്ഞഹമ്മദ് ഹാജി ചരിത്രം*, ജനു. 1972, തിരുവനന്തപുരം.
15. Judicial Department G.O. No. 2296, Tamil Nadu Archives.
16. കെ കെ മുഹമ്മദ് അബ്ദുൽകരീം, *വാരിയംകുന്നത്ത് കുഞ്ഞഹമ്മദുഹാജി*, കോഴിക്കോട്, 1922, പേജ് 23.
17. എ കെ പിള്ള, *കോൺഗ്രസും കേരളവും*, തൃശൂർ, 1935, പേജ് 401.
18. Ibid. 404.
19. Hitchcock, *A History of the Malabar Rebellion*, 1921-22, Allahabad, 1989, p. 387.
20. Ibid, 389.
21. *Judgement in Case No. 7 of 1921*, Special Tribunal Calicut, Quoted in C Gopalan Nair, Moplah Rebellion, Calicut 1923, pp. 7-8.
22. C Gopalan Nair, *Ibid., Appendix II,* pp. 20, 21.
23. *District Magistrate order Section 144*, C P C 5. February 1921, West Coast Spectator, Calicut, 8, February, 1921.
24. C Gopalan Nair, Op.cit., Appendix IX V, p. 31.
25. കെ മുഹമ്മദ് അബ്ദുൽ കരീം, *വാരിയംകുന്നത്ത് കുഞ്ഞഹമ്മദ് ഹാജി*, കോഴിക്കോട് 1992, പേജ് 98.
26. *മലയാള മനോരമ*, 30 ആഗസ്ത് 1921, കെ മാധവൻനായരുടെ *മലബാർകലാപവും* കാണുക, പേജ് 160-161.
27. *Statement of Kunhammed Haji*, 10 February 1922, Appendix II, see, Hitchcock, *A History of the Malabar Rebellion*, 1921-22
28. Kunhammed Haji's letter publishedd in the *Hindu* of 18 October 1921.
29. Home Pol., 1921, I. No. 241, Tamil Nadu Archives.
30. ഇ മൊയ്തുമൗലവി, *എന്റെ കൂട്ടുകാരൻ മുഹമ്മദ് അബ്ദുറഹ്മാൻ സാഹിബ്*, തൃശൂർ, 1964, പേജ് 78.
31. കെ മാധവൻനായർ, *മലബാർകലാപം*, കോഴിക്കോട്, 1971, പേജ് 174-176.
32. Bipan Chandra, *India's Struggle for Independence*, New Delhi, 1989, p. 202.

33. കെ മാധവൻനായർ, *മലബാർകലാപം*, കോഴിക്കോട്, 1971, പേജ് 69-71.
34. കെ മുഹമ്മദ് അബ്ദുൽകരീം, *വാരിയംകുന്നത്ത് കുഞ്ഞഹമ്മദുഹാജി* കോഴിക്കോട്, 1992, പേജ് 64.
35. ഉദ്ധരണം: കെ മാധവൻനായർ, *മലബാർകലാപം,* കോഴിക്കോട്, 1971, പേജ് 260.
36. Dr. A P Ibrahim Kunju, *Mappila Muslims of Kerala; Their History and Culture,* Trivandrum, 1989, p. 118.
37. Hitchcock, *A History of the Malabar Rebellion* 1921, Delhi, 83. p. 65.
38. കെ മാധവൻനായർ, *മലബാർകലാപം*, കോഴിക്കോട്, 1971, പേജ് 172.
39. *കേരള പത്രിക*, 24 ഒക്ടോബർ, 1921.
40. Hitchcock, *A History of the Malabar Rebellion,* 1921, Delhi, pp. 66.
41. എ കെ പിള്ള, *കോൺഗ്രസും കേരളവും* തൃശൂർ, 1935, പേജ് 446, 447, കെ കോയാട്ടിമൗലവി, *1921 ലെ മാപ്പിള ലഹള,* തിരൂരങ്ങാടി, 1953, പേജ് 40-41.
42. മോഴിക്കുന്നത്ത് ബ്രഹ്മദത്തൻ നമ്പൂതിരിപ്പാട്, *ഖിലാഫത്ത് സ്മരണകൾ,* കോഴിക്കോട്, 1965, പേജ് 89.
43. Hitchcock, *A History of the Malabar Rebellion*, 1921, Delhi, pp. 69.
44. കെ മാധവൻനായർ, *മലബാർകലാപം,* കോഴിക്കോട്, 1971, പേജ് 70, 171.
45. *ഭാരതഭൂമി* ആഴ്ചപ്പതിപ്പ്, പബ്ലിഷ്ഡ് ബൈ ഇ മൊയ്ദുമൗലവി, എഡിറ്റഡ് ബൈ പി പി ഉമ്മർകോയ, പുസ്തകം 1, ലക്കം 36.
46. Hitchcock, *A History of the Malabar Rebellio*n, 1921, Delhi, 1983, pp. 116.
47. എ നിസാമുദ്ദീൻ, *വാരിയംകുന്നത്ത് കുഞ്ഞഹമ്മദുഹാജി, ചരിത്രം,* ജനു. 1972.
48. Hitchcock, *A History of the Malabar Rebellion*, 1921, Delhi, 1983, p. 62.
49. *Ibid*, p. 62.
50. *Ibid*, p. 63.
51. കെ മുഹമ്മദ് അബ്ദുൽ കരീം, *വാരിയംകുന്നത്ത് കുഞ്ഞഹമ്മദ് ഹാജി,* കോഴിക്കോട് 1992, പേജ് 115.
52. *ദേശാഭിമാനി വാരിക*, 25 ഓഗസ്റ്റ്, 1946, പേജ് 8.
53. *Ibid*, p. 11
54. *Ibid*, p. 16.
55. കെ മാധവൻനായർ, *മലബാർകലാപം*, കോഴിക്കോട്, 1971, പേജ് 112.
56. ഡോ. സി കെ കരിം (എഡി.), ചരിത്രം, ഖിലാഫത്ത് പോരാട്ടം, സുവർണ്ണ ജൂബിലി പതിപ്പ്, പേജ് 263-264
57. K N Panikkar, *Against Lord and State, Rebellion and Peasant Uprisings in Malabar,* 1836-1921, New Delhi, 1989, p. 159.
58. Hitchcock, *A History of the Malabar Rebellion*, 1921-22, Delhi, 1983, p. 65.
59. കെ മാധവൻനായർ, *മലബാർകലാപം*, കോഴിക്കോട്, 1971, പേജ്. 168-169.
60. Idid, pp. 257-258.
61. Hitchcock, *A History of the Malabar Rebellion, 1921-22*, Delhi, 1983, p. 89.

62. *Letter from A R Knapp*, Special Commissioner for Malabar Affairs, to the Government Secretary, Madras, based Malappuram, the 25th February 1922. Totten ham (ed.), *The Mappila Rebellion* 1921-22, Madras, 1922, p. 532.
63. *മലയാളം രാജ്യവും മാപ്പിളമാരും,* മദ്രാസ് ഗവൺമെന്റ് പ്രസിദ്ധീകരിച്ച ലഘുലേഖ, 1921, പേജ് 20, Madras Archives.
64. K N Panikkar (ed), *Peasant Protests and Revolts in Malabar,* Bombay, 1990, pp. 360361.
65. Essays on Malabar, *Walker Papers, (No. 182, C5), India Office Records*, p. 114.
66. Hitchcock, *A History of the Malabar Rebellion, 1921-22*, Delhi, 1983, p. 69.
67. F B Evans, *Notes on Maplah Rebellion, 27 March, 1922 and Madras Public Proceedings, No. 682*, 22, August 1922, p. 14, Madras Archives.
68. Hitchcock, *A History of the Malabar Rebellion, 1921-22*, Delhi, 1983, p. 70.
69. *The Hindu*, 18 October, 1921.
70. *Madras Mail,* 17 September 1921.
71. F B Evans, *Notes on Maplah Rebellion,* 27 March, 1922 and Madras Public Proceedings, No. 682, 22, August 1922, p. 14, Madras Archives.
72. Ibid, p. 14.
73. കെ കോയട്ടിമൗലവി, *1921 ലെ മലബാർലഹള*, തിരൂരങ്ങാടി, 1953, പേജ് 12.
74. Hitchcock, *A History of the Malabar Rebellion, 1921-22,* Delhi, 1983, p. 57.
75. *Madras Mail,* 21 October 1921.
76. Conrad Wood, *The Moplah Rebellion and its Genesis*, New Delhi, 1987, p. 181.
77. *Madras Mail*, 21 September 1921.
78. *Madras Mail,* 21 October 1921.
79. Conrad Wood, *The Moplah Rebellion and its Genesis*, New Delhi, 1987, p. 181.
80. F B Evans, *Notes on Maplah Rebellion,* 27 March, 1922 and *Madras Public Proceedings, No. 682,* 22, August 1922, p. 14, Madras Archives.
81. Hitchcock, *A History of the Malabar Rebellion,* 1921-22, Delhi, 1983, p. 107.
82. മോഴികുന്നത്ത് ബ്രഹ്മദത്തൻ നമ്പൂതിരിപ്പാട്, *ഖിലാഫത്ത് സ്മരണകൾ,* കോഴിക്കോട്, 1965, പേജ് 51.
83. *കേരളപത്രിക*, 14 ഒക്ടോബർ 1921.
84. *The Hindu*, ഉദ്ധരണം: മലബാർ ഇസ്ലാം, 18 നവംബർ 921, പേജ് 9.
85. Interview with K M Mohammed Haji made by M P S Menon, in *M P Narayana Menon A Forgotten Pioneer,* Angadippuram, 1992, p. 121
86. എ നിസാമുദ്ദീൻ *മലബാർ വിപ്ലവത്തിലെ പ്രധാന പങ്കാളികൾ; ചരിത്രം, 50-ാം വാർഷികപ്പതിപ്പ്, 1972 (journal No. 4)* തിരുവനന്തപുരം. p. 232.

87. M P S Menon, M P Narayana Menon, *A Forgotten Pioneer*, Angadippuram, 1992, p. 126.
88. *Letter found in the Stock File of Takiyakkal Family*, Kondotty.
89. കെ കെ മുഹമ്മദ് അബ്ദുൽ കരീം, *വാരിയംകുന്നത്ത് കുഞ്ഞഹമ്മദ് ഹാജി, കോഴിക്കോട്,* 1992, പേജ് 126.
90. കെ മാധവൻനായർ, *മലബാർകലാപം,* കോഴിക്കോട്, 1971, പേജ് 249.
91. ഇ മൊയ്തുമൗലവി, *മൗലവിയുടെ ആത്മകഥ,* കോട്ടയം, 1981, പേജ് 36-37.
92. The Hindu Madras, 6, September, 1921, Report entitled Disturbed Malabar, Collectors Press Communique, p. 6.
93. കെ മാധവൻനായർ, *മലബാർകലാപം*, കോഴിക്കോട്, 1971, പേജ് 36-37.
94. Hitchcock, *A History of the Malabar Rebellion, 1921-22*, Delhi, 1983, p. 94.
95. പ്രൊഫ. എം പി എസ് മേനോൽ, *മലബാർസമരം,* എം പി നാരായണമേനോനും സഹപ്രവർത്തകരും, അങ്ങാടിപ്പുറം, 1992, പേജ്. 78.
96. Hitchcock, *A History of the Malabar Rebellion*, 1921-22, Delhi, 1983, P. 1983, p. 94.
97. K N Panikkar, *Against Lord and State, Rebellion and Peasant Uprising in Kerala,* 1836 - 1921, New Delhi, 1989, p. 152.
98. Bipan, Chandra, *India's Struggle for Independence 1989*, New Delhi, p. 202.
99. Hitchcock, *A History of the Malabar Rebellion*, 1921-22, Delhi, 1983, P. 1983, p. 101.
100. കെ മാധവൻ നായർ, *മലബാർ കലാപം,* കോഴിക്കോട്, 1971, p. 180.
101. *Ibid*, p. 174.
102. Prof. M P S Menon, *Malabar Struggle*, M P Narayana Menon and his Comrades, Angadippuram, 1992, p. 77.
103. കെ മാധവൻനായർ, *മലബാർകലാപം,* കോഴിക്കോട്, 1971, പേജ്. 157.
104. Hitchcock, *A history of the Malabar Rebellion*, 1921-22, Delhi, 1983, p. 103.
105. കെ മാധവൻ നായർ, *മലബാർ കലാപം*, കോഴിക്കോട്, 1971, p. 267-68.
106. എ കെ കോഡൂർ, *ആംഗ്ലോ മാപ്പിളയുദ്ധം*, മലപ്പുറം, 1999, പേജ് 241
107. Hitchcock, *A History of the Malabar Rebellion, 1921-22*, Delhi, 1983, p. 165.
108. Statement Made by a Hindu, Quoted in Stephen Dale, *The Mappilas of Malabar, 1498-1922,* Oxford, 1980, p. 216.
109. കെ മാധവൻ നായർ, *മലബാർ കലാപം*, കോഴിക്കോട്, 1971, p. 268.
110. എ കെ കോവൂർ, *ആംഗ്ലോ മാപ്പിളയുദ്ധം*, മലപ്പുറം, 1999, p. 239.
111. 1976 ൽ എ കെ കോഡൂർ നടത്തിയ അഭിമുഖം, *ആംഗ്ലോ മാപ്പിളയുദ്ധം,* മലപ്പുറം, 1999, പേജ് 239.
112. *Ibid*, p. 240.
113. *Ibid*, p. 241.
114. കെ മാധവൻനായർ, *മലബാർകലാപം*, കോഴിക്കോട്, 1971, പേജ് 269.

മലബാർ കലാപം
എ കെ ജി പറഞ്ഞത്

ഡോ. ഹുസൈൻ രണ്ടത്താണി

തൊള്ളായിരത്തി ഇരുപത്തി ഒന്നിലെ മലബാർ കലാപം സ്വാതന്ത്ര്യസമരമായി അംഗീകരിക്കാൻ ഇന്ത്യൻ നാഷണൽ കോൺഗ്രസും മുസ്ലീം ലീഗും മടിച്ചുനിന്ന കാലത്ത് കലാപത്തെ വാഴ്ത്തിക്കൊണ്ട് സഖാവ് എ കെ ഗോപാലൻ പെരിന്തൽമണ്ണയിൽ നടത്തിയ പ്രസംഗം (1946 ആഗസ്റ്റ് 25) അദ്ദേഹത്തിന്റെ അറസ്റ്റിൽ കലാശിക്കുകയും അദ്ദേഹം വിചാരണ നേരിടുകയും ചെയ്തു. പ്രസംഗം ബ്രിട്ടീഷ് രഹസ്യകേന്ദ്രങ്ങൾ രേഖപ്പെടുത്തുകയും അന്നത്തെ സർക്കാരിന് സമർപ്പിക്കുകയും ചെയ്തിരുന്നു. ഇതിന്റെ കോപ്പി കോഴിക്കോട് പുരാരേഖ കേന്ദ്രത്തിൽ സൂക്ഷിച്ചിട്ടുണ്ട്. എ കെ ജിയുടെ പ്രസംഗം പൂർണരൂപത്തിൽ ഇവിടെ രേഖപ്പെടുത്തുകയാണ്:

“ഇരുപത്തഞ്ചു വർഷം മുമ്പ് നമ്മുടെ പാവപ്പെട്ട സമൂഹത്തിൽനിന്ന് ഒരു സാധാരണ മുസ്ലിമായ ആലി മുസ്ലിയാർ ബ്രിട്ടീഷ് ഭരണത്തിനും അനീതിക്കും അടിമത്തത്തിനും എതിരെ കേരളത്തിൽ ഒരു മഹാസമരം നടത്തി. ഈ രാജ്യത്തിന്റെ സ്വാതന്ത്ര്യത്തിനുവേണ്ടി ബ്രിട്ടീഷ് ഗവൺമെന്റിനെതിരെ ആർക്കെങ്കിലും ശക്തമായ സമരം നടത്താൻ കഴിഞ്ഞിട്ടുണ്ടെങ്കിൽ, നിശ്ചയദാർഢ്യവും ധൈര്യവും ആരെങ്കിലും അവകാശപ്പെടുന്നുണ്ടെങ്കിൽ അത് ധൈര്യശാലികളും പാവപ്പെട്ടവരുമായ ഈ മുസ്ലീം കർഷകർക്കാണ്. അവർ വെള്ളപ്പട്ടാളത്തിന്റെ തോക്കുകളെയും പീരങ്കികളെയും ധൈര്യപൂർവം എതിരിട്ടു. അതൊക്കെ അവർ പുൽക്കൊടിയായി കണ്ടു. നമ്മുടെ ഈ മാപ്പിള സഹോദരന്മാരെ എങ്ങനെയാണ് നിങ്ങൾക്ക് മറക്കാനാകുക?

ആലി മുസ്ലിയാരുടെയും വാരിയൻ കുന്നത്ത് കുഞ്ഞഹമ്മദാജിയുടെയും കീഴിലുള്ള നമ്മുടെ മാപ്പിള സഹോദരന്മാർ പൂക്കോട്ടൂരിൽവച്ച് വെള്ള

പ്പട്ടാളത്തെ ശക്തമായി നേരിട്ടു. ബ്രിട്ടീഷ് സാമ്രാജ്യത്വ സർക്കാരിന് തോക്കും പീരങ്കിയും വിമാനവും കപ്പലുമുണ്ടായിരുന്നു. അവർക്കെന്തൊക്കെ ഉണ്ടായിരുന്നാലും ധീരരായ നമ്മുടെ മാപ്പിള സഹോദരന്മാർ യുദ്ധം ചെയ്യാൻ ധൈര്യപൂർവം തയാറായി. യുദ്ധത്തിനുള്ള ധൈര്യവും ശക്തിയും തങ്ങൾക്കുണ്ടെന്ന് പറഞ്ഞുകൊണ്ട് നിരായുധരായ മുസ്ലീം സുഹൃത്തുക്കൾ തുറന്ന യുദ്ധം നടത്തുകയും മലബാറിന്റെ രണ്ടു താലൂക്കുകളിൽ മൂന്നു മാസത്തോളം അവർ ഭരിക്കുകയും ചെയ്തു. അവർ ആ പ്രദേശങ്ങളിൽനിന്ന് ബ്രിട്ടീഷ്

എ കെ ഗോപാലൻ

സാമ്രാജ്യത്വത്തെ പുറത്താക്കുകയും സാധാരണ കർഷകരും തൊഴിലാളി സുഹൃത്തുക്കളും അവിടെ ഭരണം നടത്തുകയും ചെയ്തു. 'ക്വിറ്റ് ഇന്ത്യാ' പ്രമേയം 1921 ൽ മൂന്നു മാസത്തോളം നടപ്പാക്കിക്കൊണ്ട് നേരത്തേതന്നെ അവർ മാതൃക കാണിച്ചിട്ടുണ്ട്. ആലി മുസ്ലിയാരാണ് അത് ചെയ്തത്.

രണ്ട് താലൂക്കുകളിലെ ജനങ്ങൾ ഒരുമിച്ചാൽ മാത്രംമതി, അവരെ അടിച്ചമർത്താൻ ഗൂർക്കാ പട്ടാളവും വെള്ളപ്പട്ടാളവും പൊലീസും ഉദ്യോഗസ്ഥന്മാരും ഒന്നിച്ചു നിന്നാൽപ്പോലും സാധ്യമല്ലെന്ന് അവർ തെളിയിച്ചു. നമ്മുടെ ഐക്യം നമുക്ക് വേണ്ടത്ര ശക്തിതരുന്നു. തോക്കും വിമാനവും കുന്തവുമില്ലാതെയാണ് ആലി മുസ്ലിയാർ മൂന്നു മാസം ഭരിച്ചത്. ഇതോർമിക്കാതെ ഒരു സ്വാതന്ത്ര്യസമരം നടത്താൻ നമ്മൾ യോഗ്യരല്ല. അതിന്റെ ഗുണങ്ങൾ ചിന്തിക്കാനുള്ള ശക്തിയില്ലാതെ സ്വാതന്ത്ര്യത്തിനുവേണ്ടി ശക്തിയുള്ള സമരം നടത്താൻ നമുക്കാവില്ല. അതുകൊണ്ടാണ് അഭിമാനത്തോടെ ഇരുപത്തൊന്നിനെക്കുറിച്ച് നമ്മൾ ചിന്തിക്കുന്നതും സംസാരിക്കുന്നതും. നിങ്ങളാരാകട്ടെ, ഹിന്ദുവോ മുസ്ലിമോ ആകട്ടെ, നിങ്ങൾ സാമ്രാജ്യത്വവിരുദ്ധനാണെങ്കിൽ, അനർഹമായ ഈ ബ്രിട്ടീഷ് ഭരണം അവസാനിക്കണമെന്ന് ചിന്തിക്കുന്നുണ്ടെങ്കിൽ ഇരുപത്തൊന്നിൽ ഈ രാജ്യത്തെ ദേശഭക്തരായ യുവാക്കൾ ചെയ്ത ധീരസമരത്തിന്റെ പാഠമുൾക്കൊള്ളണം. ആ സമരത്തിന്റെ സാഹചര്യങ്ങൾ പഠിക്കാതെ

നിങ്ങൾക്ക് പ്രത്യക്ഷ നടപടികൾ തുടരാനാവില്ല. ബ്രിട്ടീഷ് ഭരണത്തിന് അന്ത്യംകുറിക്കാനുമാവില്ല. അതുകൊണ്ടാണ് ഇരുപത്തൊന്നിന്റെ നല്ല പാഠങ്ങൾ പഠിക്കണമെന്ന് നാം പറയുന്നത്.

അക്കാലത്ത് ഇന്നാട്ടിലെ മാപ്പിള സുഹൃത്തുക്കൾ ബി എ ക്കാരായിരുന്നില്ല. അവർക്ക് സ്കൂൾ വിദ്യാഭ്യാസവുമുണ്ടായിരുന്നില്ല. അവർക്ക് ഖാൻ ബഹാദൂർ പട്ടമുണ്ടായിരുന്നില്ല. പക്ഷേ, അവരിൽ ശക്തന്മാരുമുണ്ടായിരുന്നു. അന്ന് രാജ്യത്തിന്റെ സ്വാതന്ത്ര്യത്തിനുവേണ്ടി അവർ പ്രസംഗിക്കുകയായിരുന്നില്ല; പക്ഷേ, അവർ തോക്കുകളെ നേരിട്ടു, പീരങ്കികളെ നേരിട്ടു; ഉദ്യോഗസ്ഥന്മാരെ നേരിട്ടു. മനുഷ്യശക്തിക്ക് മുമ്പിൽ തോക്കും ആയുധങ്ങളും പുൽക്കൊടിയാണെന്ന് അവർ തെളിയിച്ചു. മൂന്നുമാസം അവർക്ക് ഭരിക്കാൻ കഴിഞ്ഞു. ഇതാർക്കെങ്കിലും മറക്കാൻ കഴിയുമോ? ഇത് സ്മരിക്കപ്പെടേണ്ടതല്ലേ? ആഗസ്റ്റ് വിപ്ലവത്തെ പാടിപ്പുകഴ്ത്തുന്ന കോൺഗ്രസ് സുഹൃത്തുക്കളോട് ഇതാണ് എനിക്ക് ചോദിക്കാനുള്ളത്. നമുക്കിതാണ് പറയാനുള്ളത്; ആഗസ്റ്റ് പതിനാറിനു മുസ്ലീം ലീഗ് നടത്തിയ പ്രത്യക്ഷ നടപടി (കോൺഗ്രസിനെതിരെ മുസ്ലീം ലീഗ് നടത്തിയ പ്രത്യക്ഷ നടപടി ദിനം) യഥാർഥ നടപടിയാകണമെങ്കിൽ മുസ്ലീം നേതാക്കൾ അത് ബ്രിട്ടീഷ് ഭരണത്തിനെതിരെയാണ് നടത്തേണ്ടത്. ഇരുപത്തൊന്നിലെ സമരത്തിന്റെ പാഠം അവർ നന്നായി പഠിക്കണം. അതായിരുന്നു നേരായ സമരം. പ്രത്യക്ഷ നടപടി കേരളത്തിൽ ഇരുപത്തൊന്നിൽ തന്നെ നടന്നു. അത് മറക്കരുത്. ഓരോ വർഷത്തിലും ഇരുപത്തൊന്നിലെ സമരത്തിന്റെ ഓർമ പുതുക്കണം. സ്വാതന്ത്ര്യത്തിനുവേണ്ടി ഈ സ്ഥലത്തെ ജനങ്ങൾ, നമ്മുടെ മുസ്ലീം സഹോദരന്മാർ ജന്മികൾക്കെതിരെ നടത്തിയ സമരത്തിന്റെ വില ആയിരങ്ങളോ കോടിയോ അല്ല; ആ സമരത്തിൽ സംഭവിച്ച വാഗൺട്രാജഡി മറക്കാൻ കഴിയുമെന്നോ?

അതുകൊണ്ടാണ് ഇരുപത്തൊന്നാണ് ആചരിക്കേണ്ടത് എന്നു ഞാൻ പറയുന്നത്. ഇരുപത്തൊന്നിൽ നമ്മുടെ ജനങ്ങൾ ഒരു പ്രത്യക്ഷ നടപടി കൈക്കൊണ്ടു. ഈ രാജ്യത്തിന്റെ സ്വാതന്ത്ര്യത്തിനുവേണ്ടിയുള്ള സായുധസമരം. ജനങ്ങളുടെ കഷ്ടപ്പാടുകൾ അവസാനിപ്പിക്കുന്നതിന്, ജന്മിമാരിൽനിന്നും ഈ നാട്ടിലെ പാവപ്പെട്ടവരെ സംരക്ഷിക്കുന്നതിന്, ജന്മിമാരുടെയും ഉദ്യോഗസ്ഥരുടെയും പൊലീസിന്റെയും അതിക്രമങ്ങൾ അവസാനിപ്പിക്കുന്നതിനുവേണ്ടിയുള്ള സമരം. ഇരുപത്തൊന്നിലെ സായുധസമരത്തെക്കുറിച്ച് പറയുമ്പോൾ അഹിംസയ്ക്ക് ഏറെ പ്രാധാന്യം കൊടുക്കുന്ന കോൺഗ്രസ് സുഹൃത്തുക്കളോട് ഞാൻ ചോദിക്കട്ടെ, എന്തായിരുന്നു ആഗസ്റ്റ് വിപ്ലവം? അത് വയർലെസ്കമ്പി മുറിക്കലും റെയിൽ തകർക്കലുമായിരുന്നില്ലേ? അതുപോലെ ഉദ്യോഗസ്ഥരുടെ അതിക്രമത്തെയും ചെറുത്തു. അവരിൽ പലരും മരിച്ചു. അത് അഹിംസയാണോ? പണ്ഡിറ്റ് നെഹ്റുപോലും പറയും; നാം ആഗസ്റ്റ് വിപ്ലവം ഓർക്ക

ണമെന്ന്! ബ്രിട്ടീഷ് സാമ്രാജ്യത്വത്തിനെതിരെയുള്ള സമരമായി ആഗസ്റ്റ് വിപ്ലവത്തെ കോൺഗ്രസ് ഗണിക്കുന്നുവെങ്കിൽ എന്തുകൊണ്ട് ഇരുപത്തൊന്നിലെ കലാപത്തെ പാർട്ടി അതുപോലെ സ്മരിക്കുന്നില്ല? ആ സമരത്തെ മാപ്പിളകലാപം മലബാർകലാപം എന്നൊക്കെ പറയുവാൻ ചില കാരണങ്ങളൊക്കെയുണ്ട്. ആയിരക്കണക്കിന് മുസ്ലീങ്ങൾ രാജ്യത്തിന്റെ സ്വാതന്ത്ര്യത്തിനുവേണ്ടി മരിക്കാൻ തയാറായപ്പോൾ മുസ്ലീം വിരുദ്ധ ചിന്തയുള്ളവർ അങ്ങനെയങ്ങ് പറയാൻ തുടങ്ങിയതാണ്.

അന്നത്തെ ഖിലാഫത്ത് ഗവൺമെന്റ് പാവപ്പെട്ടവരുടെ ഗവൺമെന്റായിരുന്നു. അത് കർഷകരുടെയും തൊഴിലാളികളുടെയും ഗവൺമെന്റായിരുന്നു. വാരിയൻ കുന്നത്ത് കുഞ്ഞഹമ്മദാജിയുടെ ക്യാമ്പിലുണ്ടായിരുന്നവർ കർഷകരായിരുന്നു. നാട്ടിൽ പണമുള്ളവരുണ്ടായിരുന്നു. കുത്തകമുതലാളിമാരുണ്ടായിരുന്നു. എന്നിട്ടും ആരാണ് ഭരണം നടത്തിയത്? ഒരു പാവം വണ്ടിക്കാരൻ കുഞ്ഞഹമ്മദാജി. ഒരു പരീക്ഷയും പാസാകാത്തവൻ. പക്ഷേ, അദ്ദേഹമായിരുന്നു ജനങ്ങളുടെ നേതാവ്. പാവപ്പെട്ടവരുടെയും നേതാവ്. ബി എയും എം എയും ഉള്ള ഉദ്യോഗസ്ഥർ അദ്ദേഹത്തെ സല്യൂട്ട് ചെയ്തു. അദ്ദേഹം അവർക്ക് കൽപ്പനകൾ നൽകി. കൈക്കൂലി വാങ്ങുന്ന ഒരു ഉദ്യോഗസ്ഥനും അവിടെ ഉണ്ടായിരുന്നില്ല. പാവപ്പെട്ടവർക്ക് സംരക്ഷണം ലഭിച്ചു. ജഡ്ജിമാർ ഹിന്ദുവായാലും മുസ്ലിമായാലും നിഷ്പക്ഷമായി വിധി പറഞ്ഞു. വാരിയൻ കുന്നത്ത് കുഞ്ഞഹമ്മദാജിയുടെ ഗവൺമെന്റിൽനിന്ന് ജാതി-മത ചിന്തകൾക്കതീതമായി പാവപ്പെട്ടവർക്ക് സംരക്ഷണം കിട്ടിയെന്നതിന് ഉദാഹരണങ്ങളുണ്ട്. അദ്ദേഹം ഉദ്യോഗസ്ഥരോട് പറഞ്ഞു: "നിങ്ങൾ വിദ്യാഭ്യാസമുള്ളവരാണ്. കൈക്കൂലി വാങ്ങുന്നവരുമാണ്. പക്ഷേ, എന്റെ ഗവൺമെന്റിൽ ബ്രിട്ടീഷ് രീതിയിലുള്ള ഭരണംമാത്രം പോരാ. നിങ്ങൾക്ക് കൈക്കൂലി വാങ്ങാനാവില്ല. രാജ്യം ഭരിക്കുന്നത് വാരിയൻ കുന്നത്ത് കുഞ്ഞഹമ്മദാജിയാണ്. അതിനാൽ പാവപ്പെട്ടവർ സംരക്ഷിക്കപ്പെടണം."

നമ്മൾ വർഗീയ കലാപം ഉണ്ടാക്കുന്നുവെന്നാണ് പറയുന്നത്. നമ്മൾ കലാപമുണ്ടാക്കുന്നുവെന്ന് പറയുന്നത് ശരിതന്നെ. പക്ഷേ, അത് വർഗീയമല്ല. പിന്നെ ആർക്കെതിരെയുള്ള കലാപം? ഉപയോഗശൂന്യമായ ബ്രിട്ടീഷ് ഭരണത്തിനെതിരെയുള്ള കലാപം. വാഗൺട്രാജഡിയിൽ പാവപ്പെട്ട മുസ്ലീങ്ങളെ കൊന്ന ഭരണത്തിനെതിരെയാണ് നാം ജനങ്ങളെ കലാപത്തിന് പ്രേരിപ്പിക്കുന്നത്. ഹിന്ദുക്കളും മുസ്ലീങ്ങളും തമ്മിൽ ഇവിടെ കഴുത്തറുക്കില്ല. ബുദ്ധിയുള്ളവരും ദേശാഭിമാനവുമുള്ള ആരും മതത്തിന്റെ പേരിൽ കലാപമുണ്ടാക്കില്ല.

ഇവിടന്നങ്ങോട്ട് അഹിംസയുടെ ഒരു സിദ്ധാന്തവും വിലപ്പോവില്ല. അതിക്രമം ഏതു ഭാഗത്ത് നിന്നായാലും പൊലീസിന്റെ ഭാഗത്തു നിന്നാവട്ടെ, ജന്മിയുടെയോ മുതലാളിയുടെയോ ഭാഗത്തു നിന്നാവട്ടെ, അതിനെ

എതിർക്കണമെന്ന് ജനങ്ങൾ തീരുമാനിച്ചാൽ അത് വളരെ വേഗം ഈ രാജ്യത്ത് നടക്കുകതന്നെ ചെയ്യും. അതുവഴി സൗകര്യപ്രദമായി ജീവിക്കാനും കഴിയും. അതുകൊണ്ട് ഞാൻ ഇരുപത്തൊന്നിനെ പരാമർശിക്കുമ്പോൾ അതിന്റെ വാർഷികം ആചരിക്കാൻ പറയുമ്പോൾ പൂക്കോട്ടൂർ ദിനം എന്നു പറയുമ്പോൾ തൊള്ളായിരത്തി ഇരുപത്തൊന്നിലെ നമ്മുടെ മാപ്പിള സഹോദരന്മാർക്ക് നിങ്ങൾ സിന്ദാബാദ് വിളിക്കുക. ജന്മിമാരുടെയും ഉദ്യോഗസ്ഥന്മാരുടെയും അതിക്രമങ്ങൾക്കെതിരെ, അനീതിക്കെതിരെ, തോക്കുകളുടെയും പീരങ്കികളുടെയും മുമ്പിൽ രാജ്യത്തിന് മോചനത്തിനുവേണ്ടി മരിക്കാൻ തയാറായ മാപ്പിളമാരുടെ സ്മരണ സജീവമാക്കാത്തവരാരാണ്? ഈ നാട്ടിലെ നിരവധി ചെറുപ്പക്കാർ സ്വാതന്ത്ര്യത്തിനുവേണ്ടി പട്ടാളത്തിന്റെ മുന്നിൽ മാറ് കാണിച്ചു. ഇതുവരെ ഞാനും നിങ്ങളും അത്തരം ഒരു കൃത്യം ചെയ്തിട്ടില്ല. നമ്മൾ പ്രസംഗിച്ചു, ജയിൽവാസമനുഭവിച്ചു, അപ്പോഴേക്കും ധീരരാണെന്ന് നാം അവകാശപ്പെടുകയായി. തോക്കും പീരങ്കിയും തീ തുപ്പുമ്പോൾ അവയ്ക്കെതിരെ നിരായുധരായി മാർച്ച് ചെയ്യാനും അവ പിടിച്ചെടുക്കാനും എതിർത്ത് തോൽപ്പിക്കാനും എത്ര പേരുണ്ടാകുമെന്ന് നിങ്ങൾ ചിന്തിച്ചിട്ടുണ്ടോ? വളരെ കുറച്ചുപേർ മാത്രം. രാജ്യത്തിന്റെ സ്വാതന്ത്ര്യത്തിനുവേണ്ടി, പൊലീസിന്റെയും ജന്മിമാരുടെയും അതിക്രമങ്ങളവസാനിപ്പിക്കുന്നതിനുവേണ്ടി ധീരന്മാർ സാമ്രാജ്യത്വവിരുദ്ധ യുദ്ധം നടത്തിയപ്പോൾ അതായിരുന്നു ശരിയായ സമരം. അതിന്റെ സ്മരണ നാം നിലനിർത്തുക. ഇത് ഞാൻ നൂറു പ്രാവശ്യം പറയും. അതിന്റെ പേരിൽ തൂക്കിലേറ്റിയാലും നമ്മളത് പറയണം. ദേശാഭിമാനികളെന്ന് വിളിക്കാൻ ആർക്കെങ്കിലും അർഹതയുണ്ടെങ്കിൽ ആരെങ്കിലും യഥാർഥ യുദ്ധം നടത്തിയിട്ടുണ്ടെങ്കിൽ, അസാമാന്യമായ ധൈര്യത്തോടെ ഈ രാജ്യത്തിനുവേണ്ടി ആരെങ്കിലും യുദ്ധം ചെയ്തിട്ടുണ്ടെങ്കിൽ ആ ദേശാഭിമാനികൾ നമ്മുടെ മാപ്പിള സഹോദരന്മാരാണ്. അതേക്കുറിച്ച് ഒരു സംശയവുമില്ല. ഇതേക്കുറിച്ച് ചിന്തിക്കാത്ത കോൺഗ്രസുകാർ ദേശാഭിമാനികളല്ല. രാജ്യത്തിന്റെ സ്വാതന്ത്ര്യത്തിനുള്ള മാർഗത്തിൽ നിരവധി നല്ല മക്കൾ തോക്കിനെ നേരിട്ട് വീരമൃത്യു വരിച്ചു. അവരെ ഓർക്കുവിൻ. ആ നന്മ സ്വീകരിക്കാൻ ശ്രമിക്കണം. തെറ്റായ വശങ്ങൾ ഉപേക്ഷിക്കാൻ ശ്രമിക്കുകയും ചെയ്യുക. കമ്യൂണിസ്റ്റുകാരുടെ അഭ്യർഥനകളിൽ കലാപം ലക്ഷ്യമാക്കുന്നില്ല. പണ്ഡിറ്റ് നെഹ്റുവാണ് കലാപം ഇളക്കിവിടുന്നത്. അദ്ദേഹം ലീഗുകാരോട് പറഞ്ഞു: “ഒന്നുകിൽ നിങ്ങൾ അല്ലെങ്കിൽ ഞങ്ങൾ!” ഞങ്ങളല്ല കലാപത്തിന് ജനങ്ങളെ പ്രേരിപ്പിക്കുന്നത്. അത് കോൺഗ്രസിന്റെയും ലീഗിന്റെയും നേതാക്കളാണ്. അവർക്കാണതിൽ താൽപ്പര്യം, ഞങ്ങൾക്കല്ല. കമ്യൂണിസ്റ്റുകളിൽ ജന്മിയോ മുതലാളിയോ സമ്പന്നനോ ഇല്ല. ലീഗിൽ മുതലാളിമാരും ജന്മിമാരും ഉണ്ട്. കോൺഗ്രസിലുമുണ്ട്. കോഴിക്കോട്ട് ബാദ്ഷാ സാഹിബ്

നിരവധി മുസ്ലീം കുടിയാന്മാരെ വീടുകളിൽനിന്ന് പുറത്താക്കി. മുതലാളി എപ്പോഴും മുതലാളി തന്നെയാണ്. അവർ സാമുവൽ ആറോണോ സത്താർ സേഠുവോ ആകട്ടെ, ഹിന്ദുവോ മുസ്ലിമോ ആകട്ടെ, കോൺഗ്രസോ മുസ്ലീംലീഗോ ആകട്ടെ; മുതലാളിമാരുടെ ലക്ഷ്യം ഈ രാജ്യത്തെ ഹിന്ദുവോ മുസ്ലിമോ ആയ പാവപ്പെട്ടവരുടെ ഊർജം പിഴിഞ്ഞെടുക്കുകയും ഏറ്റവും കുറഞ്ഞ കൂലി കൊടുത്ത് അവരെ പട്ടിണിക്കിടലുമാണ്. കോൺഗ്രസ് ലീഗ് മുതലാളിമാരും കോൺഗ്രസ് ലീഗ് ജന്മിമാരും പാവപ്പെട്ട മുസ്ലീം ഹിന്ദു ജനങ്ങളെ ഭിന്നിപ്പിച്ച് ബ്രിട്ടീഷ് മുതലാളിമാർക്കുവേണ്ടി തങ്ങളുടെ സ്വാർഥ താൽപ്പര്യങ്ങൾ സംരക്ഷിക്കുകയാണ്. ജനങ്ങളെ ചൂഷണം ചെയ്യാനുള്ള അവകാശം ബ്രിട്ടീഷുകാർക്ക് മാത്രമല്ല, തങ്ങൾക്കുകൂടി വേണമെന്നാണ് ഇവരാവശ്യപ്പെടുന്നത്. ഈ രാജ്യത്തിന്റെ സ്വാതന്ത്ര്യത്തിനുവേണ്ടി ആരെങ്കിലും സാമ്രാജ്യത്വ വിരുദ്ധയുദ്ധം നടത്തിയിട്ടുണ്ടെങ്കിൽ, ആരെങ്കിലും പ്രത്യക്ഷ നടപടി സമരം നടത്തിയിട്ടുണ്ടെങ്കിൽ അത് ഇരുപത്തൊന്നിലെ നമ്മുടെ മാപ്പിള സുഹൃത്തുക്കൾ മാത്രമാണ്.

ഇരുപത്തി ഒന്നിലെയും നാൽപ്പത്തി ആറിലെയും സ്ഥിതിഗതികൾ കൂടി നിങ്ങൾ മനസിലാക്കുക. ഇരുപത്തൊന്നിൽ ഒന്നാംലോക യുദ്ധത്തെത്തുടർന്ന് രാജ്യം വളരെ ദയനീയാവസ്ഥയിലായിരുന്നു. അന്ന് ബുദ്ധിമുട്ടായിരുന്നു. വേണ്ടത്ര അരി ഉണ്ടായിരുന്നില്ല. വസ്ത്രങ്ങൾ കിട്ടാനില്ല. പോരാത്തതിന് ഖിലാഫത്ത് പ്രസ്ഥാനവും തുടങ്ങിയിരുന്നു. ഹിന്ദുക്കളും മുസ്ലിങ്ങളും ഒറ്റക്കെട്ടായിരുന്നു. കഴിഞ്ഞ എട്ടു മാസമായി അല്ലെങ്കിൽ ഒരു വർഷമായി രാജ്യത്ത് എന്താണ് സംഭവിച്ചുകൊണ്ടിരിക്കുന്നത്? ഇന്ത്യൻ നേവിയിലെ ഇന്ത്യക്കാർ മാപ്പിളമാർ മാത്രമല്ല; എല്ലാവരും ഒരു ദിവസം രാവിലെ അവരുടെ കപ്പലുകളിൽനിന്ന് യൂണിയൻ പതാക അഴിച്ചുവച്ച് പകരം, കോൺഗ്രസിന്റെയും ലീഗിന്റെയും പതാകകൾ നാട്ടി. എന്നിട്ട് ബ്രിട്ടീഷുകാരോട് പറഞ്ഞു: നിങ്ങൾ ഇന്ത്യവിട്ട് പോകണം. വെള്ളക്കാർക്ക് കൊടുക്കുന്ന അതേ ശമ്പളം ഞങ്ങൾക്കും നൽകണം. അത് പറഞ്ഞുകൊണ്ടാണ് അവർ പ്രത്യക്ഷ നടപടി സമരം നടത്തുന്നത്. നിങ്ങൾ ഒന്നു മനസിലാക്കണം: ബ്രിട്ടീഷ് പട്ടാളവുംകൂടി നമ്മുടെ സ്വാതന്ത്ര്യത്തിനുവേണ്ടി പണിമുടക്കുന്നുണ്ട്. എം എസ് പി പണിമുടക്കി.

ഇരുപത്തൊന്ന് രൂപയ്ക്ക് നാടൊട്ടുക്കും പോയി ജനങ്ങളെ വെടിവയ്ക്കാനും തല്ലാനും തങ്ങൾക്കാവില്ലെന്ന് പറഞ്ഞാണ് അവർ പണിമുടക്കിയത്. പണിമുടക്കിയ 2000 എം എസ് പിക്കാരെ ഗവൺമെന്റ് പിരിച്ചുവിട്ടു. തിരുനെൽവേലിയിലെ റിസർവ് പൊലീസ് പണിമുടക്കിയെന്ന് മിനിയാന്നത്തെ പത്രത്തിൽ കണ്ടു. അപ്രകാരം പൊലീസ് പണിമുടക്കി. തപാൽ ഉദ്യോഗസ്ഥർ പണിമുടക്കി. പത്തുലക്ഷംവരുന്ന റെയിൽവേ ഉദ്യോഗസ്ഥർ പറയുന്നു, ഞങ്ങളും പണിമുടക്കുകയാണെന്ന്. അപ്പോൾ

ഗവൺമെന്റ് പറയുന്നു, ഒത്തുതീർപ്പ് വേണമെന്ന്. ഇപ്പോൾ കോട്ടും ടൈയുമിട്ട നോൺ ഗസറ്റഡ് ഉദ്യോഗസ്ഥർ മദ്രാസിൽ സിന്ദാബാദ് വിളിച്ച് നടക്കുകയാണ്. യൂറോപ്യൻ കളക്ടറൊഴികെയുള്ള ഉദ്യോഗസ്ഥന്മാരും ഇരുനൂറും മുന്നൂറും ശമ്പളം പറ്റുന്ന ഉദ്യോഗസ്ഥരും പൊലീസും എം എസ് പിയും ഒക്കെ പണിമുടക്കാൻ തയാറായിരിക്കുന്നു. എന്തുകൊണ്ട്? പണിമുടക്ക് കലാപമാണോ? വിശപ്പിന്റെ ഉച്ചത്തിലുള്ള വിളി ഇനിയും സഹിക്കാനാവില്ല. പട്ടിണിക്കാരുടെ വയറ്റിൽ കലാപമാരംഭിച്ചിരിക്കുന്നു. ഈ സമരങ്ങളൊക്കെയും വിശപ്പുമൂലം ഭ്രാന്തരായ ജനങ്ങളുടേതാണ്. ഇതല്ലാതെ വേറൊരു കലാപം ഇവിടെയില്ല.

നമ്മളെന്തിനാണ് അടിച്ചമർത്തപ്പെടുന്നത്? അവർ നമ്മെ അറസ്റ്റ് ചെയ്യുന്നു. നമ്മൾ മർദിക്കപ്പെടുന്നു. നിത്യവും കരിഞ്ചന്ത നടക്കുന്നു. അതിനാകട്ടെ, ശിക്ഷിക്കപ്പെടുന്നുമില്ല. നമ്മൾ കരിഞ്ചന്തക്കാരെ പിടിച്ചു കൊടുത്തു. എന്നിട്ടെന്താ, അവർ നമ്മളോട് പ്രതികാരം ചെയ്യുന്നു. കരിഞ്ചന്തക്കാരെ തൂക്കിക്കൊല്ലണമെന്നാണ് നെഹ്റു പറയുന്നത്. അത്രയ്ക്കൊന്നും നമ്മൾ ആവശ്യപ്പെടുന്നില്ല. അവർക്ക് എന്തെങ്കിലും ശിക്ഷ കൊടുത്തുകൂടേ? നാലുകോടി രൂപയ്ക്കുള്ള വസ്ത്രം കരിഞ്ചന്ത നടത്തിയതിന് അളഗപ്പ ചെട്ടിയാരെ പിടിച്ചു. അയാളെ ശിക്ഷിച്ചോ? പിന്നെന്തിനാണിവിടെ ഗവൺമെന്റ്? ജന്മിമാരെയും മുതലാളിമാരെയും ശിക്ഷിക്കണം. അക്കാര്യത്തിൽ ഗവൺമെന്റ് ആരെയും പേടിക്കരുത്. റെയിൽവേ തൊഴിലാളികൾ പണിമുടക്കി. അവരെ നേരിടാൻ പൊലീസിനെയും എം എസ് പിയെയും അയക്കരുതായിരുന്നു. ഒരു യൂറോപ്യൻ മുതലാളിയെ സഹായിക്കാൻ പൊലീസിനെ അയക്കരുത്. അതിനുള്ള ശക്തിയും തന്റേടവും ഗവൺമെന്റിന് വേണം. നന്മ ചെയ്യാൻ നിങ്ങൾക്ക് കഴിയില്ലെങ്കിൽ പോട്ടെ, നിങ്ങൾക്ക് തിന്മ ചെയ്യാതെയെങ്കിലും ഇരുന്നുകൂടേ? ഇതാണ് കോൺഗ്രസിനോടുള്ള ഞങ്ങളുടെ ഒരേയൊരു അപേക്ഷ. രാജ്യദ്രോഹികളെന്നാണ് നിങ്ങൾ ഞങ്ങളെ വിളിക്കുന്നത്. ഞങ്ങൾ കോൺഗ്രസ് പ്രസ്ഥാനത്തിൽ പങ്കെടുത്തിരുന്നില്ലേ? പക്ഷേ, ഇന്ന് ഞങ്ങൾ കോൺഗ്രസിലില്ല. ഇന്ന് മുത്തയ്യ ചെട്ടിയാർ കോൺഗ്രസിന്റെ പ്രതിനിധിയാണ്. ചെട്ടിയാർ രാജ്യം ഭരിച്ചാൽ എന്താണ് സംഭവിക്കാൻ പോകുന്നത്? കരിഞ്ചന്ത! സരോജിനി നായിഡു പ്രസംഗിച്ച യോഗത്തിൽ ആനപ്പുറത്തിരുന്നുകൊണ്ടാണ് ബോബിലി രാജാവ് വന്നത്. ഇന്നദ്ദേഹം കോൺഗ്രസിന്റെ പ്രതിനിധിയാണ്. കോൺഗ്രസിന് ഞങ്ങളെ ആവശ്യമില്ല.

ഈ വർഷം സ്വാതന്ത്ര്യത്തിനുവേണ്ടി എന്തെങ്കിലും ചെയ്യാനുള്ള ഒരുക്കത്തിലാണ് രാജ്യം. അതിന് കോൺഗ്രസും ലീഗും മുന്നിട്ടിറങ്ങണം. പക്ഷേ, ഈ പാർട്ടികൾ പരസ്പരം ശത്രുതയിലാണ്. കോൺഗ്രസ് പകലാണെന്ന് പറയുമ്പോൾ അല്ല; രാത്രിയാണെന്ന് ലീഗ് പറയും. നിങ്ങൾ

ഒന്നിക്കണം. നിങ്ങൾ ഈ രാജ്യക്കാരല്ലേ? വെള്ളക്കാർക്കെതിരെ നിങ്ങൾക്കൊന്നിച്ചുകൂടേ? കോൺഗ്രസും ലീഗും ഈ രാജ്യക്കാരാണ്. എന്തുകൊണ്ട് അവർക്ക് ഒന്നിച്ചുകൂടാ? രാജ്യത്തിന്റെ സ്വാതന്ത്ര്യത്തിനുവേണ്ടി മരണംവരിച്ച ഇരുപത്തൊന്നിലെ സഹോദരന്മാരെ നിങ്ങൾ ആദരിക്കണം. രാജ്യത്തിന്റെ മോചനത്തിനുവേണ്ടി ജീവൻ നൽകിയ അവർ ധീരരാണെന്ന് നിങ്ങൾ പ്രഖ്യാപിക്കണം. നിങ്ങൾ ഈ രാജ്യത്തെ സ്നേഹിക്കുന്നുണ്ടോ? നിങ്ങൾ ബ്രിട്ടീഷ് സാമ്രാജ്യത്തിന്റെ ശത്രുവാണോ? എങ്കിൽ അന്ന് യുദ്ധം ചെയ്തവരെ ആദരിക്കുക. വാരിയൻ കുന്നത്ത് കുഞ്ഞഹമ്മദാജിയെ നിങ്ങൾക്ക് മറക്കാൻ കഴിയില്ല. മൂന്നുമാസം അദ്ദേഹം ഈ നാട് ഭരിച്ചു. ബ്രിട്ടീഷുകാർ ഇവിടെ ഉണ്ടായിരുന്നെങ്കിലും മൂന്നു മാസത്തേക്ക് ഒറ്റ യൂറോപ്യനും അങ്ങോട്ട് പോയില്ല. എങ്ങനെ ഭരിക്കണമെന്ന് ഹാജിയാർക്ക് അറിയാമായിരുന്നു. കൈക്കൂലി വാങ്ങാതെയും ജനങ്ങളെ പീഡിപ്പിക്കാതെയുമാണ് ഭരിക്കേണ്ടതെന്ന് അദ്ദേഹത്തിനറിയാം. ഗവൺമെന്റ് ജനങ്ങളുടെ നന്മയ്ക്ക് വേണ്ടിയാണെന്ന് അദ്ദേഹം പറഞ്ഞു. കോൺഗ്രസും ലീഗും ഇത് മനസിലാക്കണം. അന്നത്തെ പാഠം പഠിക്കണം. ബ്രിട്ടീഷ് ഗവൺമെന്റ് നമ്മുടെ പൊതുശത്രുവാണ്. കോൺഗ്രസും ലീഗും തമ്മിൽ തല്ലരുത്. കൽക്കത്ത നമുക്കൊരു പാഠമാണ്. തങ്ങൾ ഗവൺമെന്റിനെതിരെയാണെന്ന് പറഞ്ഞുകൊണ്ട് അവിടെ ഹിന്ദുവും മുസ്ലിമും തമ്മിൽ പരസ്പരം കലഹിച്ചു. ഇതിന്റെ നഷ്ടം അഞ്ചുകോടി രൂപയാണെന്നാണ് കണക്ക്. നിരവധി ജനങ്ങൾ മരിച്ചുവെന്ന് പറയപ്പെടുന്നു. കോൺഗ്രസുകാർക്കും ലീഗുകാർക്കും റോഡിലിറങ്ങി നടക്കാൻ കഴിയില്ല. വെള്ളപ്പട്ടാളം സിഗരറ്റ് പുകച്ചുകൊണ്ട് റോഡിലൂടെ നടക്കുകയാണ്. ശവശരീരങ്ങളിൽ ചവിട്ടിയാണ് ബ്രിട്ടീഷുകാർ കൽക്കത്തയുടെ തെരുവുകളിൽ നടക്കുന്നത്. കോൺഗ്രസും ലീഗും പാഠം പഠിക്കുമോ?

എന്തിനാണ് ജനങ്ങൾ പണിമുടക്കുന്നത്? കമ്യൂണിസ്റ്റുകാർക്ക് വേണ്ടിയാണോ മുന്നൂറു രൂപ ശമ്പളം പറ്റുന്ന വ്യക്തികൾ പണിമുടക്കുന്നത്? ആളുകൾക്ക് മുന്നോട്ടു പോകാൻ കഴിയാതായിരിക്കുന്നു. ഇവിടെ ഉള്ളവനും ഇല്ലാത്തവനുമുണ്ട്. മുതലാളിയും തൊഴിലാളിയുമുണ്ട്. ജന്മിയും കർഷകനുമുണ്ട്. അതിന്റെ ഫലമാണ് പണിമുടക്ക്. ജീവിക്കാനുള്ള കൂലി ജനങ്ങൾക്ക് കിട്ടുന്നില്ല. അത് തരണമെന്ന് അവർ നിർബന്ധിക്കുന്നു. ജനങ്ങളേ, നിങ്ങൾ നേതാക്കളോട് പറയുക: "നേതാക്കളേ, നിങ്ങളോട് ഞങ്ങൾക്ക് നല്ല ബഹുമാനമാണ്. പക്ഷേ, നിങ്ങൾ ഒന്നിക്കുന്നില്ലെങ്കിൽ ഞങ്ങൾ ഒന്നിക്കും. പാവപ്പെട്ട തൊഴിലാളിയും കർഷകനും ഒന്നിക്കും. ഈ നാട്ടിലെ ജനങ്ങൾ ഒന്നിക്കും. രാജ്യത്തെ കാര്യങ്ങൾ ഞങ്ങൾ തീരുമാനിക്കും." ഇതാണ് നിങ്ങൾ പറയേണ്ടത്. അല്ലാത്തപക്ഷം സാമ്രാജ്യത്വ വിരുദ്ധസമരം പരസ്പരം നാശംകൊയ്യുന്ന സമരമായി മാറും. സ്വാ

തന്ത്ര്യം ലഭിക്കുന്ന കാര്യത്തിൽ നമ്മൾ പരാജയപ്പെടും. ഇവിടെ തൊഴിലില്ലായ്മ വരും. ഭക്ഷണക്ഷാമം വരും. നമുക്കൊന്നും ലഭിക്കില്ല. ഇതാണ് ഇരുപത്തൊന്നിന്റെ പാഠം.

ഇപ്പോഴുള്ള റെയിൽവേ പണിമുടക്ക് പ്രത്യക്ഷ നടപടിയാണ്. അടിക്കുപകരം അടികൊടുക്കണം. ആയുധമെടുക്കണമെങ്കിൽ ആയുധമെടുക്കണം. ഇനിയങ്ങോട്ട് സത്യഗ്രഹംകൊണ്ട് മാത്രം ഒന്നും നേടില്ല. കോൺഗ്രസിന്റെയും ഗാന്ധിജിയുടെയും സത്യഗ്രഹംകൊണ്ട് എന്ത് നേടിയെന്ന് നിങ്ങൾ കണ്ടില്ലേ?

നമ്മൾ സംഘടിതമായി സമരം ചെയ്യണം. ഇരുപത്തൊന്നിലേതുപോലുള്ള സായുധസമരം. ഹിംസ ആവശ്യമെങ്കിൽ അതുതന്നെ വേണം. അതിന് തയാറുള്ളവർ മുന്നോട്ടുവരട്ടെ. ബ്രിട്ടീഷ് ഗവൺമെന്റ് അക്രമം പ്രവർത്തിക്കുന്നു, എങ്കിൽ എന്തുകൊണ്ട് നമുക്കും അതായിക്കൂടാ? എനിക്ക് അഹിംസയിൽ ഒരു വിശ്വാസവുമില്ല. അതിൽ ആർക്കെങ്കിലും വിശ്വാസമുണ്ടെങ്കിൽ ആ മാർഗം സ്വീകരിച്ചോട്ടെ. ഇരുപത്തൊന്നിലെ സമരമാണ് നമുക്ക് പാഠം. എങ്കിലേ ബ്രിട്ടീഷ് ഗവൺമെന്റ് മുട്ടുമടക്കുകയുള്ളൂ. മുസ്ലീം കർഷകർ രാജ്യം ഭരിച്ചു. രാജ്യം ഭരിക്കാൻ ബി എക്കാരനെ ആവശ്യമില്ല. സഖാവ് ഇസ്ഹാഖിന്റെ ആവശ്യമില്ല. കർഷകന്റെ ഭരണമാണ് വരുന്നത്.

ഇരുപത്തൊന്നിലെ സംഘടിത സമരമാണ് പ്രത്യക്ഷ സമരം. അക്കാര്യത്തിൽ നാം സ്വയം അഭിനന്ദിക്കുകയാണ്. അത്തരം സമരത്തിലൂടെ മാത്രമേ നമുക്ക് സ്വാതന്ത്ര്യം നേടാനാകൂ. സമരം സാമുദായികമാകാതിരിക്കാൻ നാം വളരെ ശ്രമിക്കണം. സമരം സംഘടിതമാണെങ്കിൽ കൽക്കത്തയിൽ സംഭവിച്ചതുപോലെ സംഭവിക്കില്ല. അങ്ങനെ സംഭവിക്കാതിരിക്കാൻ കോൺഗ്രസും ലീഗും ജനങ്ങളെ ഉപദേശിക്കണം. ഈ അവസ്ഥയിലെ വസ്തുതകൾ അവർക്ക് വിവരിച്ചു കൊടുക്കണം. എനിക്ക് കൂടുതലൊന്നും പറയാനില്ല. ഈ സമ്മേളനത്തിന്റെ ലക്ഷ്യം ഞാൻ നിങ്ങൾക്ക് വിവരിച്ചു തന്നു. അതേക്കുറിച്ചുള്ള കൂടുതൽ വിവരങ്ങൾ *ദേശാഭിമാനി*യുടെ കോളങ്ങളിലുണ്ട്. അതിന്റെ കോപ്പികൾ വാങ്ങിക്കൊണ്ട് ജനങ്ങൾ കാര്യങ്ങൾ അറിയണം. സാമുദായിക കലാപങ്ങളുണ്ടാക്കുക ഞങ്ങളുടെ ലക്ഷ്യമല്ല. സ്വാതന്ത്ര്യത്തിനുവേണ്ടി ജീവൻ ത്യജിച്ച മാപ്പിള സഹോദരന്മാരെ സ്മരിക്കണമെന്ന് രാജ്യത്തിന്റെ മുഴുവൻ ജനങ്ങളോടും ഞാൻ ഉപദേശിക്കുന്നു."

ഈ പ്രസംഗത്തിന്റെപേരിൽ എ കെ ജിയെ ജയിലിലടച്ചു. സ്വാതന്ത്ര്യം പ്രഖ്യാപിച്ച് സ്വതന്ത്ര ഗവൺമെന്റ് അധികാരത്തിൽ വന്നതോടെ എല്ലാ രാഷ്ട്രീയത്തടവുകാരെയും വിട്ടയച്ചപ്പോൾ എ കെ ജിക്കെതിരെയുള്ള കേസ് നിലനിർത്തുകയും അദ്ദേഹത്തെ ജയിലിൽത്തന്നെ വയ്ക്കുകയും കേസ് തുടർന്നു നടത്താൻ സർക്കാർ തീരുമാനിക്കുകയും ചെയ്തു.

ഇതിനെതിരെ 1942 സെപ്തംബർ രണ്ടിന് എ കെ ജി നൽകിയ ഹർജിയിൽ ഗവൺമെന്റ് നടപടിയെ ചോദ്യം ചെയ്തു. വെള്ളക്കാരന്റെ ഗവൺമെന്റും സ്വതന്ത്ര ഇന്ത്യാഗവൺമെന്റും തമ്മിലെന്ത് വ്യത്യാസമാണ് ഉള്ളതെന്നും അദ്ദേഹം ചോദിച്ചു. "വെള്ളക്കാരൻ കോൺഗ്രസുകാരുടെ നേരെ ഉപയോഗിച്ച അതേ വെറുക്കപ്പെട്ട വൃത്തികെട്ട വകുപ്പുകൾതന്നെ എന്റെനേരെ ഉപയോഗിക്കുന്നതുകൊണ്ടും എന്നെ ശിക്ഷിക്കുന്നതു കൊണ്ടും നാട്ടിൽ കുഴപ്പം വർധിക്കുവാനിടയാക്കുകയാണെന്ന് ഈ കേസിനനുമതി നൽകിയ ഗവർണറുടെ ആഗ്രഹത്തിന് സമ്മതംമൂളിയ കോൺഗ്രസ് ഗവൺമെന്റിനെ താക്കീത് ചെയ്യുവാൻ ഞാനാഗ്രഹിക്കുന്നു" എന്ന് എ കെ ജി ഹർജിയിൽ ആവർത്തിച്ചു. "1921 ൽ ഖിലാഫത്ത് കാലത്ത് ബ്രിട്ടീഷ് ഭരണത്തിനെതിരായി ഹിന്ദുക്കളും മുസ്ലിങ്ങളും ഒന്നായി യോജിച്ചുനിന്ന് ആയുധമെടുത്ത് സമരം ചെയ്ത മാപ്പിളമാരുടെ ത്യാഗവും ധീരതയും അഭിനന്ദനീയമാണ്. 1921 ലെ മലബാർ ലഹളയിലെ നല്ല ഭാഗങ്ങളെ സ്വീകരിക്കാനാഹ്വാനം നൽകുകയും അതിന്റെ ചീത്ത വശങ്ങളെ സൂക്ഷിക്കണമെന്ന് താക്കീത് ചെയ്യുകയും ചെയ്തിട്ടുള്ളത് കുറ്റകരമാണെങ്കിൽ ഞാൻ കുറ്റക്കാരനാണ്" (എ കെ ജിയുടെ സ്റ്റേറ്റ്മെന്റ്).

(*മലബാറിലെ മുസ്ലീങ്ങളും ഇടതുപക്ഷവും*
എന്ന പുസ്തകത്തിൽ നിന്ന്)

മലബാർ കലാപത്തെപ്പറ്റി
ഇ എം എസ്

1921 ലെ മലബാർ കലാപം സന്തുലിതമായ ഒരു വിലയിരുത്തൽ

ആയിരത്തിത്തൊള്ളായിരത്തി ഇരുപത്തിയൊന്നിൽ നടന്ന മലബാർ കലാപം, 1920 കളിൽ ബ്രിട്ടീഷ് ഗവൺമെന്റ് ചിത്രീകരിക്കുകയും ഇന്നിപ്പോൾ ബി ജെ പി - ആർ എസ് എസ് സംഘപരിവാർ പ്രഭൃതികൾ ആവർത്തിക്കുകയും ചെയ്യുന്നതുപോലെ ഒരു 'മാപ്പിള ലഹള' ആയിരുന്നുവോ?

അതോ ചില ഇടതുപക്ഷ നിരൂപകർ അവകാശപ്പെട്ടിരുന്നതുപോലെ അതൊരു കാർഷിക വിപ്ലവമായിരുന്നുവോ?

അതുമല്ലെങ്കിൽ മറ്റുചില നിരൂപകർ ചൂണ്ടിക്കാണിച്ചതുപോലെ ഗാന്ധിയുടെയും ആലി സഹോദരന്മാരുടെയും നേതൃത്വത്തിലുള്ള നിസ്സഹകരണ ഖിലാഫത്ത് പ്രസ്ഥാനം വർഗ്ഗീയ കൂട്ടക്കൊലയിലേക്ക് തിരിയുകയായിരുന്നുവോ?

മലബാർ കലാപം സംബന്ധിച്ച ഈ മൂന്നു സിദ്ധാന്തങ്ങളും മൊത്തത്തിൽ തെറ്റാണെങ്കിലും ഇവയിൽ ഓരോന്നിലും സത്യത്തിന്റെ അംശങ്ങളുണ്ട്.

അതിന്റെ കാഴ്ചപ്പാടിൽ രണ്ടു ലക്ഷ്യങ്ങളുണ്ടായിരുന്നു (എ) ജാലിയൻ വാലാബാഗ് വെടിവെപ്പിനും, നിസ്സഹകരണ-ഖിലാഫത്ത് പ്രസ്ഥാനത്തിന് നേർക്കുള്ള മറ്റു മർദ്ദനനടപടികൾക്കുമെതിരായി പ്രതിഷേധിക്കുക. (ബി) തുർക്കിയിലെ ഖാലിഫക്കെതിരായ ബ്രിട്ടീഷ് നടപടിയെ ചെറുക്കുക. അതിനാൽ അത് ഗാന്ധിയുടെ നേതൃത്വത്തിലുള്ള, അതുകൊണ്ടുതന്നെ അക്രമരഹിതമായ ദേശീയ വിമോചനപ്രസ്ഥാനവും തുർക്കിയിലെ ഖാലിഫയുടെ അധികാരഭ്രഷ്ടനാക്കിയ ബ്രിട്ടീഷുകാർക്കെതിരായ മുസ്ലീം മതനേതൃത്വവും തമ്മിലുള്ള ഒരുസഖ്യവുമായിരുന്നു.

തന്റെ നിസ്സഹകരണപ്രസ്ഥാനത്തിനു പിന്നിൽ മുസ്ലീം ജനസാമാ

ന്യത്തെ അണിനിരത്താൻ കഴിയുമെന്ന് മഹാത്മാഗാന്ധി കരുതി. എന്നാൽ നിസ്സഹകരണ പ്രസ്ഥാനത്തിലേക്കുള്ള മുസ്ലീം മതപുരോഹിതന്മാരുടെ രംഗപ്രവേശം യഥാർത്ഥത്തിൽ ഗാന്ധിയൻ മതനിരപേക്ഷ പ്രസ്ഥാനത്തിന് ഒരു ഇസ്ലാമിക മതാന്ധതയുടെ സ്വഭാവം നല്കി.

ബ്രിട്ടീഷ് വാഴ്ചയിൽനിന്ന് സ്വാതന്ത്ര്യം നേടാനുള്ള ഇന്ത്യൻ ജനതയുടെ അഭിലാഷം അഥവാ തുർക്കിയിലെ ഖാലിഫയോട് ബ്രിട്ടീഷ് ഭരണാധികാരികൾ കാണിച്ച അന്യായത്തോടുള്ള ഇസ്ലാമിക വിഭാഗത്തിന്റെ പ്രതിഷേധം മദ്രാസ് പ്രസിഡൻസിയുടെ ഭാഗമായ അന്നത്തെ മലബാർ ജില്ലയിലെ ഏറനാട്, വള്ളുവനാട് എന്നീ രണ്ടു താലൂക്കുകളിലെ മാപ്പിള കൃഷിക്കാരെ ഇളക്കിവിട്ടു. മലബാറിലെ ജന്മിസമ്പ്രദായത്തിനെതിരായ കടുത്ത അസംതൃപ്തിയും അവർക്കിതിന് പ്രേരകമായി.

ഇതോടനുബന്ധിച്ച് എടുത്തുപറയേണ്ട മറ്റൊരുകാര്യം മലബാർ പ്രദേശത്തെ നിസ്സഹകരണ ഖിലാഫത്ത് പ്രസ്ഥാനത്തിന്റെ നേതാക്കൾ ജന്മിമാർക്കെതിരായ കുടിയാൻ പ്രസ്ഥാനത്തിന്റെയും നേതാക്കളായിരുന്നുവെന്നതാണ്. 1921 ലെ കലാപത്തിന് വളരെ മുമ്പുതന്നെ തെക്കെ മലബാറിലെ ഈ രണ്ടു താലൂക്കുകളിലെയും മാപ്പിളകൃഷിക്കാർ ജന്മിമാർക്കും അവരുടെ സിൽബന്തികൾക്കുമെതിരായി സായുധ ചെറുത്തുനില്പ് അവലംബിക്കുകയുണ്ടായി. ഈ സ്ഥിതിവിശേഷത്തെ നേരിടാനാണ് ബ്രിട്ടീഷ് ഗവൺമെന്റ് 'മാപ്പിള ഔട്ട് റേജസ് ആക്ട്' എന്ന പേരിൽ ഒരു നിയമം കൊണ്ടുവന്നത്. 1836 മുതൽ 1921 വരെ പ്രാദേശികതലത്തിൽ ജന്മിമാർക്കും അവരുടെ സിൽബന്തികൾക്കുമെതിരായി (ചിലപ്പോൾ കൊലപാതകങ്ങളിലേക്കു ചെന്നെത്തിയ) സായുധാക്രമണങ്ങളുടെ പരമ്പര തന്നെ നടക്കുകയുണ്ടായി. പഞ്ചാബിലെയും മറ്റിടങ്ങളിലെയും മർദ്ദനങ്ങളിൽനിന്നുള്ള മോചനത്തിനെന്നതുപോലെ തുർക്കിയിലെ ഖലിഫയുടെ നഷ്ടപ്പെട്ട സ്ഥാനം വീണ്ടെടുത്തതുൾപ്പെടെയുള്ള രാഷ്ട്രീയാവശ്യങ്ങൾക്കൊപ്പം പൊതുവെ കുടിയാന്മാരുടെ അവശതകളും അങ്ങനെ ഒത്തുചേർന്നു. കുടിയാന്മാരിൽ ഗണ്യമായ വിഭാഗം മുസ്ലീം സമുദായത്തിൽപ്പെട്ടവരായിരുന്നുതാനും. മഹാത്മാവും ആലി സഹോദരന്മാരും നല്കിയ സമരാഹ്വാനം മാപ്പിളകർഷകരെ ഇളക്കിവിട്ടപ്പോൾ അത് പെട്ടെന്ന് ആളിപ്പടരുന്ന ഒന്നായിത്തീർന്നു.

മാപ്പിള കർഷകരെ ഇളക്കിവിടാതെ മലബാർ പ്രദേശത്ത് നിസ്സഹകരണ-ഖിലാഫത്ത് പ്രസ്ഥാനം വിജയിക്കുകയില്ലെന്നാണ് ഹൈന്ദവസമുദായത്തിൽനിന്നു വന്നവരുൾപ്പെടെ ഭൂരിപക്ഷം കോൺഗ്രസ് നേതാക്കളും മഹാത്മാഗാന്ധിയോട് പറഞ്ഞത്. എന്നാൽ ഹിന്ദുനേതാക്കളിൽ ഒരാളും ഖിലാഫത്ത് കമ്മിറ്റിയുടെ ഏറനാട് താലൂക്ക് സെക്രട്ടറിയുമായിരുന്ന എം പി നാരായണമേനോൻ, മലബാറിലെ ഒരു സജീവപ്രവർത്തകനായി മാറിയ ആലിഗർ സർവ്വകലാശാലയിലെ ഒരു മുൻ വിദ്യാർത്ഥി മുഹമ്മദ് അബ്ദുറഹിമാൻ എന്നിവരോടൊപ്പം മഹാത്മാവിനെ ചെന്നുകണ്ട് ഇതിലടങ്ങിയ ആപത്തിനെക്കുറിച്ച് അദ്ദേഹത്തോട് പറഞ്ഞു. മേനോൻ പിന്നീട് അറ

സ്റ്റുചെയ്യപ്പെട്ടു. മാപ്പിളമാരെ ലഹളയ്ക്കു പ്രേരിപ്പിച്ചു എന്ന കുറ്റം ചുമത്തി നാടുകടത്തൽ ശിക്ഷയ്ക്ക് വിധിക്കപ്പെടുകയും ചെയ്തു. (ഈ കഥ യൊക്കെ അദ്ദേഹം തന്റെ ജീവചരിത്രകാരന് വിവരിച്ചുകൊടുത്തിട്ടുണ്ട്.)

ഏറനാട്ടിലെയും വള്ളുവനാട്ടിലെയും മാപ്പിളമാർ ശുദ്ധഗതിക്കാരാ ണ്. ബ്രിട്ടീഷുഭരണം ചെകുത്താൻ ഭരണമാണെന്നും അതിനെതിരായി ജനങ്ങൾ പോരാടണമെന്നും പറഞ്ഞാൽ അവരതു കാര്യമായെടുത്ത് ആയുധമേന്തും. മഹാത്മാവിന്റെ അക്രമരാഹിത്യ സമരതന്ത്രമൊന്നും അവർക്ക് മനസ്സിലാവില്ല-ഇതായിരുന്നു മേനോന്റെ വാദം. അതിനാൽ നിസ്സ ഹകരണ - ഖിലാഫത്ത് സമരത്തിന് മാപ്പിളമാരെ ആഹ്വാനം ചെയ്യരു തെന്ന് അദ്ദേഹം മഹാത്മാവിനോടഭ്യർത്ഥിച്ചു. അത് അക്രമരാഹിത്യത്തി ന്റെ പരിധികടന്നപ്പുറം പോകുമെന്നായിരുന്നു മേനോന്റെ ഭയം. മാപ്പിള മാരെ ഇളക്കിവിടാത്തപക്ഷം മലബാറിൽ സമരം പരാജയപ്പെടുമെന്നാ യിരുന്നു ഹൈന്ദവ സമുദായത്തിൽനിന്നു വന്നവർ ഉൾപ്പെടെ ഭൂരിപക്ഷം കോൺഗ്രസ് നേതാക്കളും കരുതിയത്. അതിനാൽ മേനോന്റെ അഭ്യർത്ഥന നിരാകരിക്കപ്പെട്ടു.

എന്നിരിക്കിലും കൂറുറ്റ ഒരു ഗാന്ധിയൻ സമരഭടനെന്ന നിലയ്ക്ക് നിസ്സഹകരണ - ഖിലാഫത്ത് സമരാഹ്വാനം നടപ്പാക്കാൻ അദ്ദേഹം സന്ന ദ്ധനായി. അതിന്റെ പേരിൽ അദ്ദേഹത്തെ അറസ്റ്റുചെയ്യുകയും കോടതി അദ്ദേഹത്തിന് നാടുകടത്തൽ ശിക്ഷ വിധിക്കുകയും ചെയ്തു. 1932-33 കാലത്ത് അദ്ദേഹത്തോടൊപ്പം ജയിലിൽ കഴിയാൻ ഈ ലേഖകനവസര മുണ്ടായി. അപ്പോഴേക്കും അദ്ദേഹം ഒരു പതിറ്റാണ്ടിലേറെ കാലത്തെ തട വുശിക്ഷ അനുഭവിച്ചുകഴിഞ്ഞിരുന്നു. അദ്ദേഹത്തെ വിട്ടയക്കണമെന്ന മുറ വിളി വ്യാപകമായി ഉയർന്നുവന്നിരുന്നു. മാപ്പു പറയുകയാണെങ്കിൽ വിട്ട യക്കാൻ ബ്രിട്ടീഷ് ഗവൺമെന്റ് തന്നെയും തയ്യാറായിരുന്നു. എന്നാൽ ഒരു സത്യഗ്രഹി എന്ന നിലയ്ക്ക് ഈ നിബന്ധന അദ്ദേഹം നിരാകരിച്ചു. ശിക്ഷയുടെ കാലാവധി കഴിഞ്ഞ ശേഷം മാത്രമാണ് അദ്ദേഹം മോചിത നായത്.

ഇത് ഒരു വ്യക്തിയുടെ ദുരന്തമാണെങ്കിൽ 1921 ലെ കലാപം പൊതുവെ മലബാറിലെ ജനങ്ങൾക്കും മാപ്പിളമാർക്ക് വിശേഷിച്ചും വലിയ ദുരന്തമാണ് വരുത്തിവെച്ചത്. ലഹളക്കാർ ഗാന്ധിയൻ നേതൃത്വം വെച്ച പരിധി കടന്നതോടെ കോൺഗ്രസ് തന്നെയും അവരെ കൈവെടിയുകയും തള്ളിപ്പറയുകയും ചെയ്തു. ആയിരക്കണക്കിനാളുകൾ - ഒട്ടേറെപ്പേർ ആന്തമാനിലും അല്പം ചിലർ ഇന്ത്യൻ ജയിലുകളിലുമായി- തടവറയി ലടയ്ക്കപ്പെട്ടു. (ഇതെഴുതുന്നയാൾ തന്നെ ജയിലിൽ കഴിയേണ്ടിവന്ന പ്പോൾ അവരിൽ പലരേയും കാണുകയുണ്ടായി). ഈ വിവരണത്തിൽ നിന്ന് ഏതാനും ചില നിഗമനങ്ങൾ ഉയർന്നുവരുന്നു.

1. ഈ കലാപം ബ്രിട്ടീഷ് ഭരണാധികാരികളുടെ മർദ്ദനത്തിനെതി രായി ഇന്ത്യൻ സ്വാതന്ത്ര്യസമരത്തിന് വേണ്ടിയുള്ള അഖിലേന്ത്യാ സമര

ത്തിന്റെ അഭേദ്യഭാഗമാണ്. അതിനാൽ ഇത് തികച്ചും ന്യായമായ ഒരുരാഷ്ട്രീയ സമരമാണ്.

2. ഈ രാഷ്ട്രീയ വശത്തോടൊപ്പം കാർഷിക പ്രശ്നത്തെ ആസ്പദമാക്കി മറ്റു വിഭാഗം കൃഷിക്കാരോടൊപ്പം ഏറനാട്ടിലെയും വള്ളുവനാട്ടിലെയും മാപ്പിള കർഷകരെയും സമരത്തിലേക്ക് കൊണ്ടുവരികയുണ്ടായി. എന്നാൽ അവരെ സമരത്തിലേക്ക് നയിച്ച മുഖ്യഘടകം ഖിലാഫത്ത് പ്രശ്നത്തിൽ മുസ്ലീം ജനതയ്ക്കുണ്ടായ അവഗണനയാണ്. അതിനാൽ മുസ്ലീങ്ങളല്ലാത്ത കൃഷിക്കാർ ഈ ജന്മിവിരുദ്ധ ബ്രിട്ടീഷ് വിരുദ്ധ സായുധ കലാപത്തിൽ നിന്നുവിട്ടുനിന്നു.

3. മർദ്ദനത്തെ ചെറുക്കൽ (സ്വരാജ് എന്ന പൊതു ആവശ്യത്തിന്റെ ഭാഗമാണത്) ഖിലാഫത്ത് പ്രശ്നത്തിൽ മുസ്ലീം ജനതയുടെ മനഃക്ലേശം-ഈ രണ്ടുപ്രശ്നങ്ങളെ മഹാത്മാഗാന്ധി കൂട്ടിയിണക്കിയ രീതി- മുസ്ലീങ്ങളുടേതു മാത്രമായ പ്രത്യേക പ്രശ്നത്തോട് അദ്ദേഹം ആഭിമുഖ്യം കാണിച്ചതുകാരണം അദ്ദേഹത്തിന്റെ ഭാഗത്തുനിന്നുള്ള വിവേകപൂർവ്വമല്ലാത്ത നടപടിയായിപ്പോയി. ഹിന്ദു-മുസ്ലീം മൈത്രിയും അക്രമരാഹിത്യവും മഹാത്മാവ് മുറുകെ പിടിച്ചുവെന്നിരിക്കിലും ഏറനാട്-വള്ളുവനാട് താലൂക്കുകളിലെ മാപ്പിളകൃഷിക്കാരെ സംഘടിപ്പിച്ച് അവർക്ക് നേതൃത്വം നല്കിയിരുന്നത് മതപുരോഹിതന്മാരായിരുന്നു. അതിനാൽ മറ്റു കർഷക വിഭാഗങ്ങളോടൊപ്പം ചേരേണ്ടിയിരുന്ന മാപ്പിള കർഷകർ ഒരു ഇസ്ലാമിക പരിപാടിയെ ആസ്പദമാക്കി പ്രത്യേകം ഇളക്കിവിടപ്പെടുകയും സംഘടിപ്പിക്കപ്പെടുകയും ചെയ്തു.

4. ഇത് ഹിന്ദുക്കളിൽ ഭയം ഉളവാക്കി. അവർ ബ്രിട്ടീഷ് പട്ടാളത്തിന്റെയും ഉദ്യോഗസ്ഥന്മാരുടെയും സഹായത്തിനെത്തി. ഇത് മാപ്പിള കർഷകരെ രോഷാകുലരാക്കുകയും ചെയ്തു. അവരാകട്ടെ, മതപുരോഹിതന്മാരുടെ നേതൃത്വത്തിൽ പട്ടാളത്തിന് സഹായം നല്കുന്നവർക്കെതിരായി തിരിയുകയും ചെയ്തു. ബ്രിട്ടീഷ് വിരുദ്ധ ജന്മിവിരുദ്ധ പരിപാടി ആസ്പദമാക്കി ഹിന്ദു-മുസ്ലീം മൈത്രിയോടെ ആരംഭിച്ച ഒരു പ്രക്ഷോഭസമരത്തിന് അങ്ങനെ സാമുദായിക നിറം നല്കപ്പെട്ടു.

ഈ ഒരു ധാരണയോടെയാണ് മലബാർ ലഹളയുടെ 25-ാം വാർഷികാചരണവേളയിൽ മലബാറിലെ അന്നത്തെ അവിഭക്ത കമ്യൂണിസ്റ്റ് പാർട്ടി പുറപ്പെടുവിച്ച മാനിഫെസ്റ്റോവിന് 'ആഹ്വാനവും താക്കീതു'മെന്നപേർ നല്കപ്പെട്ടത്. ഇവിടെ പരാമർശിക്കപ്പെട്ടത് സാമ്രാജ്യവിരുദ്ധ ചെറുത്തുനില്പിനുള്ള 'ആഹ്വാന'മാണ്. അതാകട്ടെ 1921 ലെന്നപോലെ 1946 ലും പ്രസക്തമായിരുന്നുതാനും. ഈ വർഷത്തിലാണ് മുംബൈയിലെ നാവികരുടെ ഉജ്ജ്വലമായ കലാപവും ഹൈദരാബാദിലെ തെലങ്കാന സമരവും തിരുവിതാംകൂറിലെ പുന്നപ്ര-വയലാർ സമരവും രാജ്യത്തിന്റെ നാനാഭാഗങ്ങളിലായി മറ്റനേകം തൊഴിലാളി കർഷക സമരങ്ങളും കമ്യൂണിസ്റ്റ് പാർട്ടിയുടെ നേതൃത്വത്തിൽ നടന്നത്.

അതിനാൽ 1921 ലെന്നപോലെ 1946 ലെയും ആഹ്വാനം വളർന്നു വരുന്ന ഈ സമരങ്ങളെയെല്ലാം ശക്തിപ്പെടുത്താനായിരുന്നു.

രാജ്യത്താകമാനം വർഗ്ഗീയലഹളകൾ സംഘടിപ്പിക്കുന്നതിന് ബ്രിട്ടീഷ് ഭരണാധികാരികൾ അഖിലേന്ത്യാ മുസ്ലീംലീഗിനെ ഉപയോഗ പ്പെടുത്തിക്കൊണ്ടിരിക്കുമ്പോഴാണ് ഈ ഉശിരൻ ജനകീയ സമരങ്ങളെല്ലാം അരങ്ങേറിക്കൊണ്ടിരുന്നത്. അതിനാൽ രാജ്യത്താകമാനം ഉയർന്നുവരുന്ന സമരങ്ങളെ ശക്തിപ്പെടുത്തുന്നതിനുവേണ്ടി പ്രവർത്തിക്കുമ്പോൾ 1921 ലെ മലബാർ കലാപത്തിന്റെ ശിഥിലീകരണത്തിന്റെയും പരാജയത്തിന്റെയും പാഠങ്ങൾക്ക് പ്രത്യേകിച്ചും പ്രാധാന്യമുണ്ടെന്ന് മലബാറിലെ പാർട്ടി കരുതി.

രണ്ടാം ലോക മഹായുദ്ധാനന്തര കാലഘട്ടത്തിലെ വിപ്ലവമുന്നേറ്റം സംഘടിപ്പിക്കപ്പെട്ടത് മൊത്തത്തിൽ ഒരു മതനിരപേക്ഷ ജനാധിപത്യാടി സ്ഥാനത്തിലായിരുന്നു. ഇതിന്റെ നേട്ടം കമ്യൂണിസ്റ്റ് പാർട്ടിക്കവകാശപ്പെ ട്ടതാണ്. എന്നാൽ 1921 ലെന്നപോലെ 1946 ലും രാജ്യത്തിന്റെ ഐക്യം പൊളിക്കുന്നതിൽ ബ്രിട്ടീഷ് ഭരണാധികാരികൾ വിജയിച്ചുവെന്ന കാര്യം മനസ്സിലാക്കേണ്ടിയിരിക്കുന്നു. മുസ്ലീം ഭൂരിപക്ഷമുള്ള പാകിസ്ഥാനും മുസ്ലീ മേതര ജനവിഭാഗങ്ങൾക്ക് ഭൂരിപക്ഷമുള്ള ഇന്ത്യൻ യൂണിയനുമായി ഇന്ത്യ വിഭജിക്കപ്പെട്ടു.

ഇന്ത്യയുടെ രാഷ്ട്രീയ ഏകീകരണം സാധിച്ചതിന് മാർക്സിന്റെ പ്രശം സയ്ക്ക് പാത്രമായ ബ്രിട്ടീഷ് ഭരണാധികാരികൾ തന്നെ 'എന്റെ സ്വന്തം ശരീരം വെട്ടിമുറിക്കൽ' എന്നു മഹാത്മാഗാന്ധി വിശേഷിപ്പിച്ച 'രാജ്യം വെട്ടിമുറിക്ക'ലിന് മുഖ്യചുമതല വഹിക്കുകയും ചെയ്തു.

(1996)

സ്വാതന്ത്ര്യസമരത്തിന്റെ രണ്ടു കൈവഴികൾ

ആയിരത്തിത്തൊള്ളായിരത്തി ഇരുപത്തിയൊന്നിൽ നടന്ന മലബാർ കലാപത്തിന്റെ 75-ാം വാർഷികവും 1946 ലെ പുന്നപ്ര-വയലാർ സമരത്തിന്റെ 50-ാം വാർഷികവും ഇപ്പോൾ വ്യാപകമായി ആചരിച്ചുവരികയാണല്ലോ. രണ്ടിനെയും സംബന്ധിച്ച് ഒരേ ചോദ്യം ഉയർന്നുവന്നിട്ടുണ്ട്: അത് ഇന്ത്യൻ സ്വാതന്ത്ര്യസമരത്തിന്റെ ഭാഗമായിരുന്നുവോ?

അല്ലെന്ന ഉത്തരമാണ് ദേശീയതലത്തിലും കേരളത്തിലുമുള്ള കോൺഗ്രസ് നേതാക്കൾ നല്കുന്നത്. എന്തുകൊണ്ടെന്നാൽ, മഹാത്മാ ഗാന്ധി ഉയർത്തിപ്പിടിച്ച അഹിംസാസിദ്ധാന്തത്തിന് കടകവിരുദ്ധമായിരുന്നു രണ്ടും.

അത് ശരിയുമാണ്. 1921 ൽ 'ചെകുത്താൻ ഭരണം' എന്ന് മഹാത്മാ ഗാന്ധി വിശേഷിപ്പിച്ച ബ്രിട്ടീഷ് ഭരണത്തിനെതിരായി പോരാടാൻ മലബാറിലെ മാപ്പിള കൃഷിക്കാരടക്കം ഇന്ത്യയിലെങ്ങുമുള്ള ദരിദ്രനാരായണന്മാർ ഒരുങ്ങിവന്നു. അന്ന് അദ്ദേഹത്തിന് ഒരു താക്കീത് നല്കാൻ മലബാറിലെ മുസ്ലീം ഭൂരിപക്ഷപ്രദേശത്ത് പ്രവർത്തിച്ചിരുന്ന എം പി നാരായണമേനോനും അദ്ദേഹത്തിന്റെ അനുയായിയായിരുന്ന മുഹമ്മദ് അബ്ദുറഹിമാനും മഹാത്മാവിനെ കണ്ടു.

"മലബാർ പ്രദേശത്തെ മാപ്പിളമാർ ശുദ്ധഗതിക്കാരാണ്. ബ്രിട്ടീഷ് ഭരണം ചെകുത്താൻ ഭരണമാണെന്നും അതിനെതിരെ പോരാടണമെന്നുമുള്ള ആഹ്വാനത്തെ മുഖവിലയ്ക്കെടുക്കുന്ന അവർ അങ്ങയുടെ അടിസ്ഥാനതത്ത്വമായ അഹിംസയ്ക്ക് കാൽ കാശിന്റെ വിലപോലും കല്പിക്കുകയില്ല." ഇതാണ് എം പിയും അബ്ദുറഹിമാൻ സാഹിബും ഗാന്ധിജിക്ക് നല്കിയ താക്കീത്.

ഇത് ഗാന്ധിജി വകവെച്ചില്ല. എന്തുകൊണ്ടെന്നാൽ, മാപ്പിളമാരെ ഇളക്കിവിടാതെ മലബാർ പ്രദേശത്ത് നിസ്സഹകരണ-ഖിലാഫത്ത് പ്രസ്ഥാനം വിജയിക്കുകയില്ലെന്ന് തലമുതിർന്ന കോൺഗ്രസ് നേതാക്കൾ ഗാന്ധിജിയെ അറിയിച്ചിരുന്നു. അദ്ദേഹത്തിന്റെ മലബാർ സന്ദർശനം ജനങ്ങൾക്കിടയിൽ വലിയ ഒരു കോളിളക്കം തന്നെ സൃഷ്ടിച്ചു.

എന്നാൽ, എം പിയും അബ്ദു റഹിമാൻ സാഹിബും ഭയപ്പെട്ടതു തന്നെ നടന്നു. 'ചെകുത്താൻ ഭരണ'ത്തിനെതിരായ ഗാന്ധിയൻ ആഹ്വാനം മുഖവിലയ്ക്കെടുത്ത വള്ളുവനാട്-ഏറനാട് താലൂക്കുകളിലെ മുസ്ലീം കൃഷിക്കാർ അഹിംസാസിദ്ധാന്തം തൃജിച്ച് ബ്രിട്ടീഷുകാരോടും അവരുടെ ഏറാൻമൂളികളായ ജന്മികളോടും ആയുധമെടുത്ത് പോരാടാൻ തുടങ്ങി.

ഇതാകട്ടെ, ഒരു ഘട്ടം കഴിഞ്ഞപ്പോൾ 'ചെകുത്താൻ ഭരണ'ത്തെ സഹായിച്ച ജന്മിമാർക്കും അവരുടെ സിൽബന്തികൾക്കുമെതിരായ പോരാട്ടമായി മാറി. ജന്മിമാരിലും അവരുടെ സിൽബന്തികളിലും ഭൂരിപക്ഷം ഹിന്ദുക്കളായിരുന്നതിനാൽ ചെകുത്താൻ ഭരണത്തിനും ജന്മിവാഴ്ചയ്ക്കുമെതിരായി തുടങ്ങിയ വിപ്ലവസമരം ഹിന്ദുവിരുദ്ധ ലഹളയായി മാറിയെന്ന പ്രതീതിയുളവായി.

അതോടെ ഔദ്യോഗികമായിത്തന്നെ കോൺഗ്രസ് മലബാർ കലാപത്തെ തള്ളിപ്പറഞ്ഞു. "മാപ്പിളമാരിൽനിന്ന് ഹിന്ദുക്കളെ രക്ഷിക്കാ"നെന്ന പേരിൽ ബ്രിട്ടീഷ് ഭരണക്കാർ മുസ്ലീം കലാപകാരികൾക്കെതിരെ ക്രൂരമായ മർദ്ദനം അഴിച്ചുവിട്ടു.

ഈ ദൗർബല്യമുണ്ടായിരുന്നുവെങ്കിലും, മലബാർ കലാപം അടിസ്ഥാനപരമായി നോക്കിയാൽ സാമ്രാജ്യവിരുദ്ധവും ജന്മിവിരുദ്ധവുമായിരുന്നു. അതിനെ 'മാപ്പിള ലഹള'യായി ചിത്രീകരിക്കാൻ ബ്രിട്ടീഷുകാരെ സഹായിച്ചത് സ്വാതന്ത്ര്യസമരത്തിന്റെ ഭാഗമായി ഖിലാഫത്ത് പ്രസ്ഥാനം ഉയർത്തിക്കാണിച്ച ഗാന്ധിയൻ തന്ത്രം നിമിത്തം മലബാറിലെ വിപ്ലവബഹുജന പ്രസ്ഥാനത്തിന്റെ തലപ്പത്തിരിക്കാൻ മുസ്ലീം മതപുരോഹിതന്മാരെ അനുവദിച്ചതാണ്.

അതായത്, ഗാന്ധിയൻ രാഷ്ട്രീയ സമീപനത്തിന്റെ പ്രധാന ദൗർബല്യം അത് ഊന്നിപ്പറഞ്ഞ അഹിംസാസിദ്ധാന്തവും സാമ്രാജ്യവിരുദ്ധസമരത്തിലുള്ള ആയുധങ്ങളിലൊന്നായി മതവികാരത്തെ ഇളക്കിവിടുന്നതുമായിരുന്നു.

എന്നാൽ, ഈ ഗാന്ധിയൻ ദർശനത്തിനെതിരെ തൊഴിലാളിവർഗ്ഗത്തിന്റെ വിപ്ലവദർശനവും ഈ കാലത്തുതന്നെ ഇന്ത്യയിൽ പ്രത്യക്ഷപ്പെട്ടുതുടങ്ങിയിരുന്നു. മഹാത്മാഗാന്ധിയുടെ നിസ്സഹകരണ-ഖിലാഫത്ത് പ്രസ്ഥാനം രൂപപ്പെട്ടുകൊണ്ടിരുന്നപ്പോൾത്തന്നെ, അതിനെ മൗലികമായി വെല്ലുവിളിച്ചുകൊണ്ടുള്ള മാർക്സിസ്റ്റ് ദർശനവും വളരെ ദുർബ്ബലമായിട്ടാണെങ്കിലും രൂപപ്പെടാൻ തുടങ്ങിയിരുന്നു.

ഹിംസയോ അഹിംസയോ എന്നതല്ല പ്രധാന പ്രശ്നം. ജനങ്ങൾക്ക് സാമ്രാജ്യാധിപത്യത്തിൽനിന്നും ഫ്യൂഡൽ മേധാവിത്വത്തിൽനിന്നും രക്ഷ കിട്ടാൻ സഹായിക്കുന്ന ഏത് മാർഗ്ഗവും സ്വീകാര്യമാണ്, എന്ന മാർക്സിയൻ സിദ്ധാന്തത്തിന്റെ അടിസ്ഥാനത്തിൽ പ്രവർത്തിക്കുന്ന കമ്യൂണിസ്റ്റ് ഗ്രൂപ്പുകൾ രൂപപ്പെടാൻ തുടങ്ങിയിരുന്നു— ആ പ്രവണത മലബാർ പ്രദേശത്ത് പ്രത്യക്ഷപ്പെട്ടിരുന്നില്ലെങ്കിലും.

മലബാർ കലാപം അടിച്ചമർത്തപ്പെടുകയും അതിന്റെ ഫലമായി രാഷ്ട്രീയമായ ഒരു ശ്മശാന മൂകത മലബാറിൽ വ്യാപകമാവുകയുംചെയ്ത് ഒരു പതിറ്റാണ്ടിന് ശേഷമാണ് മലബാറടക്കമുള്ള കേരളത്തിൽ മാർക്സിസ്റ്റിന്റെ സ്വാധീനം വ്യാപിക്കാൻ തുടങ്ങിയത്.

1931 ൽ ഇന്നത്തെ കേരളത്തിന്റെ തലസ്ഥാനമായ തിരുവനന്തപുരത്ത് 'കമ്യൂണിസ്റ്റ് ലീഗ്' എന്ന ഒരു സംഘടന രൂപപ്പെട്ടു. അതും കഴിഞ്ഞ് മൂന്നുവർഷത്തിനിടയ്ക്ക് മലബാർ പ്രദേശത്ത് ഒരു കോൺഗ്രസ് സോഷ്യലിസ്റ്റ് പാർട്ടി രൂപപ്പെടുകയും രണ്ടു മൂന്നുവർഷത്തിനുള്ളിൽ അതിനകത്ത് ഒരു കമ്യൂണിസ്റ്റ് നേതൃത്വം രൂപപ്പെടുകയും ചെയ്തു. അതിന്റെ നേതൃത്വത്തിലേക്ക് തിരുവനന്തപുരത്തെ മുൻ കമ്യൂണിസ്റ്റ് ലീഗ് നേതാക്കളിലൊരാളായിരുന്ന എൻ സി ശേഖർ ഉയർന്നു.

അങ്ങനെ ആദ്യം തിരുവനന്തപുരത്ത് 'കമ്യൂണിസ്റ്റ് ലീഗി'ന്റെ പേരിൽ പ്രത്യക്ഷപ്പെട്ട പ്രസ്ഥാനവും പിന്നീട് മലബാർ പ്രദേശത്ത് സ്ഥാപിക്കപ്പെട്ട കോൺഗ്രസ് സോഷ്യലിസ്റ്റ് പാർട്ടിയും ചേർന്ന് തിരു-കൊച്ചി മലബാർ പ്രദേശ വ്യത്യാസമില്ലാതെ കേരളത്തിലങ്ങോളമിങ്ങോളം പ്രവർത്തിക്കുന്ന ഒരു കമ്യൂണിസ്റ്റ് പാർട്ടി ഉയർന്നുവന്നു.

ഈ പുതിയ പ്രസ്ഥാനത്തിന്റെ നേതൃത്വത്തിലാണ് മലബാറിൽ കർഷകസമരങ്ങളും തിരുവിതാംകൂറിൽ പുന്നപ്ര-വയലാർ സമരവും രൂപപ്പെട്ടത്. രണ്ടിനും 1921 ലെ മലബാർ സമരത്തിനുണ്ടായിരുന്ന ദൗർബല്യമില്ലായിരുന്നു: മതമേധാവികളുടേതിന് പകരം സംഘടിതതൊഴിലാളി പ്രസ്ഥാനത്തിന്റെയും മാർക്സിസ്റ്റ്-ലെനിനിസ്റ്റ് ആശയഗതിയുടെയും സ്വാധീനത്തിലുള്ള ഒട്ടേറെ സമരങ്ങൾ കേരളത്തിന്റെ ഒരറ്റം മുതൽ മറ്റേയറ്റംവരെ പടർന്നുപിടിച്ചു. അവയിൽവച്ച് ഏറ്റവും ഉജ്ജ്വലമായ ബഹുജനവിപ്ലവസമരമായിരുന്നു ഇപ്പോൾ 50-ാം വാർഷികം കൊണ്ടാടുന്ന പുന്നപ്ര-വയലാർ സമരം.

ഇതിൽനിന്ന് ഒരു കാര്യം വ്യക്തമാകും! ഇന്ത്യൻ സ്വാതന്ത്ര്യ സമരത്തിന് രണ്ട് കൈവഴികളുണ്ടായിരുന്നു- ഗാന്ധിയൻ അഹിംസയുടെയും മാർക്സിസ്റ്റ്-ലെനിനിസ്റ്റ് വിപ്ലവസമരങ്ങളുടെയും. അതിലാദ്യത്തേതിന്റെ ഒരുരൂപമാണ് ഏറനാട്-വള്ളുവനാട് താലൂക്കുകളിലെ മാപ്പിള കൃഷിക്കാരെ ഇളക്കിവിടുന്നതിന് ഗാന്ധിജി ഉയർത്തിയ ഖിലാഫത്ത് മുദ്രാവാക്യം. മലബാറിനെ സംബന്ധിച്ചിടത്തോളം അത് 'മാപ്പിള ലഹള'യിൽ കലാശിച്ചു.

അതിന്റെ തന്നെ ദേശീയരൂപമാണ് ഹിന്ദുക്കളും മുസ്ലീങ്ങളും രണ്ട് വ്യത്യസ്ത രാഷ്ട്രങ്ങളാണെന്ന മുസ്ലീംലീഗിന്റെ ദ്വിരാഷ്ട്രവാദവും അതിന്റെ സ്വാഭാവികഫലമെന്ന നിലയ്ക്ക് നടന്ന ഇന്ത്യ-പാക്കിസ്ഥാൻ വിഭജനവും. അതിൽനിന്നുളവായ ഹിന്ദുവർഗ്ഗീയതയും അതിന്റെ ഫാസിസ്റ്റ് രൂപമായ ഗാന്ധിവധവും അയോദ്ധ്യയിലെ പള്ളി തകർക്കലുമായി മാറി.

ഈ ചരിത്ര യാഥാർത്ഥ്യം മുൻനിർത്തിയാണ് 1921 ലെ മലബാർ കലാപത്തെയും 1946 ലെ പുന്നപ്ര-വയലാർ സമരത്തെയും താരതമ്യപ്പെടുത്തിക്കൊണ്ടുള്ള ഒരു പ്രബന്ധം ഒക്ടോബർ 25 ന് ആലപ്പുഴയിൽ നടന്ന സെമിനാറിൽ ഞാനവതരിപ്പിച്ചത്.

(1996)

മലബാർ കലാപവും പുന്നപ്ര-വയലാറും

ആയിരത്തിത്തൊള്ളായിരത്തി തൊണ്ണൂറ്റിയാറ് ചരിത്രപ്രാധാന്യമുള്ള ഒരു വർഷമാണ്. 1921 ലെ മലബാർ കലാപം നടന്ന് എഴുപത്തഞ്ചു വർഷവും പുന്നപ്ര-വയലാർ സമരം കഴിഞ്ഞ് അരനൂറ്റാണ്ടും കഴിയുന്ന വർഷമാണിത്. ആ സ്ഥിതിക്ക് രണ്ടു സമരങ്ങളും തമ്മിൽ താരതമ്യപ്പെടുത്തുന്നത് സഹായകരമായിരിക്കുമെന്ന് തോന്നുന്നു. എന്തുകൊണ്ടെന്നാൽ, ഒട്ടേറെ കാര്യങ്ങളിൽ സാദൃശ്യവും ഒരുകാര്യത്തിൽ വൈജാത്യവുമുള്ള രണ്ടു സമരങ്ങളാണ് 1921 ൽ മലബാറിലും 1946 ൽ തിരുവിതാംകൂറിലും നടന്നത്. ആദ്യമായി സാദൃശ്യങ്ങളെക്കുറിച്ചു പറയാം.

ജനാധിപത്യ വിപ്ലവസമരത്തിന്റെ രണ്ടു രൂപങ്ങളായിരുന്നു മലബാർ കലാപവും പുന്നപ്ര-വയലാറും. ആദ്യത്തേത് ബ്രിട്ടീഷ് ഭരണത്തിനെതിരായ ഇന്ത്യൻ ജനതയുടെ വിപ്ലവമുന്നേറ്റത്തിന്റെ ഭാഗമായിരുന്നു. രണ്ടാമത്തേത് തിരുവിതാംകൂർ എന്ന നാട്ടുരാജ്യത്ത് ജനാധിപത്യഭരണം സ്ഥാപിച്ചെടുക്കാനുള്ള സമരമായിരുന്നു.

രണ്ടിന്റെയും വർഗ്ഗപരമായ ഉള്ളടക്കം നാട്ടിൻപുറങ്ങളിലെ പട്ടിണിപ്പാവങ്ങൾക്ക് നാട്ടുപ്രമാണിമാരിൽനിന്ന് മോചനം കിട്ടാനുള്ള വ്യഗ്രതയായിരുന്നു. മലബാർ കലാപത്തിന്റെ അടിയിൽ ജന്മിവിരോധത്തിന്റേതായ കുടിയാൻ പ്രസ്ഥാനവുമുണ്ടായിരുന്നു. പുന്നപ്ര-വയലാറിന്റെ സാമൂഹ്യമായ ഉള്ളടക്കമാകട്ടെ ഭൂമിയുടെ പുനർവിഭജനമായിരുന്നു; അതിനെ വികൃതപ്പെടുത്തിയിട്ടാണ് സർ സി പിയുടെ ദിവാൻ ഭരണം 'പതിമൂന്നര സെന്റ് ഭൂമി'ക്കുവേണ്ടിയാണ് പുന്നപ്ര-വയലാർ പ്രദേശത്തെ പാവപ്പെട്ടവർ പോരാടുന്നതെന്നു പ്രചാരവേല നടത്തിയത്. ഈ നിലയ്ക്ക് നോക്കുമ്പോൾ ദേശീയ സ്വാതന്ത്ര്യത്തിനും ജനാധിപത്യത്തിനും വേണ്ടിയുള്ള രാഷ്ട്രീയ സമരത്തിന്റെ സാമൂഹ്യവും സാമ്പത്തികവുമായ ഉള്ളടക്കം, കാർഷിക

വിപ്ലവത്തിന്റേതാണെന്ന 'മാർക്സിസ്റ്റ്-ലെനിനിസ്റ്റ്' കാഴ്ചപ്പാടിന്റെ രണ്ട് ഉദാഹരണങ്ങളായിരുന്നു മലബാർ കലാപവും പുന്നപ്ര-വയലാറും.

പക്ഷേ, രണ്ടും തമ്മിൽ മൗലികമായ ഒരു വ്യത്യാസവും ഉണ്ടായിരുന്നു. മലബാർ കലാപത്തിന്റെ രാഷ്ട്രീയവശത്തിന് നേതൃത്വം നല്കിയത് ബൂർഷ്വാസിയുടെ രാഷ്ട്രീയ സംഘടനയായ കോൺഗ്രസും അതിന്റെ അഭേദ്യഭാഗമായിരുന്ന കാണാക്കുടിയാൻ പ്രസ്ഥാനവുമായിരുന്നു. അന്നേക്ക് സംഘടിത തൊഴിലാളി പ്രസ്ഥാനങ്ങളോ അവയ്ക്ക് നേതൃത്വം നല്കുന്ന കമ്യൂണിസ്റ്റ് പാർട്ടിയോ രൂപപ്പെട്ടിരുന്നില്ല.

പുന്നപ്ര-വയലാർ ആയപ്പോഴേക്ക് മലബാറിലും കൊച്ചിയിലും തിരുവിതാംകൂറിലും വ്യാപിച്ചുകിടക്കുന്ന ഒരു കമ്യൂണിസ്റ്റ് പാർട്ടി രൂപപ്പെട്ടിരുന്നു. ഇതിന്റെ പ്രതിഫലനമെന്ന നിലയ്ക്ക് മലബാർ കലാപത്തിനും പുന്നപ്ര-വയലാർ സമരത്തിനും നേതൃത്വം നല്കിയിരുന്ന ഗ്രൂപ്പുകൾ തമ്മിൽ മൗലികമായ വ്യത്യാസങ്ങളുണ്ടായിരുന്നു.

ഇന്ത്യൻ സ്വാതന്ത്ര്യമെന്ന ദേശീയാവശ്യത്തിന്റെ ഭാഗമായി ഇസ്ലാമിക രാജാവായിരുന്ന തുർക്കിയിലെ ഖലീഫയെ ബ്രിട്ടീഷുകാരിൽനിന്ന് രക്ഷിക്കുകയെന്ന ആവശ്യം കൂടി ഉയർത്തിയിരുന്നതിനാൽ നിസ്സഹകരണ - ഖിലാഫത്ത് പ്രസ്ഥാനത്തിന്റെ ഫലപ്രദമായ നേതൃത്വം മുസ്ലീം മതപണ്ഡിതന്മാർക്കായിരുന്നു. അവരുയർത്തിയ മതചിന്തയ്ക്ക് ബദലായി മതനിരപേക്ഷതയുടെ ആശയം പ്രസ്ഥാനത്തിന്റെ ഭാഗമായി പ്രചരിച്ചിരുന്നില്ല.

അതുകൊണ്ട് പ്രസ്ഥാനത്തിന്റെ വളർച്ചയിൽ ഇസ്ലാമിക മതഭ്രാന്തിന്റേതായ അംശങ്ങൾ മലബാർ കലാപത്തിൽ ധാരാളമുണ്ടായിരുന്നു. പ്രസ്ഥാനത്തിന്റെ ആദ്യഘട്ടത്തിൽ പൂർണ്ണമായ ഹിന്ദു-മുസ്ലീം ഐക്യം നിലനിന്നിരുന്നതിനുപകരം രണ്ടാം ഘട്ടത്തിൽ മുസ്ലീം മതഭ്രാന്തിന്റെ അംശങ്ങൾ ധാരാളമുണ്ടായിരുന്നു. ഇതാണ് മലബാർ കലാപത്തിനെതിരെ ഹിന്ദുബഹുജനങ്ങളെ ഇളക്കിവിടാൻ ബ്രിട്ടീഷ് ഭരണാധികാരികളെ സഹായിച്ചത്.

ഈ ചരിത്ര പശ്ചാത്തലത്തിലാണ് മലബാർ കലാപത്തിന്റെ ഇരുപത്തഞ്ചാം വാർഷികം കൊണ്ടാടുന്ന അവസരത്തിൽ കമ്യൂണിസ്റ്റ് പാർട്ടിയുടെ കേരള കമ്മിറ്റി ഇറക്കിയ പ്രസ്താവനയ്ക്ക് 'ആഹ്വാനവും താക്കീതും' എന്ന തലക്കെട്ട് കൊടുത്തത്. കലാപത്തിന്റെ ആദ്യഘട്ടത്തിൽ ഉയർന്നുവന്ന സാമ്രാജ്യവിരോധത്തിന്റെയും ജന്മിവിരോധത്തിന്റെയും വികാരങ്ങൾ നല്കിയ 'ആഹ്വാനം' കലാപത്തിന്റെ രണ്ടാം ഘട്ടത്തിൽ രൂപപ്പെട്ട മതവർഗ്ഗീയതക്കെതിരായ താക്കീത് - ഇതാണ് ആ തലക്കെട്ടിന്റെ അർത്ഥം.

ഈ "ആഹ്വാനവും താക്കീതും" ഇന്ത്യക്കാകെ ബാധകമായിരുന്നു. എന്തുകൊണ്ടെന്നാൽ, 1945 ൽ അവസാനിച്ച ഫാസിസ്റ്റ് വിരുദ്ധ യുദ്ധത്തിൽ സോവിയറ്റ് യൂണിയനും ലോകത്തെല്ലായിടത്തുമുള്ള കമ്യൂണിസ്റ്റുകാരും വഹിച്ച പങ്കുനിമിത്തം ലോകകമ്യൂണിസ്റ്റ് പ്രസ്ഥാനത്തിന്റെ

പ്രശസ്തി വർദ്ധിച്ചിരുന്നു. അതിന്റെ അലയടിച്ച് അതേവരെ സാമ്രാജ്യാധിപത്യത്തിന്റെ ചവിട്ടടിയിൽ കിടന്ന രാജ്യങ്ങളെല്ലാം ഒരു പുതിയ വിപ്ലവമുന്നേറ്റത്തിന്റെ രംഗങ്ങളായി മാറിയിരുന്നു. അതേ സ്ഥിതി വിശേഷം ഇന്ത്യയിലും ബാധിച്ചിരുന്നു. അതിന്റെ തിരുവിതാംകൂർ പതിപ്പാണ് പുന്നപ്ര-വയലാർ.

പക്ഷേ, അഖിലേന്ത്യാ വ്യാപകമായ ഈ പുതിയ വിപ്ലവമുന്നേറ്റത്തിനെതിരെ ഒരു പുതിയ പ്രതിവിപ്ലവമുന്നേറ്റവും ഇന്ത്യയിൽ പ്രകടമായി. ഇന്ത്യയെ വർഗ്ഗീയതയുടെ അടിസ്ഥാനത്തിൽ രണ്ടാക്കി വെട്ടിമുറിക്കാനുള്ള മുസ്ലീംലീഗിന്റെ ആവശ്യം ശക്തിപ്പെട്ടു. കമ്യൂണിസ്റ്റ് പാർട്ടിയുടെ നേതൃത്വത്തിൽ പുന്നപ്ര-വയലാറിലെയും തെലങ്കാനയിലെയും സായുധസമരങ്ങൾ മുന്നേറിക്കൊണ്ടിരുന്നതിനു സമാന്തരമായി കല്ക്കത്തെയിൽ തുടങ്ങിയ വർഗ്ഗീയലഹള ഇന്ത്യയൊട്ടുക്ക് വ്യാപിച്ചു. ഈ പ്രവണതയെ എതിർത്തു തോല്പിക്കുന്നത് തൊഴിലാളി കർഷകാദി ബഹുജനങ്ങളുടെയും അവരുടെ രാഷ്ട്രീയ പാർട്ടികളുടെയും കടമയായിത്തീർന്നു.

ഈ കാഴ്ചപ്പാടോടെയാണ് കമ്യൂണിസ്റ്റ് നേതൃത്വത്തിലല്ലാതെ മുംബൈയിലെ നാവികപ്പടയിലെ സൈനികർ അവരുടെ ബ്രിട്ടീഷ് യജമാനന്മാർക്കെതിരായി കലാപക്കൊടി ഉയർത്തിയപ്പോൾ കമ്യൂണിസ്റ്റ് പാർട്ടിയുടെ നേതൃത്വത്തിൽ മുംബൈ തൊഴിലാളികൾ പണിമുടക്ക് സമരങ്ങളിലൂടെ ഐക്യദാർഢ്യ പ്രകടനങ്ങൾ നടത്തിയതും അതിൽ പങ്കെടുത്ത ചില സഖാക്കൾ രക്തസാക്ഷിയായതും. സ്വന്തം സായുധസേന തന്നെ എതിരായിത്തിരിയുന്നതുകൊണ്ട് സ്ഥിതിഗതികൾ തങ്ങളുടെ പിടിയിൽനിന്ന് പോവുകയാണെന്നു കണ്ട ബ്രിട്ടീഷ് ഭരണാധികാരികൾ ഇന്ത്യ വിട്ടുപോകാൻ തീരുമാനിച്ചു.

ദേശീയതലത്തിൽ ഉയർന്നുവന്ന ഈ വിപ്ലവമുന്നേറ്റത്തിൽനിന്ന് തിരുവിതാംകൂറിനെ രക്ഷിക്കാൻ ദിവാൻ സർ സി പി രാമസ്വാമി അയ്യർ ഉയർത്തിയ രണ്ടു മുദ്രാവാക്യങ്ങളാണ് സ്വതന്ത്ര തിരുവിതാംകൂറും അമേരിക്കൻ മോഡൽ ജനാധിപത്യവും. രണ്ടിനേയും അറബിക്കടലിൽ താഴ്ത്താനുള്ള ആഹ്വാനമാണ് പുന്നപ്ര-വയലാറിലെ ധീരസഖാക്കൾ ഉയർത്തിയത്. അതിലാണ് നൂറുകണക്കിന് രക്തസാക്ഷികൾ മരിച്ചുവീണതും. രണ്ടു മൂന്നാഴ്ചയ്ക്കകത്തു തന്നെ പുന്നപ്ര-വയലാർ സമരം അടിച്ചമർത്തപ്പെട്ടു. പക്ഷേ, അതിന്റെ സന്ദേശം ജനഹൃദയങ്ങളിൽ അലയടിച്ചു. "വയലാർ രക്തം നമ്മുടെ രക്തം" എന്ന മുദ്രാവാക്യം പതിനായിരക്കണക്കിന് കണ്ഠങ്ങളിൽനിന്നു ഉയർന്നുവന്നു. അതുമൂലം പ്രകടമായ ജനവികാരത്തെ ചെറുത്തുനില്ക്കാൻ കഴിയാതെ ഒരു വർഷത്തിനുള്ളിൽ ദിവാൻ സർ സി പി തിരുവിതാംകൂർ വിട്ടു. മഹാരാജാവ് ഉത്തരവാദഭരണമനുവദിച്ചുകൊണ്ട് വിളംബരമിറക്കി. പുതുതായി രൂപംകൊള്ളുന്ന സ്വതന്ത്ര ഇന്ത്യയുടെ അഭേദ്യഭാഗമായിരിക്കും തിരുവിതാംകൂറെന്നും പ്രഖ്യാപിക്കപ്പെട്ടു.

ഈ താല്ക്കാലിക നേട്ടങ്ങളോടൊപ്പം തന്നെ, കമ്യൂണിസ്റ്റ് പാർട്ടിയും തൊഴിലാളി കർഷകാദി ബഹുജനങ്ങളും പൊരുതുന്ന സംഘടനകളും

വളർന്നുവന്നു. ആദ്യം തിരുവിതാംകൂർ-കൊച്ചി സംയോജനവും പിന്നീട് കേരള സംസ്ഥാന രൂപീകരണവും നടന്നു. പുതിയ കേരള സംസ്ഥാനത്തിലേക്ക് നടന്ന ഒന്നാം പൊതുതിരഞ്ഞെടുപ്പിൽ കമ്യൂണിസ്റ്റ് പാർട്ടി ഭരണകക്ഷിയായി ഉയർന്നു.

അന്നുതൊട്ടിന്നേവരെ കമ്യൂണിസ്റ്റ് പാർട്ടിയും മറ്റിടതുപക്ഷ പ്രസ്ഥാനങ്ങളും അടിക്കടി വളർന്നുവന്നു. അതിന്റെ പരിണാമമാണ് ഈയിടെ നടന്ന ലോകസഭാ-നിയമസഭാ തിരഞ്ഞെടുപ്പിലും പിന്നീടു നടന്ന തലശ്ശേരി-പുനലൂർ ഉപതിരഞ്ഞെടുപ്പുകളിലും ഇടതുപക്ഷ ജനാധിപത്യ മുന്നണിക്കുണ്ടായ വിജയം. ഈ സംഭവവികാസങ്ങളിൽ മർമ്മപ്രധാനമായ പങ്കാണ് വയലാർരക്തം വഹിച്ചത്. അന്ന് മരിച്ചുവീണ രക്തസാക്ഷികളുടെ പാവനസ്മരണയ്ക്കുമുമ്പിൽ നമുക്ക് മുഷ്ടിചുരുട്ടി അഭിവാദ്യമർപ്പിക്കാം.

(1996)

കരിവെള്ളൂർ സമരവും മലബാർ കലാപവും

നവംബർ 20 ന് കരിവെള്ളൂർ സമരത്തിന്റെ 50-ാം വാർഷികോദ്ഘാടനച്ചടങ്ങിൽ പങ്കെടുത്ത ഞാൻ അന്നു വൈകുന്നേരം കോഴിക്കോട്ടുവച്ച് നടന്ന മലബാർ കലാപം സംബന്ധിച്ച സെമിനാറിലും പങ്കെടുത്തു. രണ്ടിടത്തും ഞാൻ ചെയ്ത പ്രസംഗങ്ങൾ രണ്ടു സമരങ്ങളും തമ്മിലുള്ള സാദൃശ്യവും വൈജാത്യവും വ്യക്തമാക്കുന്നവയായിരുന്നു.

ബ്രിട്ടീഷ് സാമ്രാജ്യാധിപത്യം നാട്ടുരാജ്യപ്രദേശങ്ങളിലെ നാടുവാഴി മേധാവിത്വമടക്കമുള്ള ഇന്ത്യൻ ഫ്യൂഡലിസം എന്നിവക്കെതിരായ സമരങ്ങളായിരുന്നു 1921 ൽ തെക്കെ മലബാറിലും 1946 ൽ വടക്കേ മലബാറിലെ കരിവെള്ളൂരെന്നപോലെ ഇന്ത്യയുടെ നാനാഭാഗത്തും നടന്ന വിപ്ലവ മുന്നേറ്റങ്ങൾ. ആ അർത്ഥത്തിൽ കരിവെള്ളൂർ സമരത്തിനും മലബാർ കലാപത്തിനും പൂർണ്ണമായ സാദൃശ്യമുണ്ട്. രണ്ടും അടിച്ചമർത്തപ്പെടുകയാണുണ്ടായതെന്ന കാര്യത്തിലും അവ തമ്മിൽ സാദൃശ്യമുണ്ട്. പക്ഷേ, രണ്ടിനും നേതൃത്വം നല്കിയ സാമൂഹ്യശക്തികൾ തമ്മിൽ വൈജാത്യം മാത്രമല്ല വൈരുദ്ധ്യംകൂടിയുണ്ട്.

ഇന്ത്യൻ സ്വാതന്ത്ര്യസമരത്തിന്റെ ചരിത്രത്തിൽ ദരിദ്രനാരായണന്മാർ എന്നു മഹാത്മാഗാന്ധി വിളിച്ച അദ്ധ്വാനിക്കുന്ന ബഹുജനങ്ങൾ സജീവമായി സമരരംഗത്തിറങ്ങിയ ഘട്ടത്തിലാണ് മലബാർ കലാപം നടന്നത്. അതിന് വഴിയൊരുക്കിയ നിസ്സഹകരണ-ഖിലാഫത്ത് പ്രസ്ഥാനത്തിന്റെ തലപ്പത്ത് അഹിംസ എന്ന ആദർശം മുറുകെ പിടിക്കുന്ന മഹാത്മാഗാന്ധിയാണുണ്ടായിരുന്നത്.

മലബാറിലെ മാപ്പിളമാരടക്കം ഇന്ത്യയിലാകെയുള്ള ബഹുജനങ്ങളെ സമരരംഗത്തിറക്കുക എന്നതുപോലെ തന്നെ അവർ നടത്തുന്ന സമരം

ഹിംസാത്മകമായിരിക്കരുതെന്ന കാര്യത്തിലും ഗാന്ധിയൻ നേതൃത്വത്തിന് നിർബ്ബന്ധമുണ്ടായിരുന്നു. അതിന്റെ പരിധികടന്ന് ബ്രിട്ടീഷ് ഭരണമെന്ന ചെകുത്താനെതിരെ ആയുധമെടുത്തു പോരാടുകയാണ് തെക്കേ മലബാറിലെ മാപ്പിളമാർ ചെയ്തത്.

പോരെങ്കിൽ, മഹാത്മാഗാന്ധി വിഭാവനചെയ്തതുപോലെ ഹിന്ദു-മുസ്ലീം ഐക്യം ഊട്ടിയുണ്ടാക്കുന്നതിനുപകരം മുസ്ലീങ്ങൾ സ്വന്തമായി സായുധസമരത്തിലേർപ്പെടുകയെന്ന കാഴ്ചപ്പാടോടെയാണ് മാപ്പിളമാർ പോരാടിയത്. നിസ്സഹകരണപ്രസ്ഥാനത്തോടൊപ്പം ഖിലാഫത്തും ഉൾക്കൊണ്ടിരുന്നതിനാൽ ഇന്ത്യൻ ജനത ഒറ്റക്കെട്ടായി പോരാടുന്നതിനുപകരം മുസ്ലീങ്ങൾ പ്രത്യേകം സംഘടിക്കുക എന്ന കാഴ്ചപ്പാടും തെക്കെ മലബാറിലെ മാപ്പിളമാർക്കുണ്ടായിരുന്നു.

ഇതാണ് വരാൻ പോകുന്നതെന്ന് ഏറനാട് താലൂക്ക് ഖിലാഫത്ത് സെക്രട്ടറി കൂടിയായിരുന്ന എം പി നാരായണമേനോനും അദ്ദേഹത്തിന്റെ യുവസഹപ്രവർത്തകനുമായ മുഹമ്മദ് അബ്ദുറഹിമാനും ചേർന്ന് മഹാത്മാഗാന്ധിക്ക് താക്കീത് നല്കിയിരുന്നു. പക്ഷേ, തലമുതിർന്ന കോൺഗ്രസ് നേതാക്കളുടെ ഉപദേശം സ്വീകരിച്ച് മാപ്പിളമാരെ ഇളക്കിവിടുക എന്ന മാർഗ്ഗംതന്നെ അവസാനം മഹാത്മാവ് അംഗീകരിച്ചു. അതിന്റെ ദുരന്തഫലമായാണ് മലബാർ കലാപം നടന്നത്.

അന്ന് മലബാർ പ്രദേശത്ത് കമ്യൂണിസ്റ്റ് പാർട്ടി ഇല്ലായിരുന്നു. പക്ഷേ, ഇന്ത്യയിൽ മറ്റു പലേടത്തും കൊച്ചു കൊച്ചു കമ്യൂണിസ്റ്റ് ഗ്രൂപ്പുകൾ പ്രവർത്തിച്ചിരുന്നു. അവരുടെ കേന്ദ്രമുദ്രാവാക്യം സ്വാതന്ത്ര്യസമരത്തിന്റെ പ്രധാന അച്ചുതണ്ടായി കാർഷികവിപ്ലവം സംഘടിപ്പിക്കുക എന്നതായിരുന്നു.

എന്നാൽ ഖിലാഫത്ത് പ്രസ്ഥാനത്തിന്റെ കൂടി സ്വാധീനത്തിൽപ്പെട്ട തെക്കേ മലബാറിലെ മാപ്പിളമാർ ചെയ്തതുപോലെ, മാപ്പിളമാർ ഒറ്റക്ക് ബ്രിട്ടീഷ് ഗവൺമെന്റിനെയും ജന്മി മേധാവിത്വത്തെയും സായുധമായി നേരിടുക എന്ന കാഴ്ചപ്പാടല്ല കമ്യൂണിസ്റ്റുകാർക്കുണ്ടായിരുന്നത്. പോരെങ്കിൽ, അഖിലേന്ത്യാ തലത്തിൽപോലും കമ്യൂണിസ്റ്റ് പാർട്ടി ഒരുഗണനീയ രാഷ്ട്രീയശക്തിയായി ഉയർന്നുവന്നിരുന്നില്ല.

25 വർഷത്തിനുശേഷം കേരളത്തിലെ പുന്നപ്ര-വയലാറും കരിവെള്ളൂരടക്കമുള്ള യുദ്ധാനന്തര വിപ്ലവമുന്നേറ്റം അരങ്ങേറിയപ്പോഴേക്ക് ഇന്ത്യൻ കമ്യൂണിസ്റ്റ് പാർട്ടി, കോൺഗ്രസിനെ അപേക്ഷിച്ച് വളരെ വളരെ ദുർബ്ബലമാണെങ്കിലും, എണ്ണപ്പെട്ട ഒരു രാഷ്ട്രീയശക്തിയായി ഉയർന്നുവന്നിരുന്നു. 1946 ഫെബ്രുവരിയിൽ മുംബൈയിൽ നടന്ന നാവികകലാപത്തിന് പൂർണ്ണ പിന്തുണ നല്കുകയും കേരളത്തിലെ കരിവെള്ളൂരും, പുന്നപ്ര-വയലാറും, ബംഗാളിലെ തേഭാഗയും, ഹൈദരാബാദിലെ തെലങ്കാനയുമടക്കമുള്ള ഒട്ടേറെ വിപ്ലവസമരങ്ങൾക്ക് നേരിട്ട് നേതൃത്വം നല്കുകയും ചെയ്ത ശക്തിയായി ഇന്ത്യൻ കമ്യൂണിസ്റ്റ് പാർട്ടി ഉയർന്നിരുന്നു.

പോരെങ്കിൽ ഇന്ത്യ അവിഭാജ്യവും കേന്ദ്രീകൃതവുമണെന്ന കോൺഗ്രസിന്റെയും ഹിന്ദു-മുസ്ലീം എന്ന രണ്ടുരാഷ്ട്രങ്ങളുള്ള രാജ്യമാണെന്ന ലീഗിന്റെയും നിലപാടിനെ ശക്തിയായെതിർത്തുകൊണ്ട് ഭാഷാ സംസ്ഥാനങ്ങൾക്ക് വിപുലമായ സ്വയംഭരണാവകാശം കിട്ടണമെന്ന നിലപാട് പാർട്ടി എടുത്തു.

അങ്ങനെ പരസ്പരം മത്സരിക്കുന്ന ഹിന്ദു മുസ്ലീം പ്രമാണിമാർക്കെതിരെ ഇരു സമുദായങ്ങളിലുള്ള ബഹുജനങ്ങളെ ഏകോപിപ്പിക്കുന്ന ഒരു ശക്തിയായി പാർട്ടി വളർന്നു. ഹിന്ദു മുസ്ലീം സിഖ് പ്രമാണിമാർ അന്യോന്യം നടത്തുന്ന സംഘട്ടനങ്ങളെയും വർഗ്ഗീയലഹളകളെയും നേരിട്ട് സമുദായ സൗഹാർദ്ദം നിലനിർത്തുന്ന ഒരു രാഷ്ട്രീയശക്തിയായി പാർട്ടി ജനങ്ങൾക്കു മുമ്പിൽ പ്രത്യക്ഷപ്പെട്ടു.

ഇതിന്റെ ഫലമായി മഹാത്മാഗാന്ധി നിർദ്ദേശിച്ച അഹിംസാമാർഗ്ഗത്തിന്റെ അതിരുകടക്കുന്ന ബഹുജനസമരങ്ങളെ അഴിച്ചുവിടാൻ കഴിഞ്ഞ പാർട്ടിക്ക് ആ ബഹുജനസമരങ്ങളെ മലബാർ കലാപത്തിന്റെ മാതൃകയിലാക്കാൻ ബ്രിട്ടീഷ് ഗവൺമെന്റും ഹിന്ദു-മുസ്ലീം-സിഖ് പ്രമാണിമാരും നടത്തിയ ശ്രമങ്ങളെ ഒരതിരുവരെ തടയാൻ കഴിഞ്ഞു.

ഇതാണ് മലബാർ കലാപവും 1946–47 ലെ വിപ്ലവമുന്നേറ്റങ്ങളും തമ്മിലുള്ള പ്രധാന വ്യത്യാസം. മുമ്പു വിവരിച്ച ചരിത്രപരമായ കാരണങ്ങളാൽ മലബാർ കലാപത്തിന് സാമ്രാജ്യ വിരുദ്ധതയോടും ഫ്യൂഡൽ വിരുദ്ധതയോടുമൊപ്പം വർഗ്ഗീയതയുമുണ്ടായിരുന്നു. അങ്ങനെയാണ് അതൊരു 'മാപ്പിളലഹള'യായി മാറിയത്. കരിവെള്ളൂർ സമരമടക്കം 1946–47 ലെ ബഹുജനസമരങ്ങളാകട്ടെ, പൂർണ്ണമായ മതനിരപേക്ഷതയുടെ അടിസ്ഥാനത്തിലായിരുന്നു.

പക്ഷേ, 'ദരിദ്രനാരായണ'ന്മാരെന്നു വിളിക്കപ്പെടുന്ന തൊഴിലാളി കർഷകാദി ബഹുജനങ്ങളെ സാമ്രാജ്യ വിരോധത്തിന്റെയും ഫ്യൂഡൽ വിരോധത്തിന്റെയും യഥാർത്ഥ ജനാധിപത്യത്തിന്റെയും അടിസ്ഥാനത്തിൽ സംഘടിപ്പിക്കുക എന്ന കാര്യം മഹാത്മാഗാന്ധിയടക്കമുള്ള കോൺഗ്രസ് നേതാക്കൾക്ക് അചിന്ത്യമായിരുന്നു. അതിനുപകരം ബ്രിട്ടീഷ് ഗവൺമെന്റായിട്ടെന്നപോലെ മുസ്ലീംലീഗായും സന്ധിയുണ്ടാക്കുക എന്ന മാർഗ്ഗം അവർ അംഗീകരിച്ചു. അതിന്റെ ഫലമായി ഹിന്ദു-മുസ്ലീം-സിഖ് മതസമുദായങ്ങളിലെ മതഭ്രാന്തന്മാർക്ക് രാഷ്ട്രീയ മുൻകൈ കിട്ടി. ഇന്ത്യാക്കാരുടെ കൈയിലേക്ക് അധികാരം പകരാനുള്ള കൂടിയാലോചനകളോടൊപ്പം തന്നെ ഹൈന്ദവ-ഇസ്ലാമിക-സിഖ് വർഗ്ഗീയലഹളകൾ അരങ്ങേറി. ആ തക്കമുപയോഗിച്ച് ഇന്ത്യയെ ഇന്ത്യൻ യൂണിയനും പാകിസ്ഥാനുമെന്നു രണ്ടായി വെട്ടിമുറിക്കാൻ ബ്രിട്ടീഷ് ഭരണക്കാർക്ക് കഴിഞ്ഞു.

ഇതിന്റെ ദുഷ്ഫലം സ്വാതന്ത്ര്യലബ്ധിക്കുശേഷവും പ്രകടമായി. 1946 ൽ തുടങ്ങിയ വർഗ്ഗീയലഹളകൾ 1947 ആഗസ്ത് 15 ന് ശേഷം ഇന്ത്യൻ യൂണിയനിലും പാകിസ്ഥാനിലും തുടർന്നു. അവിഭക്ത ഇന്ത്യയുടെ മുസ്ലീം ഭൂരി

പക്ഷപ്രദേശം ഒരു പ്രത്യേക രാഷ്ട്രമാണെന്ന ലീഗിന്റെ സിദ്ധാന്തത്തെ വെല്ലുവിളിച്ചുകൊണ്ട് കിഴക്കൻ പാകിസ്ഥാനിലെ ജനങ്ങൾ സായുധസമരങ്ങളിലൂടെ സ്വയം നിർണ്ണയാവകാശം സ്ഥാപിച്ചെടുത്ത് പുതിയ ബംഗ്ലാദേശ് രാഷ്ട്രമായി മാറി.

ഇന്ത്യൻ യൂണിയനിലാകട്ടെ, ഹൈന്ദവവർഗ്ഗീയത അഴിഞ്ഞാടുകയും മഹാത്മാഗാന്ധിയെ കൊലപ്പെടുത്തുകപോലും ചെയ്തു. ആർ എസ് എസിന്റെ പേരിൽ തുടങ്ങിയ അവരുടെ പ്രസ്ഥാനം പിന്നീട് ജനസംഘവും ബി ജെ പിയുമായി മാറി. അതിന്റെ മേധാവികൾ ഇപ്പോൾ കേന്ദ്രഭരണം കൈയടക്കാനുള്ള തീവ്രശ്രമത്തിലാണ്.

(1996)

സാമുദായിക കലാപമല്ല മാപ്പിള കൃഷിക്കാർ മുൻകൈയെടുത്തു നടത്തിയ ധീരമായ കർഷകവിപ്ലവം

ആയിരത്തിത്തൊള്ളായിരത്തി ഇരുപത്തിയൊന്നിലെ മലബാർ ലഹള മാപ്പിള ലഹളയായിരുന്നുവെന്ന തെറ്റായ 'സിദ്ധാന്തം' തുറന്നു കാട്ടേണ്ടത് ഈ ഘട്ടത്തിൽ ആവശ്യമാണ്. ഈ സമരത്തിന്റെ മുന്നണി പ്പോരാളികളായി പ്രവർത്തിച്ചത് മാപ്പിളമാരായ കൃഷിക്കാരായിരുന്നുവെ ന്നതുകൊണ്ടാണ് ഈ സിദ്ധാന്തം വിലപ്പോയത്. സമരത്തെ തുടർന്ന് പിന്നീടൊരു ഘട്ടത്തിൽ അതായത് ബ്രിട്ടീഷ് സേന കൊള്ള ആരംഭിക്കു കയും കൃഷിക്കാരുടെ സമരവീര്യത്തിന്റെ ഉറവിടം മുസ്ലീം ഭ്രാന്താണെന്ന കെട്ടുകഥ ബ്രിട്ടീഷ് ഭരണാധികാരികളും അവരുടെ പാദസേവകരായ ഹിന്ദുക്കളും ചേർന്നു പ്രചരിപ്പിക്കാൻ തുടങ്ങുകയും ചെയ്ത ഘട്ടത്തിൽ സമരത്തിന് സാമുദായിക സ്വഭാവം കൈവന്നുവെങ്കിൽ അത് നിഷേധി ക്കേണ്ടതായിട്ടില്ല. എന്നാൽ ലഹള ഒരു സാമുദായിക കലാപമായിരുന്നു വെന്നോ അതിന്റെ ലക്ഷ്യം ഹിന്ദുമത ധ്വംസനമായിരുന്നുവെന്നോ ലഹള നടന്ന ആറുമാസക്കാലമത്രയും ഹിന്ദുക്കൾക്കെതിരായ ക്രൂരതയുടെ കാല മായിരുന്നുവെന്നോ പറയുന്നത് സത്യത്തിൽനിന്ന് വളരെ വിദൂരമായ ഒന്നാ യിരിക്കും.

ഒരു റിട്ടയേഡ് ഡെപ്യൂട്ടി കളക്ടറും ഔദ്യോഗിക ഭാഷ്യത്തിന്റെ ആശാനുമായ പരേതനായ സി ഗോപാലൻനായർ എഴുതിയ *മാപ്പിള ലഹള* എന്ന ചെറുപുസ്തകത്തിൽനിന്നുള്ള ഏതാനും ഭാഗങ്ങൾ ഇത് വ്യക്ത മാക്കുന്നതാണ്. മലബാർ കളക്ടറുടെ പദവിയിലുള്ള ഒരാളാണ് ഇതെഴു തിയതെന്നതും പ്രത്യേകം പ്രസ്താവ്യമാണ്. ലഹളയുടെ തുടക്കത്തിലു ണ്ടായ ചില സംഭവങ്ങളെക്കുറിച്ച് അദ്ദേഹം പറയുന്നു:

> നിലമ്പൂർ തിരുമുൽപ്പാടിന്റെ പൂക്കോട്ടൂർ കോവിലകത്തുനിന്ന് മോഷ്ടിക്കപ്പെട്ടതെന്നു പറയപ്പെടുന്ന ഒരു തോക്കിനുവേണ്ടി

പൊലീസ് പ്രാദേശിക ഖിലാഫത്ത് സെക്രട്ടറിയായ പി മുഹമ്മദിന്റെ വീട് പരിശോധിച്ചു. ഖിലാഫത്ത് പ്രസ്ഥാനത്തിന്റെ ശക്തിയും അധികാരവും സ്ഥാപിക്കുന്നതിന്, തങ്ങൾ കാത്തുകൊണ്ടിരുന്ന അവസരം ഇത് മാപ്പിളമാർക്ക് നല്കി. ഈ പരിശോധന അനീതിയും അനവസരത്തിനുള്ളതുമാണെന്ന ന്യായത്തിന്മേൽ നൊടിയിടകൊണ്ട് നൂറുകണക്കിന് മാപ്പിളമാർ കത്തിവാൾ, കുന്തം എന്നിവയുമായി കോവിലകത്തേക്കു കുതിച്ചു. അയൽപ്രദേശങ്ങളിൽ നിന്നെല്ലാം, പള്ളികളിൽനിന്ന് ആപൽസൂചകമായി ചെണ്ടമുട്ടി അറിയിച്ചാണ് അവരെ വിളിച്ചുകൂട്ടിയത്. കൊല്ലുമെന്നു ഭീഷണിപ്പെടുത്തി അവർ ഭൂവുടമകളിൽനിന്ന് പണം വാങ്ങുകയുണ്ടായി. പൊലീസ് സർക്കിൾ ഇൻസ്പെക്ടറുടെ നേർക്കും അവർ വധഭീഷണി ഉയർത്തി. തന്ത്രപരമായി കാര്യങ്ങൾ കൈകാര്യം ചെയ്യേണ്ട ആവശ്യകത അദ്ദേഹത്തിന് ബോദ്ധ്യപ്പെട്ടു.

കാർഷികാസ്വാസ്ഥ്യത്തെക്കുറിച്ച് മുന്നറിയിപ്പു നല്കുന്ന യാതൊരു തെളിവും ഇതേവരെ പുറത്തുവന്നിട്ടില്ല. എന്നാൽ പൂക്കോട്ടൂർ മാപ്പിളമാരും പൂക്കോട്ടൂർ എസ്റ്റേറ്റു മാനേജർ തിരുമുൽപ്പാടും തമ്മിൽ ചില കുഴപ്പങ്ങൾ ഉണ്ടായതായാണ് കാണുന്നത്. അതെന്താണെന്ന് പറയുക സാദ്ധ്യമല്ല. മാനേജരുടെ പ്രേരണമൂലം പൊലീസ് പരിശോധന നടത്തിയത് അവരുടെ അസ്വാസ്ഥ്യം മൂർച്ഛിപ്പിച്ചു. സ്വന്തം മതക്കാരുടെ കലഹപ്രകൃതത്തെയും ഖിലാഫത്ത് പ്രസ്ഥാനത്തെയും പകരം വീട്ടുന്നതിന് വി മുഹമ്മദ് ചൂഷണം ചെയ്തു. രാത്രി 9 മണിക്ക് മാപ്പിളമാർ കൂലി ചോദിക്കുകയും മാനേജരെ ഭീഷണിപ്പെടുത്തുകയും രംഗം പ്രക്ഷുബ്ധമാവുകയും ചെയ്തു. വിദൂരസ്ഥമായ കാട്ടുപ്രദേശവും മതഭ്രാന്തന്മാരുടെ ഗ്രാമവുമായ പൂക്കോട്ടൂരിൽ 1921 ആഗസ്ത് രണ്ടു മുതൽ സിവിൽ ഭരണം ഫലത്തിൽ നിലച്ചു. (പേജ് 21-23)

മുപ്പതാംപേജിൽ അദ്ദേഹം പറയുന്നു:

സ്ഥിരോത്സാഹത്തിന്റെ രംഗത്ത് മാപ്പിള എതിരറ്റവനാണ്; സാധാരണ ജീവിതത്തിൽ അവന്റെ ഗുണങ്ങൾ സമ്മതിച്ചേ തീരൂ. ലഹളയ്ക്കിടയിൽ രക്ഷപ്പെടാൻ മാപ്പിളമാർ ഹിന്ദുക്കളെ സഹായിച്ച എത്രയോ സംഭവങ്ങൾ ഉണ്ടായിട്ടുണ്ട്. എന്നാൽ ഒറ്റപ്പെട്ട അത്തരം സംഭവങ്ങൾ പൊതു നിയമമാവുന്നില്ല.

76-80 പേജുകളിൽ കൊടുത്തിട്ടുള്ള ലഹളത്തലവന്മാരുടെ ജീവചരിത്രത്തിന്റെ രൂപരേഖ ശോഭായമാനമായതത്രെ.

വാരിയംകുന്നത്ത് കുഞ്ഞഹമ്മദ് ഹാജി ലഹളക്കാരുടെ പാരമ്പര്യമുള്ള ഒരു കുടുംബത്തിലെയാളാണ്. മുമ്പൊരു ലഹളയിൽ സഹ

> കരിച്ചതിന് പിതാവിനോടൊപ്പം കുട്ടിക്കാലത്തുതന്നെ അയാളെ നാടുകടത്തുകയുണ്ടായി. ആറേഴു കൊല്ലം മുമ്പ് തിരിച്ചെത്തിയപ്പോൾ സ്വന്തം ഗ്രാമത്തിൽ സ്ഥിരതാമസമുറപ്പിക്കാൻ അയാളെ അനുവദിച്ചില്ല. എന്നാൽ കുറച്ചുകാലത്തിനുശേഷം അയാൾ തന്റെ ഗ്രാമത്തിലേക്ക് പോവുകയും ഒരു വണ്ടിക്കാരനായി ജീവിതമാരംഭിക്കുകയും ചെയ്തു.
>
> 'ഖിലാഫത്ത്' പ്രസ്ഥാനത്തിന്റെ ആരംഭത്തോടെ അയാൾ അതിൽ ചേരുകയും അതിന്റെ മുഖ്യപ്രവർത്തകരിലൊരാളായിത്തീരുകയും സഭകൾ സംഘടിപ്പിക്കുകയും അങ്ങനെ ഏറനാട്ടിലെ ഖിലാഫത്ത് പ്രസ്ഥാനത്തിന് മാർഗ്ഗദർശിയായിത്തീരുകയും ചെയ്തു. കലാപം പൊട്ടിപ്പുറപ്പെട്ടതോടെ അയാൾ രാജാവായി. മാപ്പിള റിട്ടയേഡ് പൊലീസ് ഇൻസ്പെക്ടറായ ലാൽ ബഹദൂർ ചേക്കുട്ടിയെ കൊലപ്പെടുത്തിക്കൊണ്ടാണയാൾ തന്റെ സ്ഥാനാരോഹണം കൊണ്ടാടിയത്.
>
> ഹിന്ദുക്കളുടെ രാജാവും മുഹമ്മദീയരുടെ അമീറും ഖിലാഫത്തുസേനയുടെ കേണലുമായി അയാൾ സ്വയം ചമഞ്ഞു. ഫെസ്കേപ്പ് (രോമത്തൊപ്പി), ഖിലാഫത്ത് യൂണിഫോമും ബാഡ്ജും, കൈയിൽ ഒരു വാൾ - ഇതായിരുന്നു അയാളുടെ വേഷം. ഏറനാടും വള്ളുവനാടും ഉൾപ്പെട്ട തന്റെ രാജ്യത്ത് അദ്ദേഹം പൂർണ്ണസ്വരാജ് നടപ്പാക്കി. കൊള്ളയും കവർച്ചയുംമൂലം രാജ്യനിവാസികൾക്ക് വലിയ കഷ്ടത നേരിട്ടതായി താൻ മനസ്സിലാക്കുന്നുവെന്നും അതിനാൽ ഇക്കൊല്ലം (1921) അവരുടെമേൽ താൻ നികുതി ചുമത്തുന്നതല്ലെന്നും യുദ്ധഫണ്ടിലേക്ക് സംഭാവന വാങ്ങുന്നതും അടുത്ത കൊല്ലം നികുതി നടപ്പാക്കുന്നതുമാണെന്നും അദ്ദേഹം പ്രഖ്യാപിക്കുകയുണ്ടായി. തിരുമുൽപ്പാടിന്റെ ഭൂമിയിൽ ഇറക്കിയ വിള കൊയ്തുകൊണ്ടുവരാനും കാർഷിക തൊഴിലാളികളോടദ്ദേഹം കല്പിച്ചു. അതിനവർക്ക് പണമായി കൂലി കൊടുക്കുകയും ധാന്യം ഹാജിയുടെ സൈന്യങ്ങളുടെ ആവശ്യത്തിന് മാറ്റിവയ്ക്കുകയും ചെയ്തു. തന്റെ രാജ്യാതിർത്തിക്കു പുറത്തുപോകാനാഗ്രഹിക്കുന്നവർക്ക് അദ്ദേഹം പാസ്പോർട്ടു നല്കി. ഓരോരുത്തരുടെയും കഴിവിനനുസരിച്ച് അയവേറിയ രീതിയിലാണ് അതിന് പ്രതിഫലം വസൂലാക്കിയിരുന്നത്.
>
> 1922 ജനുവരി 6 ന് അദ്ദേഹത്തെ പിടികൂടുകയും ജനുവരി 20-ാം തീയതി വെടിവച്ച് കൊല്ലുകയും ചെയ്തു.

ലഹളത്തലവന്മാരിൽ മുമ്പനായ ആളുടെ നില ഇതാണ്. അതിലും താഴെപ്പടിയിലുള്ള രണ്ടുപേരെക്കുറിച്ച് പറയുന്നു:

> ഖിലാഫത്ത് അധികാരം സ്ഥാപിച്ച പ്രദേശത്തിന്റെ ഗവർണറായി അവരോധിക്കപ്പെട്ടയാളാണ് കുമരംപുത്തൂർ സീതികോയതങ്ങൾ.

രാജ്യം തങ്ങളുടേതായിക്കഴിഞ്ഞിരിക്കുന്നുവെന്ന് ചൂണ്ടിക്കാട്ടിക്കൊണ്ടും കൊള്ളയും തട്ടിപ്പറിയും നടത്തുന്നതിനെതിരായി മുന്നറിയിപ്പ് നല്കിക്കൊണ്ടും അയാൾ ഉത്തരവ് പുറപ്പെടുവിച്ചു. എളമ്പുളാശേരിയിൽ കൊള്ളയിലേർപ്പെട്ട മൂന്നുപേരെ അയാൾ സ്വന്തം പട്ടാളക്കോടതി ചേർന്ന് വിചാരണ ചെയ്തു ശിക്ഷിച്ചു. അവരെ വെടിവെയ്ക്കാനുത്തരവിട്ടു. എന്നാൽ പൊയ്യുണ്ട മാത്രമേ ഉപയോഗിക്കാവൂ എന്ന് നിർദ്ദേശിച്ചു. വെടിപൊട്ടിയപ്പോൾ അവർ പേടിച്ചു നടുങ്ങിനിലംപതിച്ചു. എന്നാൽ ഉണർന്നെണീറ്റപ്പോൾ ശരീരത്തിലെവിടെയും മുറിവുകളൊന്നും കണ്ടില്ല. ഇത് തന്റെ ദിവ്യശക്തി കൊണ്ടാണെന്നും തങ്ങൾ പ്രസ്താവിച്ചു. ബ്രിട്ടീഷ് പട്ടാളാക്രമണത്തിനു മുമ്പിലും അവർ ഇതു പോലെ വിമുക്തരാകുമെന്നും അദ്ദേഹം തുടർന്നു പ്രസ്താവിച്ചു. അയാളും പിടികൂടപ്പെടുകയും വെടിവെച്ചു കൊല്ലപ്പെടുകയും ചെയ്തു.

തിരൂരും കരുവാരക്കുന്നിനുമിടയ്ക്കാണ് ചെമ്പ്രശ്ശേരി ഇമ്പിച്ചിക്കോയ തങ്ങൾ തന്റെ കോടതി സ്ഥാപിച്ചത്. അയൽഗ്രാമങ്ങളിൽനിന്നുള്ള 4000 ത്തോളം അനുയായികളോടുകൂടി ഒരുകുന്നിൻചെരിവിലാണത് ഏർപ്പെടുത്തിയത്. 40 ൽപ്പരം ഹിന്ദുക്കളെ കൈകൾ പിന്നിൽ കെട്ടി അവിടെ കൊണ്ടുവന്നു. പട്ടാളക്കാർക്ക് പാലും ഇളനീരും നല്കി എന്ന കുറ്റമാണവരുടെ പേരിൽ ആരോപിക്കപ്പെട്ടത്. ഇവരിൽ 38 പേരെ വധശിക്ഷയ്ക്കു വിധിച്ചു. ഇവരുടെ വധശിക്ഷ നടപ്പിലാക്കുന്നതിന് ഒരു കിണറിന് സമീപം ഒരു പാറയിൽ ഇരുന്നുകൊണ്ട് അയാൾ നേരിട്ടുതന്നെ മേൽനോട്ടം വഹിച്ചു. അദ്ദേഹത്തിന്റെ ആൾക്കാർ ഇവരെ ഓരോരുത്തരെയായി തലവെട്ടിയെടുത്ത് ഉടൽ കിണറ്റിലിട്ടു. അങ്ങനെ 38 പേരെയും വധിച്ചു. ഇവരിൽ ഒരാൾ ഒരു പെൻഷൻ ഹെഡ് കോൺസ്റ്റബിളായിരുന്നു. അയാളോട് ഇയാൾക്ക് പൂർവ്വ വിരോധമുണ്ടായിരുന്നു. അതു കൊണ്ട് അയാളുടെ തല രണ്ടായി വെട്ടിപ്പൊളിച്ചു. ഇയാൾ മേലാറ്റൂർ വച്ച് കീഴടങ്ങുകയും 1922 ജനുവരി 22 ന് വെടിവെച്ച് കൊല്ലപ്പെടുകയും ചെയ്തു.

ജനപ്രീതി നഷ്ടപ്പെട്ട എസ്റ്റേറ്റ് മാനേജർക്കെതിരായി മാപ്പിളമാരെ നയിച്ച ഖിലാഫത്ത് സെക്രട്ടറി, റിട്ടയേഡ് പൊലീസ് ഇൻസ്പെക്ടറെ വധിച്ച കുഞ്ഞഹമ്മദു ഹാജി, സ്വന്തം ക്യാമ്പിൽ വച്ച് കൊള്ളക്കാരെ ശിക്ഷിച്ച സീതികോയതങ്ങൾ, പട്ടാളത്തെ സഹായിച്ചതിന് 38 പേരെ വധിച്ച ചെമ്പ്രശ്ശേരി തങ്ങൾ ഈ രീതിയിലുള്ള നേതാക്കൾ കാഫറുകളെ ദ്രോഹിക്കുകയും വകവരുത്തുകയും ചെയ്യുകയെന്നത് ജീവിതവ്രതമായി സ്വീകരിച്ച മതഭ്രാന്തന്മാരുടെ മാതിരിക്കാരല്ല. എന്നാൽ ലഹള നടന്ന അഞ്ചോ അതിലേറെയോ മാസക്കാലത്തിനിടയ്ക്ക് നശിപ്പിക്കുകയോ അശുദ്ധമാക്കുകയോ ചെയ്ത അമ്പലങ്ങളുടെ കണക്കാണ് ഔദ്യോഗികവക്താക്കൾ ഒരു

വലിയ തെളിവായി എടുത്തുകാട്ടുന്നത്. 1922 നവംബർ 14 ന് മദിരാശി ലെജിസ്ലേറ്റീവ് കൗൺസിൽ ഗവൺമെന്റ് വക്താവ് ഇപ്രകാരം പ്രസ്താവിച്ചു.

> നശിപ്പിക്കപ്പെടുകയോ അശുദ്ധമാക്കപ്പെടുകയോ ചെയ്ത അമ്പലങ്ങളുടെ കണക്കുകൾ ശേഖരിച്ചിട്ടില്ല. എന്നാൽ അത് നൂറിലധികം വരും. ഇത് ഒരുപക്ഷേ, കുറേക്കൂടിയ കണക്കായിരിക്കാം. എന്നാൽ വ്യക്തമായ കാരണത്തിൽ കൃത്യമായ കണക്കുകൾ ശേഖരിക്കുന്നതിൽ നിന്ന് ഗവൺമെന്റ് സോദ്ദേശ്യമായിത്തന്നെ വിട്ടുനില്ക്കുകയാണ്.
>
> ലഹള 220 റവന്യൂ വില്ലേജുകൾ ഉൾപ്പെട്ട പ്രദേശങ്ങളിൽ വ്യാപിച്ചിരുന്നു. ഒരംശത്തിൽ ഏറ്റവും ചുരുങ്ങിയത് അഞ്ചു ഹിന്ദുക്ഷേത്രങ്ങൾ എന്ന തോതിൽ. ഏറ്റവും മിതമായി കണക്കാക്കിയാൽ പോലും ഈ നൂറ് എന്നത് ഒട്ടാകെയുള്ളതിന്റെ 9 ശതമാനമേ ആവുന്നുള്ളൂ. ഒരു സാമുദായിക കലാപം പൊട്ടിപ്പുറപ്പെടുകയും ഒരാഴ്ചയ്ക്കകം തന്നെ ആ പ്രദേശമാകെ ലഹളക്കാരുടെ അധീനത്തിലാവുകയും ചെയ്ത പരിതഃസ്ഥിതിയിൽ ഇത് എത്രയും ചെറിയ ഒരു കണക്കുമാത്രമേ ആവുന്നുള്ളൂ.
>
> ജീവിതനാശം സംഭവിച്ച സാധാരണക്കാരുടെ (സിവിലിയൻ) എണ്ണത്തിന്റെ കഥയും ഇതുതന്നെയാണ്. മേൽപ്പറഞ്ഞ പുസ്തകത്തിന്റെ 58-ാം പേജിൽ ഇങ്ങനെ പറയുന്നു. ശരിയായ കണക്കിന്റെ അഭാവത്തിൽ ലഹളപ്രദേശത്ത് കൊലചെയ്യപ്പെട്ടവരുടെ എണ്ണം എത്രയാണെന്ന് തിട്ടപ്പെടുത്തുക അസാദ്ധ്യമാണ്. എന്നാൽ സിവിലിയൻ ജനങ്ങളിൽ 500 നും 600 നും ഇടയ്ക്ക് ആളുകൾ കൊല്ലപ്പെട്ടിട്ടുണ്ടെന്നാണ് ഗവൺമെന്റ് കണക്കുകൊണ്ട് കാണുന്നത്. കൊല്ലപ്പെട്ടവരിൽ എത്ര സ്ത്രീകളും കുട്ടികളും ഉൾപ്പെടുമെന്നതിന്റെ കണക്ക് ശേഖരിച്ചിട്ടില്ല. (മദിരാശി മെയിൽ, 1922, നവംബർ 14)

നാലുലക്ഷത്തോളം ഹിന്ദുക്കൾ വസിക്കുന്ന പ്രദേശത്ത് അഞ്ചുമാസക്കാലത്തിലധികം നീണ്ടുനിന്ന സാമുദായിക കലാപത്തിനിടയിൽ 500-600 സാധാരണക്കാർ കൊല്ലപ്പെട്ടിട്ടുണ്ടെങ്കിൽ അതത്രവലിയ ഒരുകണക്കല്ല. ഈ 500-600 പേരിൽത്തന്നെ ഖാൻസാഹേബ് ചേക്കുട്ടി മാപ്പിള റിട്ടയേഡ് ഇൻസ്പെക്ടർ, പട്ടാളത്തെ സഹായിച്ചതിന് ചെമ്പ്രശ്ശേരി തങ്ങൾ വധിച്ച 38 പേർ എന്നിവരൊക്കെ ഉൾപ്പെടുമെന്നുകൂടി ഓർക്കുമ്പോഴേ ഇതിന്റെ പ്രാധാന്യം പൂർണ്ണമായും മനസ്സിലാവുകയുള്ളൂ. ഈ 500-600 പേരിൽത്തന്നെ തികച്ചും മതപരമായ കാരണങ്ങളാൽ എത്രപേർ കൊല്ലപ്പെട്ടിട്ടുണ്ടാവുമെന്ന് പറയുക വിഷമമാണ്. അവരുടെ എണ്ണം അത്ര വലുതാവാൻ വയ്യതന്നെ.

നിർബ്ബന്ധിച്ച് മതംമാറ്റി എന്നുപറയുന്നതിന്റെ സ്ഥിതിയെന്താണ്. ആര്യസമാജക്കാരനായ പണ്ഡിറ്റ് ഋഷിറാം ഒരു കത്തിൽ പറയുന്നു: "ആര്യ

സമാജത്തിന്റെ രജിസ്റ്ററിൽത്തന്നെ 1766 പേരെ നിർബ്ബന്ധിച്ച് മതം മാറ്റിയതായി രേഖപ്പെടുത്തിയിട്ടുണ്ട്. എല്ലാ റിലീഫ് കമ്മിറ്റികളുടെയും കണക്കുകൾ ശേഖരിച്ചാൽ മൊത്തം സംഖ്യ 2500 ൽ പരമാവും." (മേലുദ്ധരിച്ച പുസ്തകം 109-ാം പേജിൽ ഉദ്ധരിച്ചു ചേർത്തത്) നാലുലക്ഷം ഹിന്ദുക്കൾ നിവസിക്കുന്ന പ്രദേശത്ത് 2500 പേരെ നിർബ്ബന്ധിച്ച് മതം മാറ്റി എന്നുവന്നാൽ തന്നെയും ഇതൊരു സാമുദായിക കലാപമാണെങ്കിൽ അതത്ര വലിയ ഒരു കണക്കല്ല.

ഇപ്പറഞ്ഞ കാര്യങ്ങളിൽ ഈ കലാപത്തിൽ മതഭ്രാന്ത് തീരെ ഉണ്ടായിരുന്നില്ല എന്നർത്ഥമാക്കരുത്. നിർബ്ബന്ധമായ മതംമാറ്റം നടന്നതിനെ (പണ്ഡിറ്റ് ഋഷിറാമിന്റെ കണക്ക് അദ്ദേഹം ഒരു ആര്യസമാജക്കാരനായിരുന്നതിനാൽ കുറേ കൂടിയതാണെന്നിരിക്കിലും)ക്കുറിച്ച് മതഭ്രാന്തിന്റെ അടിസ്ഥാനത്തിലല്ലാതെ മറ്റൊരു നിലയ്ക്കും വിശദീകരിക്കാനാവില്ല. കടുത്ത മതവിശ്വാസികളും അങ്ങേയറ്റം വിദ്യാശൂന്യരും സുസംഘടിതരുമായ മാപ്പിള സമുദായത്തിൽ, കാഫറിന്റെ തലയെടുക്കുന്നതും മതം മാറ്റുന്നതും സ്വർഗ്ഗത്തിലേക്കുള്ള ചവിട്ടുപടിയാണെന്ന് ധരിച്ചുവശായ ഏതാനും ചിലരെങ്കിലും ഉണ്ടായിരുന്നുവെങ്കിൽ അതിൽ അത്ഭുതമുണ്ടോ? അത്യാഹിതത്തിൽ ഒരളവോളം ആ നിലയ്ക്ക് സംഭവിച്ചതായും കണക്കാക്കാം. എന്നാൽ കലാപത്തിന്റെ പിന്നിലുള്ള മുഖ്യശക്തി മതവിദ്വേഷമല്ലെന്നും അത് അതിന്റെ ഒരു പ്രതിഫലനം മാത്രമാണെന്നും തീർത്തു പറയേണ്ടതുണ്ട്.

കേരള സംസ്ഥാന കോൺഗ്രസ് കമ്മിറ്റി 1925 ൽ പ്രസിദ്ധീകരിച്ച കേരളത്തിലെ കോൺഗ്രസിന്റെ ഔദ്യോഗിക ചരിത്രത്തിൽ താഴെപ്പറയുന്ന ഭാഗം ഇക്കാര്യം വെളിപ്പെടുത്തുന്നുണ്ട്:

> പൂക്കോട്ടൂർ ലഹള നടന്ന ആഗസ്ത് തൊട്ട് മലപ്പുറം, തിരൂരങ്ങാടി, മഞ്ചേരി, പെരിന്തൽമണ്ണ എന്നിവിടങ്ങളിൽ ബ്രിട്ടീഷ് ഭരണം ഫലത്തിൽ ഇല്ലാതായി എന്നുപറയാം.
>
> ഈ സ്ഥലങ്ങളെല്ലാം ലഹളക്കാരുടെ അനിയന്ത്രിതമായ പ്രവർത്തനരംഗങ്ങളായിരുന്നു. അവരെ ആരും ചെറുത്തില്ല. അതിനാൽ ആരേയും എതിർക്കേണ്ടതോ ആർക്കെങ്കിലുമെതിരായി കലാപം സംഘടിപ്പിക്കേണ്ടതോ ആയ ആവശ്യവും അവർക്കില്ലായിരുന്നു. ഈ ഘട്ടത്തിൽ പൊലീസ് ഇൻസ്പെക്ടർ ചേക്കുട്ടിയെയും ഒരു പൊലീസ് ഹെഡ്കോൺസ്റ്റബിളിനെയും നിലമ്പൂർ തിരുമുൽപ്പാടിന്റെ ഏതാനും ആൾക്കാരെയും മാത്രമാണ് ലഹളക്കാർ കൊന്നത്. ഈ ഘട്ടത്തിൽ ലഹളക്കാരുടെ നടപടി ഒരു നിലയ്ക്കും സാധാരണക്കാരെ ഭയപ്പെടുത്തുന്ന തരത്തിലായിരുന്നില്ലെന്ന് ഒരു ദൃക്സാക്ഷി മൊഴികൊടുത്തതായി പ്രോസിക്യൂഷൻ എടുത്തുപറഞ്ഞിട്ടുണ്ട്.
>
> പട്ടാളക്കാരന്റെ വരവോടെ ലഹളക്കാരുടെയും സാധാരണക്കാരു

ടെയും മനോഭാവത്തിൽ മാറ്റം വന്നു. പൂക്കോട്ടൂർ യുദ്ധവും മറ്റുപലേടത്തും പട്ടാളവുമായുണ്ടായ ഏറ്റുമുട്ടലും അതുവരെ ഒറ്റക്കെട്ടായിനിന്ന ലഹളക്കാരുടെ സൈന്യത്തെ ഛിന്നഭിന്നമാക്കി. ആൾനാശവും അവരെ നേരിട്ട ആപല്ക്കരമായ സ്ഥിരവിശേഷവും ലഹളക്കാരെ ഹതാശരാക്കി. എല്ലാ യുദ്ധത്തിലുമെന്നപോലെ നിഷ്പക്ഷത ആപല്ക്കരമാകയാൽ, സാധാരണക്കാർക്കിവിടെ സ്വാഭാവികമായും വളരെ വിഷമംപിടിച്ച ഒരു സ്ഥിതിവിശേഷത്തെ അഭിമുഖീകരിക്കേണ്ടിവന്നു. പട്ടാളക്കാർക്ക് എല്ലാ വിധ സഹായ സഹകരണങ്ങളും നല്കാത്ത ഹിന്ദുക്കൾ ലഹളക്കാരോടനുഭാവമുള്ളവരായി കണക്കാക്കപ്പെട്ടു. അതിനാൽ നിസ്സഹായരായ ഹിന്ദുക്കൾ ലഹളക്കാരെ സംബന്ധിച്ചും അവരുടെ നീക്കങ്ങളെ സംബന്ധിച്ചും പട്ടാളത്തിന് വിവരം നല്കാൻ ചിലപ്പോൾ നിർബ്ബന്ധിതരായി. ഇത് സ്വാഭാവികമായും മാപ്പിളമാർക്കിടയിൽ സംശയം ജനിപ്പിച്ചു. അവരാകട്ടെ ഹിന്ദുക്കളുടെ നേരെ രോഷം കൊള്ളാൻ തുടങ്ങി. തുടക്കത്തിൽ സാമുദായിക സ്വഭാവത്തിലല്ലാത്ത, ഒരു വിഭാഗം സാധാരണക്കാരുടെ സമരം ഒടുവിൽ സാമുദായിക സ്വഭാവത്തിലുള്ള മാപ്പിള ലഹളയ്ക്കായി കലാശിച്ചത് ഇങ്ങനെയാണ്.

(1972)

ഖിലാഫത്ത് പ്രസ്ഥാനത്തിന്റെ ദൗർബല്യം

താങ്കളുടെ *ആത്മകഥയിൽ* 'ഖിലാഫത്ത്' എന്ന അധ്യായത്തിൽ നിസ്സഹകരണ ഖിലാഫത്തു പ്രസ്ഥാനം ഏതാനും മാസങ്ങൾക്കകത്ത് 'മാപ്പിളലഹള'യായി മാറിയെന്ന് പറയുന്നു. അതിന്റെ കാരണങ്ങൾ എന്താ യിരുന്നു? ലഹള ന്യായീകരിക്കത്തക്കതായിരുന്നുവോ, ലഹളയുടെ ആത്യ ന്തികഫലം ഗുണമോ ദോഷമോ;'എന്തൊക്കെപ്പറഞ്ഞാലും മാപ്പിളമാരെ വിശ്വസിച്ചുകൂടാ'യെന്ന ചിന്താഗതി ഉയർന്നതെങ്ങനെ തുടങ്ങിയ സംശ യങ്ങൾക്ക് വിശദീകരണം ആവശ്യമാണ്.

ഉണ്ണി
വടക്കുംപുറം

ഇന്ത്യാരാജ്യത്തെ ബ്രിട്ടീഷ് ഭരണത്തിൽ നിന്ന് മോചിപ്പിക്കുക എന്ന മതനിരപേക്ഷമായ ലക്ഷ്യം മുൻനിർത്തി സംഘടിപ്പിച്ചതാണെങ്കിലും മഹാ ത്മാഗാന്ധിയുടെ നേതൃത്വത്തിൽ രൂപംകൊണ്ട ദേശീയസ്വാതന്ത്ര്യ പ്രസ്ഥാനത്തിൽ മതത്തിന്റെ അംശങ്ങൾ ധാരാളമുണ്ടായിരുന്നു.

സ്വയം ഹിന്ദുമതവിശ്വാസിയായിരുന്ന ഗാന്ധിജി തന്റെ മതവിശ്വാ സത്തെ ആസ്പദമാക്കിയ ആശയങ്ങളുൾക്കൊള്ളിച്ചുകൊണ്ടുള്ള ലക്ഷ്യ പ്രഖ്യാപനവും നയസമീപനങ്ങളുമാണ് ആവിഷ്കരിച്ചത്. സ്വാതന്ത്ര്യവും സമത്വവും പുലരുന്ന സ്വതന്ത്ര ഇന്ത്യ എന്ന തന്റെ മതനിരപേക്ഷ സങ്കൽപ്പ ത്തിനു രാമരാജ്യമെന്ന വിശേഷണം അദ്ദേഹം നൽകി.

ഇത് ഹൈന്ദവ ജനകോടികളെ സ്വാതന്ത്ര്യസമരപ്രസ്ഥാനത്തിലേ ക്ക് വൻതോതിലാകർഷിക്കാൻ സഹായിച്ചു. അതേപോലെ 'ഖിലാഫത്ത്' എന്ന ഇസ്ലാമിക രാഷ്ട്രീയ പ്രശ്നം കൂടി തന്റെ നേതൃത്വത്തിലുള്ള ദേശീയ പ്രസ്ഥാനത്തിൽ ഗാന്ധിജി ഉൾപ്പെടുത്തിയത് മുസ്ലീം ജനകോടി

കളെയും ഇന്ത്യൻ സ്വാതന്ത്ര്യ പ്രസ്ഥാനത്തിലേക്ക് വൻതോതിൽ ആകർഷിച്ചു.

ഇങ്ങനെ ഹിന്ദുക്കളെ 'രാമരാജ്യ'ത്തിന്റെ പേരിലും മുസ്ലീങ്ങളെ 'ഖിലാഫത്തി'ന്റെ പേരിലും സ്വാതന്ത്ര്യപ്രസ്ഥാനത്തിലേക്ക് ആകർഷിച്ചത് താൽക്കാലികമായി വമ്പിച്ച നേട്ടങ്ങളുണ്ടാക്കി. ഹിന്ദു-മുസ്ലീം വ്യത്യാസമില്ലാതെ ഇന്ത്യൻ ജനതയാകെ കോൺഗ്രസിന്റെ കൊടിക്കീഴിലും ഗാന്ധിജിയുടെ നേതൃത്വത്തിലും അണിനിരന്നു. സ്വാതന്ത്ര്യസമരത്തിന്റെ ചരിത്രത്തിൽ മുമ്പൊരിക്കലും ഉണ്ടായിട്ടില്ലാത്ത വ്യാപകമായ ഒരു ദേശീയ വിമോചന പ്രസ്ഥാനം രൂപം കൊണ്ടു.

പക്ഷേ, ഹിന്ദു—മുസ്ലീം മതവിഭാഗങ്ങളിൽപ്പെട്ട പ്രമാണിവർഗത്തിന്റെ പിന്തിരിപ്പൻ ചിന്താഗതികൾക്ക് എതിരായ യാതൊരുസമരവും ഗാന്ധിജി നടത്തിയില്ല. അതുകൊണ്ട് 'രാമരാജ്യ'ത്തിൽ ആകൃഷ്ടരായ ഹൈന്ദവ ജനകോടികളും ഖിലാഫത്ത് മുദ്രാവാക്യത്തിലേക്കാകൃഷ്ടരായ മുസ്ലീം ജനകോടികളും താന്താങ്ങളുടെ (ഹൈന്ദവവും ഇസ്ലാമികവുമായ) വീക്ഷണം നിലനിർത്തിക്കൊണ്ടാണ് സ്വാതന്ത്ര്യസമരത്തിൽ പങ്കെടുത്തത്.

ഇതിന്റെ ആപത്ത് മലബാറിലെ മുസ്ലീം ജനലക്ഷങ്ങളുടെ കാര്യത്തിലും ഗൗരവാവഹമാണെന്ന് അന്നത്തെ ഏറനാടു താലൂക്കിലെ കോൺഗ്രസ് — ഖിലാഫത്ത് പ്രസ്ഥാനങ്ങളുടെ നേതാക്കളായിരുന്ന എം പി നാരായണമേനോനും മുഹമ്മദ് അബ്ദുൾ റഹ്മാനും ഗാന്ധിജിയെത്തന്നെ ധരിപ്പിക്കാൻ ശ്രമിച്ചതായി നാരായണമേനോന്റെ ജിവചരിത്രത്തിൽ രേഖപ്പെടുത്തിയിട്ടുണ്ട്. മലബാറിലെ മാപ്പിളമാർ ശുദ്ധഗതിക്കാരാണെന്നും ബ്രിട്ടീഷുകാരുടെ 'ചെകുത്താൻ ഭരണ'ത്തിനെതിരെ പോരാടാനുള്ള ആഹ്വാനത്തെ അവർ അക്ഷരാർഥത്തിലെടുക്കുമെന്നും ഗാന്ധിജിയെ മനസ്സിലാക്കിക്കാൻ താൻ ശ്രമിച്ചുവെന്നു മേനോൻ അദ്ദേഹത്തിന്റെ ജിവചരിത്രകാരനുമായി നടത്തിയ അഭിമുഖത്തിൽ രേഖപ്പെടുത്തിയിട്ടുണ്ട്.

മലബാർ പ്രദേശത്തെ കോൺഗ്രസ്-ഖിലാഫത്ത് പ്രസ്ഥാനത്തിന്റെ അഭേദ്യഭാഗമായിരുന്നു കുടിയാൻ പ്രസ്ഥാനം. ബ്രിട്ടീഷുകാരുടെ 'ചെകുത്താൻ ഭരണ'ത്തിനെതിരായി പോരാടാനുള്ള ഗാന്ധിജിയുടെ ആഹ്വാനവും ഖിലാഫത്ത് പ്രസ്ഥാനനേതാക്കൾ കൂടിയായിരുന്ന കുടിയാൻ നേതാക്കൾ നടത്തിയ ആഹ്വാനവും ചേർന്ന് ബ്രിട്ടീഷ് ഭരണത്തിനും ജന്മിമേധാവിത്വത്തിനുമെതിരായി ആയുധമെടുത്തു പോരാടാനുള്ള ആഹ്വാനം ഇന്നത്തെ മലപ്പുറം ജില്ലയുൾപ്പെടുന്ന പ്രദേശത്തെ മുസ്ലീം ജനലക്ഷങ്ങൾക്കു കിട്ടി. ഇതിന്റെ മുമ്പിൽ ഗാന്ധിയൻ അഹിംസാ സിദ്ധാന്തം നിഷ്പ്രഭമായി.

ഈ പ്രസ്ഥാനത്തെ വഴിതിരിച്ചുവിടാൻ ബ്രിട്ടീഷ് ഗവൺമെന്റിന്റെ മലബാർ പ്രദേശത്തെ ഉദ്യോഗസ്ഥന്മാർ ശ്രമിക്കുന്നുണ്ടായിരുന്നു. ബ്രിട്ടീഷ് ഗവൺമെന്റിനോ ജന്മിമാർക്കോ എതിരായല്ല, ഹിന്ദുക്കൾക്കെതിരായാണ്

കോൺഗ്രസ് — ഖിലാഫത്ത് പ്രസ്ഥാനവും കുടിയാൻ പ്രസ്ഥാനവും പോരാടുന്നതെന്ന് ഹിന്ദു ജനലക്ഷങ്ങളെ ധരിപ്പിക്കാൻ അവർ ശ്രമിച്ചു. ഇതിനെ പരാജയപ്പെടുത്തി ഹിന്ദു — മുസ്ലിം ഐക്യം നിലനിർത്തുന്നതിൽ കോൺഗ്രസ് നേതാക്കളും പരാജയപ്പെട്ടു.

മുസ്ലീം മതമേധാവികളാകട്ടെ ബ്രിട്ടീഷ് ഭരണമേധാവികളുടെ പ്രചാരണത്തിന് ഊർജം പകരുന്ന വിധത്തിൽ മുസ്ലീം ജനലക്ഷങ്ങളെ നയിക്കുകയും ചെയ്തു. ഇതാണ് നിസ്സഹകരണ - ഖിലാഫത്ത് പ്രസ്ഥാനത്തെത്തുടർന്ന് മലബാർ പ്രദേശത്തുണ്ടായ ദുരന്തത്തിന്റെ രാഷ്ട്രീയ പശ്ചാത്തലം (07.10.1994).

1921 ന്റെ ആഹ്വാനവും താക്കീതും

I

ആയിരത്തിത്തൊള്ളായിരത്തി ഇരുപത്തിയൊന്ന് ആഗസ്റ്റ് 20 നാണ് 'മാപ്പിളലഹള'യെന്ന പേരിലറിയപ്പെടുന്നതും അതിനുമുമ്പോ പിമ്പോ കേരളത്തിൻെറ ചരിത്രത്തിലുണ്ടായിട്ടില്ലാത്തത്ര വമ്പിച്ചതുമായ സാമ്രാജ്യവിരോധസമരം തിരൂരങ്ങാടിയിലും പരിസരപ്രദേശങ്ങളിലുംവെച്ചു തുടങ്ങിയത്.

നിരക്ഷരരും നിരായുധരുമായ സാധുകൃഷിക്കാർക്കുപോലും വമ്പിച്ച സന്നാഹങ്ങളോടുകൂടിയ സാമ്രാജ്യാധിപത്യത്തെ ആയുധമെടുത്തെതിർക്കാൻ കഴിയുമെന്നു കാണിച്ച ആ ധീരസമരത്തിൻെറ പാവനസ്മരണയെ ഒന്നുകൂടി പുതുക്കാൻ കമ്യൂണിസ്റ്റ്പാർട്ടി ഈ അവസരം ഉപയോഗിക്കുന്നു.

കോൺഗ്രസ്സിൻെറയും ഖിലാഫത്ത്കമ്മിറ്റിയുടെയും സമരസന്ദേശം കേട്ട് 'ചെകുത്താൻഭരണ'ത്തെ എതിർക്കാൻ മുന്നോട്ടുവന്ന പതിനായിരക്കണക്കിലുള്ള ധീരരായ മാപ്പിളമാരുടെ അന്നത്തെ ശൗര്യത്തെയും പാർട്ടി അകംനിറഞ്ഞ അഭിമാനത്തോടുകൂടി അനുസ്മരിക്കുന്നു.

വെള്ളപ്പട്ടാളത്തിൻെറയും ഗൂർഖാപട്ടാളത്തിൻെറയും തോക്കിന് മാറുകാണിച്ചവരും ആ പട്ടാളങ്ങളുടെ പൈശാചിക നടപടികൾക്കെതിരായി മൂന്നുനാലു മാസക്കാലത്തോളം പോരാടിയവരും, 'പൂക്കോട്ടൂർ യുദ്ധ'മെന്ന പേരിലറിയപ്പെടുന്ന ഒരു സമരത്തിൽ ബ്രിട്ടീഷ് പട്ടാളവുമായി ആയുധമേന്തി സംഘടിതസമരംതന്നെ നടത്തിയവരുമായ മാപ്പിളകൃഷിക്കാരെ പാർട്ടി അഭിവാദ്യം ചെയ്യുന്നു.

സാമ്രാജ്യാധിപത്യത്തിനെതിരായി പടവെട്ടാനൊരുങ്ങുന്നവർക്കെല്ലാം മാതൃകയെന്നോണം മാപ്പിളമാരെ തൂക്കിക്കൊല്ലുകയും ആയിരമായിരം പേരെ ആന്തമാനിലും ജയിലുകളിലുമിട്ട് നരകിപ്പിക്കുകയും എണ്ണമറ്റ മാപ്പിളകുടുംബങ്ങളെ അനാഥമാക്കുകയും ഹിറ്റ്ലർ ഫാസിസത്തിൻെറ മൃഗീയതയോടുമാത്രം ഉപമിക്കാവുന്ന 'വാഗൺട്രാജഡി' ഏർപ്പാടുചെയ്യുകയും ചെയ്തു. പ്രകൃതിസുന്ദരമായ മാപ്പിളനാടിനെ മരുഭൂമിയാക്കി മാറ്റിയ സാമ്രാജ്യാധിപത്യത്തിൻെറ മർദകഭരണത്തെ അറ്റമില്ലാത്ത വെറുപ്പോടും ദേഷ്യത്തോടും പകയോടും കൂടി കമ്യൂണിസ്റ്റ്പാർട്ടി വീക്ഷിക്കുന്നു.

ഇത്ര ധീരമായ സമരം നടത്തിയവരും ഇത്ര പൈശാചികമായ മർദനമനുഭവിച്ചവരുമായ മാപ്പിളമാരെ 'ഹിംസ'യുടെയും 'മതഭ്രാന്തി' ൻെറയും പേരു പറഞ്ഞാക്ഷേപിക്കുകയും സാമ്രാജ്യമർദനത്തെ എതിർക്കുകയെന്ന കടമയിൽനിന്നൊഴിഞ്ഞുമാറാൻ 'അഹിംസ'യെ ഒരൊഴിവുകഴിവായെടുക്കുകയും ചെയ്ത കോൺഗ്രസ്സ് നേതൃത്വത്തിൻെറ ഭീരുത്വപൂർവമായ നയത്തെ പാർട്ടി അവജ്ഞയോടുകൂടി അനുസ്മരിക്കുന്നു.

ഇത്ര മൃഗീയമായ സാമ്രാജ്യമർദനമനുഭവിക്കുന്ന സ്വസമുദായത്തെ അതിൽനിന്നു രക്ഷിക്കാൻ ഒരു ചെറുവിരൽപോലും ഇളക്കാതെ, സാധു മാപ്പിളമാരെ പോലീസിനും പട്ടാളത്തിനും പിടിച്ചുകൊടുത്ത് പണവും പദവിയും നേടിയ മാപ്പിളസമുദായപ്രമാണികളുടെ രാജ്യദ്രോഹപരവും സമുദായദ്രോഹപരവുമായ പ്രവൃത്തിയെ പാർട്ടി അറപ്പോടുകൂടി ഓർക്കുന്നു.

കോൺഗ്രസ്സ് നേതൃത്വത്തിന്റെ ഭീരുത്വത്തെയും മുസ്ലിം പ്രമാണിമാരുടെ രാജ്യദ്രോഹത്തെയും എതിർത്തുകൊണ്ടും മാപ്പിളമാരുടെ വീരചരിത്രത്തിലഭിമാനം പൂണ്ടുകൊണ്ടും 1921 ന്റെ സമരപാരമ്പര്യം കാണിച്ചവരെ നിലനിർത്തിക്കൊണ്ടും പ്രവർത്തിച്ച പരേതനായ മുഹമ്മദ് അബ്ദു റഹിമാൻ സാഹേബിന്റെ ആവേശകരമായ ജീവിതത്തെക്കൂടി ഓർക്കുന്നു. 1921 മാപ്പിളമാരുടെ സ്വകാര്യസ്വത്തല്ല, മലബാറിന്റെ മുഴുവൻ സ്വത്താണ് എന്ന ന്യായത്തിന്മേൽ 'മാപ്പിളലഹള'യെന്ന പേരിനുപകരം 'മലബാർ ലഹള'യെന്ന പേരു വിളിക്കണമെന്നു വാദിച്ച പഴയ കെ പി സി സി പ്രസിഡന്റിൻെറ ആ അഭിപ്രായത്തെ പാർട്ടി ഒരിക്കൽക്കൂടി ശരിവയ്ക്കുന്നു.

25 കൊല്ലംമുമ്പ് കേരളത്തിൽനടന്ന ആ സാമ്രാജ്യവിരോധസമരത്തിന്റെ ചരിത്രവും പാഠങ്ങളും പഠിക്കാൻ ഓരോ മലയാളിയോടും പാർട്ടി ഈ അവസരത്തിലഭ്യർഥിക്കുന്നു.

1921 ൽ മാപ്പിളലഹളയ്ക്കു കാരണമായതെന്തെല്ലാമാണോ അതെല്ലാം ഇന്നും നിലവിലുണ്ട്. അന്നത്തെപ്പോലെ ഇന്നും ഒരു ഭയങ്കരമായ ലോകമഹായുദ്ധം കഴിഞ്ഞിരിക്കുകയാണ്. സാധനങ്ങളുടെ വിലക്കൂടുതലും, സാധനങ്ങൾ തീരെ കിട്ടാനില്ലെന്ന സ്ഥിതിയും മറ്റു ദുരിതങ്ങളും നാട്ടുകാരെ അലട്ടിക്കൊണ്ടിരിക്കുകയാണ്. അന്നത്തെപ്പോലെ ഇന്നും ലോകമഹായുദ്ധത്തിനുശേഷമുള്ള രാഷ്ട്രീയബോധം നാട്ടുകാരിൽ മുഴു

വൻ അലയടിക്കാൻ തുടങ്ങിയിരിക്കയാണ്. ഇതിൻെറയെല്ലാം ഫലമായി പണിമുടക്കും മറ്റു സമരങ്ങളും എല്ലാ ജനവിഭാഗങ്ങളെയും ഇളക്കിത്തീർത്തിരിക്കയാണ്.

1921 ൽ മലബാറിൽ മാപ്പിളമാരുടെയെന്നപോലെ, ഇന്ത്യയിലെല്ലാ ഭാഗത്തും എല്ലാ ജനവിഭാഗങ്ങളുടെയും സമരങ്ങൾ നടക്കാൻ പോകുകയാണ്. 1921 ലെ 'മാപ്പിളലഹള'യെ എന്നപോലെ, 1946–47 ലെ സമരങ്ങളെ ഫാസിസ്റ്റ് മാർഗങ്ങളുപയോഗിച്ച് അടിച്ചമർത്താൻ സാമ്രാജ്യാധിപത്യവും അതിന്റെ കാവൽക്കാരായ നാട്ടുരാജാക്കന്മാരും ഒരുക്കുകൂട്ടിക്കൊണ്ടിരിക്കുകയാണ്. 1921 ലെപ്പോലെ ഇന്നും സാമ്രാജ്യവിരോധസമരത്തെ അഹിംസയുടെയും മറ്റും പേരിൽ എതിർക്കാൻ ദേശീയനേതൃത്വം തയ്യാറായിരിക്കുന്നു.

1921 ലെ എന്നപോലെ ഇന്നും എല്ലാ വിഭാഗത്തിലുംപെട്ട ജനങ്ങളുടെ ഏകീകൃതസമരം സാമ്രാജ്യാധിപത്യത്തിനെതിരായി നയിക്കുന്നതിനു പകരം ഒരു സമുദായം മറ്റൊരു സമുദായത്തിനെതിരായി പോരാടി ഇരുകൂട്ടരും സാമ്രാജ്യഭക്തന്മാരായിത്തീരുകയെന്ന ആപത്ത് നമ്മെ നേരിട്ടിരിക്കുന്നു.

അതുകൊണ്ട് 1921 ന്റെ പാഠങ്ങൾ പഠിക്കാൻ പാർട്ടി കോൺഗ്രസ്സുകാരോടും ലീഗുകാരോടും മറ്റെല്ലാ ദേശാഭിമാനികളോടും അഭ്യർഥിക്കുന്നു. ഇന്ന് ലീഗ് ചെയ്യുന്നതുപോലെ കോൺഗ്രസ്സിനും ഹിന്ദുക്കൾക്കുമെതിരായി ജിഹാദ് നടത്താനൊരുങ്ങിയാലുള്ള ആപത്ത് ലീഗുകാർ മനസ്സിലാക്കണമെന്ന് ഞങ്ങൾ അവരോടപേക്ഷിക്കുന്നു. ലീഗിന്റെ സമരത്തെ കോൺഗ്രസ്സ് ഗവൺമെൻറ് അടിച്ചമർത്തുമെന്നർഥം വരുന്ന പ്രസ്താവനകൾ പണ്ഡിറ്റ് നെഹ്റുവിനെപ്പോലുള്ള നേതാക്കന്മാർ പുറപ്പെടുവിക്കുന്നതിന്റെ ആപത്ത് മനസ്സിലാക്കണമെന്ന് ഞങ്ങൾ കോൺഗ്രസ്സുകാരോടപേക്ഷിക്കുന്നു. എല്ലാ വിഭാഗക്കാരുമായ ജനങ്ങൾ ഉയർന്നു മുന്നോട്ടുവന്നിട്ടുള്ള ഈ അവസരത്തിൽ അവരുടെ സമരങ്ങൾ നയിച്ചു സാമ്രാജ്യാധിപത്യത്തെ നശിപ്പിക്കുന്നതിനു പകരം സാമ്രാജ്യാധിപത്യവുമായി സന്ധിചെയ്യുകയും പണിമുടക്ക് മുതലായ ബഹുജനസമരങ്ങളെ എതിർക്കുകയും ചെയ്യുന്ന കോൺഗ്രസ്സ്, ലീഗ് നേതാക്കന്മാരോട് ഈ നയമവസാനിപ്പിക്കണമെന്ന് ഞങ്ങളപേക്ഷിക്കുന്നു.

കോൺഗ്രസ്സിലും ലീഗിലുമുള്ള ലക്ഷോപലക്ഷം സാധാരണജനങ്ങളോട് 1921 ന്റെ പാഠങ്ങൾ പഠിക്കാൻ പാർട്ടി അഭ്യർഥിക്കുന്നു. ആഗസ്റ്റ് വിപ്ലവത്തിൻെറ പേരിൽ ബഹുജനങ്ങളെ ഇളക്കിവിട്ട കോൺഗ്രസ്സ് നേതാക്കന്മാർ 1921 ൽ വിപ്ലവം മറന്നതും ഇന്നുതന്നെ വേവലിന്റെ സേവയ്ക്കു പോവുന്നതും ഞങ്ങൾ കോൺഗ്രസ്സുകാരുടെ ശ്രദ്ധയിൽപ്പെടുത്തുന്നു. ബ്രിട്ടീഷുകാർക്കെതിരായി പ്രത്യക്ഷസമരം പ്രഖ്യാപിച്ചുവെന്ന് പറയുന്ന ലീഗിൻെറ മലബാർ നേതാക്കന്മാർ 1921 ൽ എന്തുചെയ്തുവെന്നും ഇന്ത്യയിലെങ്ങുമുള്ള ലീഗുനേതാക്കന്മാർ ഗവർണറുടെ സേവ് പോവുന്നതെങ്ങനെയെന്നും കാണാൻ ലീഗ്ബഹുജനങ്ങളോട് ഞങ്ങളഭ്യർഥിക്കുന്നു.

തങ്ങളുടെ നേതാക്കന്മാർ ഇന്നനുവർത്തിക്കുന്ന നയത്തിൽ, ബ്രിട്ടീഷുകാരുമായി സന്ധിയും പരസ്പരം കലഹവുമെന്ന നയത്തിൽ മാറ്റം വരുത്താൻ തങ്ങൾക്ക് സാധിച്ചില്ലെങ്കിൽ 1921 ൽ മാപ്പിളനാടനുഭവിച്ച ദുരിതങ്ങൾ ഇന്ത്യയിലാകെ നടക്കുമെന്നോർക്കാൻ കോൺഗ്രസ്സ്, ലീഗ് ബഹുജനങ്ങളോട് പാർട്ടി അഭ്യർഥിക്കുന്നു.

സി എസ് പി, ഫോർവേർഡ് ബ്ലോക്ക് മുതലായപേരിൽ സംഘടിതമായി കോൺഗ്രസ്സിലും അസംഘടിതമായി ലീഗിലുമുള്ള ഇടതുവിഭാഗക്കാരോട് 1921 ന്റെ പാഠങ്ങൾ പഠിക്കാൻ പാർട്ടി അഭ്യർഥിക്കുന്നു. മതദ്രോഹികളും വിപ്ലവവിരോധികളും ആയ നേതാക്കന്മാരുടെ നേതൃത്വത്തിൽ ബഹുജനസമരം എങ്ങനെ പൊളിയുമെന്നും ഒരു സമുദായത്തെ മാത്രം ബാധിക്കുന്ന സമരങ്ങളെത്തന്നെ സാമുദായികലഹളയായി മാറ്റി നാടിനെ എങ്ങനെ നശിപ്പിക്കുമെന്നും നേതാക്കന്മാരുടെ വിപ്ലവവിരോധവും സമരത്തിൻെറ സാമുദായികസ്വഭാവവും സാമ്രാജ്യത്വത്തിന് എങ്ങനെ പ്രയോജനപ്പെടുമെന്നും പഠിക്കാൻ ഞങ്ങളവരോട് അപേക്ഷിക്കുന്നു. ഇന്നത്തെ രാഷ്ട്രീയനേതാക്കന്മാരുടെ വിപ്ലവവിരോധപരവും പരസ്പര മമതാപരവുമായ നയത്തെ എതിർത്ത് നാട്ടുകാരുടെ സമരമനോഭാവത്തെ സംഘടിപ്പിക്കാൻ കോൺഗ്രസ്സിലും ലീഗിലും മറ്റുമുള്ള ഇടതുവിഭാഗക്കാരും കമ്യൂണിസ്റ്റുകാരും ചേർന്നാൽ എത്ര വമ്പിച്ചൊരു സമരത്തിനും എത്ര വിജയകരമായ വിപ്ലവത്തിനും സാധ്യതകളുണ്ടെന്നു മനസ്സിലാക്കാൻ ഞങ്ങളവരോടഭ്യർഥിക്കുന്നു.

II

മാതൃഭൂമി എതിർക്കുന്നത് സാമുദായിക ലഹളയെയോ ബഹുജന സമരത്തെയോ?

ഇന്നലെ *ദേശാഭിമാനി*യിൽ പ്രസിദ്ധപ്പെടുത്തിയിരുന്ന 'കമ്യൂണിസ്റ്റ് പാർട്ടിയുടെ വിജ്ഞാപനം' ഇന്നത്തെ *മാതൃഭൂമി*യിൽ ഒരു മുഖപ്രസംഗത്തിനു വിഷയമായിരിക്കുന്നു.

1921 ൽ മലബാറിലും കഴിഞ്ഞാഴ്ച കൽക്കത്തയിലും നടന്നതുപോലെയൊരു സാമുദായികലഹളയ്ക്കു പ്രേരിപ്പിക്കുന്നതാണ് വിജ്ഞാപനമെന്നാണ് *മാതൃഭൂമി*യുടെ ആക്ഷേപം.

പാർട്ടിയുടെ വിജ്ഞാപനം വായിക്കുന്ന ഏതൊരാളും ഈ ആക്ഷേപം അസംബന്ധമാണെന്നു പറയാതിരിക്കില്ല. കാരണം കമ്യൂണിസ്റ്റ്പാർട്ടിയുടെ വിജ്ഞാപനത്തിൽ തലവാചകം തന്നെ 'ആഹ്വാനവും താക്കീതു'മെന്നാണ്. 1921 ലെ ലഹളയുടെ ബ്രിട്ടീഷ് വിരോധസ്വഭാവത്തെ പുകഴ്ത്തുക, അതിലെ സാമുദായിക സ്വഭാവത്തിനെതിരായി താക്കീതു നൽകുക—ഇതു രണ്ടും വിജ്ഞാപനത്തിന്റെ ആദ്യം മുതൽ അവസാനം വരെ വായനക്കാരനു കാണാം.

1921 ലേതുപോലൊരു ബ്രിട്ടീഷ്‌വിരോധലഹളയ്ക്ക് നാട്ടുകാരൊരുങ്ങണമെന്നും ആരും പറയാതെതന്നെ ഇന്നു നാട്ടുകാർക്കറിയാം. *മാതൃഭൂമി* പത്രാധിപർക്കും മറ്റു കോൺഗ്രസ്സ് നേതാക്കന്മാർക്കുമുള്ള വിശ്വാസം വേവലിന്റെയും ക്രിപ്സിന്റെയും സി പി രാമസ്വാമി അയ്യരുടെയും ആത്മാർഥതയിൽ അവർക്കില്ല.

അടുത്ത അവസരത്തിൽ യോഗംകൂടാൻപോകുന്ന ജനപ്രതിനിധി സഭയിൽനിന്ന് ഇന്ത്യൻ സ്വാതന്ത്ര്യമോ കൊച്ചി മഹാരാജാവിന്റെ വിളംബരത്തിൽനിന്ന് ഐക്യകേരളമോ വരുമെന്നു *മാതൃഭൂമി*യെപ്പോലെ നാട്ടുകാർ വിശ്വസിക്കുന്നില്ല.

ബ്രിട്ടീഷിന്ത്യയിലും നാട്ടുരാജ്യങ്ങളിലുമുള്ള സ്വേച്ഛാധികാരികൾ ഒരിഞ്ചുപോലും വിടാതെ പൈശാചികമായി പോരാടാനാണു പോകുന്നത്. ഇതിനെ എതിർത്തുള്ള സ്വാതന്ത്ര്യം നേടണമെങ്കിൽ കാശ്മീർ മുതൽ കന്യാകുമാരിവരെ, പെഷാവർ മുതൽ മണിപ്പുരിവരെ ഉള്ള ജനങ്ങൾ ഒന്നൊഴിയാതെ ചേർന്നു പോരാടണം. അതിനവർ തയ്യാറാണ്, അതവർ നടത്തുകയും ചെയ്യും.

ഇതുപറഞ്ഞതാണ് ഞങ്ങളുടെ തെറ്റ്. മറ്റൊരു തെറ്റും ഞങ്ങൾ ചെയ്തിട്ടില്ല. 1946–47 ലെ വിപ്ലവം 1921 ലേതുപോലെ സാമുദായിക ലഹളയാവരുതെന്ന് *മാതൃഭൂമി*ക്കെന്നപോലെ ഞങ്ങൾക്കും ആഗ്രഹമുണ്ട്, കൽക്കത്താലഹളയുടെ സാമുദായിക സ്വഭാവത്തിൽ *മാതൃഭൂമി*യെപ്പോലെ ഞങ്ങളും വ്യസനിക്കുന്നുണ്ട്. ലീഗ്നേതാക്കന്മാർ സമുദായ ദ്വേഷത്തിന്റെ വിഷം വമിക്കുന്നതിൽ *മാതൃഭൂമി*ക്കുള്ളത്രതന്നെ പ്രതിഷേധം ഞങ്ങൾക്കുമുണ്ട്.

പക്ഷേ, സമുദായദ്വേഷം പ്രസംഗിക്കുന്നത് ലീഗ്നേതാക്കന്മാർ മാത്രമാണെന്നോ ലീഗ്നേതാക്കന്മാരുടെ സമുദായദ്വേഷത്തിനുള്ള മറുമരുന്ന് കോൺഗ്രസ്സ് നേതാക്കന്മാർ നിർദേശിക്കുന്നതാണെന്നോ ഞങ്ങൾ വിശ്വസിക്കുന്നില്ല. ലീഗിനെ അവഗണിച്ചുകൊണ്ടും വേവലിനെ സേവകൂടിക്കൊണ്ടും ഇടക്കാല ഗവൺമെന്റുണ്ടാക്കി, അതിന്റെ സഹായത്തോടെ ലീഗിന്റെ സമരത്തെ അടിച്ചമർത്തുകയെന്ന കോൺഗ്രസ്സ്നയം ഹിന്ദുവിരോധപരമായ ലീഗ്നയത്തെപ്പോലെതന്നെ സമുദായദ്വേഷം ഇളക്കിവിടുന്നതാണെന്ന് ഞങ്ങൾ വിശ്വസിക്കുന്നു.

സാമുദായിക ലഹളയുണ്ടാവരുതെന്നു മാത്രമേ *മാതൃഭൂമി*ക്കാഗ്രഹമുള്ളുവെങ്കിൽ, ഇന്നു തൊഴിലാളികളുടെയും കൃഷിക്കാരുടെയും നാട്ടുരാജ്യജനങ്ങളുടെയും ഇടയിൽ വളർന്നുവരുന്ന സമരമനോഭാവത്തെ പ്രോൽസാഹിപ്പിക്കുകയാണതു ചെയ്യേണ്ടത്. എന്തുകൊണ്ടെന്നാൽ ബ്രിട്ടീഷ് ഗവൺമെന്റിനും നാട്ടുരാജാക്കന്മാർക്കും ജന്മികൾക്കും മുതലാളിമാർക്കുമെതിരായി എല്ലാ സമുദായക്കാരുമായ നാട്ടുകാർ യോജിച്ചു നടത്തുന്ന സമരമാണ് സമുദായവഴക്കുകൾക്കുള്ള ഒരൊറ്റ മറുമരുന്ന്.

മാത്രമല്ല സാമുദായികലഹളകളില്ലാതാക്കണമെന്ന് *മാതൃഭൂമി*ക്ക് ആത്മാർഥമായ ആഗ്രഹമുണ്ടെങ്കിൽ, ലീഗ്നേതാക്കന്മാരുടെ സാമുദാ

യികവിദ്വേഷത്തെയെന്നപോലെ കോൺഗ്രസ്സ് നേതാക്കന്മാരുടെ സമുദായ (മുസ്ലിം) വിദ്വേഷപ്രസംഗങ്ങളെയുംകൂടി *മാതൃഭൂമി* എതിർക്കണം.

നേരേമറിച്ച്, ഒരുതരത്തിലുള്ള ലഹളകളും—ബ്രിട്ടീഷ്ഭരണത്തിനെതിരായ വിപ്ലവംപോലും—നാട്ടിലുണ്ടാവരുതെന്നാണ് *മാതൃഭൂമി*യുടെ ആഗ്രഹമെങ്കിൽ അതു തുറന്നുപറയുന്നതു നന്നായിരിക്കും.

(മാപ്പിള ലഹളയുടെ 25-ാം വാർഷിക ദിനത്തിൽ കമ്യൂണിസ്റ്റ് പാർട്ടിയുടെ വിജ്ഞാപനമായി പുറത്തുവന്ന കൃതി. *മാതൃഭൂമി* എഴുതിയ മുഖപ്രസംഗത്തിന് മറുപടിയായി എഴുതിയതാണ് *ദേശാഭിമാനി*യിൽ (1946 ആഗസ്ത് 22) പ്രസിദ്ധീകരിച്ച രണ്ടാമത്തെ കൃതി)

ഭാഗം II
രാഷ്ട്രീയം

മുൻവിധി രൂപപ്പെടുത്തിയ രാഷ്ട്രീയ ധാരണ

സ്റ്റീഫൻ നിഫ്ഡെയ്ൽ

ഉലമകൾ കലാപത്തിൽ തീരെ അപ്രധാനമായ പങ്കാണ് വഹിച്ചതെന്ന ധാരണ ഏറെ വികലമാണ്. ഇത്തരമൊരു വാദം കലാപസമയത്ത് ജില്ലാ പൊലീസ് സൂപ്രണ്ട് ആയിരുന്ന ഹിച്ച്കോക്കിൽനിന്നും ഉണ്ടായതാണ്. കലാപനേതാക്കന്മാർ എന്ന നിലയിൽ തങ്ങൾമാരും മുസ്ലിയാർമാരും ഹാജിമാരും വഹിച്ച പങ്കിനെ താഴ്ത്തിക്കാട്ടുന്നതിനുള്ള ബോധപൂർവ്വമായ ശ്രമം നടത്തിയ ഒരു വ്യക്തിയായിരുന്നു അദ്ദേഹം. അദ്ദേഹത്തിന്റെ അഭിപ്രായത്തിൽ മതേതരമായ കാര്യങ്ങൾക്കുപോലും മതപരിവേഷം നല്കുന്നതിനുള്ള മാപ്പിളമാരുടെ സ്വഭാവമാണ് ഇത് വെളിവാക്കുന്നത്.

ഖിലാഫത്ത് ആശയത്തിനകത്തെ മതപരവും ആശയപരവുമായ ഘടകങ്ങളെ വേർതിരിച്ച് കാണുക എളുപ്പമായിരുന്നില്ല. യോദ്ധാക്കളെന്ന നിലയിലുള്ള മാപ്പിള നേതാക്കന്മാരിൽ കൂടുതൽപേരുടെയും പ്രവർത്തനം പരിപൂർണ്ണ വിജയമായിരുന്നില്ല എന്നതാണ് സത്യം. ആലിമുസലിയാരെപ്പോലുള്ള നേതാക്കന്മാർപോലും, ഒരു വലിയ അളവോളം, പ്രവർത്തനങ്ങൾക്ക് തന്റെ പ്രധാന സഹായിയെയാണ് ആശ്രയിച്ചിരുന്നതെന്ന് കാണുന്നു. അദ്ദേഹമാകട്ടെ ഖിലാഫത്ത് വാളണ്ടിയർമാരെ റിപ്പോർട്ട് ചെയ്യുന്നതിലും സംഘടിപ്പിക്കുന്നതിലും ശ്രദ്ധചെലുത്തിയിരുന്ന ഒരു സാധാരണ തൊഴിലാളി മാത്രമായിരുന്നു. എന്നിരുന്നാലും ഖിലാഫത്ത് ആശയങ്ങളുടെ പ്രചാരണത്തിൽ ഒരു വലിയ പങ്കുവഹിച്ചത് ഉലമകളായിരുന്നു എന്ന് നിസ്സംശയം പറയാം. പരസ്പരബന്ധമില്ലാത്ത അനേകം ലഹളകൾ എന്ന നിലയിൽനിന്നും ഒരു സ്വദ്ദേശ്യ കലാപമായി അതിനെ മാറ്റിയെടുക്കുന്നതിൽ അവർ നിർണ്ണായക പങ്കുവഹിക്കുകയുണ്ടായി. പള്ളികളിലും മറ്റും ഖിലാഫത്ത് ഭരണസംവിധാനങ്ങളും കോടതികളും സ്ഥാപിച്ചതും സാമൂ

ഹൃനയം ഉയർത്തിപ്പിടിച്ച് കലാപത്തിന്, ഒരളവോളം യഥാർത്ഥ നേതൃത്വംനല്കിയത് ഇവർതന്നെയായിരുന്നു. ഖിലാഫത്ത് പ്രചാരണം നടത്തുന്നതിൽ മാപ്പിള ഉലമകൾ അമിതാവേശം കാണിക്കുകയുണ്ടായി എന്നുപറയാം. അതോടൊപ്പംതന്നെ മതപരമായ പരിശീലനങ്ങളും താല്പര്യങ്ങളും, അവരെ ഭൂരിഭാഗംവരുന്ന നിരക്ഷരരായ മാപ്പിളമാരിൽനിന്നും വേർതിരിച്ചുനിർത്തുന്നു. ഇത്തരമൊരു പശ്ചാത്തലത്തിൽ പതിനായിരക്കണക്കിനാളുകളെ കലാപത്തിലേക്കാകർഷിച്ച മുഖ്യഘടകം എന്തായിരുന്നു എന്നും കലാപത്തോടുള്ള ജനങ്ങളുടെ പൊതു മനോഭാവം എന്തായിരുന്നു എന്നും പ്രത്യേകം അന്വേഷിക്കേണ്ടിയിരിക്കുന്നു. സൈനികപ്രവർത്തനങ്ങളിലും ആക്രമണങ്ങളിലും മറ്റും സജീവതാല്പര്യം കാണിക്കാതെ നിലകൊണ്ട ഭൂരിഭാഗംവരുന്ന ജനങ്ങളുടെ മനോഭാവം മനസ്സിലാക്കുന്നതിന് സഹായകമായ പ്രാഥമികരേഖകളൊന്നും ലഭ്യമല്ല. എന്നിരുന്നാലും മലയാളി മുസ്ലീങ്ങൾ മാപ്പിള നേതാക്കന്മാരെയും ശഹീതുകളെയും പിന്തുണയ്ക്കുകയും ആദരിക്കുകയും ചെയ്തുവന്നിരുന്നു എന്നതിന് നേർച്ചകളും മറ്റും മതിയായ തെളിവുകളാണ്. സമുദായത്തിന്റെ ഇത്തരത്തിലുള്ള അനുഗ്രഹാശിസ്സുകൾ ഇല്ലായിരുന്നുവെങ്കിൽ കലാപകാരികൾക്ക് അവരുടെ പ്രവർത്തനങ്ങൾ തുടർന്നുകൊണ്ടുപോകാൻ സാധിക്കുമായിരുന്നില്ല എന്നത് തീർച്ചയാണ്. ചില അവസരങ്ങളിൽ പിന്തുണനല്കുന്നതിന് ജനങ്ങളെ നിർബ്ബന്ധിക്കുകയുണ്ടായെങ്കിലും, മിക്ക സമയങ്ങളിലും അവർ സ്വമേധയതന്നെ കലാപപ്രവർത്തനങ്ങൾക്കുവേണ്ട സഹായങ്ങൾ ചെയ്തുകൊടുക്കുകയുണ്ടായി എന്ന് കാണാം. പല സംഘങ്ങളും അവരുടെ പ്രവർത്തനകേന്ദ്രങ്ങളായി തെരഞ്ഞെടുത്തത് തങ്ങളുടെ ബന്ധുക്കളും സുഹൃത്തുക്കളുംമറ്റും കൂടുതലായുള്ള സമീപ പ്രദേശങ്ങൾ തന്നെയായിരുന്നു. തിരൂരങ്ങാടി കേന്ദ്രീകരിച്ച് പ്രവർത്തനം നടത്തിയ അമ്പതംഗസംഘത്തിന്റെ പ്രവർത്തനങ്ങൾ കാണിക്കുന്നത് തികച്ചും അനൗദ്യോഗികമായിട്ടായിരുന്നു സംഘങ്ങളെ റിക്രൂട്ട് ചെയ്തിരുന്നത് എന്നതാണ്. മുൻകാലങ്ങളിലെ ലഹള സമയങ്ങളിൽ മുജാഹിദുകളെ റിക്രൂട്ട് ചെയ്ത അതേരീതിയിൽ സുഹൃത്തുക്കളും ബന്ധുക്കളും ആയിരുന്നു ഈ കാലയളവിലും സംഘാംഗങ്ങളെ റിക്രൂട്ട് ചെയ്തിരുന്നത്. ഇത്തരം സംഘങ്ങളുടെ നേതാക്കൾ നല്കിയ വിവരങ്ങൾ അവ എത്രത്തോളം പ്രാദേശിക സഹായങ്ങളെ ആശ്രയിച്ചിരുന്നു എന്ന വസ്തുത വെളിവാക്കുന്നു. ഇത്തരം സഹായങ്ങളെ നേർച്ചകളായാണ് വിശേഷിപ്പക്കുന്നത് എന്നാണ് ഏറെ അത്ഭുതകരമായ വസ്തുത. ദൈവികമായ ഒരു പ്രവർത്തിയായിട്ടായിരുന്നു ജനങ്ങൾ ഇതിനെ കണക്കാക്കിയിരുന്നത്. "കാള, നെല്ല്, അരി, പണം തുടങ്ങിയവയൊക്ക നേർച്ചയായി ഞങ്ങൾക്ക് കിട്ടിയിരുന്നു" എന്ന് സംഘാഗങ്ങൾ പറയുകയുണ്ടായി. നേർച്ച എന്ന പദം അവിടെ തികച്ചും യാദൃച്ഛികമായി ഉപയോഗിച്ചിരുന്നതായിരിക്കാമെങ്കിലും പൂക്കോട്ടൂർ തുടങ്ങിയ സ്ഥലങ്ങളിലെ സ്ത്രീകളും മറ്റും ഇത്തരം സഹായങ്ങളെ മതപരമായ അനുഷ്ഠാനമായാണ് കണ്ടിരുന്നത് എന്ന

താണ് വസ്തുത. സ്വന്തം പുത്രന്മാർക്ക് യുദ്ധത്തിനു പോകാൻവേണ്ട എല്ലാ സഹായങ്ങളും അവർ ചെയ്തുകൊടുക്കുകയുണ്ടായി.

കലാപത്തിലെ യഥാർത്ഥ പങ്കാളികളുടെ ലക്ഷ്യങ്ങൾ വിശകലനം ചെയ്യുക ഏറെ വിഷമകരമാണ്. ഭൂരിഭാഗം വരുന്ന ചെറുകിട കുടിയാന്മാരെയും കർഷകത്തൊഴിലാളികളെയും പ്രതിനിധാനം ചെയ്യുന്നവരായിരുന്നു ഇവരിലധികവും. എന്നാൽ കലാപത്തിന്റെ ഏറ്റവും ശ്രദ്ധേയമായ വസ്തുത അതിൽ പങ്കെടുത്തവരിൽ പ്രകടമായിരുന്ന പ്രത്യയശാസ്ത്ര വിധേയത്വമാണ്. ഖിലാഫത്ത് ആശയങ്ങളോടുള്ള പ്രതിബദ്ധത മാപ്പിള ജനവിഭാഗത്തിന്റെ എല്ലാത്തട്ടുകളെയും ഒരുപോലെ സ്വാധീനിച്ചിരുന്നു എന്നത് ദാരിദ്ര്യവും കലാപപങ്കാളിത്തവും തമ്മിലുള്ള പരസ്പരബന്ധമില്ലായ്മ വെളിവാക്കുന്നു. പത്തൊമ്പതാം നൂറ്റാണ്ടിലെ ലഹളകളിൽനിന്നു കലാപത്തെ വേർതിരിച്ചുനിർത്തുന്ന മുഖ്യഘടകവും ഇതുതന്നെ. സമ്പന്നമാപ്പിളമാർ ആരുംതന്നെ മാപ്പിളലഹളകളിൽ നേരിട്ടു പങ്കെടുത്തില്ല. എങ്കിലും കലാപം നടന്നുകൊണ്ടിരുന്ന സമയത്ത് രക്തസാക്ഷി (ശഹീദ്) കളാകുക എന്ന ലക്ഷ്യത്തോടെയെങ്കിലും ഏറെപ്പേർ കലാപത്തിൽ പങ്കെടുക്കുകയുണ്ടായി എന്നുകാണാം. ഗ്രാമീണമാപ്പിള ജനവിഭാഗവുമായി താരതമ്യം ചെയ്യുമ്പോൾ വളരെ ചെറിയ ഒരു ന്യൂനപക്ഷത്തെമാത്രം പ്രതിനിധാനം ചെയ്യുന്നവരായിരുന്നു ഇവർ. തിരൂരങ്ങാടി കേന്ദ്രീകരിച്ച് പ്രവർത്തനം നടത്തിയ സംഘത്തിന്റെ നേതാവ് ഇതിനൊരു ഉത്തമദൃഷ്ടാന്തമാണ്. വാർഷികനികുതിയിനത്തിൽ നൂറുരൂപയിലധികം ഗവൺമെന്റിലേക്ക് നല്കിവരുന്ന ഒരു ജന്മിയായിരുന്നു അദ്ദേഹം. ഈ വ്യക്തി നല്കുന്ന വിവരങ്ങൾ, മതപരമായ കാരണങ്ങൾ, കലാപത്തിനിറങ്ങുന്നതിന് അദ്ദേഹത്തെ എത്രമാത്രം പ്രേരിപ്പിച്ചു എന്ന് വ്യക്തമാക്കുന്നു. അദ്ദേഹം ഇങ്ങനെ പറയുകയുണ്ടായി. “കല്ലുവളപ്പിൽ ഇബ്രായൻ മുല്ലയുടെ മകൻ കുഞ്ഞുമൊയ്തീൻ പെരുവള്ളൂരിലെ മുസ്ലിയാരുടെയും പ്രേരണയിലാണ് ഞാൻ കലാപത്തിൽ ചേർന്നത്. ഗവൺമെന്റിനെതിരെ ഓരോ മുസൽമാനും യുദ്ധംചെയ്യേണ്ട സമയമാണിതെന്നും ഖിലാഫത്തിനുവേണ്ടി മരണംവരിക്കാൻപോലും മുസ്ലിങ്ങൾ തയ്യാറാകണമെന്നും അവരെന്നെ ഉദ്ബോധിപ്പിക്കുകയുണ്ടായി.” ഖിലാഫത്ത് ആശയങ്ങളുടെ സ്വാധീനം വെളിവാക്കുന്ന ഇതുപോലുള്ളവരെക്കുറിച്ച് സംഭവങ്ങൾ മാത്രമേ പൊലീസുകാർ രേഖപ്പെടുത്തിക്കാണുന്നുള്ളൂ. മെച്ചപ്പെട്ട സാമ്പത്തിക സ്ഥിതിയിലുള്ള മുസ്ലീങ്ങൾപോലും ഖിലാഫത്ത് ആശയങ്ങളുടെ സമ്മർദ്ദത്തിന് വിധേയരായി കലാപത്തിൽ പങ്കെടുക്കുകയുണ്ടായി എന്നുകാണാം. വിചാരണയ്ക്കു മുമ്പുതന്നെ മരണപ്പെട്ട 67 മാപ്പിള തടവുകാരുടെ യഥാർത്ഥ സാമ്പത്തികനിലയെപ്പറ്റി വ്യക്തമായ വിവരങ്ങൾ ലഭ്യമല്ല. എങ്കിലും സാമ്പത്തികമായി വളരെ മെച്ചപ്പെട്ട നിലയിലുള്ളവരും അവരുടെ കൂട്ടത്തിലുണ്ടായിരുന്നു എന്നുവേണം അനുമാനിക്കാൻ. രണ്ടു പേർ യഥാക്രമം 6000 രൂപയും 15000 രൂപയും മതിപ്പുവരുന്ന സ്വത്തുക്കൾ കൈവശമുണ്ടായിരുന്ന കൃഷിക്കാർ ആയിരുന്നു. കൂടാതെ വൻകിട-ചെറുകിട

കച്ചവടക്കാരും കൃഷിക്കാരും മതപണ്ഡിതന്മാരും എല്ലാം ഇവരിലുണ്ടായിരുന്നു. ചുരുക്കത്തിൽ പത്തൊമ്പതാം നൂറ്റാണ്ടിലെ ശഹീദുകളേക്കാൾ മെച്ചപ്പെട്ട സാമ്പത്തിക സ്ഥിതിയുള്ളവരായിരുന്നു ഇവരെല്ലാവരും. ഇവരുടെ യഥാർത്ഥ ലക്ഷ്യം എന്തായിരുന്നു എന്ന് കണ്ടെത്തുക വിഷമകരമാണ്. എങ്കിൽ പോലും ഇതേ സാമ്പത്തിക നിലവാരത്തിലുള്ളവർ ആരും തന്നെ മുൻകാലങ്ങളിലെ ലഹളകളിൽ പങ്കെടുത്തിരുന്നില്ല എന്ന വസ്തുത ഖിലാഫത്ത് പ്രചാരണം ജനങ്ങളിൽ ഉണ്ടാക്കിയ നിർണ്ണായക സ്വാധീനം വെളിവാക്കുന്നു.

കലാപത്തിൽ പങ്കെടുത്ത മുഴുവൻ മാപ്പിളമാരും ഖിലാഫത്ത് ആശയത്തിന്റെ സ്വാധീനത്തിലാണ് അങ്ങനെ ചെയ്തതെന്ന് ഇപ്പറഞ്ഞതിൽ അർത്ഥമില്ല. മറിച്ച് ഖിലാഫത്തിനെക്കുറിച്ചുള്ള അവ്യക്ത ധാരണകളെക്കാൾ തങ്ങളുടെ തികച്ചും അടിയന്തരവും പ്രായോഗികവുമായ മറ്റു കാരണങ്ങളാണ് മാപ്പിളകാണക്കാരിൽ ഒരു വലിയ വിഭാഗത്തെ കലാപത്തിൽ പങ്കെടുക്കാൻ പ്രേരിപ്പിച്ചത്. ഈ വസ്തുത വെളിവാക്കുന്ന നിരവധി സംഭവങ്ങൾ രേഖപ്പെടുത്തിയിട്ടുണ്ട്. ഭൂപണവ്യവസ്ഥകളിൽ അസംതൃപ്തരായ നാല് മാപ്പിളകാണക്കാർ തങ്ങളുടെ ജന്മിയുടെ വീട് ആക്രമിക്കുകയും ജന്മിയെ കിട്ടാതെ വന്നപ്പോൾ അദ്ദേഹത്തിന്റെ മകനെ വധിക്കുകയുമുണ്ടായി. ഈ ആക്രമണം പത്തൊമ്പതാം നൂറ്റാണ്ടിലെ ലഹളക്കാലത്ത് നടുന്നതിനോട് സാമ്യമുള്ള ഒന്നാണെങ്കിലും കലാപ സമയത്ത് നടന്ന ഇത്തരം ആക്രമണങ്ങൾക്കുശേഷം അതിൽ പങ്കെടുത്തവർ മുൻകാലങ്ങളിലെപ്പോലെ സ്വയം രക്തസാക്ഷിത്വം വരിക്കാൻ തയ്യാറാവുന്നില്ല എന്ന് കാണാം. ആക്രമണം നടത്തിയവരെ പിടിച്ച് കൊല്ലുമെന്ന പേടി മുൻകാലങ്ങളിലെപ്പോലെ മാപ്പിളമാർക്കിടയിൽ ഈ കാലയളവിലുമുണ്ടായിരുന്നില്ല എന്നതാണ് അതിന് കാരണം.

പത്തൊമ്പതാം നൂറ്റാണ്ടിലെ ലഹളയുടെ പശ്ചാത്തലത്തിൽ നോക്കുമ്പോൾ കാണക്കാരും അല്ലാത്തവരുമായ മാപ്പിള കുടിയാന്മാർ, കലാപം ഉയർത്തിവിട്ട സാഹചര്യം മുതലെടുത്ത്, ഹിന്ദു ജന്മിമാർക്കെതിരെ ആക്രമണം നടത്തിയെന്നുള്ളത് സ്വാഭാവികം മാത്രമാണ്. ചെറുകിട കൃഷിക്കാരിൽ ഭൂരിഭാഗം പേരും നിത്യവൃത്തിക്കുപോലും വഴിയില്ലാത്ത അവസ്ഥയിലായിരുന്നു എന്നതാണ് വസ്തുത. കൊടിയ ദാരിദ്ര്യവും ഇസ്ലാമിക സ്വർഗ്ഗ രാജ്യത്തിന്റേതായ പ്രലോഭനവും ജന്മിമാർക്കെതിരെ പോരാടാൻ അവരെ പ്രേരിപ്പിച്ചു. എന്നിരുന്നാലും വി കെ ഹാജിയെപ്പോലുള്ളവർ കലാപനേതൃത്വം ഏറ്റെടുക്കുന്നതിനുമുമ്പുള്ള നാളുകളിൽ കുടിയാന്മാർ ജന്മിമാരെ വകവരുത്തിയ വളരെ കുറച്ച് സംഭവങ്ങൾ മാത്രമേ രേഖപ്പെടുത്തിയിട്ടുള്ളൂ എന്നത് ഏറെ ശ്രദ്ധേയമാണ്. ഇതിൽ പല കാരണങ്ങളുണ്ടായിരുന്നു. അവയിലൊന്ന് കലാപങ്ങൾ തങ്ങളുടെ പ്രദേശങ്ങളിലേക്ക് വ്യാപിക്കുന്നതിനുമുമ്പുതന്നെ ജന്മിമാരിൽ ഒരു വിഭാഗം സുരക്ഷിതസ്ഥാനങ്ങൾ തേടി. കോഴിക്കോട്, പൊന്നാനി, കൊച്ചി തുടങ്ങിയ സ്ഥലങ്ങളിലേക്ക് പലായനം ചെയ്തിരുന്നു എന്നതാണ്. ഖിലാഫത്ത് ആശയത്തിന്റെ

സ്വാധീനമാണ് മറ്റൊരു കാരണം. പൂക്കോട്ടൂർ മുസ്ലിങ്ങൾപോലും നിലമ്പൂർ സംഭവത്തിനുശേഷം രക്തരൂക്ഷിതമായ തങ്ങളുടെ പ്രവർത്തനങ്ങൾ തുടർന്നുകൊണ്ടുപോകുന്നതിനല്ല, മറിച്ച് പ്രാദേശിക ഹിന്ദുജന്മിമാരെ ഇസ്ലാമിലേക്ക് മതപരിവർത്തനം ചെയ്യിപ്പിക്കാനാണ് മുതിർന്നത് എന്നു കാണാം. ഇത്തരം പ്രവർത്തനങ്ങൾ കുടിയാൻ പ്രസ്ഥാനത്തിന് ഗ്രാമീണ മാപ്പിള കർഷകർക്കിടയിൽ വളരെകുറച്ച് സ്വാധീനം മാത്രമേ ഉണ്ടാക്കാൻ കഴിഞ്ഞുള്ളുവെന്ന് വ്യക്തമാക്കുന്നു. ഈ അവസരത്തിൽ പോലും മുസ്ലീങ്ങൾ അവരുടെ പ്രശ്നങ്ങളെ സാമ്പത്തിക വർഗ്ഗാടിസ്ഥാനത്തിൽ വിശകലനം ചെയ്യാതെ തികച്ചും മതപരമായ അടിസ്ഥാനത്തിലായിരുന്നു വീക്ഷിച്ചുപോന്നിരുന്നത് എന്നു കാണാം. മാത്രവുമല്ല ഇസ്ലാമിക ഭരണത്തിലധിഷ്ഠിതമായ ഖിലാഫത്ത് ആശയങ്ങൾ പ്രചരിപ്പിക്കുന്നതിനാണ് ഉലമകളും മറ്റും ശ്രദ്ധ കേന്ദ്രീകരിച്ചിരുന്നതും. പത്തൊമ്പതാം നൂറ്റാണ്ടിൽ സയ്യിദ് ഫദലും മറ്റും ചെയ്യുന്നതുപോലെ സാമൂഹ്യവും സൈദ്ധാന്തികവുമായ പ്രശ്നങ്ങൾ ഉയർത്തിക്കാട്ടുന്നതിനല്ല മറിച്ച് ഹിന്ദു ജന്മിമാരുടെ വധത്തെ ന്യായീകരിക്കുന്നതിനും നായന്മാരുടെ സാമൂഹ്യ ആധിപത്യത്തെ വെല്ലുവിളിക്കുന്നതിനും മാത്രമേ ഇത്തരം പ്രവർത്തനങ്ങൾ സഹായകമായുചള്ളു.

ഖിലാഫത്ത് പ്രസ്ഥാനം മാപ്പിളമാരിൽ ചെലുത്തിയ നിർണ്ണായക സ്വാധീനം മലപ്പുറത്തിനടുത്ത മേൽമുറിയിലും മറ്റും നടന്നതുപോലുള്ള പല സംഭവങ്ങൾക്കും വഴിയൊരുക്കി. അന്ന് പാറതമ്പിയുമായി മലപ്പുറം പള്ളിയിൽ വെച്ചുണ്ടായ ഏറ്റുമുട്ടലിലും പത്തൊമ്പതാം നൂറ്റാണ്ടിലെ ലഹളകളിലും പങ്കെടുത്ത് രക്തസാക്ഷിത്വം വരിച്ചവരായിരുന്നു മേൽമുറിയിലെ ജനങ്ങളിലധികവും. 1921 ലെ കലാപത്തിന് തുടക്കം കുറിച്ച പൂക്കോട്ടൂർ സംഭവത്തിലും ഇവിടെയുള്ളവർ പങ്കെടുക്കുകയുണ്ടായി. അതുകൊണ്ടു തന്നെ തിരൂരങ്ങാട് റെയ്ഡിനെത്തുടർന്ന് സംജാതമായ അരക്ഷിതാവസ്ഥയും അധികാരത്തകർച്ചയും ഇവർ മുതലെടുക്കുമെന്നത് തികച്ചും പ്രതീക്ഷിതമായിരുന്നു. എന്നിരുന്നാലും, മേൽമുറിയിലെ ജന്മിയായിരുന്ന കോമൻ മേനോന്റെ കുടിയാന്മാർ അവരുടെ ജന്മിയെ വധിക്കാൻ തയ്യാറായില്ല എന്നു മാത്രമല്ല, പൂക്കോട്ടൂർ മാപ്പിളമാരെപോലെ തന്നെ, ജന്മിക്കും അദ്ദേഹത്തിന്റെ കുടുംബത്തിനും മതപരിവർത്തനം, മരണം എന്നിവയിലേത് വേണമെങ്കിലും തെരഞ്ഞെടുക്കാനുള്ള അവസരം നല്കുകയാണ് ചെയ്തത്. ജന്മിമാർ മുസ്ലിങ്ങളാകുന്നതോടെ തങ്ങളുടെ സാമ്പത്തിക സാമൂഹ്യ പരാധീനതകൾ അവസാനിക്കുമെന്ന വിശ്വാസമായിരുന്നു ഇത്തരം കുടിയാന്മാരിൽ അധികം പേർക്കുമുണ്ടായിരുന്നത്. എന്നാൽ, പത്തൊമ്പതാം നൂറ്റാണ്ടിലെ ലഭ്യമായ സ്ഥിതിവിവരക്കണക്കുകൾ വെളിവാക്കുന്നത് മാപ്പിള കുടിയാന്മാരെ ഒഴിപ്പിക്കുന്നതിൽ മുസ്ലിം ജന്മിമാർ ഒട്ടും പിറകിലായിരുന്നില്ല എന്നതാണ്. എന്നിരുന്നാലും ഇസ്ലാമിക ഭരണത്തെ മുൻനിർത്തിക്കൊണ്ടുള്ള ഖിലാഫത്ത് പ്രചാരണത്തിൽ തങ്ങളുടെ പ്രശ്നങ്ങൾക്കുള്ള ഒരു താല്ക്കാലിക പരിഹാരം മാപ്പിളമാർ കണ്ടെത്തുകയു

ണ്ടായി. ഈ ഒരു പശ്ചാത്തലത്തിൽ നോക്കുമ്പോൾ ഹിന്ദുജന്മിമാരുടെ നിർബ്ബന്ധിത മതപരിവർത്തനത്തെ തങ്ങളുടെ പ്രശ്നങ്ങൾക്കുള്ള ശരിയായ ഒരു പരിഹാര മാർഗ്ഗമായി മാത്രമേ അവർക്ക് കാണാൻ കഴിഞ്ഞുള്ളു.

ഈ കാലയളവിലെ സാമൂഹ്യവിഭാഗങ്ങളുടെ പ്രവർത്തനങ്ങളെയും ഖിലാഫത്ത് ആശയങ്ങൾ സ്വാധീനിക്കുകയുണ്ടായെന്ന് കാണാം. പത്തൊമ്പതാം നൂറ്റാണ്ടിലെ ലഹളക്കാരെ സംഭാവന ചെയ്ത അതേ സാമൂഹ്യ സാമ്പത്തിക നിലവാരം പങ്കിടുന്നവരായിരുന്നു അവരിലധികവും. മൊത്തം എഴുപതു തടവുകാരിൽ 32 പേരും ഈ വിഭാഗത്തിൽപെടുന്നവരായിരുന്നു എന്നതാണ് വസ്തുത. ദാരിദ്ര്യത്തിൽ മുഴുകിയ നിത്യജീവിതവും ഇസ്ലാമിക സ്വർഗ്ഗരാജ്യത്തിന്റേതായ മോഹനവാഗ്ദാനങ്ങളും തമ്മിലുള്ള വൈരുദ്ധ്യമാണ് ഈ വിഭാഗത്തിൽപ്പെട്ട അനേകം പേരെ ശഹീദുകളാക്കാൻ പ്രേരിപ്പിച്ചത്. ഒരു സാധാരണ മാപ്പിള തൊഴിലാളിയെ സംബന്ധിച്ചിടത്തോളം കലാപത്തിൽ ചേരുകവഴി യാതൊന്നും നഷ്ടപ്പെടുകയുണ്ടായിരുന്നില്ല. മറിച്ച് നേടാൻ ധാരാളമുണ്ടുതാനും. ഖിലാഫത്ത് ഭരണം സ്ഥാപിക്കുന്നതോടെ തങ്ങളുടെ അവശതകളെല്ലാം പരിഹാരം കണ്ടെത്താൻ കഴിയുമെന്ന് അവർ വിശ്വസിച്ചുപോന്നു. ഇത്തരമൊരു ആശയത്തിന്റെ സ്വാധീനത്തിനു പുറമെ ബ്രിട്ടീഷ് ഭരണത്തിന്റെ തകർച്ചയും ഖിലാഫത്ത് പ്രചാരണവും ഉയർത്തിവിട്ട സാഹചര്യങ്ങൾ മുതലെടുത്ത്

വാഗൺ ട്രാജഡി

വ്യാപാരകേന്ദ്രങ്ങളും മറ്റും കൊള്ള നടത്തുന്നതിന് ഇവർക്ക് കഴിഞ്ഞു. ദരിദ്രമാപ്പിളമാരെ സംബന്ധിച്ചിടത്തോളം അവരുടെ കൊടിയ ദാരിദ്ര ത്തിൽനിന്നും താല്ക്കാലിക പരിഹാരം കണ്ടെത്തുന്നതിനുള്ള ഒരു മാർഗ്ഗമായിരുന്നു ഇത്. ഖിലാഫത്തിന്റെ പേരിൽ നടത്തിയ ഇത്തരം കവർച്ചകൾക്കും കൊള്ളകൾക്കും ന്യായീകരണം കണ്ടെത്തുക വളരെ എളുപ്പമായിരുന്നു. ചുരുക്കത്തിൽ ഇത്തരം കൊള്ളകളും കവർച്ചകളും കലാപകാലത്ത് ഔപചാരിക രാഷ്ട്രീയ അതിക്രമത്തിന്റേതായ ഒരു രൂപം കൈക്കൊള്ളുകയുണ്ടായി എന്നു പറയാം. ഇത്തരമൊരു സംഭവത്തിൽ ഒരു കൂട്ടം മാപ്പിളമാർ ഒരു ഹിന്ദുജന്മിയെ കണ്ട് "ഞങ്ങൾ ഖിലാഫത്തു കാരാണ്, ആയിരം രൂപ തരണം" എന്നു പറഞ്ഞു ഭീഷണിപ്പെടുത്തുക യുണ്ടായി. മറ്റൊരവസരത്തിൽ ഏഴ് മാപ്പിളമാരടങ്ങുന്ന ഒരു സംഘം ഒരു നായർ ജന്മിയോട് ഖിലാഫത്ത് ചെലവുകൾക്കായി പണം ആവശ്യപ്പെടു കയുണ്ടായി. "ഗവൺമെന്റിലേക്ക് ഇനിമേലിൽ നിങ്ങൾ നികുതി കൊടു ക്കേണ്ടി വരില്ലെന്നും അതിനാൽ ഞങ്ങളുടെ ആവശ്യം തികച്ചും ന്യായ മാണെന്നു" കൂടി അവർ പറഞ്ഞതായി കാണുന്നു. പല സന്ദർഭങ്ങളിലും ഖിലാഫത്തുകാർക്ക് പണം നല്കാൻ വിസമ്മതിച്ച ജന്മിമാരെ അവർ വധി ക്കുകയുണ്ടായി.

മരിച്ചുപോയ 67 തടവുകാരിൽ 42 പേരും ചെറുകിട കർഷകരുടെയും ഭൂരഹിത തൊഴിലാളികളുടെയും ഇടയിൽനിന്ന് വന്നവരായിരുന്നു എന്ന വസ്തുത ഈ വിഭാഗങ്ങൾക്ക് കലാപത്തിൽ ഉണ്ടായിരുന്ന പ്രാധാന്യം പ്രതിഫലിക്കുന്ന സംഗതിയാണ്. എങ്കിലും ഖിലാഫത്ത് കവർച്ച, കൊ ള്ള, നിർബ്ബന്ധിത മതപരിവർത്തനം തുടങ്ങിയ പ്രവൃത്തികൾക്കൊന്നിനും വി കെ ഹാജിയെപ്പോലുള്ളവരുടെ നേതൃത്വത്തിൽ വ്യക്തമായ ലക്ഷ്യ ത്തോടുകൂടി സംഘടിപ്പിക്കപ്പെട്ട സൈനിക പ്രവർത്തനങ്ങളുമായി യാതൊരു ബന്ധവുമില്ലായിരുന്നു എന്നു വേണം കരുതാൻ. വ്യക്തികളു ടെയും സ്വത്തുക്കളുടെയും മേൽ നടത്തിയ ആക്രമണങ്ങളും മറ്റും പല പ്പോഴും ഖിലാഫത്ത് ആശയങ്ങൾക്കടിമപ്പെട്ട് നടത്തിയവയാണെങ്കിൽ പോലും അവയ്ക്കൊന്നിനും തന്നെ കലാപനേതാക്കന്മാർ വെച്ചുപുലർത്തി യിരുന്ന മതപരവും രാഷ്ട്രീയപരവുമായ ലക്ഷ്യങ്ങളുമായി യാതൊരു ബന്ധവുമില്ലായിരുന്നു.

ആധുനിക ഇന്ത്യയിലെ ചരിത്രകാരന്മാരെല്ലാം ദക്ഷിണേന്ത്യയിലെ കൊളോണിയൽ ഭരണത്തിന്റെ സ്വാധീനത്തെയും സ്വഭാവത്തെയുംകുറി ച്ചുള്ള തങ്ങളുടെ സിദ്ധാന്തങ്ങൾക്ക് സാധൂകരണം നല്കുന്നതിനുതകുന്ന ഏറ്റവും പ്രധാന തെളിവ് ആയിട്ടാണ് കലാപത്തെ വീക്ഷിച്ചുപോന്നിരു ന്നത്. പത്തൊമ്പതാം നൂറ്റാണ്ടിലെ ലഹളകളെ സാമ്രാജ്യത്വ കേന്ദ്രീകൃത സമ്പദ്വ്യവസ്ഥ സൃഷ്ടിച്ചുവിട്ട അധിക ചൂഷണത്തിനെതിരെ അടിച്ച മർത്തപ്പെട്ട കർഷകസമൂഹം നടത്തിയ പ്രതിഷേധങ്ങളുടെ ഉത്തമദൃഷ്ടാ ന്തങ്ങളായി വ്യാഖ്യാനിക്കുകയുണ്ടായി. അതേപോലെ 1921 ലെ മലബാർ കലാപത്തെയും മാർക്സിയൻ രീതിശാസ്ത്രത്തിന്റെയും ദേശീയവാദ

ത്തിന്റെയും ചുവടുപിടിച്ച് വ്യാഖ്യാനിച്ച ചരിത്രകാരന്മാരെല്ലാം തന്നെ, ഇരുപതാം നൂറ്റാണ്ടിലെ ആദ്യത്തെ ജനകീയ മുന്നേറ്റമായും കാർഷിക കലാപമായും ചിത്രീകരിക്കുകയുണ്ടായി. മുൻവിധിയുടെ അടിസ്ഥാനത്തിൽ സ്വരൂപിക്കപ്പെട്ട രാഷ്ട്രീയവും ചരിത്രരചനാശാസ്ത്രപരവുമായ ധാരണകളെ പിന്തുണയ്ക്കുന്നതിനായി നടത്തിയ ഇത്തരം ശ്രമങ്ങൾ 1857 ലെ ശിപായി ലഹളയെക്കുറിച്ചുള്ള വ്യാഖ്യാനങ്ങളെ ഓർമ്മിപ്പിക്കുന്നു. ഒരർത്ഥത്തിൽ 1857 ലെ ലഹളയെപോലെത്തന്നെ ആധുനികമായ സാമൂഹ്യരാഷ്ട്രീയ മനോഭാവങ്ങൾ പ്രതിഫലിപ്പിക്കുന്ന ഒന്നായിരുന്നു മലബാർ കലാപവും എന്ന് കാണാവുന്നതാണ്. മാപ്പിളമാർ ബ്രിട്ടീഷുകാർക്കെതിരായാണ് കലാപം നടത്തിയതെങ്കിലും അവർക്ക് മുസ്ലിം സമുദായത്തിന്റെ എല്ലാവിധ പിന്തുണകളും ലഭിച്ചിരുന്നുവെന്നു കാണാം. കലാപത്തിലെ കർഷകരുടെ പങ്കാളിത്തവും നിഷേധിക്കാവുന്നതല്ല. എങ്കിൽപ്പോലും ദേശീയ പ്രസ്ഥാനത്തിന്റെ പശ്ചാത്തലത്തിൽ നടന്ന ഒന്നായിരുന്നിട്ടുകൂടി അത് ഒരിക്കലും ഒരു ദേശീയ ജനകീയ വിപ്ലവമായി മാറിയില്ല. അതേപോലെ പൂർണ്ണമായ അർത്ഥത്തിലുള്ള ഒരു കാർഷിക കലാപവും ആയില്ല അത്. കർഷകർ കലാപത്തിൽ പങ്കുചേർന്നത് കാർഷിക വൃത്തിയിലേർപ്പെട്ടവർ എന്ന നിലയിൽ അവർ അനുഭവിച്ചുപോന്ന സാമൂഹ്യ സാമ്പത്തിക അവശതകൾക്ക് പരിഹാരം കണ്ടെത്തുക എന്ന ലക്ഷ്യത്തോടെയായിരുന്നില്ല എന്നതാണ് വസ്തുത. അവസാനമായി, കലാപം ഒരു ആധുനിക രാഷ്ട്രീയസംഭവമായിരുന്നില്ല എന്നു പറയേണ്ടിയിരിക്കുന്നു. ഇരുപതാം നൂറ്റാണ്ടിൽ നടന്ന ഒന്നായിട്ടുകൂടി ഇത് പ്രതിഷേധത്തിന്റെ ഒരു പഴഞ്ചൻ രൂപത്തെയാണ് പ്രതിഫലിപ്പിക്കുന്നതെന്നു കാണാം. ഇങ്ങനെ നോക്കുമ്പോൾ മലബാർ കലാപവുമായി ഏറ്റവും സാമ്യമുള്ള പത്തൊമ്പതാം നൂറ്റാണ്ടിലെ സംഭവം 1857 ലെ ലഹളയായിരുന്നില്ല. മറിച്ച് സയ്യിദ് അഹമ്മദ് ബദേലിയുടെ നേതൃത്വത്തിൽ 1820 കളുടെ അന്ത്യത്തിൽ പഞ്ചാബിൽ ഒരു ഇസ്ലാമിക ഭരണകൂടം സ്ഥാപിക്കുന്നതിനു നടത്തിയ പരിശ്രമങ്ങളാണ്. 1820 ലെ അതേ ലക്ഷ്യം നേടുന്നതിന് 1921 ലെ മലബാറിലെ മാപ്പിളമാർ നടത്തിയ കലാപവും യാതൊരു ആസൂത്രണവുമില്ലാത്ത ഒന്നായിരുന്നു എന്നു മാത്രമല്ല പഞ്ചാബിലെ പരിശ്രമം പരാജയപ്പെട്ട് ഏതാണ്ട് ഒരു നൂറ്റാണ്ട് കഴിഞ്ഞു നടന്ന ഈ കലാപം അതിനേക്കാൾ പഴഞ്ചൻ ആയിരുന്നു എന്നതാണ് വസ്തുത.

പത്തൊമ്പതാം നൂറ്റാണ്ടിലെ കാർഷിക മുന്നേറ്റങ്ങളും ബ്രിട്ടീഷ് പ്രതികരണവും

ഡോ. കെ കെ എൻ കുറുപ്പ്

മലബാറിലെ കാർഷിക മേഖലയിൽ, പ്രത്യേകിച്ചും ഭൂവുടമകളുടെയും അടിയാന്മാരുടെയും ഉല്പാദനബന്ധങ്ങളിൽ, വലിയ പരിവർത്തനങ്ങൾ സൃഷ്ടിച്ച ഒന്നായിരുന്നു മൈസൂർ ഭരണകാലം. ഈ ഭരണത്തിൽ നിന്ന് മലബാർ 'ബ്രിട്ടീഷ് ആധിപത്യത്തിൻ കീഴിലെത്തിയപ്പോൾ ഈ മാറ്റങ്ങൾ പുതിയ രൂപങ്ങൾ കൈക്കൊണ്ടു. കോളനിഭരണവും ഭൂപ്രഭുത്വവും കർഷകരുടെ ഉല്പാദന മിച്ചം പങ്കിടുന്നതിനാവശ്യമായ പുതിയ കാർഷിക ബന്ധങ്ങൾ രൂപപ്പെടുത്തി. ഫ്യൂഡൽ ബന്ധങ്ങളിലൂടെ തുടർന്നുവന്ന മലബാറിലെ കാണജന്മ മര്യാദ പുതിയ കരാർവ്യവസ്ഥകളിലേക്ക് മാറിത്തുടങ്ങി. ഉല്പാദകരും ഉല്പാദനോപാധികളുടെ ഉടമകളും തമ്മിൽ പലപ്പോഴും വർഗ്ഗസമരങ്ങൾ ഉടലെടുത്തു.

ഭൂവുടമകളുടെ സ്വകാര്യ സ്വത്തവകാശം ബ്രിട്ടീഷു കോടതികൾ നിയമപരമായി ശക്തിപ്പെടുത്തി. പരമ്പരാഗത കാണജന്മ മര്യാദകളിൽ കോടതികൾ പുതിയ വ്യാഖ്യാനങ്ങൾ രചിക്കുകയും ഭൂപ്രഭുത്വം ദൃഢപ്പെടുത്തുകയും ചെയ്തു. ഈ മാറ്റങ്ങൾ നിലനിന്ന രാഷ്ട്രീയ- സാമൂഹ്യ- സാമ്പത്തിക വ്യവസ്ഥക്കെതിരെ മാപ്പിള കർഷകരിൽനിന്നും പത്തൊമ്പതാം നൂറ്റാണ്ടിൽ നിരന്തരം കലാപങ്ങൾ ഉയർത്തിവിട്ടു. മാപ്പിള ഔട്ട്ബ്രെയിക്സ് എന്ന പേരിൽ അറിയപ്പെട്ടിരുന്ന ഈ കലാപങ്ങളെ പത്തൊമ്പതാം നൂറ്റാണ്ടിലെ ബ്രിട്ടീഷ് ഭരണാധികാരികൾ എങ്ങനെ വിലയിരുത്തിയെന്നുള്ള ചരിത്രപരമായ ഒരു വിശകലനം അത്യന്തം പ്രാധാന്യമർഹിക്കുന്നു.[1]

കലാപങ്ങളുടെ അടിസ്ഥാനസ്വഭാവും കാരണങ്ങളും വിലയിരുത്തിയ പ്രധാന ജില്ലാ ഭരണാധികാരികൾ എച്ച് വി കൊണോലിയും വില്യം ലോഗ

നുമാണ്. കലാപങ്ങളെപ്പറ്റി വിശദമായ ഒരന്വേഷണ റിപ്പോർട്ട് 1852 ൽ സമർപ്പിച്ച ടി എൽ സ്ട്രെയിഞ്ചിന്റെ സമീപനവും പ്രത്യേകം പരിഗണനയർഹിക്കുന്നു. ഈ പ്രതികരണങ്ങളുടെ പഠനത്തിനുമുമ്പു ഈ കലാപങ്ങളുടെ സ്വഭാവം വിവരിക്കേണ്ടിയിരിക്കുന്നു. കമ്മീഷൻ വിശകലനം ചെയ്ത മുപ്പത്തിയൊന്നു കലാപങ്ങളുടെ സംക്ഷിപ്ത രൂപം താഴെ വിവരിക്കുന്നു.

1. കല്ലിക്കൽ കുഞ്ഞാലൻ, കണിശൻ ചാക്കുപ്പണിക്കരെ 1836 നവംമ്പർ 26 ന് കുത്തി മുറിവേല്പിച്ചു. അയാൾ മരിച്ചു. മറ്റ് മൂന്നുപേരെക്കൂടി കുത്തിമുറുവേല്പിച്ചു. പൊലീസ് അയാളെ വെടിവെച്ചു കൊന്നു.
2. ആലിക്കുട്ടി 1837 ഏപ്രിൽ 15 ന് ചെറുക്കാരി മണ്ണ നാരായണൻ മൂസതിനെ കുത്തിമുറിവേല്പിച്ചു. അയാളുടെ പീടികയിൽ രക്ഷനേടി. പൊലീസ് വെടിവെച്ചു കൊന്നു.
3. അത്തനും മറ്റൊരാളും 1839 ഏപ്രിൽ 5 ന് കേലിൽ രാമനെ വധിക്കുകയും അമ്പലത്തിന് തീവെക്കുകയും ഒരു തട്ടിൻപുറത്തു രക്ഷതേടുകയും പൊലീസ് അവരെ വെടിവെച്ചു വീഴ്ത്തുകയും ചെയ്തു.
4. അതേവർഷം ഏപ്രിൽ 6 ന് മുമ്പടത്തൊടി കുട്ടി അത്തൻ, കൊടക്കോട്ടുപാറുതരകനെ കുത്തിമുറിവേല്പിച്ചു. മൂന്നാം ദിവസം കേസ് അന്വേഷണത്തിന് തഹസീൽദാർ വന്നപ്പോൾ പ്യൂണിനെ കുത്തിമുറിവേല്പിച്ചു. അയാളെ ജീവപര്യന്തം നാടുകടത്തി.
5. പരത്തൊടിയിൽ ആലിക്കുട്ടി 1840 ഏപ്രിൽ 19 ന് ഓടങ്ങാട്ടുകുഞ്ഞുണ്ണി നായരെയും മറ്റൊരാളെയും കുത്തി മുറിവേല്പിച്ചു. അമ്പലം തീവെച്ചു നശിപ്പിച്ചു. വീട്ടിൽ രക്ഷനേടി. പുറത്തേക്ക് ഓടുമ്പോൾ പൊലീസ് വെടിവെച്ചു വീഴ്ത്തി.
6. തുമ്പമണ്ണിൽ കുഞ്ഞണ്യായനും 8 പേരും 1841 ഏപ്രിൽ 5 ന് പെരുമ്പുള്ളി നമ്പൂതിരിയെയും മറ്റൊരാളെയും വെട്ടിക്കൊന്നു. രണ്ടാമത്തെയാളുടെയും മറ്റു രണ്ടുപേരുടെയും വീടുകൾ കത്തിച്ചു. ആ വീടുകളുടെ ഒരുടമയും മരിച്ചു. നമ്പൂതിരിയുടെ വീട്ടിൽ രക്ഷ പ്രാപിച്ചു. മിലിറ്ററി 9 ന് വെടിവെച്ചു കൊന്നു.
7. കൈട്ടോത്തുപാട്ടിൽ മൊയ്തീൻകുട്ടിയും പത്തുപേരും തോട്ടശേരി താച്ചുപണിക്കരേയും പ്യൂണിനേയും 1841 നവംബർ 13 ന് വധിക്കുകയും ഒരു പള്ളിയിൽ അഭയം പ്രാപിക്കുകയും ചെയ്തു. മിലിറ്ററി 17 ന് അവരെ വെടിവെച്ച് കൊന്നു.
8. അതേസമയം 17 ന് രണ്ടായിരത്തിലധികം വരുന്ന മാപ്പിളമാർ ഈ കുറ്റവാളികളെ മറവുചെയ്ത സ്ഥലത്ത് കാവൽ നില്ക്കുകയും ശവങ്ങൾ മാന്തിയെടുത്ത് പള്ളിയിൽ മറവുചെയ്യുകയും ചെയ്തു. കുറ്റക്കാരിൽ 12 പേരെ ശിക്ഷിച്ചു.
9. മേലേമനക്കുഞ്ഞാത്തനും ഏഴുപേരും 1841 ഡിസംബർ 27 ന് തളാ

പ്പിൽ ചാക്കുനായരേയും മറ്റൊരാളേയും വധിക്കുകയും നായരുടെ വീട്ടിൽ രക്ഷനേടുകയും 28 ന് പൊലീസ് വെടിവെച്ച് കൊല്ലുകയും ചെയ്തു.

10. കൂനച്ചേരി ആലി അത്തനും ആറുപേരും 1843 ഒക്ടോബർ 19 ന് കാപ്രത്തു കൃഷ്ണപ്പണിക്കരെ കൊല്ലുകയും മറ്റൊരാളുടെ വീട്ടിൽ രക്ഷനേടുകയും ചെയ്തുവെങ്കിലും 24 ന് പൊലീസ് അവരെ വെടി വെച്ചു കൊന്നു.

11. ഒരു ഹാലിളക്കത്തിന്റെ ഭാഗമായി അതേദിവസം ഒരു പ്യൂണിന്റെ തലയും കാലും വെട്ടിമാറ്റിയ സംഭവമുണ്ടായി.

12. ഒരു നായർ തൊഴിലാളിയെ 1843 ഡിസംബർ 4 ന് കുത്തിക്കൊന്ന തായി കാണപ്പെട്ടു.

13. അതേമാസം 11 ന് ആനവടത്തു സുലൈമാനും ഒമ്പതുപേരും കാരോ ഗമന്ന ഗോവിന്ദൻ മൂസതിനെയും മറ്റൊരാളെയും വധിക്കുകയും രണ്ട് അമ്പലം അശുദ്ധമാക്കുകയും ബിംബങ്ങൾ നശിപ്പിക്കുകയും ഒരു വീട്ടിൽ രക്ഷനേടുകയും ചെയ്തു. 19 ന് മിലിറ്ററി അവരെ വെടി വെച്ചു കൊന്നു.

14. ചക്കാലക്കൽ കമ്മദ് 1849 മെയ് 26 ന് കാനച്ചേരി ചേറുവിനെയും മറ്റൊരാളെയും മുറിവേല്പിക്കുകയും ഒരു പള്ളിയിൽ രക്ഷനേടു കയും ചെയ്തു. അതേദിവസം പൊലീസ് വെടിവെച്ച് കൊന്നു.

15. കൊരങ്ങാട്ടു ഉണ്യൻ പാണ്ടിത്തൊടി തേയുണ്ണിയെ 1849 ആഗസ്ത് 25 ന് കൊല്ലുകയും മറ്റു നാലുപേരോടൊപ്പം ഒരത്തൻ ഗുരിക്കളോ ടുകൂടി ചേരുകയും പിറ്റേദിവസം മരാട്ട് നമ്പൂതിരിയുടെ കാര്യസ്ഥ നേയും മറ്റു രണ്ടുപേരെയും കൊല്ലുകയും ചെയ്തു. ഒരമ്പലത്തിൽ രക്ഷതേടുകയും അതിന്റെ ഒരു ഭാഗം കത്തിക്കുകയും അശുദ്ധമാ ക്കുകയും ചെയ്തു. അവർ മിലിറ്ററിയെ തുരത്തിവിട്ടു. മറ്റൊരമ്പല ത്തിൽ രക്ഷതേടി. അതിന്റേയും ഒരു ഭാഗം കത്തിക്കുകയും അശു ദ്ധമാക്കുകയും ചെയ്തു. സെപ്തംബർ 4 ന് മിലിറ്ററി അവരെ ഉന്മൂ ലനം ചെയ്തു. കുറ്റവാളികളുടെ എണ്ണം 66. ഇവരിൽ ഒരാൾ മറ്റൊ രാളെക്കൂടി വധിച്ചു.

16. ഒരധികാരിയുടെ മകനായ പെര്യമ്പട അത്തനും മറ്റുള്ളവരും 1850 ഒക്ടോബർ 3 ന് മുങ്ങാണ്ടമ്പലത്തുനാരായണൻ മൂസതിനെ വധി ക്കുവാൻ ശ്രമിച്ചു. അവർ പൊലീസിനോട് ഏറ്റുമുട്ടി മരിക്കുവാൻ തയ്യാറായിരുന്നു. അവരിൽ ഒമ്പതുപേരുടെ ജാമ്യം സ്വീകരിച്ചു.

17. ചൂണ്ട്യം മൂച്ചിക്കൽ അത്തൻ, കൊളശേരി രാമൻ മേനോൻ എന്ന ഗുമസ്തനെ 1851 ജനുവരി 5 ന് മുറിവേല്പിക്കുകയും അയാളുടെ വീട്ടിൽ രക്ഷപ്രാപിക്കുകയും അവിടെ നിന്നും ഓടിപ്പോകുമ്പോൾ പൊലീസ് വെടിവെപ്പിൽ കൊല്ലപ്പെടുകയും ചെയ്തു.

18. അതേമാസം 17 ന് മൂന്നു മാപ്പിളമാർ ഒരു ഹാലിളക്കത്തിന് പുറപ്പെടുന്നതായി അറിഞ്ഞു. ജാമ്യം വാങ്ങിവെച്ചു. വേണ്ടത്ര തെളിവുകൾ ഉണ്ടായിരുന്നില്ല.
19. കോയൂപറമ്പത്ത് കോമുമേനോനെയും മറ്റൊരാളെയും 1851 ഏപ്രിൽ 15 ന് കൊല്ലുവാൻ ഉളിക്കോട്ട് കുഞ്ഞുണ്ണിയും അഞ്ചുപേരും ശ്രമിച്ചതായി അറിഞ്ഞു. വേണ്ടത്ര തെളിവില്ലാത്തതിനാൽ പ്രതികളെ വിട്ടു.
20. മുൻപറഞ്ഞവരിൽ നാലുപേരും മറ്റുള്ളവരും 1851 ആഗസ്ത് 22 ന് രണ്ടുപേരെ കൊല്ലുകയും രണ്ടുപേരെ ഭീഷണിപ്പെടുത്തുകയും അഞ്ചാമതൊരാളെ മുറിവേല്പിക്കുകയും ചെയ്തു. പിറ്റേദിവസം മറ്റൊരാളെ കൊല്ലുകയും അയാളുടെ വീട്ടിൽ രക്ഷതേടുകയും ഒരമ്പലം അശുദ്ധമാക്കുകയും നശിപ്പിക്കുകയും ചെയ്തു. അവർ മിലിറ്ററിക്കാരെ തിരിച്ചു ഓടിച്ചു. 19 പേരുള്ള ഈ സംഘത്തെ പിറ്റേദിവസം വെടിവെച്ചു കൊന്നു.
21. നാലു മാപ്പിളമാർ 1851 ഒക്ടോബർ 5 ന് ഹാലിളക്കത്തിന് തയ്യാറാക്കുന്ന തെളിവ് കിട്ടി. മൂന്നുപേരിൽ നിന്ന് ജാമ്യം വാങ്ങി. വേണ്ടത്ര തെളിവില്ല.
22. അതേമാസം 27 ന് ഇത്തരം വേറൊരു സംഭവം ഉണ്ടാവുകയും 17 പേരിൽ നിന്ന് ജാമ്യം വാങ്ങുകയും ചെയ്തു. വിവരം വാസ്തവവിരുദ്ധമാണെന്ന് കരുതേണ്ടിയിരിക്കുന്നു.
23. ചൂരിമായനും 8 പേരും 1851 നവംബർ 9 ന് കല്ലാട്ടിൽ കേശവൻ തങ്ങളെ കൊല്ലാൻ ശ്രമിച്ച വിവരം ലഭിച്ചു. വേണ്ടത്ര തെളിവില്ല.
24. മേല്പറഞ്ഞവരും മറ്റ് 6 പേരുംകൂടി ആകെ 15 പേർ 1852 ജനുവരി 4 ന് രാത്രി 200 പേർ വരുന്ന മറ്റൊരു ആൾക്കൂട്ടത്തിന്റെ പിന്തുണയോടെ മേല്പറഞ്ഞ തങ്ങളെയും വീട്ടിലുള്ള 14 പേരെയും വധിച്ചു. മറ്റ് രണ്ടുപേരെ മുറിവേല്പിച്ചു. ഭവനം തീ വെച്ചു. പിറ്റേദിവസം രാവിലെയും തുടർന്നു. ആൾക്കൂട്ടത്തിന്റെ പിന്തുണയില്ലാതെ ഒരമ്പലവും നാലു വീടും തീവെച്ച് നശിപ്പിച്ചു. മറ്റുരണ്ടുപേരെ കൊല്ലുകയും രണ്ടുപേരെ മുറിവേല്പിക്കുകയും ചെയ്തു. മറ്റൊരമ്പലം അശുദ്ധമാക്കി. രാജാവിന്റേതായ ഒരു വീട്ടിൽ രക്ഷതേടി. മറ്റു രണ്ടമ്പലങ്ങളും അശുദ്ധമാക്കി. മറ്റൊരു വീടിനുനേരെ 8 ന് ആക്രമണം നടത്തുകയും കാവല്ക്കാരുമായി ഏറ്റുമുട്ടി മരിച്ചുവീഴുകയും ചെയ്തു.
25. അതേമാസം 5 ന് പടിഞ്ഞാറെ എടത്തിൽ അമ്പുനമ്പ്യാരെ കൊല്ലുവാൻ മാപ്പിളമാർ ശ്രമിക്കുകയും അഞ്ചുപേരുടെ ജാമ്യം വാങ്ങിവെക്കുകയും ചെയ്തു.
26. മങ്ങാടപ്പള്ളി നാരായണൻ നമ്പൂതിരിയെ 1852 ഫെബ്രുവരി 8 ന് 7 പേർ വധിക്കുവാൻ ശ്രമിക്കുന്നതായി വിവരം അറിഞ്ഞതിനാൽ അവ

രുടെ ജാമ്യം വാങ്ങി. കെട്ടിച്ചമച്ച തെളിവുകളാണ്.

27. പിലാത്തോട്ടത്തിൽ പങ്കെടുത്തവരായി 1852 ഫെബ്രുവരി 28 ന് മാപ്പിളമാർ ഹാലിളക്കം നടത്തുവാൻ പോകുന്നുവെന്ന് 36 പേരിൽ നിന്ന് ജാമ്യം വാങ്ങിവെച്ചു.
28. മാപ്പിളമാർ 1852 ഏപ്രിൽ 10 ന് അതായത് 24-ാം കേസിൽപ്പെട്ടവർ മറ്റൊരു ശ്രമം നടത്തുകയാൽ ആ പ്രദേശത്തെ ഹിന്ദുക്കൾ ഒഴിഞ്ഞു താമസിച്ചതായി വിവരം ലഭിച്ചു.
29. അതേമാസം 26 ന് ഒരു ഹിന്ദുവിന്റെ ഭവനത്തിനുനേരെ വെടിവെപ്പുണ്ടാവുകയും ഒരമ്പലത്തിന്റെ പുറകുവശം തീവെക്കുകയും ചെയ്തതായി അറിഞ്ഞു. ഹിന്ദുക്കൾ കാട്ടിൽ രക്ഷപ്രാപിച്ചു.
30. കണ്ണുനായർ എന്ന പ്യൂണിനെതിരായി 1852 മെയ് 4 ന് മൂന്നു മാപ്പിളമാർ കലാപത്തിനൊരുങ്ങുകയാൽ അവരുടെ ജാമ്യം വാങ്ങി.
31. മൂന്നു മാപ്പിളമാർ 1852 ആഗസ്ത് 9 ന് ഒരു ബ്രാഹ്മണനെ മുറിവേല്പിക്കുകയും ഒരു വീട്ടിൽ രക്ഷതേടുകയും പിന്നീട് പൊലീസിനോട് ഏറ്റുമുട്ടി മരിക്കുകയും ചെയ്തു.[2]

ഈ കലാപങ്ങളിൽ പെട്ടു കുറ്റവാളികളടക്കം ആകെ മരിച്ചവർ ഇരുന്നൂറ്റി ഇരുപതും മുറിവേറ്റവർ അമ്പത്തിയഞ്ചും ആണെന്നു കാണാം.

കലാപങ്ങൾ പൊതുവെ മതഭ്രാന്തിൽനിന്ന് ഉയർന്നു വന്നവയും കാഫീർമാരെ കൊന്നുകൊണ്ടു സ്വർഗ്ഗസുഖങ്ങൾ അനുഭവിക്കാനുള്ള ആകാംക്ഷയിൽനിന്നും പ്രേരിതമായവയുമാണെന്ന് മറ്റു പലരെയും പോലെ ജില്ലാ മജിസ്ട്രേറ്റു കൊണോലിയും വിശ്വസിച്ചു. അദ്ദേഹത്തിന്റെ റിപ്പോർട്ടുകളെല്ലാം ഊന്നിക്കാട്ടിയതും ഈ ആശയമായിരുന്നു. അദ്ദേഹം എഴുതി.

"മാപ്പിളയുടെ ഭാഗത്തുനിന്നുള്ള ഈ അസാധാരണ കൃത്യത്തിന്റെ കാരണങ്ങൾ കഴിയുന്നത്ര ഞാൻ അന്വേഷിച്ചു വരുന്നു. പക്ഷേ, അതിൽ ഫലമില്ലെന്നു പറയേണ്ടിയിരിക്കുന്നു. ഈ കലാപത്തിനു കാരണം എന്തായാലും 1841-43 കാലത്തെന്നപോലെ മതഭ്രാന്തന്റെ വികാരങ്ങളാണതെന്ന് സംശയമില്ല."[3]

മാപ്പിള സമൂഹം ഈ കലാപങ്ങളെ ഏതുവിധമാണ് നോക്കിക്കണ്ടതെന്നും അദ്ദേഹത്തിന്റെ റിപ്പോർട്ടുകൾ വ്യക്തമാക്കുന്നു. അദ്ദേഹം എഴുതി:

> ഇത്തരം സംഭവങ്ങൾ സംബന്ധിച്ചു മാപ്പിളമാരിൽനിന്നും ആവശ്യമായ വിവരങ്ങൾ ലഭിക്കുന്നില്ല. അനന്തര ഫലങ്ങളെപ്പറ്റിയുള്ള പേടിയും മതഭ്രാന്തരായ സ്വന്തം മതാനുഷ്ഠാനങ്ങളോടുള്ള സഹാനുഭൂതിയും യഥാർത്ഥ സംഭവത്തെപ്പറ്റി മൗനം കൈക്കൊള്ളുവാൻ അവരെ പ്രേരിപ്പിക്കുന്നു. അധികാരികൾ നിരോധിച്ചിട്ടും അവരുടെ ഓർമ്മയ്ക്കായി പള്ളികൾ സ്ഥാപിച്ചിരിക്കുന്നു. അവിടെ

> രഹസ്യമായി അവരുടെ സ്മരണയിൽ ആഘോഷങ്ങൾ നടക്കുന്നു. അവരുടെ കബറുകൾക്കു സമീപം ഭക്ത്യാദരപൂർവ്വമാണ് സാധാരണക്കാരായ മാപ്പിളമാർ കടന്നുപോകുന്നത്.[4]

തന്റെ റിപ്പോർട്ടുകളിലദ്ദേഹം കലാപങ്ങളുടെ ആശയപരമായ, പ്രത്യയശാസ്ത്രപരമായ, പ്രചോദനകേന്ദ്രം തിരൂരങ്ങാടിയിലെ തങ്ങളാണെന്നും രേഖപ്പെടുത്തുന്നു. "എല്ലാ വിധത്തിലും തങ്ങൾ അപകടകാരിയായ ഒരു വ്യക്തിയാണെന്നും" അയാൾക്കെതിരായി പൊലീസിന് അധികാരശക്തിയില്ലെന്നും കലാപകാരികൾ പലപ്പോഴും തങ്ങളെ കണ്ടു അനുഗ്രഹാശിസ്സുകൾ വാങ്ങാറുണ്ടെന്നും അദ്ദേഹം റിപ്പോർട്ട് ചെയ്തു കാണാം. മൊഹമ്മദീയരുടെ സബാത്തുദിനം ശുഷ്കാന്തിയോടെ അനുഷ്ഠിക്കണമെന്നും യാതൊരു പ്രവർത്തിയും ചെയ്യുവാൻ പാടില്ലെന്നും നായരെ 'നീ' എന്നല്ലാതെ 'നിങ്ങൾ' എന്ന് അഭിസംബോധന ചെയ്യുവാൻ പാടില്ലെന്നും ഹിന്ദുഗൃഹങ്ങളിൽനിന്നും മാപ്പിളമാർ ഭക്ഷണം സ്വീകരിക്കരുതെന്നും അദ്ദേഹം നല്കിയ ബുത്തുബയ്ത്ത് വലിയ അനന്തരഫലങ്ങളുണ്ടാകുമെന്നും കൊണോലി രേഖപ്പെടുത്തി. വെള്ളിയാഴ്ച കന്നുപൂട്ടുന്നവരുടെ കലപ്പകൾ പൊട്ടിച്ചെറിയുന്ന സംഭവവും മറ്റും മാപ്പിള താലൂക്കുകളിലുണ്ടായി. "കാട്ടാളന്മാരായ ഉൾനാടൻ മാപ്പിളമാർ" എന്നായിരുന്നു രേഖകളിൽ വിശേഷിപ്പിച്ചിരുന്നത്. ഈ മതഭ്രാന്തിനെ ആളിക്കത്തിച്ചത് മുസ്ലീം പൗരോഹിത്യവും അവർക്ക് കൂട്ടുനിന്നത് ഭൂമിക്ക് ദാഹിച്ചുനിന്ന സമ്പന്നരായ മാപ്പിളമാരാണെന്നും രേഖകൾ വ്യക്തമാക്കി. തിരൂരങ്ങാടിയിലെ സെയ്ദ്ഫാസൽ തങ്ങളെ തന്ത്രപൂർവ്വം ഭരണാധികാരികൾ അറേബ്യയിലേക്ക് മാറ്റിത്താമസിപ്പിക്കുകയും ചെയ്തു.

കലാപകാരണങ്ങളും പ്രതിവിധികളും സംബന്ധിച്ച് റിപ്പോർട്ട് സമർപ്പിക്കുവാൻ ടി.എൽ സ്ട്രെയിഞ്ച് നിയമിതനായി. അദ്ദേഹം അന്നോളം നടന്ന 31 കലാപങ്ങൾ വിശകലനം ചെയ്തുകൊണ്ട് കൂടുതൽ സുശക്തമായ ഭരണനടപടികൾ സ്വീകരിക്കുവാനാണ് ശുപാർശ ചെയ്തത്. അദ്ദേഹവും മതഭ്രാന്ത് നിറഞ്ഞ കലാപങ്ങളായിട്ടാണ് വിലയിരുത്തിയത്. അദ്ദേഹം എഴുതി:

> ഇക്കാര്യങ്ങളിലെല്ലാം പ്രകടമായി കാണുന്ന ഒരു വസ്തുത അവയോരൊന്നും തന്നെ സുചിന്തിതമായ മതഭ്രാന്തിനാൽ രേഖപ്പെടുത്തുന്നവയാണെന്നും യാതൊരു സംശയവുമില്ലാത്തവിധം ഇത് യഥാർത്ഥ പ്രേരണയായി തീർന്നിട്ടുള്ളവയാണെന്നുമാണ്. ഇതിന് ഇരയായിട്ടുള്ളവരും ഇരയാവാൻ പോകുന്നവരും എല്ലാവരും ഹിന്ദുക്കളാണ്. കൊലയാളികളും കൊലയാളികളാകാൻ പോകുന്നവരും മാപ്പിളമാരാണ്. തങ്ങളുടെ ലക്ഷ്യം നിറവേറ്റിയവർ 'കാഫീർ' മാർക്കെതിരായ സമരത്തിൽ വെട്ടിമരിക്കാൻ ആഗ്രഹിക്കുന്നവരും ഭാവനയിലെ സ്വർഗ്ഗസുഖങ്ങൾ അനുഭവിക്കാൻ കൊതിക്കുന്നവ

> രുമാണ്. അവർ തങ്ങളുടെ തീരുമാനത്തിൽ ഏറ്റവും വലിയ വിശ്വാസത്തോടെ ഉറച്ചു നില്ക്കുന്നു. ഈ കാര്യത്തിനുവേണ്ടി പ്രവർത്തിക്കുമ്പോൾ ഒരാളും തന്നെ അതിൽനിന്ന് പിന്മാറിയതായി അറിയുന്നില്ല. അവർ ഏറ്റെടുക്കുന്ന കൃത്യം അത്രമാത്രം ആകർഷകമായിരുന്നു. എന്തെന്നാൽ പലപ്പോഴും ഈ കൃത്യങ്ങളിൽ പങ്കെടുക്കാൻ ഉദ്ദേശിക്കാതിരുന്നവർ പോലും തങ്ങളുടെ സഹോദരന്മാരോടൊപ്പം കലാപത്തിലേർപ്പെട്ടുകൊണ്ടു മരിച്ചുവീഴാൻ പങ്കെടുക്കുന്നതായിക്കാണാം.[5]

കലാപത്തിന്റെ സാമൂഹ്യ പശ്ചാത്തലം സ്ട്രെയിഞ്ചു വിശകലനം ചെയ്തത് ഇപ്രകാരമായിരുന്നു.

> ഹിന്ദുക്കളും മാപ്പിളമാരും തമ്മിലുള്ള സാധാരണ ബന്ധങ്ങളും ജീവിതത്തിൽ പരസ്പരം ഏറ്റുമുട്ടുവാൻ ഇടയാക്കുന്നു. കാർഷികവൃത്തിയല്ലാത്ത മറ്റൊരു മാർഗ്ഗം ഹിന്ദുക്കൾക്കില്ല. കൃഷി ഉല്പാദന വർദ്ധനവിനും വികസനത്തിനും അനുവദിക്കുന്നില്ല. മാപ്പിളമാർ കൃഷിയിലേർപ്പെടുമ്പോൾത്തന്നെ മറ്റു പലതും ചെയ്യുന്നു. വളരെ ശ്രദ്ധയുള്ളവരും അദ്ധ്വാനശീലരും ശുഷ്കാന്തിയുള്ളവരുമാണ് ഈ വിഭാഗക്കാർ. ഹിന്ദുക്കളാകട്ടെ പുരോഗതി നിലച്ചവരും വളർച്ചയറ്റവരുമാണ്. ഭരണം അവരുടെ കൈകളിൽനിന്നും പോയതോടെ അവർ പിന്നോക്കാവസ്ഥയിലെത്തി. സ്വന്തം ബന്ധുക്കൾപോലും അകന്നുനില്ക്കുന്ന വിധം അവർ ഉൽഗ്രഥനം നഷ്ടപ്പെട്ടവരാണ്. കുടുംബത്തിൽ സ്വരച്ചേർച്ചയില്ലായ്മയും വസ്തുതർക്കങ്ങളും ധാരാളമാണ്. സ്വത്തുക്കൾ വേണ്ടവിധം സംരക്ഷിക്കുന്നില്ലതാനും. ഭൂമി ഹിന്ദുക്കളുടെ കൈയിലും പണം മാപ്പിളമാരുടെ കൈയിലുമാണ്. ആദ്യവിഭാഗത്തിന്റെ ആവശ്യങ്ങളും വകതിരിവില്ലായ്മയും രണ്ടാമത്തെ കൂട്ടർ ഒരു വിഭാഗമെന്ന നിലയിൽ ഉപയോഗപ്പെടുത്തുന്നു. ഉൾനാടൻ താലൂക്കുകളിൽ ഭൂമിയല്ലാതെ ജീവിതത്തിന് മറ്റൊരു മാർഗ്ഗമില്ല. വർദ്ധിച്ചുവരുന്ന മാപ്പിള സംഖ്യയുടെ സമ്മർദ്ദം ഹിന്ദുക്കളുടെ മീതെ കൂടിവരികയാണ്.[6]

കമ്മീഷൻ ഹിന്ദുക്കളുടെ നിസ്സഹായാവസ്ഥയെ ഇപ്രകാരം ചൂണ്ടിക്കാട്ടി:

> തങ്ങളുടെ ജാതിക്കാരുടെ താല്പര്യങ്ങളിൽ ഉറച്ച ഐക്യവും അവരിലെല്ലാം കാണുന്ന ഹിന്ദുക്കളുടെ നേർക്കുള്ള അസൂയയും വിദ്വേഷവും കലാപങ്ങൾ ഉണ്ടായിക്കൊണ്ടിരിക്കുന്നതിനോട് സഹാനുഭൂതി കാണിക്കുന്നു. അവയുടെ പ്രവർത്തനങ്ങളാൽ ഈ ജാതിയുടെ ശക്തിയും മറുചേരിയുടെ പതനവും ശക്തമായിത്തീർന്നി

> രിക്കുന്നതിനാൽ സംഘർഷം നടത്തുന്ന വിഭാഗത്തിന്റെ ആനുകൂല്യങ്ങളും വർദ്ധിച്ചിരിക്കുന്നു. കലാപങ്ങൾ ഇടയ്ക്കിടെ ഉണ്ടായിക്കൊണ്ടിരിക്കുന്ന പ്രദേശങ്ങളിലെ ഹിന്ദുക്കൾ മാപ്പിളമാരെ ഭയപ്പെട്ടിരിക്കുകയാൽ തങ്ങളുടെ അവകാശങ്ങൾപോലും ആവശ്യപ്പെടുവാൻ ഭയപ്പെടുകയും ധാരാളം മാപ്പിളക്കുടിയാന്മാർ പാട്ടം കൊടുക്കാതിരിക്കുകയുമാണ്. അവരെ ഒഴിപ്പിക്കുന്നതിന്റെ അപകടങ്ങൾ സ്പഷ്ടമാണ്.[7]

കമ്മീഷന്റെ ശുപാർശയിൽ ജന്മികളുടെയും ഹിന്ദുക്കളുടെയും ശോചനീയാവസ്ഥ തുറന്നുകാണിക്കുകയാണുണ്ടായത്.

കമ്മീഷനെഴുതി:

> ഹിന്ദുക്കളുടെ സ്ഥിതി വളരെ പരിതാപകരമായിരിക്കുന്നു. അടുത്തത് ആരാണ്. എന്തുകാരണത്തിലാണ് വീഴ്ത്തപ്പെടുവാൻ പോകുന്നതെന്ന് ആർക്കും അറിവില്ല. അവർ കൊലയാളികളാവാൻ പോകുന്നവരുടെ കൂട്ടത്തിൽ ജീവിക്കുന്നു. അവർ വാരം പിരിക്കുവാനോ കുടിയൊഴിപ്പിക്കുവാനോ കഴിവില്ലാത്തവരായിരിക്കുന്നു. കൊള്ള, അപമാനം, വ്യക്തിപരമായ ദ്രോഹങ്ങൾ എന്നിവയോടൊപ്പം അവർക്ക് ജീവിക്കേണ്ടിവന്നിരിക്കുന്നു. ഇതിനൊരു പ്രതിവിധി കാണാൻ ശ്രമിച്ചാൽ കൂടുതൽ തിക്തഫലങ്ങളുണ്ടാകുന്നു. വേണ്ടത്ര ദ്രവ്യമുള്ളവർക്ക് സ്വയം കാവൽ നടപടിയേർപ്പെടുത്തുവാനും ആക്രമണഭീതിയിൽ ജീവിക്കുവാനും കഴിയും. വേണ്ടത്ര സംരക്ഷണം നല്കിയില്ലെങ്കിൽ അവസാനം ഇവർ ഇവിടെ ജീവിക്കുന്നത് അപകടമാണെന്ന് കരുതി സ്ഥലം വിട്ടൊഴിഞ്ഞുപോകും. അവർ ഇപ്രകാരം ഭീഷണിപ്പെടുത്തുകയും ചെയ്യുന്നു.[8]

ഈ ശുപാർശകളിൽ ഗവൺമെന്റ് ജന്മിമാരെ സംരക്ഷിക്കുവാനുള്ള നടപടികളാണ് സ്വീകരിച്ചത്. മാപ്പിള ഔട്ട്റേജസ് ആക്ടും മാപ്പിള നൈവ്സ് ആക്ടും 1854 ൽ നടപ്പാക്കിക്കൊണ്ട് പ്രശ്നം പരിഹരിക്കാമെന്ന് ഭരണാധികാരികൾ വിശ്വസിച്ചു. പക്ഷേ, കലാപങ്ങൾ വീണ്ടും തുടർന്നുകൊണ്ടിരുന്നു. കലാപകാരികൾ കൊണോലിയെ അദ്ദേഹത്തിന്റെ ബംഗ്ലാവിൽവെച്ചുതന്നെ വെട്ടിക്കൊന്നു.

വീണ്ടും തെക്കെ മലബാറിൽ കലാപങ്ങൾ പൊട്ടിപ്പുറപ്പെട്ടപ്പോൾ ഭരണാധികാരികൾ ഈ പ്രശ്നം വീണ്ടും അന്വേഷണവിധേയമാക്കി. അവരിൽ പുതിയ പ്രതികരണത്തിന്റെ ബീജങ്ങൾ രൂപംകൊള്ളുകയായിരുന്നു. ബ്രിട്ടീഷിന്ത്യയിലെ മാറിവരുന്ന പരിതസ്ഥിതികളും ഇത്തരം സമീപനത്തിന് പ്രോത്സാഹനജനകമായി. മലബാർ കളക്ടറായിരുന്ന മാക്ഗ്രിഗോർ "ഭൂ ഉടമകളുടെ ആക്രമണങ്ങൾ നേരിടുവാനുള്ള ഒരുപകരണം മാത്രമാ

ണ് മതഭ്രാന്ത്" എന്നാണ് കലാപങ്ങളെ വിശേഷിപ്പിച്ചത്. കലാപങ്ങളും കാർഷികപ്രശ്നങ്ങളും പരസ്പരബന്ധമുണ്ടെന്നുള്ള ഈ സമീപനത്തെ ഏറ്റവും ശക്തമായി പ്രതിഫലിപ്പിച്ചത് കളക്ടർ വില്യം ലോഗനായിരുന്നു. മേലാറ്റൂർ കലാപത്തെ സംബന്ധിച്ച് ആക്ടിങ് കളക്ടർ ജി മാക് വാട്ടേഴ്സ് എഴുതി:

"ഇപ്പോൾ നടന്ന കലാപത്തെ സംബന്ധിച്ചുള്ള സാമാന്യമായ ധാരണ അത് പ്രധാനമായും കാർഷിക സ്വഭാവമുള്ളതാണെന്ന് അങ്ങനെ വേണ്ടത്ര തെളിയിച്ചിരിക്കുന്നു... പ്രധാനമായും മാപ്പിള, പ്രത്യേകിച്ചും തന്റെ ഭൂമി സംബന്ധമായ താല്പര്യങ്ങളിൽ പരാജയപ്പെട്ടതിനെത്തുടർന്ന് ഈ രണ്ട് പ്രധാന ജന്മിമാരുടെയും നേർക്ക് അസൂയയുൾക്കൊള്ളുകയും അവരെ ഇല്ലാതാക്കുവാൻ ആസൂത്രണം ചെയ്യുകയും ചെയ്തു."[9]

ലോഗൻ തന്റെ പ്രാരംഭ റിപ്പോർട്ടിൽ കാർഷിക പ്രശ്നങ്ങളും ഗ്രാമീണ ദാരിദ്ര്യവും ബന്ധപ്പെട്ടിരിക്കുന്നുവെന്ന് ചൂണ്ടിക്കാണിച്ചു. കലാപങ്ങളുടെ പശ്ചാത്തലം ഇതാണെന്ന് അദ്ദേഹം വിലയിരുത്തി. അദ്ദേഹം എഴുതി:

"ഈ പ്രദേശത്ത് ഭൂവുടമയും കുടിയാനും തമ്മിലുള്ള ബന്ധം എന്തുതന്നെയായിരുന്നാലും ഒരു പ്രതിസന്ധിഘട്ടത്തിലേക്ക് സത്വരം നീങ്ങിക്കൊണ്ടിരിക്കുകയാണ്. അത് 1875-76 ൽ നടന്നതുപോലുള്ള കൂട്ടായ്മകവർച്ചയുടെയോ അതല്ലെങ്കിൽ പുതിയ മാപ്പിളകലാപങ്ങളുടെയോ പൊട്ടിപ്പുറപ്പെടലായി പ്രത്യക്ഷപ്പെടാനിടവരുത്തും."[10]

വില്യം ലോഗൻ

ഒരു മാപ്പിള കലാപത്തിന്റെ ഗൂഢാലോചന നടന്നിരുന്ന എടപ്പറ്റ പള്ളി അദ്ദേഹം സന്ദർശിക്കുകയും നാശോന്മുഖമായ ആ പള്ളി മാപ്പിളമാരുടെ ഗ്രാമീണ ദാരിദ്ര്യത്തിന്റെ പ്രത്യക്ഷ തെളിവാണെന്ന് ചൂണ്ടിക്കാട്ടുകയും ചെയ്തു. ജനങ്ങളിൽനിന്നും കൂട്ടപ്പിഴ വസൂലാക്കുവാനായി ജപ്തിചെയ്തെടുത്ത സാധനങ്ങളുടെ പട്ടികയിൽനിന്നും അവർ ഏറ്റവും ദരിദ്രരായിരുന്നുവെന്ന് മനസ്സിലാക്കണമെന്നും അദ്ദേഹം അഭിപ്രായപ്പെട്ടു. അദ്ദേഹം 1854 ലെ മാപ്പിള ഔട്ട്റേജസ് ആക്ടിന്റെ ചട്ടങ്ങൾക്കനുസരിച്ച് ഗ്രാമീണരായ മാപ്പിളമാരുടെമേൽ ഗവൺമെന്റ് ഏർപ്പെ

ടുത്തിയ പിഴ വസൂലാക്കൽ സമ്പ്രദായത്തെ ഇപ്രകാരം വിമർശിക്കുകയും ചെയ്തു.

> പിഴകൾ പൂർണ്ണമായും വസൂലാക്കിയെന്നും അത്തരത്തിൽ മാപ്പിളമാരെ വേണ്ടത്ര ശിക്ഷിച്ചുവെന്നും നമ്മൾ കണക്കിലെടുക്കുക. എന്നാൽ അതുകൊണ്ട് നമ്മുടെ നേട്ടമെന്താണ്? അവരുടെ ഇടയിൽ നിലനില്ക്കുന്ന പൊതുവായ ദാരിദ്ര്യത്തെ അത്രയുംകൂടി നമ്മൾ വർദ്ധിപ്പിക്കുകയും വെടിവെക്കപ്പെടുമെന്നുള്ള അവരുടെ ഭയത്തിൽ അയവുവരുത്തുകയും ചെയ്തുവെന്ന് മാത്രമാണ് എനിക്ക് പറയുവാനുള്ള മറുപടി. പ്രതികാരത്തിന്റെ മറ്റൊരു വാളുമായി അതേ പള്ളിയിൽനിന്നും മറ്റൊരു ആലി വരുന്നുവെന്ന് നാം വിചാരിക്കുക. നാം ഇപ്പോൾ എവിടെയെത്തും. ഒരു മാപ്പിളയ്ക്ക് സ്വത്ത് നഷ്ടപ്പെടുവാനില്ലെങ്കിൽ അയാളുടെ മീതെയുള്ള നമ്മുടെ പ്രധാനമായ പിടി നഷ്ടപ്പെടുന്നു. സമ്പന്നരായ മാപ്പിളമാരുള്ളേടത്ത് മാപ്പിള ആക്ട് പ്രശംസനീയമായ ഒരുപാധിയാണെങ്കിൽ ദരിദ്രരായ ഒരു ജനത്തിന്റെ നേർക്ക് ഉപയുക്തമാക്കുമ്പോൾ ഒരു വലിയ പരിധിയോളം അതിന്റെ ഉദ്ദേശ്യംതന്നെ പരാജയപ്പെടുന്നുവെന്നതാണ് വാസ്തവം."[11]

ലോഗന്റെ റിപ്പോർട്ടുകൾ കൊളോണിയൽ വ്യവസ്ഥിതിയിൽ മലബാറിലെ കാർഷികബന്ധങ്ങളിൽ വന്ന മാറ്റങ്ങളും കുടിയായ്മയും വിശദമായ പഠനത്തിന് വിധേയമാക്കുവാൻ സർക്കാരിനെ നിർബ്ബന്ധിച്ചു. ലോഗൻ 1881 മലബാർ ലാന്റ് ടെനൻസ് കമ്മീഷനായി നിയമിതനായി. അദ്ദേഹം സമർപ്പിച്ച വിശദമായ പഠനം മലബാറിലെ റയറ്റുവാരിപോലും യഥാർത്ഥത്തിൽ ഒരു ജമീന്ദാരിയായി മാറിയിരിക്കുകയാണെന്നും മാപ്പിളകലാപങ്ങൾ കാർഷികമായ അസ്വസ്ഥതയിൽനിന്നും അരക്ഷിതാവസ്ഥയിൽനിന്നും ഉടലെടുക്കുന്നവയാണെന്നും ചൂണ്ടിക്കാട്ടി.[12]

ആയതിനാൽ ജന്മി-കുടിയാൻ ബന്ധങ്ങളിൽ നിയമനിർമ്മാണം വഴി ഗവൺമെന്റ് ഇടപെടേണ്ടത് അത്യാവശ്യമാണെന്നും അദ്ദേഹം ശുപാർശ ചെയ്തു. മലബാറിലെ കുടിയായ്മ സംബന്ധിച്ചു 1887 ൽ ആദ്യത്തെ നിയമം നടപ്പിലാക്കിയത് ഈ പശ്ചാത്തലത്തിലായിരുന്നു. പിന്നീടുണ്ടായ കാർഷിക പരിഷ്കരണങ്ങളുടെ അടിസ്ഥാനരേഖ ലോഗൻ കമ്മീഷൻ റിപ്പോർട്ടായിരുന്നു. മണ്ണിൽ പണിയെടുക്കുന്ന കർഷകന് സ്ഥിരാവകാശമനുവദിക്കണമെന്നും മരുമക്കത്തായ ദായക്രമം അവസാനിപ്പിക്കേണ്ടതാണെന്നും നാണ്യവിളകളുടെ കൃഷി പ്രോത്സാഹിപ്പിക്കേണ്ടതാണെന്നും അദ്ദേഹം ശുപാർശചെയ്തു. കേരള സമൂഹത്തിലെ സാമൂഹ്യ സാമ്പത്തിക മാറ്റങ്ങളുടെ തുടക്കംകുറിക്കുന്ന ഒന്നായിരുന്നു ഈ ശുപാർശകൾ.

കുറിപ്പുകൾ

1. കറസ്പോണ്ടൻസ് ഓൺ മാപ്പിള ഔട്ട്റേജസ് ഇൻ മലബാർ ഫോർ ദി ഇയേഴ്സ് 1949–53 (മദ്രാസ്, 1859)
2. മേൽച്ചൊന്നത്.
3. എച്ച് വി കൊണോലി, ജുഡീഷ്യൽ സെക്രട്ടറി എച്ച് സി മൊണ്ടേഗു
4. മേൽച്ചൊന്നത്.
5. ടി എൽ സ്ട്രെയ്ഞ്ച്, ജുഡീഷ്യൽ സെക്രട്ടറി ടി പൈക്രോഫ് സെപ്തംബർ 1852, ഖണ്ഡിക 25.
6. മേൽച്ചൊന്നത്. ഖണ്ഡിക 28.
7. മേൽച്ചൊന്നത്, ഖണ്ഡിക 38.
8. മേൽച്ചൊന്നത്. ഖണ്ഡിക 40
9. വാക്സ് വാട്ടേർസ്, ചീഫ് സെക്രട്ടറിക്, 5 ഒക്ടോബർ 1880: നമ്പർ 272 ഖണ്ഡിക 14: മലബാർ ലാൻഡ് ടെന്വർസ്.
10. വില്യം ലോഗൻ ചീഫ് സെക്രട്ടറിക്, 7 ജനുവരി 1881.
11. മേൽച്ചൊന്നത് വിശദപഠനങ്ങൾക്ക്, കെ കെ എൻ കുറുപ്പ്, *വില്യം ലോഗൻ; മലബാറിലെ കാർഷിക ബന്ധങ്ങളിൽ ഒരു പഠനം* തിരുവനന്തപുരം, 1981, പു. 22.
12. വില്യം ലോഗൻ, മലബാർ സ്പെഷ്യൽ കമ്മീഷൻ, 1881–82: മലബാർ ടെന്വർസ് (മദ്രാസ്, 1896) കാണുക.

മാപ്പിള ലഹള

പട്ടാഭി സീതാരാമയ്യ

പട്ടാഭി സീതാരാമയ്യ

മലബാറിലെ മാപ്പിള ലഹളയുടെ മൂലകാരണത്തിലേക്ക് നയിച്ച പരിതസ്ഥിതികളെക്കുറിച്ചുകൂടി സാന്ദർഭികമായി, പ്രസ്താവിക്കേണ്ടതുണ്ട്. ഈ മനോഹരമായ ഭൂപ്രദേശത്ത് കുടിയേറി, സ്ഥിരതാമസമാക്കി, തദ്ദേശീയരുമായി വിവാഹബന്ധത്തിൽ ഏർപ്പെട്ട, അറബികളുടെ സന്തതിപരമ്പരകളാണ് മാപ്പിളമാർ. അവർ മുസ്ലീങ്ങൾ തന്നെയാണ്. പൊതുവിൽ പറഞ്ഞാൽ ചെറുകിട കച്ചവടക്കാരും ഭൂമിയിൽ പണിയെടുക്കുന്ന കൃഷിക്കാരും ആണ് അവർ. എന്നാൽ, മതവികാരത്തിന്റെ സമ്മർദ്ദത്തിന് കീഴ്പ്പെടുമ്പോൾ അവർ ഒരളവുവരെ മതഭ്രാന്ത് പ്രകടിപ്പിക്കുന്നു. അപ്പോഴവർ സ്വന്തം ജീവനും സുഖസൗകര്യങ്ങൾക്കും ഒന്നിനും വില കല്പിക്കുന്നില്ല. ഇടയ്ക്കിടയ്ക്ക് പൊട്ടിപ്പുറപ്പെടുന്ന മാപ്പിള ലഹളകളാണ് "മാപ്പിള കലാപനിയമം" (Moplah Outrages Act) എന്ന പ്രത്യേക നിയമം നിർമ്മിക്കപ്പെടുന്നതിലേക്ക് നയിച്ചത്. "പൊട്ടിത്തെറിക്കുന്ന" വൈദ്യുത സ്ഫുലിംഗംകൊണ്ട് ആവേശഭരിതരായിത്തീരുന്നതിൽ, ഗവൺമെന്റ് തുടക്കംതൊട്ടേ,

ഉൽക്കണ്ഠാകുലമായിരുന്നു. എന്നിരുന്നാലും മറ്റേതൊരു സ്ഥലത്തേക്കുമെന്നപോലെ കേരളത്തിലേക്കും ആ പ്രസ്ഥാനം പടർന്നുപിടിച്ചു. പുതിയതായി കൂട്ടിച്ചേർക്കപ്പെട്ട ഒരു കോൺഗ്രസ് പ്രവിശ്യയുടെ വർദ്ധിതാവേശത്തോടെ കേരളം, ആ പ്രസ്ഥാനത്തെ സ്വീകരിച്ചുവെന്നുമാത്രം. അക്രമരാഹിത്യത്തിന്റെ സന്ദേശം പ്രചരിപ്പിക്കുക എന്ന വ്യക്തമായ ലക്ഷ്യത്തോടുകൂടി, സി രാജഗോപാലാചാരിയേയും യാക്കൂബ്ഹസ്സനെയുംപോലുള്ള പ്രശസ്തരായ നേതാക്കന്മാർ ഫെബ്രുവരി മാസത്തിൽ ആ പ്രവിശ്യ സന്ദർശിച്ചു. താൻ നിസ്സഹരണപ്രസ്ഥാനത്തെക്കുറിച്ച് സംസാരിക്കുകയില്ലെന്ന് യാക്കൂബ് ഹസ്സൻ പരസ്യമായി പ്രസ്താവിക്കുകയുണ്ടായി. അതെന്തായാലും ഗവൺമെന്റ് നിയമവാർത്ത പാസാക്കി. യാക്കൂബ് ഹസ്സൻ, മാധവൻനായർ, ഗോപാലമേനോൻ, മൊയ്തീൻകോയ എന്നീ നാലു നേതാക്കന്മാരെ 1929 ഫെബ്രുവരി 16-ാം തീയതി അറസ്റ്റു ചെയ്തു. മലബാറിലെ നിസ്സഹരണപ്രസ്ഥാനത്തിന് പുതിയ ആവേശം നല്കുന്നതിനെ ഈ സംഭവം ഉപകരിച്ചുള്ളൂ ചെറിയ പട്ടണമായ ഒറ്റപ്പാലത്തുവെച്ച് കേരള പ്രവിശ്യാസമ്മേളനം സംഘടിപ്പിക്കപ്പെട്ടു. അതേപോലെതന്നെ മറ്റു ചില അനുബന്ധ സമ്മേളനങ്ങളും നടത്തപ്പെട്ടു. പ്രധാന സമ്മേളനങ്ങൾ കഴിഞ്ഞ് വിദ്യാർത്ഥി സമ്മേളനം നടന്നുകൊണ്ടിരിക്കുമ്പോൾ റിസർവ് പൊലീസെത്തി ചില കോൺഗ്രസ് പ്രവർത്തകരെയും ഖിലാഫത്ത് പ്രവർത്തകരെയും തെരുവിലുണ്ടായിരുന്നവരെയും അറസ്റ്റ് ചെയ്തു. എന്നാൽ ആശ്ചര്യകരമായ വിധത്തിൽ ആളുകൾ പൂർണ്ണമായ അക്രമരാഹിത്യം പ്രകടിപ്പിച്ചു. അതിൽ പിന്നീട് ബസവാഡ പ്രമേയത്തിൽ പറഞ്ഞിട്ടുള്ള മാർഗ്ഗനിർദ്ദേശമനുസരിച്ച് മലബാർ മുഴുവൻ സംഘടിപ്പിക്കപ്പെട്ടു.

വള്ളുവനാട്, ഏറനാട് താലൂക്കുകളിലാണ് മാപ്പിളമ്മാർ, പ്രധാനമായും കേന്ദ്രീകരിച്ചിട്ടുള്ളത്. ഈ രണ്ട് താലൂക്കുകളിൽ ഗവൺമെന്റ് 144 പ്രഖ്യാപിച്ചു. ആഗസ്ത് അവസാനത്തോടെ സംഗതികളുടെ സ്വഭാവംതന്നെ ആകെ മാറി. തങ്ങൾമാർക്ക്, അഥവാ പള്ളികളിലെ മതപുരോഹിതന്മാർക്ക് സഹിക്കേണ്ടിവന്ന അപമാനത്തിൽ ക്ഷുഭിതനായ മാപ്പിളമാർ അക്രമത്തിലേക്ക് നീങ്ങി. അധികം താമസിയാതെ സംഘട്ടനത്തിന്റെ രൂപത്തിലേക്ക് ശത്രുത വളർന്നു. മാപ്പിളമാരുടെ കൈയിൽ കുറച്ചു നേതാക്കളെ ഉണ്ടായിരുന്നുള്ളൂ. എന്നാൽ വാളുകൾ ഇഷ്ടംപോലെ ഉണ്ടായിരുന്നു. ഗറില്ല യുദ്ധത്തിന് പറ്റിയ പ്രദേശമായിരുന്നു അത്. അതിനാൽ അവർ ഗറില്ലയുദ്ധനീക്കങ്ങൾ ആരംഭിച്ചു. ഒക്ടോബർ മദ്ധ്യത്തിൽ മുമ്പുണ്ടായിരുന്നതിനേക്കാളൊക്കെ കർശനമായ രൂപത്തിലുള്ള പട്ടാള നിയമം നടപ്പാക്കപ്പെട്ടു. മാപ്പിളമാരുടെ ഭാഗത്ത് നിന്നാകട്ടെ കുറ്റകൃത്യങ്ങൾ ഉണ്ടായിക്കൊണ്ടിരുന്നു. ഗവൺമെന്റ് ആഫീസുകൾ നശിപ്പിക്കുന്നതിനു പുറമെ അവർ ഹിന്ദുക്കളെ നിർബ്ബന്ധമായി മതംമാറ്റി. ഹിന്ദുക്കളെ കൊള്ളയടിച്ചു. കൊള്ളിവെച്ചു കൊന്നു. ഇംഗ്ലീഷുകാരുടെ ജീവൻ അപകടത്തിലായിരുന്നു. മലബാറിലെങ്ങും കോൺഗ്രസ് കമ്മിറ്റി സംഘടിപ്പിക്കുന്നതിന് വള

രെയേറെ പ്രവർത്തിച്ചിട്ടുള്ള എം പി നാരായണമേനോൻ എന്ന കോൺഗ്രസുകാർ, മാപ്പിളമാർക്കിടയിൽ തനിക്കുള്ള സ്വാധീനം ഉപയോഗപ്പെടുത്തി ഇംഗ്ലീഷുകാരെ രക്ഷിച്ചു. എന്നാൽ ഇതേ കോൺഗ്രസ് പ്രവർത്തകനെ തന്നെയാണ്, ഗവൺമെന്റ് അറസ്റ്റ് ചെയ്തത്. 1921 നംവബറിൽ ആദ്യം അദ്ദേഹത്തെ ജയിലിലടച്ചു. എന്നാൽ വള്ളുവനാട്ടിലേക്ക് അതിക്രമിച്ചു കടന്നതിന് അദ്ദേഹത്തെ 1922 ൽ വിചാരണ ചെയ്തു; താലൂക്കിനു പുറത്തുള്ള ജയിലിലടച്ചു.

ശിക്ഷയുടെ കാലാവധി പൂർത്തിയായപ്പോൾ മാത്രമേ അദ്ദേഹത്തെ (1934 ൽ) വിട്ടയക്കുകയുണ്ടായുള്ളു. വള്ളുവനാട് താലൂക്കിൽ മൂന്നുകൊല്ലക്കാലത്തേക്ക് താൻ പ്രവേശിക്കുന്നതല്ലെന്ന്, വാക്കാലുള്ള ഉറപ്പ് നല്കുകയാണെങ്കിൽ അദ്ദേഹത്തെ നേരത്തെത്തന്നെ വിട്ടയക്കാൻ ഗവൺമെന്റ് തയ്യാറായിരുന്നു. എന്നാൽ അദ്ദേഹം ചെയ്തില്ല. തന്റെ ശിക്ഷയുടെ കാലാവധി മുഴുവനും അദ്ദേഹം ധീരതയോടെ, അത് സ്വയം സഹിച്ചു. തുടർന്നങ്ങോട്ടുള്ള മാപ്പിളലഹളയുടെ മുന്നേറ്റമോ ആഗസ്ത് തൊട്ട് അക്രമ മാർഗ്ഗത്തിലൂടെയുള്ള അതിന്റെ വളർച്ചയോ, നമ്മെ സംബന്ധിച്ചിടത്തോളം പ്രസക്തമല്ല- എ ഐ സി സിയുടെ നവംബർ സമ്മേളനത്തിൽ വെച്ച് ലഹളിയിലെ അതിക്രമങ്ങളിൽ പ്രതിഷേധിക്കേണ്ടിവന്നു എന്നതൊഴിച്ചാൽ.

മലബാർ കലാപവും ദേശീയ പ്രസ്ഥാനവും

കെ ഗോപാലൻകുട്ടി

ആയിരത്തിത്തൊള്ളായിരത്തി ഇരുപത്തിയൊന്ന് ആഗസ്തിൽ തുടങ്ങി 1922 ഫെബ്രുവരിയിൽ അവസാനിച്ച ഒന്നാണല്ലോ മലബാർ കലാപം. പഴയ ബ്രീട്ടിഷ് മലബാറിലെ ഏറനാട്, വള്ളുവനാട് താലൂക്കുകളിൽ ഏതാണ്ട് എല്ലായിടത്തും, പൊന്നാനി, കോഴിക്കോട്, പാലക്കാട് താലൂക്കുകളിലെ ചില ഭാഗങ്ങളിലുമാണ് കലാപമുണ്ടായത്. വ്യാപകമായ ജനശ്രദ്ധ പിടിച്ചുപറ്റിയ ഒന്നാണ് മലബാർ കലാപം. കലാപത്തിന് ലഭിച്ച ബഹുജന പിന്തുണയും കലാപത്തിന്റെ സങ്കീർണ്ണ സ്വഭാവവും ആകാം അതിന് കാരണം. ബ്രിട്ടീഷ് ഉദ്യോഗസ്ഥന്മാരും (ഹിച്ച് കോക്ക്), പെൻഷൻകാരും (ഗോപാലൻനായർ), രാഷ്ട്രീയ നേതാക്കന്മാരും (മാധവൻ നായർ, സൗമേന്ദ്രനാഥ ടാഗോർ, ഇ എം എസ് നമ്പൂതിരിപ്പാട്) പിന്നീട് സ്വദേശിയും വിദേശിയുമായ ചരിത്രകാരന്മാരും രാഷ്ട്രീയ മീമാംസകരും എല്ലാം മലബാർ കലാപത്തെപ്പറ്റി എഴുതി. ഒരു വേള, ആധുനിക ഇന്ത്യ ചരിത്രത്തിൽ ഏറ്റവുമധികം ചർച്ചചെയ്യപ്പെട്ട ഒരു ചരിത്രസംഭവമാകാം മലബാർ കലാപം.

1836 മുതൽ ചെറുതും വലുതുമായ ലഹളകൾ തെക്കേ മലബാറിൽ പൊട്ടിപ്പുറപ്പെട്ടിരുന്നു. 1921 ലെ കലാപം ഇതിന് മുമ്പുണ്ടായ ലഹളയുടെ തുടർച്ചയെങ്കിലും തുലോം വിഭിന്നമായ ഒരംശം ഒന്നാണ്. മറ്റുപല കാര്യങ്ങൾക്കു പുറമെ രാഷ്ട്രീയമായ ഒരംശം 1921 ലെ കലാപത്തിൽ ഉണ്ടായിരുന്നതാണ് ഇതിനെ വേർതിരിച്ച് നിർത്തുന്നത്.

മലബാർ കലാപത്തിന്റെ സ്വഭാവമെന്തെന്ന അന്വേഷണങ്ങൾ പ്രധാനമായും രണ്ടു ചോദ്യങ്ങളിൽ കുരുങ്ങിക്കിടക്കുന്നു. അതൊരു വർഗ്ഗീയ കലാപമായിരുന്നോ, അതോ, കാർഷിക കലാപമോ? ഈ ചോദ്യങ്ങൾ 1922 ൽ തന്നെ ഉന്നയിക്കപ്പെട്ടിരുന്നു. കോൺഗ്രസിലെ ഒരു വിഭാഗം കലാ

പത്തെ ഒരു കർഷക മുന്നേറ്റമായി ചിത്രീകരിക്കുന്നതിന് എതിരായിരുന്നു. ഇടതുപക്ഷ രാഷ്ട്രീയ നേതാക്കന്മാരാണ് കലാപത്തെ ഒരു കർഷക കലാപമായി കണ്ടത്. എന്നാൽ ചില ചരിത്ര പണ്ഡിതന്മാരുടെ ഇടയിലെങ്കിലും കലാപത്തെപ്പറ്റിയുള്ള വിശകലനപഠനങ്ങൾ ഈ രണ്ട് ചോദ്യങ്ങളുടെ ഉത്തരം കണ്ടെത്തുവാനുള്ള ശ്രമങ്ങളിൽ ഒതുങ്ങരുത് എന്നൊരു അഭിപ്രായം ഉയർന്നുവന്നിട്ടുണ്ട്. കലാപകാലത്തുതന്നെ കുറ്റം കോൺഗ്രസിന്റെ തലയിൽ വെച്ച് കെട്ടാനുള്ള വ്യഗ്രത ബ്രിട്ടീഷ് ഗവൺമെന്റ് പ്രദർശിപ്പിച്ചു. കോൺഗ്രസ് നേതാക്കളാകട്ടെ, ബ്രിട്ടീഷ് അടിച്ചമർത്തൽ നയത്തിലധിഷ്ഠിതമായ ഒരു വിശദീകരണമാണ് നല്കിയത്. പിന്നീട് സ്വാതന്ത്ര്യസമര പെൻഷൻ നിലവിൽ വന്നപ്പോൾ പഴയ വാദപ്രതിവാദങ്ങൾക്ക് പുനരുജ്ജീവനം കിട്ടി. കലാപത്തിൽ പങ്കുകൊണ്ടവർക്ക് പെൻഷൻ നല്കേണ്ടതാണെന്നും അതിന്റെ ആവിശ്യമില്ലെന്നുമുള്ള അഭിപ്രായങ്ങൾ പൊന്തിവന്നു. കലാപത്തിന്റെ കെടുതികൾ അനുഭവിച്ച ഹിന്ദുക്കൾക്കാണ് (മുസ്ലീങ്ങൾ കെടുതികൾ അനുഭവിച്ചില്ല) പെൻഷൻ നല്കേണ്ടത് എന്ന് വാദിക്കുവാനും ചിലരുണ്ടായി. സ്വാതന്ത്ര്യസമര പെൻഷൻ ആർക്ക് അർഹിക്കുന്നു എന്ന് തീരുമാനിക്കേണ്ടത് ചരിത്രപണ്ഡിതന്മാരല്ല, സർക്കാരാണ് എന്നുമാത്രം പറഞ്ഞുകൊള്ളട്ടെ. ഈ ലേഖനം മലബാർ കലാപവും ദേശീയ പ്രസ്ഥാനവും തമ്മിലുള്ള ബന്ധം ആഴത്തിൽ വിശകലനം ചെയ്യുന്ന ഒന്നല്ല. ചില കാര്യങ്ങൾ പൊതുവായി പറഞ്ഞു വെക്കുക മാത്രമാണ് ഉദ്ദേശ്യം.

19-ാം നൂറ്റാണ്ടിലുണ്ടായ ലഹളകളിൽ നിന്ന് വിഭിന്നമാണ് 1921 ലെ കലാപം. ഇത്രയധികം ജനകീയ പിന്തുണ ലഭിച്ച ലഹളകൾ 1921 ന് മുമ്പ് ഉണ്ടായിരുന്നില്ല. 1921 ലെ കലാപത്തിൽ ഹിന്ദുക്കളും പങ്കുകൊണ്ടിരുന്നു. അനുഷ്ഠാനത്തിന്റെ സ്വഭാവമുള്ള ആക്രമണങ്ങളും, മരണം വരിക്കാനുള്ള കലാപകാരികളുടെ ത്വരയും 19-ാം നൂറ്റാണ്ടിലെ കലാപങ്ങളുടെ ലക്ഷണങ്ങളാണ്. ഇവ പ്രാദേശിക സംഭവങ്ങളായി ഒതുങ്ങുകയും ചെയ്തു. 1921 ലെ കലാപം കൂടുതൽ വ്യാപകമായ ഒന്നായിരുന്നു. ഇതിൽ അനുഷ്ഠാനത്തിന്റെ സ്വഭാവമുള്ള ആക്രമണങ്ങളും, ഒരു സ്ഥലത്തുചെന്ന് നിലപാടെടുത്തുകൊണ്ട് മരണം വരിക്കുന്ന രീതിയും വിരളമായിരുന്നു. വലിയ തോതിലുള്ള കീഴടങ്ങലുകൾ 1921 ലെ ഒരു പ്രത്യേകതയത്രേ. നേരിട്ടുള്ള ഏറ്റുമുട്ടലുകൾ ഒഴിവാക്കി ഒളിപ്പോർ തന്ത്രങ്ങൾ കലാപകാരികൾ സ്വീകരിച്ചത് മറ്റൊരു പ്രത്യേകതയാണ്. 1921 ലെ കലാപത്തിനുണ്ടായിരുന്ന രാഷ്ട്രീയമാണ് ഏറ്റവും പ്രധാനപ്പെട്ട വ്യത്യാസം. 1921 നുമുമ്പു ചില രാഷ്ട്രീയ മുന്നേറ്റങ്ങൾ ഉണ്ടായത്. ചെറിയ തോതിലെങ്കിലും സംഘടനാപരമായ ഒരു ശൃംഖല നിലവിൽ വന്നത്. യൂണിഫോം ധരിച്ച വാളണ്ടിയന്മാർ ഗാഡർ പ്രവർത്തകർ എന്ന നിലയിൽ സേവനം അനുഷ്ഠിച്ചത് അപകടകരമായ നിലയിലെങ്കിലും രാഷ്ട്രസ്ഥാനം, ഭരണാധികാരം, പിടിച്ചുപറ്റൽ എന്നിവയിലധിഷ്ഠിതമായ ഒരു തത്ത്വസംഹിത ചിലരെയെങ്കിലും സ്വാധീനിച്ചത് ഇവയെല്ലാമാണ് ഈ പ്രധാനപ്പെട്ട വ്യത്യാ

സത്തിന്റെ വിവിധ ഘടകങ്ങൾ.

ഏതൊരു പ്രസ്ഥാനവും വളരുന്നത് ശക്തമായ പ്രചാരണത്തിലൂടെയാണ്. 1921 നു മുമ്പും പ്രചാരണങ്ങളുണ്ടായിരുന്നു. സായുധ കലാപത്തിനുവേണ്ടിയുള്ളതായിരുന്നില്ല എന്നുമാത്രം. കുടിയാൻ-കോൺഗ്രസ് -ഖിലാഫത്ത് പ്രസ്ഥാനനേതാക്കന്മാരാണ് ഈ പ്രചാരണത്തിന് മുൻകൈ എടുത്തത്.

1880 കളിൽത്തന്നെ ഭൂപരിഷ്കരണത്തിനുവേണ്ടിയുള്ള മുറവിളി മലബാറിൽ ഉയർന്നിരുന്നു. തികച്ചും ഭരണഘടനാപരമായ മാർഗ്ഗങ്ങളാണ് ഇതിനായി ഉപയോഗിക്കപ്പെട്ടത്. 1916 നുശേഷം വർഷംതോറുമുള്ള രാഷ്ട്രീയ സമ്മേളനങ്ങളിൽ കുടിയാൻ പ്രസ്ഥാന നേതാക്കന്മാരും ജന്മിമാരായ പ്രതിനിധികളും തമ്മിൽ ഏറ്റുമുട്ടി. ഇത്തരം സമ്മേളനങ്ങളുടെ സംഘാടകരായിരുന്ന ജന്മികൾ ഭൂപരിഷ്കരണത്തിനുവേണ്ടിയുള്ള പ്രമേയങ്ങൾ അനുവദിച്ചില്ല. 1920 മേയിലാണ് ഒരു സംഘടന രൂപംകൊണ്ടത്. കുടിയാൻ സംഘം ഇതിന് പല സ്ഥലത്തും ശാഖകളുണ്ടായി. കുടിയാന്മാരുടെ സ്വന്തം ശ്രമഫലമായി വേറെയും സംഘടനകൾ നിലവിൽ വന്നു. സാമൂതിരിയുടെ കീഴിലുള്ള മാപ്പിള കുടിയാന്മാർ മുൻകൈ എടുത്തു സ്ഥാപിച്ച സാമൂതിരി എസ്റ്റേറ്റ് കുടിയാൻ സങ്കടനിവാരണ സംഘം ഇത്തരത്തിലൊന്നാണ്. ഒഴിപ്പിക്കൽ, മേൽച്ചാർത്ത്, പൊളിച്ചെഴുത്ത്, അന്യായമായ മിച്ചവാര വർദ്ധന എന്നിവയെ എതിർത്തുകൊണ്ടാണ് കുടിയാൻ പ്രസ്ഥാനം വളർന്നത്. വിവിധ താലൂക്കുകളിലെ പൊതുയോഗങ്ങളിൽ മുസ്ലിം കുടിയാന്മാർ ധാരാളമായി പങ്കെടുത്തിരുന്നു. എം പി നാരായണ മേനോൻ, കട്ടിലശേരി മുഹമ്മദ് മുസലിയാർ എന്നിവർ ഇത്തരം യോഗങ്ങൾ സംഘടിപ്പിക്കുവാനും, കുടിയാൻ പ്രസ്ഥാനം ശക്തിപ്പെടുത്താനും ശ്രമിച്ചു. ചിലയിടങ്ങളിൽ തികച്ചും നിയമാനുസൃതമായ മാർഗ്ഗങ്ങളിലൂടെയായിരുന്നില്ല, പ്രസ്ഥാനം ശക്തിപ്രാപിച്ചത്. അന്യായമായി ഒഴിപ്പിച്ച വസ്തുവിൽ ആരും കൃഷിചെയ്യാൻ പോകാതിരിക്കുക, കൃഷി നടത്തിപ്പിന് സഹായിക്കാതിരിക്കുക തുടങ്ങിയ സമരമാർഗ്ഗങ്ങൾ കുടിയാന്മാർ ആവിഷ്കരിച്ചു. പലയിടത്തും പിന്നീട് കുടിയാൻ പ്രസ്ഥാനവും ഖിലാഫത്ത് പ്രസ്ഥാനവും ഒന്നിച്ചാണ് മുന്നേറിയത്. ആദ്യമായി സങ്കട നിവാരണത്തിന് സംഘടിക്കുവാനും നിയമാനുസൃതവും അല്ലാത്തതുമായ മാർഗ്ഗങ്ങൾ സ്വീകരിക്കുവാനും മുസ്ലിം കുടിയാന്മാരെ പ്രേരിപ്പിച്ചത് കുടിയാൻ പ്രസ്ഥാനമായിരുന്നു. ഇതാണ് മലബാർ കലാപത്തിനുണ്ടായിരുന്ന രാഷ്ട്രീയ വശത്തിന്റെ ഒരാസ്പദം.

ഖിലാഫത്ത് പ്രശ്നം തെക്കേ മലബാറിലെ മുസ്ലിങ്ങളെ എളുപ്പം സംഘടിപ്പിക്കുവാൻ പറ്റിയ ഒന്നായിരുന്നു. 1920 ഏപ്രിൽ മാസത്തിൽ കൂടിയ മഞ്ചേരി സമ്മേളനത്തിനുശേഷമാണ് ഖിലാഫത്ത് പ്രസ്ഥാനം ഇവിടെ വേരോടിയത്. കോഴിക്കോട്ടും കൊണ്ടോട്ടിയിലും ഖിലാഫത്ത് കമ്മിറ്റികൾ സ്ഥാപിതമായി. ആഗസ്ത് മാസത്തിൽ ഗാന്ധിജിയും ഷൗക്കത്തലിയും പിന്നീട് രാജഗോപാലാചാരി, മുത്തുസാഹിബ് എന്നിവരും

കോഴിക്കോട് സന്ദർശിച്ചു. ഇതിനെത്തുടർന്ന് തെക്കേ മലബാറിലെ പല യിടങ്ങളിലും പൊതുയോഗങ്ങൾ കൂടുകയുണ്ടായി. 1921 ജനുവരി 30 ന് കോഴിക്കോട് ഒരു കോൺഗ്രസ് കമ്മിറ്റിയോഗം വിളിച്ചുകൂട്ടുകയും തെക്കേ മലബാറിൽ കോൺഗ്രസ്-ഖിലാഫത്ത് കമ്മിറ്റികൾ സ്ഥാപിക്കാൻ തീരുമാനിക്കുകയുമുണ്ടായി. ഈ മുന്നേറ്റങ്ങളിൽ സംഭീതനായ കളക്ടർ തോമസ് ഖിലാഫത്ത് സമ്മേളനങ്ങൾ നിരോധിച്ചു. പക്ഷേ, മർദ്ദനതന്ത്രങ്ങളെ അതിജീവിച്ച് ഖിലാഫത്ത് പ്രസ്ഥാനം വളർന്നു. എം പി നാരായണമേനോനും കട്ടിലശ്ശേരി മുഹമ്മദ് ആലി മുസ്ലിയാരും കോൺഗ്രസ്-ഖിലാഫത്ത് കമ്മിറ്റികൾ സ്ഥാപിക്കുവാനായി ചുറ്റി സഞ്ചരിച്ചു. സർക്കാർ മർദ്ദനം വ്യാപകമാവുകയാണുണ്ടായത്. ഖിലാഫത്ത് ഓഫീസുകൾ പരിശോധിക്കുക, കൊടികൾ വലിച്ച് താഴെയിട്ട് ചവിട്ടുക, ഖിലാഫത്ത് പ്രവർത്തകരെ, പ്രത്യേകിച്ച് വളന്റിയർമ്മാരെ മർദ്ദിക്കുക തുടങ്ങി പലതരത്തിലും പ്രസ്ഥാനത്തിന്റെ വളർച്ച തടയുവാൻ ഗവൺമെന്റ് ശ്രമിച്ചു. ഏപ്രിൽ മാസത്തിൽ ഒറ്റപ്പാലത്ത് ചേർന്ന രാഷ്ട്രീയ സമ്മേളനത്തെത്തുടർന്ന് കോൺഗ്രസ്-ഖിലാഫത്ത് പ്രസ്ഥാനങ്ങൾ കൂടുതൽ ശക്തിയാർജ്ജിച്ചു. സമ്മേളന പന്തലിൽ വളന്റിയർമ്മാർ, വിദ്യാർത്ഥികൾ, കുടിയാന്മാർ, മുസ്ലിം ഉലൈമകൾ എന്നിവർ പ്രത്യേകം യോഗം ചേർന്നു. ഉലൈമകളുടെ യോഗത്തിൽ മുസ്ലിങ്ങളോട് നിസ്സഹകരണ പ്രസ്ഥാനത്തിൽ ചേരാൻ ആവശ്യപ്പെട്ടു. എല്ലാവരോടും കോൺഗ്രസിൽ അംഗങ്ങളായി ചേരാൻ അഭ്യർത്ഥിച്ചു. പ്രമേയങ്ങൾ പാസാക്കപ്പെട്ടു. അക്കാലത്തെ ചില ഖിലാഫത്ത് സമ്മേളനങ്ങളിൽ പതിനയ്യായിരക്കണക്കിന് ജനങ്ങൾ പങ്കെടുത്തത് പ്രസ്ഥാനത്തിന്റെ ജനകീയപിന്തുണ വർദ്ധിച്ചുവരുന്നതിന്റെ തെളിവായി നേതാക്കന്മാർ കണക്കാക്കി. തെക്കേ മലബാറിലെ ജനങ്ങളെ, പ്രത്യേകിച്ച് മുസ്ലിങ്ങളെ, രാഷ്ട്രീയമായി അണിനിരത്തുന്നതിന് ഖിലാഫത്ത് പ്രസ്ഥാനം ഒരു പങ്കുവഹിച്ചതായി കാണാവുന്നതാണ്.

ഇന്ത്യയിലെ മറ്റിടങ്ങളെ അപേക്ഷിച്ച് മലബാറിൽ കോൺഗ്രസ് പ്രസ്ഥാനം വളരെ വൈകിയാണ് വളർന്നത്. 1916 ൽ ഒരു ജില്ലാ കോൺഗ്രസ് കമ്മിറ്റി രൂപീകൃതമായെങ്കിലും കാര്യമായ പ്രവർത്തനങ്ങൾ ഒന്നുംതന്നെ ഉണ്ടായില്ല. 1910 മുതൽ ഇവിടെ രാഷ്ട്രീയ സമ്മേളനങ്ങൾ കൂടുവാൻ തുടങ്ങി. ആദ്യം സമ്പന്ന കുടുംബാംഗങ്ങളുടെ നേതൃത്വത്തിലായിരുന്ന സമ്മേളനങ്ങളുടെ സ്വഭാവം കുടിയാൻ പ്രക്ഷോഭം ശക്തി പ്രാപിക്കാൻ തുടങ്ങിയതോടെ മാറിത്തുടങ്ങി. കുടിയാൻ പ്രസ്ഥാനവും കോൺഗ്രസ്-ഖിലാഫത്ത് പ്രസ്ഥാനവും കൂടിച്ചേർന്നതോടെ ദേശീയ സമരത്തിന് ശക്തികൂടി. 1921 ജൂൺ ആവുമ്പോഴേക്കും തെക്കേ മലബാറിൽ ഏഴായിരത്തിലധികംപേർ കോൺഗ്രസിൽ അംഗങ്ങളായി ചേർന്നിരുന്നു. അതേസമയം കോൺഗ്രസ് പ്രസ്ഥാനത്തെ ഖിലാഫത്ത് പ്രസ്ഥാനത്തിൽനിന്ന് വേർതിരിച്ച് കാണുക പ്രയാസമാകും. മിക്കയിടത്തും കോൺഗ്രസ്-ഖിലാഫത്ത് കമ്മിറ്റികൾ ഒന്നിച്ചാണ് രൂപംകൊണ്ടത്; അവ ഒരേ നേതൃത്വത്തിൻകീഴിൽ പ്രവർത്തിക്കുകയും ചെയ്തു.

കുടിയാൻ- കോൺഗ്രസ്-ഖിലാഫത്ത് പ്രസ്ഥാനങ്ങൾ കൂടിച്ചേർന്ന് മുന്നേറിയത് മുമ്പില്ലാത്തവിധം 1921 ലെ കലാപത്തിന് ഒരു രാഷ്ട്രീയ വശം നല്കി. സംഘടനയുടെ പ്രാധാന്യം-പ്രത്യേക രാഷ്ട്രീയ പ്രവർത്തകർ എന്ന നിലയിൽ വളന്റിയർമാർ രംഗപ്രവേശം ചെയ്തതിന്റെ പ്രാധാന്യം-ഇവ കുറച്ചുകണ്ടുകൂടാ. യൂണിഫോം ധരിച്ച വളന്റിയർമാർ പൊലീസിന്റെ നോട്ടപ്പുള്ളികളായിരുന്നു. പൊലീസ് മർദ്ദനത്തിന് ഏറ്റവുമധികം ഇരയായതും ഇവർതന്നെ. വിവിധ പ്രസ്ഥാനങ്ങൾ ജനങ്ങളുടെ ഇടയിൽ മുമ്പ് കണ്ടിട്ടില്ലാത്തവിധം ഐക്യദാർഢ്യവും പരസ്പരബന്ധവും ഉണ്ടാക്കി. ബ്രിട്ടീഷ് ഗവൺമെന്റിന്റെ പരമാധികാരത്തോടുള്ള മാനസികമായ അടിമത്തവും വിധേയത്വവും കുറെയേറെ ജനങ്ങളിൽ ഇല്ലാതാക്കുവാൻ ഈ പ്രസ്ഥാനങ്ങൾക്ക് കഴിഞ്ഞു. കൂടുതൽ പേർ ജന്മിത്വവിരുദ്ധ, സാമ്രാജ്യത്വവിരുദ്ധ ബോധം ഉൾക്കൊള്ളുന്നതിനും ഈ പ്രസ്ഥാനങ്ങൾ വഴി തെളിച്ചു. വളരെ കുറച്ചുകാലം മാത്രം നിലനിന്നതെങ്കിലും കലാപനേതാക്കന്മാരിൽ രാജ്യത്ത് ചിലർ ഒരു ഭരണ സമ്പ്രദായം-പാസുകൾ, നികുതികൾ, നീതിന്യായം ഇവ ഉൾക്കൊള്ളുന്ന -നടപ്പിലാക്കാൻ നോക്കിയതും 1921 ലെ കലാപത്തെ മറ്റുകലാപങ്ങളിൽ നിന്ന് വേർതിരിച്ചു നിർത്തുന്നു. രാഷ്ട്രീയ അധികാരം പിടിച്ചുപറ്റാൻ മുമ്പ് ശ്രമങ്ങളുണ്ടായിരുന്നില്ലല്ലോ. അതേസമയം തെക്കേ മലബാറിൽ ചിലയിടങ്ങളിൽ സ്ഥാപിതമായ 'സ്വരാജ്' കോൺഗ്രസ് ആശയങ്ങളോട് പൊരുത്തപ്പെട്ട് പോകുന്ന ഒന്നായിരുന്നില്ല. ഇതെന്തുകൊണ്ട് എന്ന ചോദ്യം സ്വാഭാവികമായും ഉന്നയിക്കപ്പെട്ടേക്കാം. കോൺഗ്രസ് ഖിലാഫത്ത് പ്രസ്ഥാനങ്ങൾ ഹേതുവായല്ല മലബാർ കലാപം ഉണ്ടായത് എന്നതുകൊണ്ടുതന്നെ മലബാറിൽ ജനങ്ങൾ ആദ്യഘട്ടത്തിൽ സമരസന്നദ്ധരാക്കിയത്. കുടിയാൻ-കോൺഗ്രസ് -ഖിലാഫത്ത് പ്രസ്ഥാനങ്ങളാണ്. ഇവ കലാപത്തിന്റെ രാഷ്ട്രീയ പശ്ചാത്തലമൊരുക്കുകയും മുന്നേറ്റത്തെ പരിപോഷിപ്പിക്കുകയും ചെയ്തു. എന്നാൽ ഈ രാഷ്ട്രീയ പ്രസ്ഥാനങ്ങൾക്ക് അപ്പുറം കലാപം വ്യാപിക്കുകയാണുണ്ടായത്. ഗാന്ധിയൻ രീതികളിലേക്ക് കലാപത്തെ തിരിച്ചുകൊണ്ടുവരാനുള്ള കോൺഗ്രസ് നേതാക്കന്മാരുടെ ശ്രമങ്ങൾ (ഇവ ഏറെ പരിമിതമായിരുന്നു എന്നത് വേറെ കാര്യം.) വിഫലമായി. കുടിയാൻ-കോൺഗ്രസ്-ഖിലാഫത്ത് പ്രസ്ഥാനങ്ങൾ തെക്കേ മലബാറിലെ ഭൂരിപക്ഷം ജനങ്ങളുടെ അടിയന്തര സ്വഭാവമുള്ള പ്രശ്നങ്ങൾ പരിഹരിക്കുവാൻ വേണ്ടവിധം പ്രവർത്തിച്ചില്ല എന്നതാണ് ഇതിനുകാരണം.

കുടിയാൻ പ്രസ്ഥാനം ധനാഢ്യരും പ്രബലരുമായ കാണക്കുടിയാന്മാരുടെ നേതൃത്വത്തിൻകീഴിലായിരുന്നു. അതുകൊണ്ടുതന്നെ ഈ വിഭാഗത്തിന്റെ പ്രശ്നങ്ങളാണ് പ്രസ്ഥാനം ഉയർത്തിപ്പിടിച്ചത്. എന്നാൽ തെക്കേ മലബാറിലെ മുസ്ലീങ്ങൾ അധികവും വെറും പാട്ടക്കുടിയാന്മാരായിരുന്നു. ജന്മിമാർ തൊട്ടുതാഴെയുള്ള കാണക്കുടിയാന്മാരോട് കാണിച്ച മനോഭാവം തന്നെയാണ് കാണക്കുടിയാന്മാർ വെറുമ്പാട്ട കുടിയാന്മാരോടു കാണിച്ചത്. കുടിയാന്മാർക്ക് പാട്ട സ്ഥിരത ഉറപ്പുവരുത്താനുള്ള ഒരു പ്രസ്ഥാന

ത്തിൽ വെറുമ്പാട്ടെ കുടിയാന്മാർക്ക് എളുപ്പം വിശ്വാസം നഷ്ടപ്പെട്ടത് സ്വാഭാവികം മാത്രം. എല്ലാ കുടിയാന്മാർക്കും ഒരുപോലെ ഗുണകരമാകുന്ന ഭൂപരിഷ്കരണ സംരംഭത്തിനല്ല, പ്രസ്ഥാന നേതാക്കന്മാർ ശ്രമിച്ചത്. കോൺഗ്രസ് ആവട്ടെ സമഗ്രമായ ഒരു ഭൂപരിഷ്കരണ പദ്ധതി മുന്നോട്ട് വയ്ക്കുകയുണ്ടായില്ല. ചെറുകിട കർഷകരെയും വെറുമ്പാട്ടെ കുടിയാന്മാർക്കും സംഘടിപ്പിക്കുവാൻ ഉതകുന്ന ഒരു കാര്യപരിപാടിയും കോൺഗ്രസ് ആവിഷ്കരിച്ചില്ല. ഒഴിപ്പിക്കൽ ഭീഷണി നേരിട്ടിരുന്ന കർഷകരോട് കൗൺസിൽ ബഹിഷ്കരണത്തെപ്പറ്റി സംസാരിക്കുവാനാണ് പല കോൺഗ്രസ് നേതാക്കന്മാരും തുനിഞ്ഞത്.

മേല്പറഞ്ഞ കാരണങ്ങളാൽ കലാപത്തിന്റെ ആദ്യഘട്ടത്തിൽ കുടിയാൻ-കോൺഗ്രസ്-ഖിലാഫത്ത് പ്രശ്നങ്ങൾക്കുണ്ടായിരുന്ന രാഷ്ട്രീയ പ്രാധാന്യം പിന്നീടവയ്ക്ക് നഷ്ടപ്പെട്ടു. ഇവ തീരെ അപ്രസക്തമായ കലാപത്തിന്റെ അന്ത്യഘട്ടത്തിൽ ഒളിപ്പോർ തന്ത്രങ്ങൾ ആവിഷ്കരിക്കപ്പെടുകയും താഴേക്കിടയിൽനിന്ന് പലരും സ്വയം നേതാക്കളായി ഉയരുകയും ചെയ്തു.

മലബാർ കലാപത്തെ ആകെ തള്ളിപ്പറഞ്ഞില്ലെങ്കിലും കോൺഗ്രസ് കലാപത്തിന്റെ പിതൃത്വം ഏറ്റെടുത്തില്ല. അഹിംസയുടെ പാതയിൽനിന്നുള്ള വ്യതിയാനങ്ങളെയും അക്രമങ്ങളെയും കോൺഗ്രസ് തള്ളിപ്പറഞ്ഞു. കലാപം ഒരു കർഷകസമരമായിരുന്നുവെന്ന് അംഗീകരിക്കാനും കോൺഗ്രസിലെ ഒരു വിഭാഗം തയ്യാറായില്ല. ഒമ്പതാം കേരള രാഷ്ട്രീയ സമ്മേളനത്തിൽ അബ്ദുറഹിമാൻ 1921 ലെ കലാപത്തെ ഒരു കർഷക കലാപമായി വിശേഷിപ്പിച്ചത് കോൺഗ്രസിലെ വലതുപക്ഷക്കാർ എതിർക്കുകയാണുണ്ടായത്. കോൺഗ്രസ് ഇതര രാഷ്ട്രീയ മുന്നേറ്റങ്ങളെ പല പണ്ഡിതന്മാരും ദേശീയ പ്രസ്ഥാനത്തിന്റെ ഭാഗമായി കാണാറില്ല. ഒരു സമരം(കലാപം) കോൺഗ്രസ് നേതൃത്വത്തിലായിരുന്നോ അല്ലായിരുന്നോ എന്നതല്ല പ്രശ്നം. മറിച്ച് അതിന്റെ ആത്യന്തികമായ ലക്ഷ്യം എന്തായിരുന്നു എന്നതാണ്. ഇതിനൊരു ഉത്തരം കണ്ടെത്താൻ എളുപ്പമല്ല. കലാപത്തിന്റെ വിവിധ ഘട്ടങ്ങളിലെ രീതികൾ വിശകലനം ചെയ്യുന്നത് ഒരു ഉത്തരത്തിലേക്ക് നമ്മെ കൊണ്ടുചെന്നെത്തിക്കുന്നു. വ്യക്തമായ ഒരു കാര്യപരിപാടി ഇല്ലായിരുന്നെങ്കിലും കലാപകാരികൾ പൊതുവെ ജന്മിത്തവിരുദ്ധ-ബ്രിട്ടീഷ് വിരുദ്ധ മനോഭാവം പ്രകടിപ്പിച്ചിരുന്നു എന്നതാണ്. ജന്മിഗൃഹങ്ങൾ കൊള്ളയടിക്കുക, പട്ടയങ്ങളും പണയാധാരങ്ങളും മറ്റ് ഭൂരേഖകളും നശിപ്പിക്കുക, രജിസ്ട്രാർ ആപ്പീസുകൾ, കോടതികൾ, പൊലീസ് സ്റ്റേഷനുകൾ, ട്രഷറികൾ തുടങ്ങിയ ഗവൺമെന്റ് സ്ഥാപനങ്ങൾ നശിപ്പിക്കുക, യൂറോപ്യന്മാർ, പെൻഷൻ പറ്റിയവർ, സർക്കാരിനോട് കൂറുപുലർത്തുന്നവർ എന്നിവരെ വധിക്കുക--ഇത്തരം പ്രവൃത്തികളിലൂടെ കലാപകാരികൾ അവരുടെ മനോഭാവം വ്യക്തമാക്കി. കലാപത്തിന്റെ ആദ്യഘട്ടത്തിൽ തിരൂരങ്ങാടി സംഭവം(ആഗസ്ത് 20) കേട്ടറിഞ്ഞ പൂക്കോട്ടൂരിലെ മാപ്പിളമാർ തിരൂരങ്ങാടിയിലേക്ക് പോകാതെ കൂടുതൽ ദൂരത്തുള്ള

നിലമ്പൂർക്ക് പോയി കോവിലകത്തെ വസ്തു സംബന്ധമായ രേഖകൾ നശിപ്പിച്ചത് ഇവിടെ എടുത്തുപറയേണ്ട ഒരു സംഭവമാണ്. ചിലയിടങ്ങളിൽ അന്ധമായ അക്രമങ്ങളും ഹിംസയും ഉണ്ടായിരുന്നുവെങ്കിലും പൊതുവെ കലാപകാരികൾ ഈ കാര്യത്തിൽ വിവേചനബുദ്ധി കാണിച്ചിരുന്നു എന്നുപറയാം. ജന്മിമാരും ബ്രിട്ടീഷ് ഗവൺമെന്റും ചേർന്ന് പ്രദർശിപ്പിച്ചിരുന്ന ശക്തിയും അധികാരവും തെക്കേ മലബാറിലെ ഭൂരിപക്ഷംവരുന്ന ജനങ്ങളെ നിർദ്ധനരും പ്രതികരണശേഷി ഇല്ലാത്തവരുമാക്കി. എങ്കിലും പീഡിതർക്ക് ഈ അധികാരത്തെ കുറച്ചുകാലത്തേക്കെങ്കിലും കീഴ്മേൽ മറിക്കാൻ കഴിയുമെന്ന് തെളിയിച്ച ഒന്നാണ് മലബാർ കലാപം.

ബ്രിട്ടീഷ് വിരുദ്ധ മുന്നേറ്റമെന്നതുകൊണ്ട് മലബാർ കലാപത്തെ ദേശീയ പ്രസ്ഥാനത്തിന്റെ ഒരു ഭാഗമെന്ന് വിശേഷിപ്പിക്കാമോ എന്ന ചോദ്യം അവശേഷിക്കുന്നു. കലാപവും ദേശീയ പ്രസ്ഥാനവും തമ്മിൽ ബന്ധമൊന്നുമില്ല എന്നു വരുത്തുവാൻ അന്നത്തെ കോൺഗ്രസുകാർ തന്നെ കിണഞ്ഞു പരിശ്രമിച്ചു. കലാപത്തിൽ പങ്കെടുത്ത് ജയിലിൽ പോയവർക്ക് സഹായമെത്തിക്കുവാനോ, കള്ളക്കേസിൽ കുടുക്കിയവരെ രക്ഷിക്കുവാനോ അവർ കാര്യമായ ശ്രമങ്ങളൊന്നും ചെയ്തില്ല. ദുരിതാശ്വാസ പ്രവർത്തനങ്ങളിൽ അറിഞ്ഞോ അറിയാതെയോ ഒരു ചേരിതിരിവ് വന്നു. ഹിന്ദുക്കൾക്ക് മാത്രം ദുരിതാശ്വാസമെത്തിക്കുവാനാണ് കോൺഗ്രസുകാർ ശ്രമിക്കുന്നതെന്ന് അബ്ദുറഹിമാൻ കുറ്റപ്പെടുത്തി. സമാധാനം പുനഃസ്ഥാപിക്കപ്പെട്ടുകഴിഞ്ഞിട്ടും കോൺഗ്രസ് നിലപാടിൽ വലിയ മാറ്റമൊന്നും വന്നില്ല. മതപരിവർത്തനത്തിന് വിധേയരായവരെ വീണ്ടും ഹിന്ദുക്കളാക്കുന്നതിലും മറ്റും ശ്രദ്ധ കേന്ദ്രീകരിച്ച കോൺഗ്രസ് നേതാക്കന്മാരിൽ പലരും ഹിന്ദുമഹാസഭപോലുള്ള സംഘടനകളുമായി നേരിട്ടും അല്ലാതെയും ബന്ധപ്പെട്ട് പ്രവർത്തിച്ചു. ഒരു വേള ഇതായിരിക്കും കലാപത്തിന്റെ ഒഴിവാക്കാമായിരുന്ന ഏറ്റവും വലിയ കെടുതി.

ഭാഗം III
പ്രത്യയശാസ്ത്രം

മലബാർ കലാപം: പുത്തൻ അന്വേഷണങ്ങൾക്ക് ഒരു മുഖവുര

പി കെ മൈക്കിൾ തരകൻ

ആയിരത്തിത്തൊള്ളായിരത്തി ഇരുപത്തൊന്നിലെ മലബാർ കലാപം, മലയാളികളുടെയെന്നപോലെ മറ്റുള്ളവരുടെയും മനസ്സിൽ മാഞ്ഞുപോകാതെ ചരിത്ര സംഭവമായി ഇന്നും അവശേഷിക്കുന്നു. ആഗസ്തിൽ ആരംഭിച്ച് ആറുമാസത്തിലധികം സജീവമായി നിലനിന്ന കലാപം, ഏതാണ്ട് രണ്ടായിരം ചതുരശ്ര മൈലുകളോളം വരുന്ന ഭൂപ്രദേശത്തെയും, മലബാർ ജില്ലയുടെ അഞ്ചിൽ രണ്ടുഭാഗത്തെയും നേരിട്ട് ബാധിച്ചു. പതിനയ്യായിരക്കണക്കിന് കലാപകാരികൾ രംഗത്തുണ്ടായിരുന്ന ഈ കലാപത്തിൽ, ഔദ്യോഗിക കണക്കുകൾ അനുസരിച്ചുമാത്രം 2,339 പേർ വധിക്കപ്പെടുകയും, 1,052 പേർ മുറിവേല്പിക്കപ്പെടുകയും, 45,303 പേർ തടവുകാരാക്കപ്പെടുകയും ചെയ്തു. (ഹാർഡ് ഗ്രേവ്, ആർ എൽ 1977) വ്യാപ്തികൊണ്ടുതന്നെ പില്ക്കാല തലമുറകളുടെ ശ്രദ്ധ ആകർഷിക്കത്തക്കതായിരുന്നു, മലബാർ കലാപം.

ഈ കലാപത്തെക്കുറിച്ച് പലരും, ഒറ്റനോട്ടത്തിൽ പരസ്പരവിരുദ്ധമെന്നു തോന്നാവുന്ന രണ്ട് രീതികളിലാണ് അതിനെ നോക്കിക്കണ്ടത്. സൗമ്യേന്ദ്രനാഥ ടാഗോർ (1882-1937) ഇതിനെ കണ്ടത് ഫ്യൂഡൽ വ്യവസ്ഥിതിക്കും, അതിനെ പിന്താങ്ങിയിരുന്ന സാമ്രാജ്യത്തിനും എതിരായി ഉണ്ടായ, സ്വാഭാവിക കാർഷിക (spontaneous peasant) കലാപമായാണ്. ഏതാണ്ട്, ഇതേ ആശയം തന്നെയാണ് ഡി എൻ ദനാഗരേ, (1977) കോൺറാഡ്‌വുഡ് (1970), കാത്‌ലീൻഗഫ്-അബർലി (1977), ഇ എം എസ് നമ്പൂതിരിപ്പാട് (1900) എന്നിവരും സ്വീകരിച്ചത്. മറുവശത്ത്, സ്റ്റീഫൻ എഫ് ഡേൽ (1980) ഈ കലാപത്തിന് പ്രധാന കാരണമായി കണ്ടത്, സവിശേഷമായി മതപരവും അനുഷ്ഠാനപരവുമായ (ritualistic) ഘടകങ്ങളും അവയുടെ പ്രത്യയശാസ്ത്രവല്ക്കരണവുമാണ്. മേല്പറഞ്ഞവയിൽനിന്നും

വിഭിന്നമായി കെ എൻ പണിക്കർ (1966), കലാപകാരികളുടെ വൈവിധ്യമേറിയ ബഹുവിധ ബന്ധങ്ങളുടെ (multiple affliations) അടിസ്ഥാനത്തിൽ ഈ കലാപത്തെ വിശകലനം ചെയ്തു.

കാർഷിക കലാപം, മതപരമായ ലഹള എന്നീ രണ്ട് വീക്ഷണങ്ങൾക്കും, 1921 നുമുമ്പുണ്ടായ നിരവധി കലാപങ്ങളെക്കുറിച്ച് അന്വേഷിക്കാൻ നിയുക്തരായ ടി എൽ സ്ട്രേഞ്ച്, വില്യം ലോഗൻ എന്നീ ബ്രീട്ടിഷ് ഉദ്യോഗസ്ഥരുടെ അഭിപ്രായങ്ങളോളം പഴക്കമുണ്ട് എന്നത് പ്രത്യേകം ഓർമ്മിക്കേണ്ടതുണ്ട്. ഇവിടെ അവതരിപ്പിച്ച ഹ്രസ്വമായ തിരനോട്ടത്തിൽനിന്നും വ്യക്തമാകുന്നത്, ഈ രണ്ട് ഘടകങ്ങളെയും സമന്വയിപ്പിച്ചുകൊണ്ടുള്ള മൂന്നാമതൊരു വീക്ഷണഗതിയും നിലവിലുണ്ട് എന്നാണ്. പ്രഗത്ഭമായ ഈ പഠനങ്ങൾ സൃഷ്ടിച്ച ഭൂമിക ഇനിയുള്ള പഠനങ്ങളെ രൂപപ്പെടുത്തുന്നതിൽ കാര്യമായ സ്വാധീനം ചെലുത്തുവാൻ സാദ്ധ്യതയുണ്ട്. എന്നാൽ പുതിയ പഠനങ്ങൾ യഥാർത്ഥത്തിലുള്ള സമന്വയ പഠനങ്ങളല്ല എന്നുവരികിൽ - അതായത്, മുൻ വീക്ഷണങ്ങളിൽ അടങ്ങിയിരിക്കുന്ന സാദ്ധ്യതകളോടൊപ്പം പരിമിതികളെയും, സത്യസന്ധമായി നോക്കികാണുന്ന തരത്തിലുള്ളവയല്ലെന്നുവരികിൽ, അത്, നമ്മുടെ പഠന പാരമ്പര്യത്തെ വളർത്തുന്നതിനു പകരം തളർത്തുകയായിരിക്കും ചെയ്യുക.

പുത്തൻ പഠനങ്ങൾ മുൻ വിശകലനങ്ങളുടെ പരിധികൾ വിട്ട്തികച്ചും, വ്യത്യസ്തമായ കാഴ്ചപ്പാടുകൾ സ്വീകരിക്കുന്നതിൽ തെറ്റില്ല. അവയെ അരക്കിട്ടുറപ്പിക്കുന്നതിലേക്കായുള്ള ചർച്ചകളുടെ അടിസ്ഥാനത്തിൽ മാത്രമേ നമ്മുടെ അറിവിന്റെ അതിർത്തികൾ കൂടുതൽ വിശാലമാക്കുവാനാകു. ഈ അടിസ്ഥാനത്തിൽ പുതിയ പഠനങ്ങൾക്ക് ഉപയോഗ്യമാകുവാൻ സാദ്ധ്യതയുള്ള ഒരു രൂപരേഖ മുന്നോട്ടുവെക്കുക എന്നതുമാത്രമാണ് ഈ പ്രബന്ധത്തിന്റെ ഉദ്ദേശ്യം. കാലക്രമേണ ഇതും മുമ്പ് സൂചിപ്പിച്ചവയോടൊപ്പം, നവംനവങ്ങളായ വിശകലനരീതികൾക്കായി വഴിമാറിക്കൊടുക്കേണ്ടി വന്നേക്കാം. അതുപോലെയുള്ള തിരസ്കരണത്തിലൂടെയേ പഠനപാരമ്പര്യത്തിന് പുരോഗമിക്കുവാനാകുകയുള്ളു.

ഡേവിഡ് ആർനോൾഡ് ഒരു നിരൂപണ ലേഖനത്തിൽ (1982) ശ്രദ്ധേയമായ ഒരു നിർദ്ദേശം മുന്നോട്ടുവെക്കുകയുണ്ടായി. അതായത്, മലബാർ കലാപത്തിന്റെ കാരണങ്ങളെക്കുറിച്ചുള്ള ചർച്ചയിൽനിന്നും മാറി കലാപകാരികളുടെ ബോധത്തിന്റെ സ്വഭാവത്തെക്കുറിച്ചാവണം ഇനിയുള്ള പഠനങ്ങൾ. കലാപത്തിന് ബാഹ്യമായ, സാമ്പത്തികവും മതപരവുമായ കാരണങ്ങളോടൊപ്പം, കലാപത്തിനുള്ളിൽത്തന്നെ പ്രവർത്തിച്ച ഒരു ഘടകം എന്ന നിലയ്ക്കും കലാപകാരികളുടെ വർഗ്ഗ-വർണ്ണ ജാതി ബോധം സവിശേഷ ശ്രദ്ധയാകർഷിക്കുന്നു. ഈ ബോധം രൂപവൽകൃതമായ പ്രക്രിയയെ മനസ്സിലാക്കുവാൻ ലഭ്യമായിട്ടുള്ള പ്രധാനപ്പെട്ട ഒരു മാർഗ്ഗം ചരിത്ര പഠനത്തിന്റേതാണ്. ഈ വസ്തുത മലബാർ കലാപത്തെ വിശകലനം ചെയ്ത മിക്കവരും അംഗീകരിക്കുന്ന ഒന്നാണ്. എന്നാൽ അവർ മാപ്പിളമാരുടെ ചരിത്രാനുഭവത്തെ കൊളോണിയലിസത്തിന്റെ

ആവിർഭാവത്തിന് മുമ്പും പിമ്പും എന്ന് വേർതിരിക്കുകയും, കൊളോണിയലിസത്തിന്റെ ആഗമനത്തിനുശേഷമുള്ള കാലത്തിന് പ്രകടമായ മുൻതൂക്കം കൊടുത്തുകൊണ്ടുള്ള പഠനങ്ങൾ നടത്തുകയും ചെയ്തു. ഈ പ്രവണത മനസ്സിലാക്കാവുന്നതേയുള്ളൂ. കൊളോണിയലിസത്തിന്റെ സവിശേഷ സ്വഭാവത്തിൽനിന്നും ഉൽഭൂതമായ പ്രത്യേക രാഷ്ട്രീയ-സാമ്പത്തിക-സാമൂഹ്യമാറ്റങ്ങളാണ് കലാപത്തിലേക്ക് മാപ്പിള ജനസമൂഹത്തെ തിരിച്ചുവിട്ടത് എന്ന അനുമാനമാണ് ഇതിനു പിറകിൽ പ്രവർത്തിച്ചത്. എന്നാൽ ഇതിന്റെ ഫലമായി, ബ്രിട്ടീഷ് കൊളോണിയലിസത്തിനുമുമ്പ് ഇവിടെ സ്വാധീനം ചെലുത്തിയിരുന്ന കച്ചവടാടിസ്ഥാനത്തിലുള്ള കൊളോണിയലിസത്തിന്റെ (mercantile colonialism) വികസനക്കാലത്ത് (BERGER,M.T.1950) അതിന്റെ വിദൂരവ്യാപകമായ സാമൂഹ്യ സാമ്പത്തിക പ്രത്യാഘാതങ്ങൾ, മറ്റ് ജനവിഭാഗങ്ങളെപ്പോലെ മാപ്പിള സമൂഹത്തിന്റെമേലും ഉണ്ടായതിനെ അവഗണിക്കുവാൻ കാരണമായി.

ഇതിനൊരു മാറ്റം വന്നത് സ്റ്റീഫൻ. എഫ് ഡേലിന്റെ പഠനങ്ങളിലൂടെ (1977, 1980)യാണ്. തെളിവുകളുടെ അടിസ്ഥാനത്തിൽ അദ്ദേഹം താഴെപ്പറയുന്ന കാര്യങ്ങൾ ചർച്ച ചെയ്യുന്നു. ഒന്നാമത്, പോർച്ചുഗീസുകാർ, വാസ്കോഡഗാമയുടെ ആദ്യത്തെ യാത്രയ്ക്കുശേഷം ഏതാണ്ട് ഇരുപത് വർഷങ്ങൾക്കുള്ളിൽ മുസ്ലിം ജനവിഭാഗത്തിന് മുൻതൂക്കം ഉണ്ടായിരുന്ന ഉത്തരകേരളത്തിലെ സുഗന്ധവ്യഞ്ജന വ്യാപാരത്തിൽ അവരുടെ സ്വന്തം കുത്തക സ്ഥാപിച്ചു. രണ്ടാമത്, പോർച്ചുഗീസുകാർ, തദ്ദേശീയരും വിദേശീയരുമായ മുസ്ലിങ്ങളോടു കാണിച്ച അനിഷ്ടത്തിന് കച്ചവടവുമായി വ്യക്തമായ ബന്ധമില്ലായിരുന്നു. മൂന്നാമത്, പോർട്ടുഗീസുകാരുടെ മർദ്ദന നടപടികൾ, ഇസ്ലാം വിശ്വാസികളുടെ മതപരമായ വ്യതിരിക്തതയെ(religious identity) തകർക്കുന്ന രീതിയിലുള്ളവ-അതായത്, ഹജ്ജ് തീർത്ഥാടനത്തെ തടസ്സപ്പെടുത്തുക, മോസ്കുകൾ തകർക്കുക, *ഖുറാൻ* അശുദ്ധമാക്കുക, നിർബ്ബന്ധിതമായി ക്രിസ്തുമതത്തിലേക്ക് പരിവർത്തനം ചെയ്യിക്കുക എന്നിവയായിരുന്നു. ഇവയോടുള്ള നിരന്തരവും സമരോത്സുകവുമായ പ്രതികരണത്തിലൂടെയാണ് മലബാറിലെ മുസ്ലിം സമുദായം "അക്രമാസക്തരായി" മുദ്രകുത്തപ്പെട്ടത്. നിരന്തരമായ പരാജയത്തിൽനിന്നും ഉത്ഭൂതമായ നിസ്സഹായാവസ്ഥയും, മത-ലോക വീക്ഷണപരമായ വിശുദ്ധയുദ്ധം (ജിഹാദ്), ഷാഹിദ് തുടങ്ങിയ സങ്കല്പനങ്ങളുടെ സ്വാംശീകരണവും ഈ ജനവിഭാഗത്തെ അക്രമാസക്തവും നിരന്തരവുമായ ചെറുത്തുനില്പിലേക്ക് തള്ളിവിട്ടു. അതുപോലെതന്നെയുള്ള ഒരു പ്രതികരണം ഇസ്ലാം സംസ്കാരത്തിന്റെ "ഹൃദയഭൂമി" എന്നുവിശേഷിപ്പിക്കാവുന്ന അറേബ്യയിൽനിന്നും അകന്നുകിടക്കുന്ന പ്രദേശമായ അജെനീസിലെ മുസ്ലിങ്ങളിൽനിന്നുമുണ്ടായി എന്നും അദ്ദേഹം ചൂണ്ടിക്കാണിക്കുന്നു. ഇതിൽനിന്നും വ്യക്തമാകുന്നത് മാപ്പിള സമൂഹത്തിന്റെ ചെറുത്തുനില്പും അതിന്റെ പ്രത്യേക സ്വഭാവവും പാശ്ചാത്യശക്തികളുടെ വരവിലും അതിന്റെ പ്രത്യാഘാതമായി ഇവിടെ ഉണ്ടായ സമൂഹ്യമാറ്റങ്ങളിലും

നിന്നു തുടങ്ങിയ ചരിത്രപരമായ വികസനപ്രക്രിയയുടെ ഭാഗമാണ് എന്നാണ്.

ഈ തരത്തിലുള്ളതിൽനിന്നും വിഭിന്നമായി മറ്റൊരുതരത്തിലുള്ള ചരിത്രപരമായ ബന്ധം വിശകലന വിധേയമാക്കേണ്ടതുണ്ട്. പതിനെട്ടാം നൂറ്റാണ്ടിന്റെ അവസാനമായപ്പോഴേക്കും ബ്രിട്ടീഷ് ഭരണകൂടം നേരിട്ട് നിയന്ത്രിച്ച ഭാഗങ്ങളിലൊന്നായിരുന്നല്ലോ മലബാർ. അതിന്റെ ഫലമായി, ഇവിടെ അന്നുവരെ നിലനിന്നിരുന്ന സാമ്പത്തിക-സാമൂഹ്യ-രാഷ്ട്രീയ പാരമ്പര്യങ്ങൾക്കും നടപടികൾക്കും നേരിട്ടുള്ളതും അല്ലാത്തതുമായ മാറ്റങ്ങൾ ഉണ്ടായി. ഇത് ചെറുത്തുനില്പിന്റെ മുൻപാരമ്പര്യം കൈമുതലായുണ്ടായിരുന്ന മാപ്പിളമാരെ കൂടുതൽ രൂക്ഷമായ സംഘർഷത്തിലേക്ക് നയിച്ചിരിക്കാം. താരതമ്യ പഠനത്തിന് ബ്രിട്ടീഷേതര കാലത്തെ "മാപ്പിള ലഹള"കളെക്കുറിച്ച് നമുക്ക് വിവരം ഇല്ല. (ഡേൽ, S.F,1977) ഏതായാലും 1836 നും 1919 നും ഇടയ്ക്ക് 29 ലഹളകൾ ഉണ്ടായതായി രേഖപ്പെടുത്തിയിരുന്നു. (വുഡ്.സി,1974) ഈ ലഹളകളുടെ കൂട്ടായ പാരമ്പര്യത്തിന്റെ പാരമ്യത്തിലാണ് 1921 ലെ വലിയ ലഹള ഉണ്ടായത്. അങ്ങനെ വരുമ്പോൾ 1921 ലെ കലാപത്തിന്റെ പിറകിൽ പ്രവർത്തിച്ച പ്രധാനപ്പെട്ട ഒരു ഘടകം ഈ മുൻ ലഹളകളുടെ പാരമ്പര്യം തന്നെ ആണെന്ന് വരുന്നു. ഇത്, ലഹളകളിലൂടെ സുവ്യക്തമായി വന്ന സാമൂഹ്യ പ്രതികരണത്തിന്റെ പാരമ്പര്യത്തിൽനിന്നും (പണിക്കർ കെ എൻ, 1989 49:91) വേറിട്ടുകാണണം. കലാപത്തിൽ പങ്കെടുക്കുന്നവർക്ക്, മരണപ്പെട്ടാൽ സ്വർഗ്ഗം ലഭിക്കും എന്ന് വാഗ്ദാനം ചെയ്യുന്ന മതപരമായ ഒരു ലോക വീക്ഷണത്തിനുപരിയായി, മുൻ കലാപങ്ങൾ നല്കുന്ന സാധൂകരണവും സാംഗത്യവും ലഭ്യമായിരുന്നു. ഇത് ഒരു പരിധിവരെ രക്തസാക്ഷികളെ പുണ്യവാന്മാരായി കാണുന്ന മതപാരമ്പര്യത്തിലൂന്നിയാണ് വളർന്നതെന്ന് ഡേലിന്റെ പഠനം (1977) ചൂണ്ടിക്കാണിക്കുന്നു.

എന്നാൽ മേല്പറഞ്ഞതിൽനിന്നും വിഭിന്നമായി, മറ്റൊരു ഘടകവും ഈ പ്രക്രിയയിൽ പ്രാധാന്യം അർഹിക്കുന്നതായുണ്ട്. അതായത് ലഹളകൾക്ക്, അതിന്റെ സാമ്പത്തികവും മതപരവുമായ കാരണങ്ങൾക്കുപരിയായി സ്വയമേതന്നെ ഒരു നിലനില്പും സ്വാതന്ത്ര്യവും (autonomy) ഉണ്ട്. അതായത് ലഹളയിൽ പങ്കെടുക്കുന്നതിലുണ്ടാകുന്ന പരിമിതികളും സാദ്ധ്യതകളും നിർണ്ണയിക്കപ്പെടുന്നത് മുൻകാല ലഹളകളെക്കുറിച്ച് കൈമാറി വന്ന ധാരണകളുടെ അടിസ്ഥാനത്തിൽ ആണ്. ആ ധാരണയുടെ സൂക്ഷിപ്പുകാരെന്ന നിലയ്ക്കും തങ്ങൾമാരും മറ്റും (ഡേൽ S.F. 1980) പ്രാധാന്യം അർഹിക്കുന്നുവെങ്കിലും, അവർക്കുപോലും ആ ധാരണയിൽ അടിസ്ഥാനപരമായി മാറ്റം വരുത്തുവാനാകുമായിരുന്നോ എന്നത് സംശയമാണ്. ഈ സാഹചര്യത്തിലാണ് "കലാപ പാരമ്പര്യമുള്ള ഒരു കുടുംബത്തിൽനിന്നും വന്നു"വെന്ന് അന്നത്തെ ജില്ലാഭരണാധികാരി വിശദീകരിച്ച (ഹാർഡ്ഗ്രേവ് R.L.Jr. 1977) വാരിയൻകുന്നത്തു കുഞ്ഞഹമ്മദ് ഹാജിയെപ്പോലുള്ളവരുടെ ഭാഗം പ്രധാനമാകുന്നത്. ആ രീതിയിൽ

ചിന്തിക്കുമ്പോൾ മുൻകാല ലഹളകളെയും അതിൽ രക്തസാക്ഷികളായവരെയും കുറിച്ച് ലഭ്യമാകുന്ന വിവരങ്ങൾ 1921 ലെ ലഹളയെയും അതിന്റെ സ്വഭാവത്തെയും, അതിലുമുപരിയായി അതിൽ പങ്കെടുത്തവരുടെ വിപ്ലവബോധത്തെയും മനസ്സിലാക്കുന്നതിൽ വളരെ പ്രാധാന്യം അർഹിക്കുന്നു.

ലഹളകളുടെ പരിധികളും സാദ്ധ്യതകളും സ്വയംനിർണ്ണയിക്കപ്പെടുന്നു എന്നു പറയുമ്പോൾ, അതിൽ പ്രവർത്തിക്കുന്ന ഒരു ഘടകം, നിലവിലിരിക്കുന്ന സാമൂഹ്യ-രാഷ്ട്രീയ വ്യവസ്ഥിതി അവയോട് എങ്ങനെ പ്രതികരിക്കുന്നു എന്നതാണ്. ഒരുവശത്ത് മാപ്പിള സമൂഹത്തിന്റെ കൂട്ടായ മനസ്സിൽ (Common psyche) വെള്ളക്കാരനും അവന്റെ "പിണിയാളായ തദ്ദേശീയ ഹൈന്ദവരും" ശത്രുക്കളായി മുദ്രകുത്തപ്പെട്ടിരുന്നു. എന്നാൽ ഇത് വ്യക്തമായ തരംതിരിക്കലിന് വിധേയമാക്കപ്പെട്ടിരുന്നുമില്ല. അതിനുദാഹരണമാണ്, വള്ളായിൽ എന്ന മുസ്ലിം മീൻപിടുത്ത ഗ്രാമം. തുടങ്ങി നിരവധി സ്ഥലങ്ങളിൽ തീയരും മുസ്ലിങ്ങളും തമ്മിൽ 1921 ന്റെ ആദ്യകാലത്തുണ്ടായ മദ്യവില്പനയെ ചൊല്ലിയുണ്ടായ സംഘട്ടനങ്ങൾ (ഹാർഡ്ഗ്രേവ്, R.L.Jr. 1977) മറുവശത്ത് കാലാകാലങ്ങളിലുണ്ടായി വന്ന കലാപങ്ങളെ അമർച്ച ചെയ്യുവാൻ നിലവിലിരുന്ന അധികാര ശക്തികൾ കർക്കശമായ നടപടികളും സ്വീകരിച്ചു. ഉദാഹരണത്തിന് 1854 ലെ മാപ്പിള ഔട്ട്റേജസ് ആക്ട്സ്, XXIII, XXIV എന്നീ നിയമങ്ങൾ വഴി മാപ്പിള സമൂഹങ്ങളെ പൊതുപിഴയ്ക്ക് വിധേയമാക്കിയെന്നതുകൂടാതെ, സംശയത്തിൽ പെടുന്നവരുടെ സ്വത്തുകൾ കണ്ടുകെട്ടാനും, അവരെ നാടുകടത്തുവാനുമുള്ള നടപടികൾ അംഗീകരിക്കുകയും ചെയ്തു. ഇവയോടൊപ്പം മലപ്പുറംകത്തി നിരോധിച്ചു. ഈ നിയമങ്ങൾ നടപ്പിലാക്കുവാൻ ഏറനാട്ടിലേക്കായി ഒരു പ്രത്യേക പൊലീസ് സേന പുതുതായി സംഘടിപ്പിക്കുകയും ചെയ്തു. (ഹാർഡ്ഗ്രേവ്, R.L.Jr. 1977) .

ഈ രണ്ട് പ്രക്രിയകളും കൂട്ടായ ശിക്ഷയും, പൊതുവായി ശത്രുക്കളെ കണ്ടുപിടിക്കലും ഒരേ ഭൂമിശാസ്ത്രപരമായ പ്രദേശത്ത് ജീവിക്കുമ്പോൾ തന്നെ മലബാറിലെ മുസ്ലീങ്ങളെ മാപ്പിളേതര സമൂഹത്തിൽ നിന്നും മാറ്റി നിർത്തുവാൻ സഹായിച്ചു. ഇന്നും മുസ്ലീം വിഭാഗത്തിൽ പെടാത്തവരുടെയിടയിൽ മാപ്പിളമാരുടെ ജീവിതരീതികളെയും വിശ്വാസങ്ങളെയും ആചാരങ്ങളെയുംകുറിച്ച് നിലനില്ക്കുന്ന അറിവില്ലായ്മ ഇതിന്റെ ഒരു ഭാഗമായിരിക്കണം. കൂടാതെ മേൽ സൂചിപ്പിച്ച സാഹചര്യങ്ങളിൽ, മുൻകാല ലഹളയെക്കുറിച്ചുള്ള ധാരണകൾ എങ്ങനെ ജനസാമാന്യത്തിന്റെ ഇടയിൽ കൂടുതൽ വിപുലമായ തോതിൽ ആശയവിനിമയം ചെയ്തു. (1921 ൽ നടന്നതുപോലെ) എന്ന പ്രശ്നത്തിന് ഉത്തരം കാണേണ്ടിയിരിക്കുന്നു. മാപ്പിള സമൂഹത്തിൽ നിലവിലിരുന്ന ആശയവിനിമയ സമ്പ്രദായങ്ങളെയും അതിന്റെ സ്വഭാവത്തെയുംകുറിച്ചുള്ള അന്വേഷണം അവരുടെ ജനവാസ കേന്ദ്രങ്ങളെ അടിസ്ഥാനമാക്കിയുള്ളതും അവർ നിലനിന്നിരുന്ന ഉൾനാടൻ സംസ്കാരത്തിന്റെ അടിസ്ഥാനത്തിലുള്ളതുമായ ഒരു ചർച്ചയിലേക്കാണ് നമ്മെ നയിക്കുക. ഇവ രണ്ടുമായി

രുന്നല്ലോ മാപ്പിള സമൂഹത്തിന്റെ നിലനില്പിനെക്കുറിച്ചുള്ള ഏത് ചർച്ചയ്ക്കും അടിസ്ഥാനമാക്കേണ്ട പരിധികൾ നിശ്ചയിക്കുക.

ഏറനാടൻ മാപ്പിള സമൂഹത്തിന്റെ കാര്യത്തിൽ ശ്രദ്ധയാകർഷിക്കുന്ന ഒരു പ്രത്യേകത, അത് 1921 നു മുമ്പുതന്നെ വളരെ സംഘടിതമായിരുന്നു വെന്നുള്ളതാണ്. മില്ലർ(1976, pp, 223-303) പറയുന്നതിനനുസരിച്ച് 1970 കളിൽ മലബാർ പ്രദേശത്ത് 5,350 മോസ്കുകൾ, അതായത് ഏതാണ്ട് 500 മാപ്പിളമാർക്കും 70 മാപ്പിള കുടുംബങ്ങൾക്കും ഒന്നുവെച്ച്, ഉണ്ടായിരു ന്നുവെന്നതാണ്. ഇതു കൂടാതെ 2,500 ഓളം മദ്രസ്സകളും 25,000 ത്തോളം മതാദ്ധ്യാപകരും ഈ സമൂഹത്തിലുണ്ടായിരുന്നു. ഓരോ മൗലവിയുടെ സ്വാധീനത്തിലും ഉത്തരവാദിത്വത്തിലുംപെട്ട ഒരു നിയതമായ ജനവി ഭാഗമുണ്ടായിരുന്നു. ചുരുക്കിപ്പറഞ്ഞാൽ സമൂഹത്തിൽ നിലവിലിരിക്കുന്ന ഇടവക സംഘടനയോട് താരതമ്യപ്പെടുത്താവുന്നതാണ് മാപ്പിള സമൂഹ ത്തിലും ഉണ്ടായിരുന്നത്. ഈ ശക്തമായ സംഘടന പത്തൊമ്പതാം നൂറ്റാ ണ്ടിലേക്കുവരെ വ്യാപിച്ചുകിടക്കുന്നതിനും സൂചനകൾ ഉണ്ട്. 1858 ൽ ഗവൺമെന്റിന്റെ കണക്കുപ്രകാരം, 1058 മോസ്കുകൾ 1871 ലെ സെൻസസ് പ്രകാരം 9,3000 ത്തോളം വരുന്ന മാപ്പിളമാരുടെ ഇടയിൽ ഉണ്ടായിരുന്നു. (റോബിൻസൺ എഫ് 1984 pp-157-161) മോസ്കുകളും വിശ്വാസികളും തമ്മിലുള്ള അനുപാതത്തിൽ പില്ക്കാലത്തുണ്ടായ വളർച്ച ഇല്ലെന്നുവ രികിലും, അത്ര മോശമായിരുന്നില്ല എന്നുകാണാം.

വർഗ്ഗ-വർണ്ണ-ജാതി ബോധത്തിന്റെ വളർച്ചയ്ക്ക് അനിവാര്യമായ സംഗതി അവയ്ക്കനുകൂലമായ സാമൂഹ്യസംഘടനയാണ് എന്ന് ആധു നിക പ്രതിഷേധ പ്രസ്ഥാനങ്ങളെ പഠിച്ചിട്ടുള്ള ഏവർക്കും അറിവുള്ള സംഗതിയാണ്. ഈ പശ്ചാത്തലത്തിൽ ഡേലിന്റെ (1980), മാപ്പിളമാരിൽ പ്രകടമായ ഉയർന്ന "ഇസ്ലാമിക്ബോധ"ത്തിന് കാരണം അവരുടെ ഇട യിൽ നിലവിലിരുന്ന ശക്തമായ സംഘടനയും, അതിലൂടെ ജനസാമാ ന്യത്തിന്റെ ഇടയിൽ പ്രചരിപ്പിക്കപ്പെട്ട പ്രത്യയശാസ്ത്രപരമായ വീക്ഷ ണങ്ങളും ആയിരുന്നു എന്ന അഭിപ്രായം സ്വീകാര്യമാകുന്നു. എന്നാൽ, ഈ ശക്തമായ സാമൂഹ്യ സംഘടന മതത്തെ മാത്രം അടിസ്ഥാനമാക്കി വിശദീകരിക്കാവുന്നതാണോ എന്ന പ്രശ്നം അവശേഷിക്കുന്നു. അത് മതത്തിന്റെ അടിസ്ഥാനത്തിലുള്ള ഒന്നായിരുന്നെങ്കിൽ, മാപ്പിള സമൂഹ ത്തിലുണ്ടായതിന് സമാനമായ സാമൂഹ്യ പ്രതിഫലനം, തെക്കൻ കേരള ത്തിൽ പ്രബലമായിരുന്ന, സുറിയാനി ക്രൈസ്തവരുടെ ഇടയിലും ഉണ്ടാ കാമായിരുന്നു. ഏതാണ്ട് 12-ാം നൂറ്റാണ്ടിനുശേഷം പട്ടണങ്ങളിൽ മാത്രം ഒതുങ്ങിക്കഴിഞ്ഞുവെന്ന് വിശ്വസിക്കപ്പെടുന്ന സുറിയാനി ക്രിസ്ത്യാനി കൾ (ഗുരുക്കൾ, ആർ, 1987) പതിനാറാം നൂറ്റാണ്ടായപ്പോഴേക്കും ഉൾനാ ടൻ പ്രദേശങ്ങളിൽ വേരുറപ്പിച്ചതായി കാണാം. (വാൻഡെൻ ഫ്ളൂഗ് J.P.M 1983, ഹുട്ടാർട് എഫ്, ലെമർ, സീനിയർ ജി 1981) ഇവരുടെ സ്ഥല നിബ ന്ധമായ മാറ്റം, മാപ്പിള സമൂഹത്തിലുണ്ടായതുപോലെ പോർച്ചുഗീസുകാ

രുടെ വരവ് മുഖ്യ കാരണമായതുകൊണ്ടായിരുന്നില്ല എന്നത് പ്രത്യേകം ശ്രദ്ധിക്കേണ്ടതാണ്. കൂടാതെ ഇക്കൂട്ടരും പോർച്ചുഗീസുകാരിൽനിന്നും സ്വീകരിക്കേണ്ടിവന്ന അപമാനങ്ങൾക്കെതിരെ പ്രതികരിച്ചുവെന്നാകിലും അത് പോർച്ചുഗീസുകാരും, സുറിയാനി ക്രിസ്ത്യാനികളിൽ നല്ലൊരു പങ്കും ഒരേ മതസംഘടനയുടെ ഘടനാപരമായ കെട്ടുപാടുകളിൽ പെട്ടുപോയതുകൊണ്ട് അതിന്റെ ഉള്ളിൽ ഒതുങ്ങിപ്പോയതായും കാണാം. (മാത്യു സി പി, തോമസ് എം എം 1967).

ഈ തരത്തിലുള്ള ഒരു താരതമ്യ പഠനത്തിന്റെ പ്രാധാന്യം സൂചിപ്പിക്കുന്നത് മാപ്പിളമാരുടെയിടയിൽ ഉണ്ടായ സാമൂഹ്യ സംഘടനയ്ക്ക് മതപരമായ യാതൊരു സാംഗത്യവുമില്ലായിരുന്നുവെന്ന് സമർത്ഥിക്കുവാനല്ല. നേരെമറിച്ച്, മതപരമായ പ്രാധാന്യവും ഉണ്ടായിരുന്നിരിക്കാം. എന്നാൽ, അതിനുപരിയായി മാപ്പിളസമൂഹത്തിന് ഉണ്ടായതായി പറയപ്പെടുന്ന സ്ഥലനിബദ്ധമായ മാറ്റത്തിന്റെ പ്രത്യേകതകൾ ഈ വർദ്ധിച്ച സാമൂഹ്യ സംഘടനയ്ക്ക് പിൻബലമാകുവാനിടയായിട്ടുണ്ട്. ഈ മാറ്റത്തിന് പ്രധാനമായും രണ്ട് കാരണങ്ങളാണ് ഉണ്ടായിരുന്നത്. ഒന്ന്, ജനസംഖ്യാവർദ്ധനവ്, രണ്ട് പോർച്ചുഗീസുകാരുടെ ആധിപത്യത്തിന്റെ ഫലമായി കച്ചവടരംഗത്ത് നില്ക്കക്കള്ളിയില്ലാതെ ഉൾനാടൻ പ്രദേശങ്ങളിലേക്ക് മാറേണ്ടി വന്ന അവസ്ഥ. ഈ കാരണങ്ങളാൽ ഏറനാട്ടിലേക്ക് മാറേണ്ടിവന്ന മാപ്പിള സമൂഹത്തിന്റെ സാമൂഹ്യപ്രതികരണം തങ്ങളുടെ കച്ചവടത്തിന്റെ തന്നെ ഭാഗമായി, പണം കടം കൊടുപ്പിലൂടെയും, ഉൾനാടൻ പ്രമാണിമാരുടെ ക്ഷണപ്രകാരവും (ലെമർ സീനിയർ ജി 1983) ഒക്കെയായി. പോർച്ചുഗീസുകാരുടെ വരവിനുമുമ്പായി തന്നെ ഉൾനാട്ടിലേക്ക് കുടിയേറിയ സുറിയാനി ക്രിസ്ത്യാനികളുടെ "കുടിയേറ്റവു"മായി അടിസ്ഥാനപരമായിത്തന്നെ വ്യത്യാസമുണ്ടായിരുന്നു. കൂടാതെ, മാപ്പിളമാർ ഉൾനാട്ടിലേക്ക് പിൻവലിഞ്ഞതിനുമുമ്പ് ഏതുതരം സാമൂഹ്യാന്തരീക്ഷത്തിലാണ് അവർ ജീവിച്ചിരുന്നത് എന്ന് പരിശോധിക്കേണ്ടിയിരിക്കുന്നു. ഫ്രാൻസ്കോയിസ് പ്യാർഡ് ദ ലാവലിന്റെ പതിനേഴാം നൂറ്റാണ്ടിലെഴുതിയ ഗ്രന്ഥത്തിന്റെ അടിസ്ഥാനത്തിൽ ഡേൽ (1980- p.44) സൂചിപ്പിക്കുന്നത്. മാപ്പിളമാരുടെ കടലോരത്തിലെ "കോട്ടയ്ക്കകത്ത്" കഴിഞ്ഞിരുന്ന ജനവാസ കേന്ദ്രങ്ങളിൽ, വിവിധ ജനവിഭാഗങ്ങളിൽ നിന്നുള്ളവർ ഉണ്ടായിരുന്നുവെങ്കിലും, അവരുടെയിടയിൽ പൊതുവെ സാമൂഹ്യ സമത്വം നിലനിന്നിരുന്നുവെന്നാണ്. ഇത്, പോർച്ചുഗീസുകാരുടെ വരവോടെ സ്ഥിരം ആയുധ നിപുണവും സമരോത്സുകവുമായ ഒരു സമൂഹമായി മാറി ഇവരുടേത്, എന്ന അനുമാനത്തിന് യോജിക്കുന്നതുമാണ്.

കച്ചവട സംഘങ്ങളുടെ ആസ്ഥാനങ്ങളിൽനിന്നും, പില്ക്കാലത്തുണ്ടായ മാറ്റങ്ങളുടെ ഫലമായി സമരസംഘടനകളുടെ ആസ്ഥാനങ്ങളായി മാറിയ കടലോര കേന്ദ്രങ്ങളിൽനിന്നും ഉൾനാടൻ ഗ്രാമങ്ങളിലേക്ക് മാറേണ്ടിവന്നപ്പോൾ, മുൻവാസ കേന്ദ്രങ്ങളിൽ നിലനിന്ന അതേ അന്ത

രീക്ഷം തുടർന്നും നിലനിർത്തുവാൻ പ്രയാസമായി വന്നു. ആ സാഹര്യത്തിൽ ഉണ്ടായ സവിശേഷമായ ഒരു സാമൂഹ്യ പ്രതികരണംകൂടിയായിരിക്കണം മോസ്കുകളെ അധികരിച്ചുള്ള ഉൾനാടൻ ജനവാസകേന്ദ്രങ്ങൾ. കേരളത്തിൽത്തന്നെ നിലവിലിരുന്ന മറ്റുജനവിഭാഗങ്ങളുടെ ജനവാസകേന്ദ്രങ്ങളുമായുള്ള സാമ്യത്തിനുപരിയായി മേൽ സൂചിപ്പിച്ച പ്രത്യേകതകളും കൂടി മാപ്പിളമാരുടെ കാര്യത്തിൽ പരിഗണിക്കേണ്ടതുണ്ട്. ഈ പുതിയ ജനവാസകേന്ദ്രങ്ങൾ, ഹൈന്ദവ സമൂഹത്തിന്റെ, അതിൽത്തന്നെ മേൽജാതിക്കാരായിരുന്ന നായന്മാരുടെയും, നമ്പൂതിരിമാരുടെയും ജനവാസരീതിയുമായി പാടെ വിഭിന്നമായിരുന്നുവെന്നത് അറിവുള്ളതാണല്ലോ. കോൺറാഡ് വുഡ് (1974) വിശദമാക്കുന്നതുപോലെ ഗ്രാമപ്രദേശങ്ങളിൽ ചിന്നിച്ചിതറിക്കിടക്കുന്ന, സ്വന്തം അകത്തൂടു (compound)കളുള്ള വീടുകളിൽ, വ്യക്തമായ സാമൂഹ്യ കേന്ദ്രം ഇല്ലാതെ ഹൈന്ദവർ താമസിച്ചിരുന്നപ്പോൾ, മുസ്ലീങ്ങൾ മോസ്കുകളെ കേന്ദ്രമാക്കി അടുത്തടുത്ത വീടുകളുള്ള ഗ്രാമങ്ങളിലും ഉപഗ്രാമങ്ങളിലും ആണ് താമസിച്ചിരുന്നത്. ചുരുക്കിപ്പറഞ്ഞാൽ ഏറനാടൻ മാപ്പിള സമൂഹം അംഗീകരിച്ച അങ്ങാടി സദൃശ്യമായ (bazar) ജനവാസ കേന്ദ്രത്തിന്, മോസ്കുകളും അവയുമായി ബന്ധപ്പെട്ട സാമൂഹ്യമത സംഘടനയും ഒരു നിമിത്തമായി. ഈ സംഘടനയുടെ അടിസ്ഥാന കാരണം, അതില്ലാത്ത അവസ്ഥയിൽ തകർന്നു പോകാനിടയുണ്ടായിരുന്ന സാമൂഹ്യ വ്യക്തിത്വത്തെ (social identity) സംരക്ഷിക്കുകയെന്നതായിരുന്നു. ആ സാമൂഹ്യ വ്യക്തിത്വത്തിന്റെ സംരക്ഷണം, സാമൂഹ്യമായും ഭൗതികമായും (അതെങ്ങനെയെന്ന് പുറകെ വിശദീകരിക്കാം) ശത്രുതാപരമായ അന്തരീക്ഷത്തിൽ കഴിഞ്ഞ ഈ സമൂഹത്തിന്റെ നിലനില്പിനായുള്ള പരിപാടികൾക്ക് അത്യന്താപേക്ഷിതമായിരുന്നു. മാറിയ ചരിത്ര ഭൗതികസാഹര്യങ്ങളിൽ മാപ്പിളമാരുടേതിനോട് സമാനമായ സാമൂഹ്യ സംഘടന രൂപംകൊണ്ട സുറിയാനി ക്രിസ്ത്യാനികൾ, വേറൊരുവിധത്തിൽ പ്രതികരിച്ചു എന്നതു നാം കണ്ടുകഴിഞ്ഞതാണല്ലോ.

മേൽ സൂചിപ്പിച്ച തരത്തിലുള്ള ഒരു "കുടിയേറ്റം" നടന്നത് കച്ചവടക്കാരായ മുസ്ലീങ്ങളുടെ ഇടയിലായിരുന്നില്ല എന്നത് പ്രത്യേകം ശ്രദ്ധാർഹമാണ്. ഗസറ്റിയേഴ്സിന്റെ ഗ്രന്ഥകാരനായ സി എ ഉന്നസിന്റെ അഭിപ്രായത്തിൽ (ഹാർഡ്ഗ്രേവ് R.L, 1977: 57-99) മാപ്പിള സമൂഹം, ഈ നാട്ടിൽ അധിവാസമുറപ്പിച്ച അറബികളും അറേബ്യൻ കച്ചവടക്കാരുടെയും തദ്ദേശീയ സ്ത്രീകളുടെയും പിൻതലമുറക്കാരും, പൊതുവെ "കീഴ്ജാതിക്കാരായ ഹിന്ദുക്കളിൽനിന്നും മതപരിവർത്തനം ചെയ്യപ്പെട്ടവരും ഉൾപ്പെട്ടതാണ് എന്നാണ്. മരുമക്കത്തായം മുതലായ "മേൽജാതി" സമ്പ്രദായങ്ങൾ തുടർന്നും നിലനിർത്തിപ്പോന്നിരുന്ന വടക്കൻ മലബാറിലെ മുസ്ലിങ്ങളെ അപേക്ഷിച്ച് തെക്കൻ മലബാറിലാണ്, മുക്കുവ, ചെറുമർ, തീയ്യജാതികളിൽനിന്നും മതപരിവർത്തനം ചെയ്യപ്പെട്ടവർ കൂടുതലും

എന്നും ചൂണ്ടിക്കാണിക്കപ്പെടുന്നു. (ഹാർവേഡ്ഗ്രവ്, R.L, 1977: 57-99)

മാപ്പിള സമൂഹത്തിലുണ്ടായ ജനസംഖ്യാപരമായ വളർച്ച അഭൂതപൂർവ്വവും സാധാരണഗതിയിൽ വിശദീകരിക്കാനാവാത്തതുമാണ് എന്ന് പല പഠിതാക്കളും വ്യക്തമാക്കിയിട്ടുള്ളതാണ്. മില്ലന്റെ (1976:Vol. II.P. 316) കണക്കുകളനുസരിച്ച് 1831-51 കാലത്ത് 42.8 ശതമാനവും 1891-1921 കാലത്ത് പൊതുജനസംഖ്യ 38 ശതമാനം മാത്രം വർദ്ധിച്ചപ്പോൾ, 35 ശതമാനം ആയിരുന്നു മാപ്പിള സമൂഹത്തിന്റെ ജനസംഖ്യാ വർദ്ധനവ്. ഈ വളർച്ചയ്ക്ക് പിന്നിൽ പ്രവർത്തിച്ച ഒരു പ്രധാന ഘടകം മതപരിവർത്തനമായിരിക്കണം. ഈ തോതിലുള്ള മതപരിവർത്തനത്തിന് ജനസംഖ്യാപരവും അതിൽനിന്നും ഉത്ഭൂതമാകുന്ന സാമ്പത്തികവുമായ മാനങ്ങൾക്കുപരിയായി ചില സാമൂഹ്യ മാനങ്ങളും കൂടിയുണ്ട്. ഇതിൽ, ജനസംഖ്യാപരവും സാമ്പത്തികവുമായ ഘടകങ്ങളെക്കുറിച്ചാകാം ആദ്യം ചർച്ച.

കാർഷിക സമൂഹങ്ങളിൽ ജനസംഖ്യാവർദ്ധനവിന്റെ പ്രകടമായ ഒരു പ്രതിഫലനം ഭൂമിക്കുവേണ്ടിയുള്ള മത്സരത്തിലാണ്. എന്നാൽ, പൊതുവെയുള്ള ജനസംഖ്യാവർദ്ധനവിന്റെ കാര്യത്തിലെന്നപോലെ, കാർഷിക ഭൂമിയുടെ അനുപാത വർദ്ധനവിലും മലബാർ, കേരളത്തിന്റെ മറ്റ് പ്രദേശങ്ങളുടെ പിറകിലായിരുന്നു. (രാജ് കെ എൻ, തരകൻ ബി കെ എം 1983) പൊതുവായ വർദ്ധനവ് കാര്യമായ പ്രതികരണം ഈ രംഗത്ത് സൃഷ്ടിച്ചില്ല എന്നുവരികിൽ അതിന്റെ അർത്ഥം, നിലവിലിരുന്ന സാമൂഹ്യ വ്യവസ്ഥിതിയും കാർഷിക ഘടനയും, അതിന്റെ രൂക്ഷത എവിടെയോ വെച്ച് ഒതുക്കി കളഞ്ഞുവെന്നാണ്. കൂടുതലായ മാപ്പിള ജനസംഖ്യയ്ക്ക് പുതിയ ഭൂമി തടസ്സങ്ങളില്ലാതെ കൈവരിക്കുവാനാകുകയില്ലായിരുന്നു. അവരിൽ ഒരു കൂട്ടർ പരമ്പരാഗത അടിമത്തത്തിൽനിന്നും വിടുതൽ ചെയ്യപ്പെട്ട ചെറുമർ ആയിരുന്നു. (മില്ലർ R.E 1976) അവർ അവരുടെ മുൻകാല അധഃസ്ഥിതാവസ്ഥ പിന്തുടർന്നിരിക്കാം. മറ്റുള്ള മാപ്പിളമാർക്കും കാർഷിക ഘടനയിൽ വെറും പാട്ട വ്യവസ്ഥയ്ക്കുമുകളിൽ കയറിപ്പറ്റാൻ, നിലനിന്നിരുന്ന വ്യവസ്ഥിതി അനുവദിക്കുമായിരുന്നില്ല. ഇങ്ങനെ ഏറനാടൻ കൃഷിയിടങ്ങളിൽ വെറും പാട്ടക്കാരായി കഴിഞ്ഞുകൂടാൻ കൂടുതൽ മാപ്പിളമാർ നിർബ്ബന്ധിതരായി. (പണിക്കർ, കെ എൻ PP-1-48).

ഈ പ്രത്യേക പരിതഃസ്ഥിതിയിൽ, നിലവിലിരുന്ന അസമത്വം നിറഞ്ഞ സാമ്പത്തിക സ്ഥിതി വെറും പാട്ടക്കാരും മറ്റു ഗ്രാമീണ ദുർബ്ബല വിഭാഗങ്ങളിലുംപെട്ട മാപ്പിളമാരെ കൂടുതലായി ബാധിച്ചുവെന്നതിൽ (പണിക്കർ കെ എൻ 1989, 7-12) തർക്കമില്ല. മാത്രമല്ല, ഇത് കലാപത്തിന് പ്രാധാന്യമർഹിക്കുന്ന ഒരു കാരണവുമായി. എന്നാൽ, ഇതിൽ നിന്ന് വിഭിന്നമായി, നിലവിലിരുന്ന സാമൂഹ്യ സാമ്പത്തിക വ്യവസ്ഥിതിയിൽ, പരിശ്രമത്തിന് അല്ലെങ്കിൽ തൊഴിലിന് വേണ്ടവിധത്തിലുള്ള പ്രതിഫലം ലഭ്യമായിരുന്നില്ല എന്ന പ്രശ്നം അവശേഷിച്ചു. ഏറനാടൻ പ്രദേശത്തിലേക്ക് മാറുന്നതിനുമുമ്പുണ്ടായിരുന്ന കടലോര കച്ചവട കേന്ദ്രങ്ങളിലും അതി

നുശേഷം രൂപംകൊണ്ട "സമരകേന്ദ്ര"ങ്ങളിലും, പരിശ്രമത്തിന് അല്ലെങ്കിൽ തൊഴിലിന് അനുയോജ്യമായ പ്രതിഫലം ലഭ്യമായിരുന്നു. കച്ചവട കേന്ദ്രങ്ങളിൽ കൂടുതൽ കച്ചവടം ചെയ്യുന്നയാൾക്ക് കൂടുതൽ ലാഭം എന്നതും സമരകേന്ദ്രങ്ങളിൽ കൂടുതൽ ആത്മാർത്ഥമായി സമരം ചെയ്യുന്നവർക്ക് അതിനനുസരിച്ചുള്ള ആരാധനാപരമായ അംഗീകാരവും (aduletory recognition) ലഭിച്ചിരുന്നു

ഇതിൽ നിന്ന് മാറി നാടുവാഴി സമ്പ്രദായ (ഈ വാക്കുകൊണ്ട് പ്രാങ് മുതലാളിത്ത ഉല്പാദന ക്രമത്തെ പൊതുവായി ഉദ്ദേശിക്കുന്നു എന്നുമാത്രം) ത്തിലുള്ള കാർഷിക സമ്പത്ത് വ്യവസ്ഥയിലേക്ക് കാൽ മാറ്റിച്ചവിട്ടേണ്ടിവന്ന മാപ്പിളമാർക്ക് അവരുടെ പ്രയത്നത്തിനനുസരിച്ച് പ്രതിഫലം ലഭ്യമായില്ല. നിലവിലിരുന്ന സാമൂഹ്യ (ജാതി) വ്യവസ്ഥയ്ക്കുകീഴിൽ പുതിയ വരവുകാർക്ക്, യഥേഷ്ടം ഭൂമി കൈവരിക്കാനാവുകയില്ല എന്നു നാം കണ്ടുകഴിഞ്ഞു. ആ പരിതഃസ്ഥിതിയിൽ കൃഷിഭൂമിയുടെ വിസ്തീർണ്ണം വർദ്ധിക്കുന്ന സാഹചര്യത്തിൽ പുത്തൻ പ്രയത്നശേഷം ആവശ്യമായി വരുന്നിടത്തുമാത്രമേ പുതിയ ആളുകൾക്ക് പ്രവേശനം ലഭ്യമാകുകയുള്ളു. അങ്ങനെയുള്ള സാഹചര്യത്തിലും പ്രദേശത്തുമാണ് ഏറനാടൻ വനഭൂമിയിൽ മാപ്പിളമാർക്ക് ചെറിയ തോതിലെങ്കിലും കാലുറപ്പിക്കാൻ കഴിഞ്ഞത്. വനഭൂമി വെട്ടിത്തെളിച്ച് കൃഷിചെയ്യുന്നത് നിരന്തരമായി കൃഷിചെയ്യുന്ന ഭൂമിയിൽ കൃഷിചെയ്യുന്നതിനേക്കാൾ പതിന്മടങ്ങ് പ്രയത്നം ആവശ്യപ്പെടുന്നു എന്നതിൽ തർക്കമില്ലല്ലോ. അങ്ങനെ വികസിപ്പിച്ചെടുത്ത ഭൂമിയിലെ ഉല്പാദനം ആണ് നാടുവാഴി കാർഷിക വ്യവസ്ഥിതിയുടെ ചട്ടവട്ടങ്ങളനുസരിച്ച് കൃഷിഭൂമി "കാണുക" പോലും ചെയ്യാത്ത കാണക്കാർക്കും ജന്മികൾക്കുമായി പങ്കുവെക്കേണ്ടിവന്നത്. (ടാഗോർ, സൗമ്യേന്ദ്ര)

ഈ തരത്തിൽ ചിന്തിക്കുമ്പോൾ, കൊളോണിയലിസത്തിന്റെ ഭാഗമായി ഒന്നുകൂടി അരക്കിട്ടുറപ്പിക്കപ്പെട്ട നാടുവാഴി വ്യവസ്ഥിതിയിലുള്ള കാർഷിക ഘടന (കോമാറോവ്, E.N.1965) 1921 ലെ മലബാർ കലാപത്തിന് കാരണമായി എന്നുകാണാം. എന്നാൽ ഈ പ്രശ്നത്തിൽ കാർഷികഘടന മാത്രമല്ല ഉൾപ്പെട്ടിട്ടുള്ളത്. മാപ്പിള സമൂഹത്തിന്റെ "സ്വപ്നങ്ങളിലെ" വ്യവസ്ഥിതിക്ക് ഘടകവിരുദ്ധമായ നിലയിലാണ് നിലവിലിരുന്ന കാർഷിക സമ്പത്ത് വ്യവസ്ഥിതിയിൽ പ്രയത്നത്തെ മൂല്യനിർണ്ണയം ചെയ്തിരുന്നത്. ഈ തരത്തിലുള്ള "സ്വപ്നവും" യാഥാർത്ഥ്യവും തമ്മിലുള്ള വ്യത്യാസം ഗ്രാമീണ സമൂഹങ്ങളിൽ കാലാകാലങ്ങളിൽ പൊട്ടിപ്പുറപ്പെടുന്ന കലാപങ്ങളുടെ സ്വഭാവ നിർണ്ണയത്തിൽ പ്രധാനപ്പെട്ട ഒരു പങ്ക് വഹിക്കുന്നുണ്ട് എന്ന് ഇ ജെ ഹോബ്സ്ബാമിന്റെ (1974 (1959)) അഭിപ്രായം ഇത്തരുണത്തിൽ ശ്രദ്ധിക്കപ്പെടേണ്ടിയിരിക്കുന്നു.

അതേസമയം മതപരിവർത്തനത്തിന്റെ ഫലമായി മാപ്പിള സമൂഹ

ത്തിലെ അറബ് പാരമ്പര്യം അവകാശപ്പെടാവുന്നവർ, ന്യൂനപക്ഷമായി മാറുകയായിരുന്നു. (റോബിൻസൺ, F.1984.157-161) ഈ പ്രക്രിയയുടെ ഫലമായി മാപ്പിള സമൂഹത്തിന് പൊതുവെ വിശാലമായ ഒരു ജനകീയ അടിത്തറ ലഭ്യമായി. ഈ ജനകീയടിത്തറയുടെ അടിസ്ഥാനത്തിലാണ് പില്ക്കാല കലാപങ്ങളും, അവയിൽ 1921 ലെ കലാപവും സംഘടിപ്പിക്കപ്പെട്ടത്. അറബി ബന്ധം നേരിട്ട് അവകാശപ്പെടാവുന്നതും അതിന്റേതായ സവിശേഷ സ്വഭാവം ഉണ്ടായിരുന്നതുമായ സമൂഹം രംഗത്തുനിന്നും അപ്രത്യക്ഷമായിക്കൊണ്ടിരുന്ന അവസരത്തിൽ അവയുടെ ചില അടിസ്ഥാന ഘടകങ്ങളാണ് പില്ക്കാല ജനകീയ സമൂഹത്തിലേക്ക് മാറ്റിപ്രതിഷ്ഠിക്കപ്പെട്ടത്. ഈ മാറ്റിപ്രതിഷ്ഠിക്കലിനെ സുഗമമാക്കിയത്, ആ മാറ്റത്തിൽ പഴയ പാരമ്പര്യത്തിന്റെ വക്താക്കളായി വന്ന മൗലവിമ്മാരും തങ്ങൾമ്മാരും പഴയ സമൂഹത്തെക്കുറിച്ചുള്ള ധാരണകൾ സ്വീകരിക്കാൻ തയ്യാറായ മതപരിവർത്തനം ചെയ്ത ആളുകളുമാണ്. മതപരിവർത്തനംതന്നെ നിലവിലിരുന്ന സാമൂഹ്യവ്യവസ്ഥിതിയോടുള്ള ഒരു വെല്ലുവിളിയായും (കുയിൻമാൻ,ഡി.1989) അതുവഴി അവർ സ്വീകരിച്ച മാർഗ്ഗം നിരന്തരം ചെറുത്തുനില്ക്കുന്ന ഇസ്ലാമിന്റെ മാർഗ്ഗം ആണെന്നതും പ്രത്യേകം ശ്രദ്ധയാകർഷിക്കുന്നു. ഇതിൽ മതപരിവർത്തനത്തിന്റെ സാമൂഹ്യ പ്രസക്തി വ്യക്തമാകുന്നുവെന്നതിനു പുറമെ, മതപരിവർത്തനവും കലാപവും തമ്മിലുള്ള ഒരു സുപ്രധാന കണ്ണിയും വ്യക്തമാകുന്നു. ഇങ്ങനെ തലമുറകൾ തമ്മിലും ആനുകാലിക തലമുറയ്ക്കുള്ളിലും വ്യാപകമായും സുഗമമായും ആശയവിനിമയം നടത്തുവാനുള്ള മാർഗ്ഗങ്ങൾ മുൻപറഞ്ഞ സാമൂഹ്യ-മത സംഘടനയിലൂടെ തെളിഞ്ഞുവന്നു.

ഇതുവരെ ശ്രമിച്ചത്,1921 ലെ മലബാർ കലാപത്തെ, കാർഷിക കലാപം എന്നോ, മതപരമായ ലഹളയെന്നോ, വിവിധ വിളിപ്പേരുകളുടെ അടിസ്ഥാനത്തിലുള്ള കലാപമെന്നോ മാത്രമായി വിശകലനം ചെയ്യേണ്ടതില്ല എന്നു വ്യക്തമാക്കാനാണ്. ലഹളകളുടെ സ്വയം നിർണ്ണയസാദ്ധ്യതകളുടെയും മതപരിവർത്തനത്തിലൂടെയും പാശ്ചാത്യശക്തികളുടെ ആവിർഭാവത്തിലൂടെയും ഉത്ഭൂതമായ സ്ഥലനിബദ്ധമായ മാറ്റങ്ങളുടെ അടിസ്ഥാനത്തിൽ നിർമ്മിക്കാവുന്ന ഭൂമികയിൽ സമരപാരമ്പര്യത്തെ വിശകലനം ചെയ്യുന്നത് കൂടുതൽ വ്യാപകമായ അറിവിലേക്ക് നയിക്കുവാനുള്ള സാദ്ധ്യതയുണ്ട്. ആധുനിക സാമൂഹ്യ പ്രസ്ഥാനങ്ങളെ പഠിച്ചിട്ടുള്ളവരുടെ അഭിപ്രായത്തിൽ പ്രതിഷേധ പ്രകടനങ്ങൾ ഘടനാപരമായി പ്രതിസന്ധിയുടെ അല്ലെങ്കിൽ വൈരുദ്ധ്യങ്ങളുടെ ഫലമോ (Tilly.C.1978) പരസ്പരം അംഗീകരിക്കുന്ന പൊതുവായ താല്പര്യങ്ങൾ ഒരു പൊതുവായ ഘടനാപരമായ ഭൂമികയിൽ പ്രകടമാകുമ്പോഴോ (മെലൂച്ചി.A 1984) ആണ് പൊട്ടിപ്പുറപ്പെടുകയെന്നാണ്. ഈ രണ്ട് വീക്ഷണങ്ങൾക്കും 1921 ലെ കലാപത്തെ വിശകലനം ചെയ്യുന്ന കാര്യത്തിൽ പ്രസക്തിയുണ്ട്. ഒരു വശത്ത്, കാർഷിക ഘടനയിൽ മാറ്റം വരുത്തുവാനുള്ള മുറവിളികളും

മറുവശത്ത് ഒന്നാം ലോകമഹായുദ്ധത്തിനുശേഷം സാമ്രാജ്യത്വശക്തിയിലുണ്ടായ വിശ്വാസക്കുറവും ലഹളയ്ക്ക് പിറകിൽ പ്രവർത്തിച്ചിരുന്നു. മറുവശത്ത്, കാർഷിക വ്യവസ്ഥിതിയിലെ മാറ്റങ്ങൾ എന്ന സാമ്പത്തിക ലക്ഷ്യവും, അതിന്റെ പിറകിലായി ഖിലാഫത്തിന്റെ സംരക്ഷണം എന്ന "മതപര"മായ ലക്ഷ്യവും കലാപകാരികളായ ജനവിഭാഗങ്ങളിത് പൊതുവെ അംഗീകരിക്കപ്പെട്ടുകഴിഞ്ഞിരുന്നു. എന്നാൽ ഇവകൊണ്ടു മാത്രം വിശകലനം സമഗ്രമാകുന്നില്ല എന്ന് പറയേണ്ടിയിരിക്കുന്നു. ഇത്തരം കലാപശ്രമങ്ങൾക്കു പിറകിൽ മുൻകാല സമൂഹത്തെക്കുറിച്ചുള്ള "നിറംപിടിപ്പിച്ച" ഓർമ്മകളും അവയും നിലവിലിരിക്കുന്ന അവസ്ഥയും തമ്മിലുള്ള അന്തരവും കൂടി വിശകലനവിധേയമാക്കേണ്ടതുണ്ട്. (ഹേബ്സ് ബാം, ഇ.ജെ) പ്രാകൃത കലാപങ്ങളെ വിശകലനം ചെയ്യുവാനാണല്ലോ മേല്പറഞ്ഞ ആശയം ഹബ്സ് ബാം മുന്നോട്ടു വെച്ചത്. അപ്പോൾ അത് 1921 ലെ മലബാർ കലാപത്തെ വിശകലനം ചെയ്യുവാനായി ഉപയോഗിച്ചാൽ അതിന്റെ, അർത്ഥം, ഈ കലാപം ആധുനിക, പ്രതിഷേധ പ്രകടനങ്ങളുടെ മുന്നോടിയായിരുന്നു എന്ന ആശയത്തെ തിരസ്കരിക്കുന്നതിന് തുല്യമാകുകയില്ലേ?

എന്നാൽ, ഈ കലാപത്തോടുകൂടി മലബാറിലും കേരളം ഒട്ടാകെയും ആധുനികേതര കലാപങ്ങളുടെയും പ്രതിഷേധങ്ങളുടെയും കാലം കഴിഞ്ഞുവെന്നതിന് വിവിധ തെളിവുകളുണ്ട്. ഏറ്റവും പ്രധാനപ്പെട്ടത്, ഇതിനുശേഷം പ്രാകൃതകലാപം എന്ന് വിശേഷിപ്പിക്കാവുന്ന ഒരു പ്രതിഷേധ പ്രകടനംപോലും ഈ പ്രദേശത്തുനിന്നും റിപ്പോർട്ട് ചെയ്യപ്പെട്ടില്ല എന്നു തന്നെയാണ്. എന്നാൽ, ഈ കലാപം പില്ക്കാല ദർശനങ്ങളെ അധികരിച്ചുള്ളതു തന്നെയായിരുന്നു എന്നതിന് സംശയമില്ല. നിരന്തര പരാജയങ്ങൾ ഏറ്റുവാങ്ങേണ്ടിവന്ന ഒരു ജനത. അവർക്ക് പരിജിതമായ മാർഗ്ഗങ്ങളിലൂടെ, അവർക്കറിയാവുന്ന പ്രത്യയശാസ്ത്രത്തിന്റെ സഹായത്തോടെ പ്രതിഷേധം പ്രകടിപ്പിക്കുകയായിരുന്നു. അതിനനുകൂല സാഹചര്യം സൃഷ്ടിച്ചത് സാമ്രാജ്യത്വഭരണകൂടത്തിനെതിരായി ഇന്ത്യയ്ക്കത്തും പുറത്തുമുള്ള ശക്തികൾ ഒത്തുകൂടുന്നുവെന്നും, ഈ അനുകൂല സാഹചര്യം ഉപയോഗിച്ച് ആഞ്ഞടിച്ചില്ലെങ്കിൽ ഇസ്ലാമിക സമൂഹത്തിന് അത്യന്താപേക്ഷിതമായ ഖിലാഫത്ത് മുതലായ ലക്ഷ്യങ്ങൾ കൈവരിക്കുവാനാകുകയില്ല എന്നുമുള്ള വിശ്വാസങ്ങളായിരുന്നു. എന്നാൽ, ഈ കലാപകാലത്തും അതിനുപിമ്പും മലബാറിലെന്ന പോലെ, ഇന്ത്യയിലൊട്ടാകെയും ലോകസമൂഹത്തിലും വൻകിട മാറ്റങ്ങൾ ഉണ്ടായി. ഒന്നാം ലോകമഹായുദ്ധത്തിന്റെ ഫലമായി സമൂഹഗാത്രത്തിൽ നിലനിന്നുപോന്ന പരമ്പരാഗത വീക്ഷണങ്ങൾ കടപുഴകി. തൽസ്ഥാനത്ത് ആധുനികവല്ക്കരണ പ്രക്രിയ തുലോം ശക്തമായി,. അതുമായി താരതമ്യം പ്രാപിച്ച ദേശീയ പ്രസ്ഥാനം ഇന്ത്യയൊട്ടാകെ നിലവിൽ വന്ന വൈവിദ്ധ്യമേറിയ പ്രതിഷേധ പ്രകടനങ്ങളെ ഒരു പരിധിവരെ അതിന്റെ ചിറകിലൊളിപ്പിച്ചുവെച്ചു.

ഇത്തരം മാറിയ പരിതഃസ്ഥിതിയെ നേരത്തെ കണ്ടു പെരുമാറാൻ മേല്പറഞ്ഞ ഘടകങ്ങളാൽ മാപ്പിള സമൂഹം അശക്തമായിരുന്നു. എന്നാൽ, പുതിയ ലോകത്തിന്റെ മാർഗ്ഗങ്ങളെ കൊളോണിയൻ സമൂഹത്തിൽ വെച്ചു തന്നെ താരതമ്യേന കൂടുതൽ അടുത്തറിയാൻ വിദ്യാഭ്യാസപരമായും മറ്റും മുൻപന്തിയിലായിരുന്ന ഹൈന്ദവ സമൂഹത്തിലെ "മേൽജാതി"ക്കാർക്ക് സാദ്ധ്യമായി. അതുകൊണ്ടുകൂടിയാണ് കുടിയായ്മ പരിഷ്കരണ പ്രസ്ഥാനത്തിൽ അവർ മുൻപന്തിയിലുണ്ടായിരുന്നത്. (പണിക്കർ കെ എൻ 1989) ചുരുക്കിപ്പറഞ്ഞാൽ മലബാർ സമൂഹത്തിൽ ഒന്നിച്ചു കഴിഞ്ഞവർ തമ്മിൽ തമ്മിൽ അറിയാൻ പാടില്ലാത്തവണ്ണം സാമൂഹ്യമായി വേർതിരിക്കപ്പെട്ടു. ഒരുകൂട്ടർക്ക് മറ്റുള്ളവർ 'ലഹളക്കാരും' 'കലാപകാരികളും' 'കടൽക്കൊള്ളക്കാരും' മാത്രമായി മാറിയപ്പോൾ മറ്റുള്ളവർക്ക് ആദ്യത്തെ കൂട്ടർ സാമ്രാജ്യത്വ ശക്തികളുടെ പിണിയാളുകൾ മാത്രമായി മാറി.

ഗ്രന്ഥസൂചി

1. ഹാർഡ്ഗ്രേവ്, ആർ എൽ ജൂനിയർ, 1977 *The Mappilla Rebellion, 1921: Peasant Revolt in Malabar Modern Asian Studies*: 11.1, PP 57-99
2. ടാഗോർ, സൗമ്യേന്ദ്ര 1982(1937) *മലബാറിലെ കാർഷിക കലാപം. 1921,* (വിവ. കെ കെ എൻ കുറുപ്പ്), സന്ധ്യാ പബ്ലിഷേഴ്സ്, കോഴിക്കോട്.
3. ദനാഗരേ, D.N.1977 Agrarian conflict, *Religion and politics: The Moplah Rebellions in Malabar in the Nineteenth and Early Twentieth centuries*, past and present, 74,1977.
4. വുഡ്, കോൺറാഡ് 1976, *The Moplah Rebellions " between 1800-02 and 1921-22*", Indian Economic and Social History Review, 13.1
5. വുഡ്, കോൺറാഡ് 1974, *Historical Background of the Moplah Rebellion: Out breaka, 1836-1919*. Social Scientist, III. August. PP 5-33.
6. വുഡ്, കോൺറാഡ് 1976 B *The frist Moplah Rebellion against British Rule in Malabar*, Modern Asian Studies, 10.4 pp.543-556.
7. ഗഫ്, അബർലി, കത്ലി, 1976, *Indian peasant uprisings*. Bulletin of concerned Asian Scholars, 8.3.
8. നമ്പൂതിരിപ്പാട് ഇ എം എസ്, 1968, *Kerala: Yesterday Today and Tomorrow,* National Book Agency, Calcutta.
9. Dale, Stephen F,1980, Islamic society on the south Asian Frontier: *The Mappillas of Malabar* 1498-1922, Clarenden press Oxford.
10. Dale, Stephen F.1977. *The Islamic Frontier in South west India: The shahid as a Cultural Ideal among the Mappillas of Malabar*. Modern Asian Studies, 11.1.PP 41.55.
11. പണിക്കർ. കെ എൻ, 1989, *Against Lord and State. Religion and Peasant upristings in Malabar.* 1836-1921, Oxford University- press, Bombay.
12. ആർനോൾഡ് ഡേവിഡ്, 1982. *Islam, the Mappilas and peasant Revolt*

in Malabar. (Review Article) The journal of peasant studies 9.4. july 1982. pp.255-265.

13. ബെർജെർ, മാർക് ടി, 1990, *Review Essay: from commerce to conquest: The Dynamics of British Mercantile Imperialism in Eighteenth ceantury Bengal, and the Foundation of the British Indian Empire* "Bulletin of concerned Asian scholars 22.2 Jan. March, pp.44-62.
14. മില്ലർ, റൊണാൾഡ് ഈ. 1976, *Mappilla Muslims of Kerala*, A study in Islamic Trends, Orient Longman, Bombay.
15. റോബിൻസൺ, ഫ്രാൻസിസ് 1984. *സ്റ്റീഫൻ ഡേലിന്റെ ഗ്രന്ഥനിരൂപണം,* Modern Asian Studies, 18.1.Febuary.157-161.
16. ഗുരുക്കൾ, രാജൻ, 1987, *Communal Harmony in Early Medieval Kerala.* Religion and society XXXIV, 1. March 14-19.
17. നാരായണൻ, എം ജി എസ്, 1971, *കേരള ചരിത്രത്തിന്റെ അടിസ്ഥാന ശില കൾ,* നവകേരള, കോഴിക്കോട്, 114-121.
18. വാൻഡെർ ഫ്ളൂഗ്, JPM.1983, The Christians of St.Thomas in South Indian and Their Syriac-Manuscripts, Center for Indian and Inter-Religions Studies. Rome.
19. ഹുട്ടാർട്, എഫ്, ലെമർ സീമിയർ. G.1981, Genesis and Institutionalisation of the Indian Catholicisam, C.R.S.R. Lourein-la-Neuve.
20. മാത്യു സി പി, തോമസ് എം എം. 1967 ISPCK, Delhi.
21. ലെമർ സീനിയർ, ജി. 1983, C.R.S.R, Lourein-la-Neuve.
22. രാജ് കെ എൻ തരകൻ, പി കെ എം. 1983, *Agrarian Reform in Kerala: And its Impact on the Rural Economy A preliminany-Assessment.* Ajithkumar Ghose fed Agrarian Reform in contemporary developing countries croom helm and St.Martin's London, Cannberra New York. pp 31-90.
23. കൊമോറോവ്, ഇ എൻ 1965, *Colonial Exploitation and Economic Development: Some problems of the Economic History of India Under colonical Rule.* Second International Conference of Economic History. Monran and Co.paris.
24. ഹോബ്സ് ബാം ഇ ജെ 1974 (1959). Primitive Rebels Studies in Archaic forms of social Movement in the 19th and Centuries, Manchester Union press Manchester.
25. കുയിമാൻ ഡി. 1989, Conversion and Social Equality in India. The London Missionary Society in South Travancore in the 19th 20th Century. Manohar. N. Delhi.
26. ടില്ലി സി 1978, From Mobilization to Revolution Reading. Addission Wesley.
27. മെലൂച്ചി എ. 1984, *An End to social Movements? Introduction paper to the session on New Movement and Change in Organisation Forms.* Social Science Information, 23,415, pp. 819-836.

പരമ്പരാഗതസമൂഹവും പ്രത്യയശാസ്ത്രവും ഒരു ചരിത്രവിചിന്തനം

അനിൽകുമാർ എ വി

കെട്ടടങ്ങാത്ത വിവാദത്തിന്റെ അകമ്പടിയോടെയാണ് മലബാർ കലാപം നിരീക്ഷിക്കപ്പെട്ടിട്ടുള്ളത്. സാമ്രാജ്യത്വത്തിനും ഫ്യൂഡൽ താല്പര്യങ്ങൾക്കുമെതിരായ രണോത്സുകമായ ഒരു ചരിത്രകാലഘട്ടത്തിന്റെ സജീവ സാന്നിദ്ധ്യം പ്രകാശിപ്പിച്ച ഈ കാർഷിക മുന്നേറ്റം കേരളത്തിന്റെ ആധുനിക രാഷ്ട്രീയ ഭൂപടത്തിൽ സാമാന്യേതരമായ പരിഗണനയർഹിക്കുന്നു. രാഷ്ട്രീയ പ്രസ്ഥാനങ്ങളുടെയും പ്രത്യയശാസ്ത്ര സമ്പുഷ്ടമായ മനോഭാവത്തിന്റെയും കരുത്തിലൂടെ ഉരുകിത്തെളിഞ്ഞ പില്ക്കാല പ്രതിരോധങ്ങൾക്കൊപ്പം പരമ്പരാഗത സമൂഹത്തിന്റെ ആദ്യകാല ചെറുത്തുനില്പുകളിലും കേരളം ജ്വലിച്ചുനിന്നിട്ടുണ്ട്. പഴശ്ശി സമരവും വേലുത്തമ്പിയുടെ പ്രഖ്യാപനവും 1812 ലെ കുറിച്ചികലാപവും ആദ്യകാല മാപ്പിള കാർഷിക മുന്നേറ്റങ്ങളും ഇതിന്റെ ഉദാഹരണങ്ങൾ.

പരമ്പരാഗതസമൂഹം നയിച്ച ആദ്യകാല ചെറുത്തുനില്പുകളെ പുനഃസ്ഥാപന പ്രക്ഷോഭങ്ങൾ[1] (restorative rebellions) എന്ന നിലയിലാണ് പണ്ഡിതന്മാർ വർഗ്ഗീകരിച്ചിട്ടുള്ളത്. ഭൂതകാലത്തിന്റെ പുനഃസ്ഥാപനവും നഷ്ടപ്പെട്ട അധികാരങ്ങളുടെ പുനരാനയിക്കലുമെന്നതിനപ്പുറത്തേക്ക് അതിന്റെ ലക്ഷ്യങ്ങൾ വളരുന്നില്ല. കൊളോണിയൻ ആധിപത്യത്തിനെതിരെ നടന്ന പരമ്പരാഗത ചെറുത്തുനില്പുകളെ ആഫ്രിക്കൻ പശ്ചാത്തലത്തിൽ അപഗ്രഥിക്കുന്ന എറിക് സ്റ്റോക്സിനെപ്പോലുള്ളവർ പ്രാഥമിക പ്രതിരോധം (primary resistance) എന്ന പരികല്പന മുന്നോട്ട് വെക്കുന്നുണ്ട്. ഈ വർഗ്ഗീകരണത്തെ ഇന്ത്യൻ രീതിയിൽ വിപുലമാക്കാനുള്ള ഉദ്യമങ്ങൾ സുമിത് സർക്കാരിന്റെയും മറ്റും രചനകൾ.[2] അനാവൃതമാക്കുന്നുണ്ട്. രാഷ്ട്രീയ പ്രസ്ഥാനങ്ങളുടെ ആവിർഭാവത്തോടെ, പുനഃസ്ഥാപന ലക്ഷ്യത്തിനപ്പുറത്തേക്ക് വളർന്ന മുന്നേറ്റങ്ങൾ രണ്ടാംതല ചെറുത്തുനില്പുകൾ (secondary resistance) എന്ന നിലയിലാണ് നിരീക്ഷിക്കപ്പെട്ടി

രിക്കുന്നത്. കൊളോണിയൻ നുഴഞ്ഞുകയറ്റം ത്വരിതമായ ഘട്ടത്തിൽ, പുതിയ നേതൃരൂപങ്ങളാൽ നയിക്കപ്പെട്ട് വെറും പുനഃസ്ഥാപനത്തിനപ്പുറത്തേക്ക് നീളുന്ന ലക്ഷ്യങ്ങളാണ് രണ്ടാംതല മുന്നേറ്റങ്ങൾക്കും പ്രതിരോധങ്ങൾക്കുമുള്ളത്.

1636 മുതൽ ബ്രിട്ടീഷ് നയത്തിനെതിരെ മാപ്പിള കർഷകർ അനുരഞ്ജന രഹിതമായി മുന്നോട്ട് വന്നിരുന്നു. ഈ സമര പരമ്പരകളിൽ ശക്തിമത്തായതും നീണ്ടുനിന്നതുമായ പോരാട്ടമാണ് 1921 ലേത്. 1636 നും 1919 നുമിടയിൽ 35 ചെറുകലാപങ്ങൾ രേഖപ്പെടുത്തപ്പെട്ടിരുന്നു. ഇവയിൽ 352 കലാപകാരികൾ മാത്രമായിരുന്നു രംഗത്ത്. ഇതിൽ നിന്ന് വ്യത്യസ്തമായി വിപുലമായ കാർഷിക പിന്തുണയോ വ്യാപ്തിയോടെയുമാണ് 1921 ലെ കലാപം തിളങ്ങിനിന്നത്.

കൊളോണിയൽ രാഷ്ട്രീയാധിനിവേശത്തോടൊപ്പം പ്രത്യയശാസ്ത്രാക്രമണത്തിനും സാമ്രാജ്യത്വ പദ്ധതികൾ പ്രവർത്തിച്ചു. ഇത് ഭരണീയരുടെ രാഷ്ട്രീയാവസ്ഥയുടെ സൂക്ഷ്മ നിരീക്ഷണങ്ങൾക്കപ്പുറം അവയുടെ പുനർപാരായണത്തിനും വികൃതമാക്കലിലുമാണ് ഊന്നൽ നല്കിയത്. വെള്ളക്കാരന്റെ ഉത്തരവാദിത്വം (white mans burden) പോലുള്ള സൂചനകങ്ങൾക്കു പുറമെ പൗരസ്ത്യസ്വേച്ഛാധിപത്യം (oriental despotism) സുവർണ്ണ കാലഘട്ടസങ്കല്പം (golden age) കാർഷിക മുന്നേറ്റങ്ങളെ വിലയിരുത്തിക്കൊണ്ടുള്ള 'മതഭ്രാന്ത്' എന്നീ വാർപ്പ് മാതൃകകൾ (stereotypes) ഈയൊരർത്ഥത്തിലാണ് വായിച്ചെടുക്കേണ്ടത്. പണ്ഡിത ഔദ്യോഗികന്മാരും ഔദ്യോഗിക പണ്ഡിതരുമെന്ന് എറ്റീന്നെ ബലാസ് വിശേഷിപ്പിക്കുന്നവരുടെ പാശ്ചാത്യ ചരിത്ര നിരീക്ഷണങ്ങൾ മേൽക്കൈ നേടിയ വേളയിൽ ചൈനീസ് കാർഷിക മുന്നേറ്റങ്ങളെ അവഗണിച്ചതായും ചുരുക്കിക്കെട്ടിയതായും ഴാങ്ഷനോ എഴുതിയിട്ടുണ്ട്. ചൈനയിലെ കാർഷികവിപ്ലവകാരികളെ ഫെയ് (Fei) എന്നാണ് കൊളോണിയൽ ചരിത്രവീക്ഷണം പരാമർശിച്ചത്. ഇതുപോലെ ഇന്ത്യൻ കാർഷിക മുന്നേറ്റങ്ങളിൽ 'മതഭ്രാന്തിന്റെ അംശങ്ങൾ' വായിച്ചെടുക്കാനാണ് കൊളോണിയൽ ചരിത്രരചനാ കൗശലം ഒരുമ്പെട്ടത്. പരമ്പരാഗത സമൂഹത്തിന്റെ കലാപങ്ങളിലും ചെറുത്തുനില്പുകളിലും മതബോധവും മതബോധം രൂപപ്പെടുത്തിയ ലോകവീക്ഷണവും അടിസ്ഥാനമായി വർത്തിച്ചതിന്റെ ആഗോളമാതൃകകൾ നിരവധിയാണ്. ചൈനയിലെ കാർഷികമുന്നേറ്റങ്ങളെക്കുറിച്ച് ശ്രദ്ധേയമായ നിരീക്ഷണം നടത്തിയ ഴാങ്ഷനോയുടെ കുറിപ്പുകൾ.[3] ഈയൊരർത്ഥത്തിൽ പരിഗണനയർഹിക്കുന്നു. "കാർഷികകലാപങ്ങളിൽ മതപരമായ ഘടകങ്ങൾ എല്ലായ്പ്പോഴും കാണാം. രഹസ്യസംഘടനകളുടെ മീതെ അവയുടെ സ്വാധീനം അത്യന്തം പ്രകടമാണ്. അവയിൽ പലതും നിഗൂഢമായ ആരാധനകളും ഉപനയിക്കുന്ന ചടങ്ങുകളും അഗ്നിപരീക്ഷകൾ വഴിയുള്ള വിചാരണകളും അഭേദ്യമായിത്തീരുവാനുള്ള മന്ത്രവിദ്യകളും അനുഷ്ഠിച്ച് വരുകയും മരണത്തിനുശേഷം ആത്മീയനിർവ്വാണത്തിന്റെ പ്രത്യാശ അംഗങ്ങളിൽ ഉളവാക്കുകയും ചെയ്തു." എന്ന ഷനോയുടെ നിരീക്ഷണം അത്യന്തം സാരവത്താണ്.

മുഗൾ കാലഘട്ടത്തിലെ കാർഷിക മുന്നേറ്റങ്ങളിൽ ജാതിയും മതവും വലിയ സ്വാധീനം ചെലുത്തിയതായി ഇർഫാൻ ഹബീബിന്റെയും മറ്റും കുറിപ്പുകൾ സാക്ഷ്യപ്പെടുത്തുന്നുണ്ട്.

മലബാർ കലാപത്തിന്റെ ചരിത്ര പ്രാധാന്യവും കാർഷിക ജനവിഭാഗങ്ങളുടെ വിപുലമായ പങ്കാളിത്തവും അതിന്റെ ഊർജ്ജമായി വർത്തിച്ച രാഷ്ട്രീയധാരകളെയും ചുരുക്കിക്കെട്ടാൻ ബ്രിട്ടീഷ് ഭരണം കലാപം അടിച്ചമർത്തിയതിനുശേഷം ശ്രമിച്ചു. ഇങ്ങനെ ചില പൊലീസ് ചരിത്രകാരർ ഈ മേഖലയിൽ പരിശോധനയ്ക്ക് തുടക്കമിട്ടു. ചൈനീസ് അനുഭവത്തിൽ എറ്റിനെ ബലാസ് സൂചിപ്പിച്ച ഉദ്യോഗസ്ഥ ചരിത്ര വീക്ഷണം, ജി ആർ എഫ്, ടോട്ടൻ ഹാം, ആർ എച്ച് ഹിച്ച് ഹോക്ക് തുടങ്ങിയവരുടെ പഠന പരിശ്രമങ്ങൾ ഈ വെളിച്ചത്തിലാണ് പരിശോധിക്കേണ്ടത്. ഈ പൊലീസ് ചരിത്രകാരർ മലബാർ കലാപത്തെ മാപ്പിളമാരുടെ വെറും മതഭ്രാന്തായി രേഖപ്പെടുത്തി.

കൊളോണിയൽ ചരിത്രവീക്ഷണത്തിന്റെ ദൗർബല്യം ദേശീയവാദി ചരിത്രകാരരെയും എഴുത്തുകാരെയും സ്വാധീനിച്ചു. മലബാർ കലാപത്തിലെ യഥാർത്ഥ ചാലകശക്തി അനാവരണം ചെയ്യാൻ പര്യാപ്തമായിരുന്നില്ല. ഈ ഗണത്തിൽപ്പെട്ട പലരുടെയും കുറിപ്പുകൾ. വർഗ്ഗപരിമിതി മുഴച്ചുനിന്ന പട്ടാഭി സീതാരാമയ്യയുടെയും ഗോപാലൻ നായരുടെയും മറ്റും പഠനങ്ങൾ ഈ ദൗർബല്യം പുറത്തുകൊണ്ടുവരുന്നു. കോൺഗ്രസ് ഔദ്യോഗിക ചരിത്രകാരനായി അറിയപ്പെടുന്ന പട്ടാഭി സീതാരാമയ്യ രണ്ട് വാല്യം വരുന്ന തന്റെ പഠനത്തിൽ (*ഇന്ത്യൻ നാഷണൽ കോൺഗ്രസിന്റെ ചരിത്രം*) അവഗണനയോടെയാണ് മലബാർകലാപത്തെ പരാമർശിക്കുന്നത്. മലബാർകലാപത്തോട് കോൺഗ്രസ് നിഷേധാത്മകമായ സമീപനമായിരുന്നു കൈക്കൊണ്ടത്. ഗാന്ധിജിയുടെ കുറിപ്പുകളിലും ഈ അപര്യാപ്തത വീക്ഷണത്തിന്റെ നിഗമനങ്ങൾ നിഴലിക്കുന്നുണ്ട്.

ബ്രിട്ടീഷ് കാലഘട്ടത്തിൽ നടന്ന കാർഷികാസ്വാസ്ഥ്യങ്ങളുടെ പശ്ചാത്തലത്തിൽ കാർഷികപ്രശ്നങ്ങളിലേക്കുള്ള എത്തിനോട്ടമെന്ന പേരിൽ കമ്മീഷനുകൾ നിയമിക്കപ്പെട്ടു. ടി എൽ സ്ട്രെയ്ഞ്ച്, വില്യം ലോഗൻ, എച്ച് വി കൊണോലി എന്നിവരുടെ നേതൃത്വത്തിലായിരുന്നു അവ. കൊണോലി, സ്ട്രെയ്ഞ്ച് എന്നിവരുടെ നിഗമനങ്ങളും നിരീക്ഷണങ്ങളും കാർഷികസംതൃപ്തിയെ ശരിയായി നോക്കിക്കണ്ടില്ല. രാഷ്ട്രീയ സാമൂഹ്യ സാമ്പത്തിക ഘടകങ്ങളെ ആഴത്തിൽ പഠിച്ചതായി ഇവരുടെ റിപ്പോർട്ടുകൾ സാക്ഷ്യം വഹിക്കുന്നില്ല. കാർഷികാസ്വാസ്ഥ്യങ്ങൾ നേരിയതോതിൽ പരാമർശിക്കുന്നുണ്ടെങ്കിലും അവ കാർഷിക കലാപങ്ങൾക്ക് പര്യാപ്തമായ കാരണങ്ങളല്ലെന്ന നിഗമനത്തിലാണ് ഇരുവരുടെയും നിഗമനങ്ങൾ ചെന്നുവീഴുന്നത്.

കാർഷിക അസംതൃപ്തിക്ക് കാരണം കൊളോണിയൽ കാർഷിക നയസമീപനമാണെന്ന് വില്യം ലോഗൻ റിപ്പോർട്ടെഴുതി. അന്നുവരെ നിലനിന്നിരുന്ന വീക്ഷണങ്ങളെ വെല്ലുവിളിക്കുന്ന —കൊളോണിയൽ ഭരണ പ്രതിസന്ധിയായിരുന്നിട്ടും-സമീപനമായിരുന്നു ലോഗൻ മുന്നോട്ട് വെച്ചത്. ബ്രിട്ടീഷ് ഭരണാധികാരികളിൽ പ്രമുഖനായ ലോഗൻ, ഗ്രാമീണ ദാരിദ്ര്യം

മലബാറിലെ സാമൂഹികരംഗത്തുളവാക്കിയ സ്വാധീനത്തെ മനസ്സിലാക്കിയിരിക്കുന്നു. മലബാറിലെ കാർഷിക ബന്ധങ്ങളുടെ അടിത്തറയിലും ഘടനയിലും മൗലികമായ മാറ്റത്തിന്റെ ആവശ്യകത ഊന്നിപ്പറയുന്നതായിരുന്നു ലോഗന്റെ റിപ്പോർട്ട്. മലബാറിലെ കുടിയായ്മയുടെ ചരിത്രപരമായ വികാസത്തെക്കുറിച്ചുള്ള ലോഗന്റെ നിരീക്ഷണങ്ങളും സിദ്ധാന്തങ്ങളും കൊളോണിയൽ ഇന്ത്യയിലെ ഭൂവുടമാ സമ്പ്രദായങ്ങളെയും കാർഷികബന്ധങ്ങളെയും സംബന്ധിച്ച പഠനങ്ങൾക്ക് ചിലരെങ്കിലും അടിസ്ഥാനമായി സ്വീകരിച്ചിട്ടുണ്ട്.

വിഖ്യാത ബംഗാൾ മാർക്സിസ്റ്റ് ചിന്തകൻ സൗമ്യേന്ദ്ര നാഥടാഗോർ 1921 ലെ മലബാർ കലാപത്തെ പഠനവിധേയമാക്കുകയുണ്ടായി. ഇന്ത്യൻ ദേശീയ പ്രസ്ഥാനത്തിനനുപൂരകമായി നടന്ന കാർഷിക കലാപമാണിതെന്ന് അദ്ദേഹം എഴുതി. ഈ വീക്ഷണം മുന്നോട്ടുവച്ച അദ്ദേഹത്തിന്റെ ലഘുലേഖ[4] ബ്രിട്ടീഷ് ഗവൺമെന്റ് 1937 ആഗസ്ത് 2 ന് നിരോധിച്ചു. വിവാദം കെട്ടടങ്ങാത്ത മലബാർ കലാപത്തെ അധികരിച്ച് ഇന്ന് ഏറെ പഠനങ്ങൾ വെളിച്ചം കണ്ടിട്ടുണ്ടെങ്കിലും മുപ്പതുകളിൽ സൗമ്യേന്ദ്ര നാഥ ടാഗോർ നടത്തിയ നിരീക്ഷണങ്ങൾ ശ്രദ്ധേയമാണ്. കലാപത്തെ സ്വാധീനിച്ച മതാംശങ്ങളിൽ ഊന്നൽ നല്കി കാർഷിക പ്രശ്നത്തെ നിരാകരിക്കുന്നതിലാണ് ഇന്നും ചിലരുടെയെല്ലാം ശ്രമം. ഫ്യൂഡൽ ബന്ധങ്ങൾക്കും സാമ്രാജ്യത്തത്തിനുമെതിരെ കലാപത്തിനിറങ്ങിയ ജനതതിയെ മതപരമായ ആശയങ്ങൾ എങ്ങനെ സ്വാധീനിക്കുന്നുവെന്നതിന് ധാരാളം ഉദാഹരണങ്ങളുണ്ട്. ഷാനോയുടെ പഠനങ്ങൾ ഇവിടെയാണ് അതീവ സംഗതമാകുന്നത്.

ടാഗോറിന്റെ പഠനത്തിന്റെ പ്രകടിതമായ ന്യൂനത അത് മതപരമായ അംശത്തെ പൂർണ്ണമായും നിരാകരിക്കുന്നു എന്നതാണ്. മതബോധം സൃഷ്ടിച്ച പ്രത്യയശാസ്ത്രലോകവും അത് കാർഷികമുന്നേറ്റങ്ങളിൽ ചെലുത്തുന്ന സ്വാധീനവും അപഗ്രഥിക്കാതെയായിരുന്നു. സൗമ്യേന്ദ്രനാഥ ടാഗോർ മലബാർ കലാപത്തെ സമീപിച്ചത്. മലബാർ കലാപത്തോട് അന്ന് കോൺഗ്രസ് കൈക്കൊണ്ട സമീപനത്തെ തുറന്നെതിർത്തും സാമ്രാജ്യത്വ കോയ്മകളെ ആക്രമിച്ചുമാണ് സൗമ്യേന്ദ്രനാഥ ടാഗോർ തന്റെ നിരീക്ഷണം അവസാനിപ്പിക്കുന്നത്.

കേരളത്തെക്കുറിച്ചുള്ള തന്റെ പല പഠനങ്ങളിലും ഇ എം എസ് നമ്പൂതിരിപ്പാട് മലബാർ കലാപത്തെ പരാമർശിച്ചിട്ടുണ്ട്. മതപരവും പിന്നീട് വർഗ്ഗീയ വിഭജനത്തിലേക്കുമെത്തിയ കലാപത്തിന്റെ വ്യതിയാനത്തെ അദ്ദേഹം വിശകലനം ചെയ്തു. 1946 ൽ 1921 ലെ മലബാർകലാപത്തിന്റെ 25-ാം വാർഷികത്തിൽ കമ്യൂണിസ്റ്റ് പാർട്ടിയുടെ കേരള കമ്മിറ്റി ഇ എം എസ് എഴുതിയ 'ആഹ്വാനവും താക്കീതും' എന്ന ലഘുലേഖയിറക്കി. ഇന്ത്യയിലെ ദേശീയ വിമോചനപ്രസ്ഥാനം വ്യാപകമായ കർഷകബഹുജന പ്രസ്ഥാനം ഇവ ഉയർന്നുവന്ന കാലയളവിലായിരുന്നു അത്. ഈ രണ്ട് പ്രസ്ഥാനങ്ങളിലും തോളോടുതോൾ ചേർന്ന് സമരം നടത്താൻ വേണ്ട പ്രേരണ വിവിധ ജാതി മതവിഭാഗത്തിൽപ്പെട്ട ബഹുജനങ്ങൾക്കു

ണ്ടായിരുന്നു. ഇത് ആഹ്വാനവും അതിന്റെ വർഗ്ഗീയവ്യതിയാനത്തിന്റെ അംശം താക്കീതുമായാണ് ഇ എം എസ് സൂചിപ്പിച്ചത്.

അക്കാദമിക താല്പര്യത്തിന്റെ പരിഗണനകൾക്ക് വിധേയമായി മലബാർ കലാപത്തെ പഠിച്ച വിദേശ പണ്ഡിതരിൽ പ്രമുഖർ, കോൺറാഡ് വുഡും മഹയോ സർവ്വകലാശാലയിലെ സ്റ്റീഫൻ എഫ് ഡെയ്ലുമാണ്. ലണ്ടൻ സർവ്വകലാശാലയ്ക്ക് 1975 ൽ സമർപ്പിച്ച തന്റെ ഗവേഷണ പ്രബന്ധത്തിൽ കോൺറാഡ്‌വുഡ് മലബാർകലാപത്തെ ആഴത്തിൽ പരിശോധിക്കുന്നുണ്ട്.[5] വുഡ്, സാമ്പത്തിക നിർവ്വചനമാണ് ലഹളയ്ക്കുപിന്നിൽ പ്രതിഷ്ഠിക്കുന്നത്. മതത്തെ സംഘടിക്കാനുള്ള ഉപാധിയായി കാണുന്നു. ഡെയ്ലിന്റെ നിരീക്ഷണം 19-ാം നൂറ്റാണ്ടിലെ ബ്രിട്ടീഷ് ഉദ്യോഗസ്ഥചരിത്രകാരരുടേതിൽനിന്ന് വലിയ വ്യത്യാസം കുറിക്കുന്നില്ല. അവരെപ്പോലെ മതപ്രോക്തമാണ് കലാപമെന്ന് ഡെയ്ൽ വിധിയെഴുതുന്നു.[6] കാർഷിക രംഗത്തെ ചൂഷണത്തെയും ഗ്രാമീണ ദാരിദ്ര്യത്തെയും ശ്രദ്ധിക്കുന്ന ഡെയ്ൽ, അവ കലാപത്തിന് പര്യാപ്തമായ കാരണങ്ങളാണെന്ന് കാണുന്നില്ല.

അനുസ്മരണക്കുറിപ്പുകൾ എന്ന നിലയിലും അക്കാദമിക് പഠനങ്ങൾ എന്ന തരത്തിലും ഒട്ടേറെ നിരീക്ഷണങ്ങൾ ഈ കാർഷിക മുന്നേറ്റത്തെ കേന്ദ്രീകരിച്ച് വെളിച്ചം കണ്ടിട്ടുണ്ട്. ഡി എൻ ദനാഗരെ, എൽ റോബർട്ട്, ഹാൻഡ്ഗ്രേവ് ജൂനിയർ, എം ഗംഗാധരൻ തുടങ്ങിയവരുടെ പഠനങ്ങളും മോഴിക്കുന്നത്ത് ബ്രഹ്മദത്തൻ നമ്പൂതിരിപ്പാട്, കെ പി കേശവമേനോൻ, മൊയ്തു മൗലവി, കെ മാധവൻ നായർ തുടങ്ങിയവരുടെ അനുസ്മരണങ്ങളും ഈ മേഖലയിൽ വിലപ്പെട്ടതാണ്. പ്രസ്തുത പഠനങ്ങളും നിരീക്ഷണങ്ങളും രണ്ടുകൈവഴികളിലൂടെയാണ് മുന്നേറുന്നത്. ഒരു വിഭാഗം, മതപരമായ അംശത്തെ നിരാകരിച്ച് സാമ്പത്തിക കാരണങ്ങൾ പരിശോധിക്കുന്നു. മറ്റുചിലരാകട്ടെ മതപ്രോക്തമെന്നുകണ്ട് സാമ്പത്തിക സാമൂഹിക ചാലകശക്തിയെ നിരാകരിക്കുന്നു.

മലബാർകലാപത്തെക്കുറിച്ച് ഇതുവരെ പുറത്തുവന്ന പഠനങ്ങളിൽ ഏറ്റവും ശ്രദ്ധേയമാണ് ഡോ. കെ എൻ പണിക്കരുടെ *പ്രഭുവിനും ഭരണകൂടത്തിനുമെതിരെ* എന്ന കൃതി.[7] നിലനില്ക്കുന്ന വീക്ഷണങ്ങളെയും പരമ്പരാഗത നിരീക്ഷണങ്ങളെയും പ്രകോപിപ്പിക്കുന്നതാണ് പണിക്കരുടെ കണ്ടെത്തലുകൾ. പരമ്പരാഗത സമൂഹം, കൊളോണിയൽ ഭൂബന്ധങ്ങൾ പുതിയ സാമൂഹ്യ വിഭാഗം, ഇവരെ സ്വാധീനിച്ച പ്രത്യയശാസ്ത്ര ലോകം-എന്നിങ്ങനെ വിപുലമായ ധാരകളെ അദ്ദേഹം പരാമർശിക്കുന്നു.

ആംഗ്ലോ മൈസൂർ യുദ്ധപരാജയത്തെതുടർന്നുള്ള ശ്രീരംഗപട്ടണം ഉടമ്പടി പ്രകാരം ടിപ്പുസുൽത്താന്റെ അധീനതയിൽനിന്ന് മലബാർ ബ്രിട്ടീഷ് മേധാവിത്തത്തിൻകീഴിലായി. ബ്രിട്ടീഷ് ഭൂബന്ധം പരമ്പരാഗത അംശങ്ങളെ കീഴ്മേൽ മറിച്ചു. ഇത് ഭൂ അധികാരത്തിൽ മൗലികമായ പൊളിച്ചെഴുത്തിന് കാരണമായി. ബിബിൻചന്ദ്രയുടെ ഭാഷയിൽ പരമ്പരാഗതമോ ഫ്യൂഡലോ കൊളോണിയലോ അല്ലാത്ത മിശ്രിതവ്യവസ്ഥയാണ് രൂപമെടുത്തത്. കാരണം ജയം ആർക്കുമുള്ള കുടിയായ്മ വ്യവസ്ഥകൾ ന്യൂന

പക്ഷത്തിന്റെ കൈയിൽ ഭൂകേന്ദ്രീകരണത്തിലേക്കാണ് എത്തിച്ചത്. കൊളോണിയൽ ഭൂബന്ധങ്ങൾ വർദ്ധിച്ച നികുതി പിരിവിന്റെയും കുടിയൊഴിപ്പിക്കലിന്റെയും സാധന വിലവർദ്ധനവിന്റെയും രൂപത്തിൽ ചൂഷണാത്മകമായ അവസ്ഥയിലെത്തി. കൊളോണിയൽ കാലഘട്ടത്തിന് മുമ്പ് ഒഴിപ്പിക്കലുകൾ പരാമർശിക്കപ്പെടുന്നേയില്ല. കാരണം ഭൂമിയുടെ കമ്പോളത്തിന്റെ ആവിർഭാവത്തോടെയാണ് ഇത് പ്രകടമാകുന്നത്. രാഷ്ട്രീയാധികാരം ഭൂ ഉടമകൾക്ക് ഭൂമിയിലും പ്രത്യേകാധികാരം പതിച്ചുനല്കി. ഭരണനടപടികൾക്ക് ഒഴിപ്പിക്കലിന് നിയമസാധുത നല്കുകയും സാമ്പത്തികരംഗത്തെ മാറ്റങ്ങൾ ഒഴിപ്പിക്കൽ ലാഭമാക്കുകയും ചെയ്തു. ഭൂപ്രഭുക്കൾക്ക് പ്രത്യേകാധികാരങ്ങൾ പതിച്ചുനല്കിയ ശേഷമാണ് ഒഴിപ്പിക്കൽ പ്രബലമായതെന്ന് പണിക്കർ രേഖപ്പെടുത്തുന്നു. (പേജ് 43)

മലബാർകലാപത്തിന്റെ സിരാകേന്ദ്രമായിരുന്ന പ്രദേശങ്ങൾ മാപ്പിള ഭൂരിപക്ഷ പ്രദേശങ്ങളായിരുന്നു. മാപ്പിളമാരിൽ ബഹുഭൂരിപക്ഷവും കൃഷി ചെയ്യുന്ന കുടിയാന്മാർ, ഭൂരഹിത കർഷകത്തൊഴിലാളികൾ, ചെറുകിട കച്ചവടക്കാർ, മീൻപിടിത്തക്കാർ ഇവരായിരുന്നു. മലബാർ കളക്ടറായിരുന്ന തോമസ് വാർഡൻ രേഖപ്പെടുത്തിയ പ്രകാരം 103 പ്രധാന ജന്മികളിൽ 8 പേർ മാത്രമായിരുന്നു മാപ്പിളമാർ. ബാക്കിയുള്ളവരിൽ ഒരാളൊഴികെ ബാക്കി സവർണ്ണഹിന്ദുക്കളായിരുന്നു. മാപ്പിള ജനവിഭാഗത്തിൽ ഭൂരിപക്ഷം കാർഷികവൃത്തിയെയും കച്ചവടത്തെയും കേന്ദ്രീകരിച്ച് ഉപജീവനം നടത്തുന്നവരാണെന്നതിനു പുറമേ, സർക്കാർ സർവ്വീസുകളിൽ ഇവരുടെ എണ്ണവും കുറവായിരുന്നു. തങ്ങളുടെ വിദ്യാഭ്യാസ പിന്നോക്കാവസ്ഥ കാരണമാണ് സർക്കാർ ഉദ്യോഗങ്ങളിൽ സ്ഥാനംനേടാൻ മാപ്പിളമാർക്ക് കഴിയാതെ പോയത്. മാപ്പിളമാരുടെ സാമ്പത്തികവും വിദ്യാഭ്യാസപരവുമായ പിന്നോക്കാവസ്ഥ, ബ്രിട്ടീഷ് മേധാവികളുടെ വിരോധ പ്രകൃതമായ സമീപനം ഒന്നുകൂടി രൂക്ഷമാക്കി. ടിപ്പുസുൽത്താനെ പിന്തുണച്ചവരെന്നു കണ്ടു മാപ്പിളമാരെ ബ്രിട്ടീഷ് ഭരണം ശത്രുക്കളായി കണക്കാക്കി.

ഭരണകൂടവുമായുള്ള മാപ്പിളമാരുടെ പ്രധാനബന്ധം അതിന്റെ മർദ്ദനോപകരണവുമായിട്ടായിരുന്നു. ഇത് മാപ്പിളമാരിൽ പ്രതിഷേധവും നീരസവും വലിയതോതിൽ വളർത്തുകയും ഒടുവിൽ ബ്രിട്ടീഷ് വിരുദ്ധ മനോഭാവത്തിലേക്ക് നീങ്ങുകയും ചെയ്തു. ഈ ബ്രിട്ടീഷ് വിരുദ്ധവികാരം വിപുലമാക്കുന്നതിൽ മാപ്പിളമാരിലെ പരമ്പരാഗത ബുദ്ധിജീവികൾ (Traditional Intellectuals) അതിപ്രധാന പങ്കുവഹിച്ചു. ഉലമകൾ, മുസല്യാർമാർ, ഖാസികൾ എന്നീ വിഭാഗങ്ങൾ ഇതിൽപ്പെടുന്നു.

പരമ്പരാഗത ബുദ്ധിജീവി വിഭാഗം മതബിംബങ്ങളിലൂടെ വിപുലപ്പെടുത്തിയ പ്രത്യയശാസ്ത്ര ലോകമാണ് മാപ്പിള കർഷക ജനസാമാന്യത്തിന് മുമ്പിൽ തുറക്കപ്പെട്ടത്. മതത്തിനുള്ളിൽ ശക്തമായ ആജ്ഞാശക്തിയുണ്ടായ പരമ്പരാഗത മതബുദ്ധിജീവി വിഭാഗം മത പ്രതീകങ്ങളെ വിപുലമാക്കുകയും അത് ഉയർത്തിപ്പിടിക്കുകയും ചെയ്തു. മാപ്പിള കർഷകരുടെ സാമൂഹ്യപ്രവർത്തനത്തിന്, ഈ പ്രത്യയശാസ്ത്ര ലോകമാണ് പിന്തുണയ്ക്കെത്തിയത്. ബ്രിട്ടീഷുകാർക്കെതിരായ പോരാട്ടത്തിൽ മരി

ച്ചുവീഴുന്നവർ രക്തസാക്ഷി(ശഹീദ്)കളായി വാഴ്ത്തപ്പെടുന്നതും കലാപഭൂമിയിൽ ഉറച്ചുനില്ക്കുന്നവർ 'ഉറുക്ക്' കെട്ടുന്നതും മറ്റും മതപ്രോക്തങ്ങളായ പ്രതീകങ്ങളുടെ സാമൂഹികവല്ക്കരണം തന്നെയാണ്. ഈ പ്രത്യയശാസ്ത്രലോകം വിപുലമാക്കാനുള്ള സംഭാവനയാണ് പരമ്പരാഗത ബുദ്ധിജീവികൾ നല്കിയത്. മറ്റു പഠനങ്ങളിൽനിന്ന് വ്യത്യസ്തമായി പരമ്പരാഗത ബുദ്ധിജീവികളുടെ പങ്ക് പ്രതിപാദിക്കുന്ന സമീപനം പണിക്കർ ശാസ്ത്രീയമായി മുന്നോട്ടുവയ്ക്കുന്നു.

പാരമ്പര്യത്തിന്റെ വിപുലീകരണത്തിനും സ്വാംശീകരണത്തിനും വിവിധ കൈവഴികളുണ്ടായിട്ടുണ്ട്. ആഴ്ചച്ചന്തകൾ, വെള്ളിയാഴ്ച നിസ്കാരങ്ങൾ, പ്രധാന 'ജാറ'ങ്ങളിലേക്കുള്ള തീർത്ഥാടനങ്ങൾ ഇവ കർഷക പോരാട്ടത്തെക്കുറിച്ചുള്ള യഥാർത്ഥചിത്രം വാങ്മൊഴിയിലൂടെ പ്രചരിച്ചു. നാടൻപാട്ടുകളിലൂടെയും പദ്യശകലങ്ങളിലൂടെയും ഈ വീരപാരമ്പര്യത്തിന്റെ രൂപങ്ങൾ വികസിച്ചു. രാഷ്ട്രീയപ്രസ്ഥാനങ്ങളുടെ ഉദയത്തോടെ മലബാറിലെ കാർഷികമുന്നേറ്റത്തിന് പുതിയ ദിശാബോധം കൈവരികയായിരുന്നു. ഇന്ത്യൻ നാഷണൽ കോൺഗ്രസ്, കുടിയായ്മ പ്രസ്ഥാനം, ഖിലാഫത്ത് തുടങ്ങിയവയിലൂടെ അവയ്ക്ക് പുതിയ രൂപഭാവങ്ങൾ കൈവന്നു.

മലബാറിലെ പരമ്പരാഗത ഭൂബന്ധങ്ങളെ കീഴ്മേൽ മറിക്കുന്ന ബ്രിട്ടീഷ് ഭരണത്തിന്റെ രാഷ്ട്രീയ സമീപനവും സാംസ്കാരികാക്രമണവും സാമ്പത്തിക ചൂഷണവും ഏറ്റുവാങ്ങിയ മലബാറിലെ കർഷകജനസാമാന്യം ഫ്യൂഡൽ പ്രഭുക്കളുടെ ചൂഷണത്തിനുമിരയായി. ബ്രിട്ടീഷ് നയങ്ങൾ ഭൂ ഉടമകൾക്ക് പതിച്ചുകൊടുത്ത അധികാരങ്ങൾ ഉപയോഗിച്ച് അവർ കൃഷിക്കാരെ പിഴിഞ്ഞു. ബ്രിട്ടീഷ് ചൂഷണത്തിനു പുറമെ വാശി, കാണം, നരി വെച്ചുകാണൽ തുടങ്ങിയ അക്രമപ്പിരിവുകളും ജന്മിമാർ ഇരയാക്കി.

മാപ്പിളകലാപകാരികൾ ഭരണകൂടത്തിനും അതിന്റെ മർദ്ദനോപകരണങ്ങളായി സ്വാനുഭവത്തിലൂടെ തിരിച്ചറിഞ്ഞ 'കച്ചേരി' കെട്ടിടങ്ങൾക്കുനേരെയുമാണ് അക്രമം നടത്തിയത്. ചൈനയിലെ കാർഷിക കലാപങ്ങളിൽ ഭരണകൂടാധികാരത്തിന്റെ ചിഹ്നമായ യാമെൻ നശിപ്പിച്ചതായി ഷാനോ രേഖപ്പെടുത്തിയിട്ടുണ്ട്. പഴശ്ശിസമരത്തിലാണെങ്കിൽ ഗറില്ലാ സമരരൂപങ്ങൾ ഭരണകൂടത്തിന്റെ അധികാര ചിഹ്നമായ സൈനിക ഔട്ട്പോസ്റ്റുകൾ കടന്നാക്രമിക്കുന്നുണ്ട്. അതുപോലെ സാമ്രാജ്യത്വത്തിനും അവരുടെ ഇവിടത്തെ പ്രതിനിധികളായ ജന്മിത്വത്തിനുമെന്നപോലെ ആ രണ്ടു ശക്തികളെയും പിന്തുണച്ചവർക്കുമെതിരായിരുന്നു പോരാട്ടം. മാപ്പിള കലാപകാരികളുടെ അതിക്രമങ്ങളെക്കുറിച്ച് വാചാലമാകുന്നവർ കാണാൻ കൂട്ടാക്കാത്ത ഒരു യാഥാർത്ഥ്യമുണ്ട്. ഒരു ജന്മിക്കെതിരെ ആക്രമണത്തിന് പുറപ്പെടുന്ന കലാപകാരികൾ കിലോമീറ്ററോളം വഴിയിലെങ്ങും യാതൊരു അക്രമവും കാണിക്കാതെയാണ് നടന്നുനീങ്ങിയത്.

കൊളോണിയൽ ഭരണകൂടത്തിനും ആഭ്യന്തര ചൂഷകർക്കുമെതിരായ കലാപമായിരുന്നു മലബാറിലെ മാപ്പിള കർഷകർ നടത്തിയത്. ഹിന്ദു

കർഷകർ, മാപ്പിളമാരേക്കാൾ ഒട്ടും മോശമല്ലാത്ത നിലയിൽ ചൂഷണം ചെയ്യപ്പെട്ടുവെങ്കിലും അവർ കലാപത്തിന്റെ വഴിയിൽ അതേ ശക്തിയോടെ അണിചേർന്നിട്ടില്ല. മതപരമായ അസ്വസ്ഥതകളും സാമ്പത്തിക പ്രശ്നങ്ങളും മാത്രം പ്രതിഷേധത്തിലേക്ക് വളരുന്നില്ല. (പേജ് 193)

മാപ്പിളമാർ വലിയതോതിൽ കലാപത്തിനിറങ്ങിയപ്പോൾ ഹിന്ദുക്കൾ ചൂഷണവിധേയമായിട്ടും വിപുലമായി രംഗത്തെത്താത്തതിന് പണിക്കർ ചില പ്രത്യയശാസ്ത്ര പ്രശ്നങ്ങൾ ഉയർത്തുന്നു. ഹിന്ദുകർഷകന് ജന്മിയുമായി സാമ്പത്തികേതരമായ ചില ബന്ധങ്ങൾ രൂപപ്പെട്ടിരുന്നു. മതപരവും ജാതീയവും ചിലപ്പോഴെല്ലാം വ്യക്തിപരവുമാണിത്. മത-സാമൂഹ്യ-പ്രത്യയശാസ്ത്രാധികാരങ്ങൾ നിക്ഷിപ്തമായ ജന്മിയുടെ ചൂഷണത്തിന് അനന്തസാദ്ധ്യതകളുണ്ട്. കലാപത്തിനിറങ്ങിയവർക്കെതിരെ ജന്മിക്ക് സാമൂഹ്യവിലക്കുകൾ വിക്ഷേപിക്കാൻ കഴിയും. ജാതിയിൽനിന്ന് പുറത്താക്കൽ, അനുഷ്ഠാനപ്രധാനങ്ങളായ ഗ്രാമീണസഹായങ്ങൾ ലഭ്യമാക്കാതിരിക്കൽ, ഊരുവിലക്ക്-ഇവയെല്ലാം ജന്മിയുടെ അധികാര വിസ്താരത്തിന്റെ ഉദാഹരണമാണ്. ലോഗൻ നടത്തിയ അന്വേഷണവേളയിൽ ഹിന്ദു കൃഷിക്കാർ കമ്മീഷന് മുമ്പാകെ പരാതികൊടുക്കാൻപോലും തയ്യാറായി മുന്നോട്ടുവന്നിരുന്നില്ല. ഹിന്ദുകർഷകന്റെ പ്രത്യയശാസ്ത്രലോകം അവന്റെ അധഃസ്ഥിതത്വം കൂടുതൽ വികൃതമായി ഉറപ്പിക്കുകയായിരുന്നു.(പേജ് 194)

പരമ്പരാഗത മതബുദ്ധിജീവി വിഭാഗമോ മത സംഘടനകളെ ഹിന്ദു കർഷകന് വിലക്കുകൾ അതിലംഘിക്കാൻ ശക്തിനല്കിയില്ല. വിനയപൂർവ്വം അവയെ അനുശീലിക്കാനാണ് അവർ പരിശീലിക്കപ്പെട്ടത്. മത മൂല്യങ്ങൾ ഇരുമതത്തിലും വ്യത്യസ്തമായി പ്രതിപ്രവർത്തിച്ചതിന്റെ ചിത്രം പണിക്കർ വരച്ചുകാട്ടുന്നു. ഭൂ ഉടമാവർഗ്ഗവുമായി ഹിന്ദു പരമ്പരാഗത ബുദ്ധിജീവി വിഭാഗം ഐക്യത്തിലും സഹകരണത്തിലുമായിരുന്നു. മിക്കപ്പോഴും അവർതന്നെ ജന്മികളായിരുന്നു ഹിന്ദുമതത്തിലെ ആരാധനാസമ്പ്രദായം പൊതു ഒത്തുചേരലിന്റെ വേദിയായില്ല.

എന്നാൽ, ഹിന്ദു പരമ്പരാഗത മതബുദ്ധിജീവി വിഭാഗത്തിന്റേതിൽനിന്ന് തികച്ചും വ്യത്യസ്തമായ പങ്കാണ് മാപ്പിള ബുദ്ധിജീവി വിഭാഗം നിർവ്വഹിച്ചത്. ജന്മിമാരുടെ ചൂഷണവും അടിച്ചമർത്തലും പരമ്പരാഗത മാപ്പിള ബുദ്ധിജീവിവിഭാഗം അനീതികളായി ഉയർത്തിക്കാട്ടി. മതാനുഷ്ഠാനങ്ങളും സംഘടനകളും മൂർത്തമായ നടപടികളിലേക്ക് മാപ്പിള കാർഷകരെ നയിച്ചു. ഉത്സവവേളകളിലാണ് പലപ്പോഴും കലാപകാരികളുടെ റിക്രൂട്ടിങ് പോലും നടന്നത്. നേർച്ചകൾ, ഈദ്, റംസാൻ എന്നീ ഉത്സവവേളയിലും മാപ്പിളമാർക്ക് ഒത്തുചേരാൻ കഴിഞ്ഞു. മാപ്പിള കർഷകർക്ക് ഇതൊരു പ്രചോദനമായി. വ്യാവസായിക പൂർവ്വ യൂറോപ്പിലെ പോരാട്ടങ്ങൾക്ക് ക്രിസ്ത്യൻ ഉത്സവകാലങ്ങളുമായുള്ള ബന്ധം രണജിത് ഗുഹയെപ്പോലുള്ളവർ വിവരിക്കുന്നുണ്ട്.[8] ജനവാസത്തിലെ പ്രത്യേകതയും മതസ്ഥാപനങ്ങളും മാപ്പിള കർഷകരുടെ സാമൂഹ്യവ്യക്തിത്വം രൂപപ്പെടുത്തുന്നതിൽ ചെലുത്തിയ സ്വാധീനം കോൺറാഡ് വുഡ് നിരീക്ഷിക്കുന്നുണ്ടല്ലോ.

1921 ലെ കലാപം അതിക്രൂരമായി അടിച്ചമർത്തപ്പെടുകയാണുണ്ടായത്. പിന്നീടങ്ങോട്ട് സജീവ രാഷ്ട്രീയത്തിൽ കലാപ പ്രദേശത്തിന് പങ്കില്ലാതെയായി. കലാപം അടിച്ചമർത്താൻ ഉപയോഗിച്ച മൃഗീയമാർഗ്ഗങ്ങളുടെ ഓർമ്മകൾ അവരെ രാഷ്ട്രീയം വെറുക്കുന്നതിലേക്കെത്തിച്ചു. മാപ്പിളമാരുടെ സാമൂഹ്യജീവിതത്തിലുളവായ സവിശേഷക്രമങ്ങൾ മതേതര മൂല്യങ്ങളുടെ വളർച്ചയ്ക്ക് സഹായകമായി. ഹിന്ദുക്കൾ ഏറ്റെടുത്ത് 'ശുദ്ധി'പോലുള്ള കർമ്മങ്ങൾ ഈ അകൽച്ചയെ ത്വരിതപ്പെടുത്തി. മലബാറിലെ മാപ്പിള കർഷകർ നടത്തിയ കലാപം വർഗ്ഗീയമല്ലെങ്കിൽക്കൂടി അതിന്റെ പ്രത്യാഘാതങ്ങൾ ആ വഴിയിലേക്കു നീങ്ങി. ഇത് വർഗ്ഗീയ രാഷ്ട്രീയത്തിലേക്കുള്ള മാപ്പിളമാരുടെ പ്രയാണത്തെ സഹായിച്ചു. (പേജ് 190) പ്രക്ഷോഭകാരികളുടെ പ്രവർത്തനത്തിൽ നിന്ന്, അവർ മതഭ്രാന്തരായിരുന്നില്ലെന്ന് അനുമാനിക്കാം. എന്നാൽ കലാപത്തിൽ മതപരങ്ങളുടെ സ്വാധീനം വമ്പിച്ചതായിരുന്നു. കലാപത്തിന്റെ ലക്ഷ്യങ്ങൾ മതപരമായിരുന്നില്ല. (പേജ് 89) കഷ്ടപ്പാടിന്റെയും ചൂഷണത്തിന്റെയും വേദനകളുടെയും ഭൗതിക ജീവിതം സ്വർഗ്ഗത്തിന്റെ സന്തോഷത്തിലേക്കാണ് മാപ്പിള കർഷകരുടെ ചിന്തയെ ആകർഷിച്ചത്.

കോൺഗ്രസ്, ഖിലാഫത്ത്, കുടിയായ്മ പ്രസ്ഥാനങ്ങൾക്ക് പുറത്തും അതിന് അനുപൂരകമായി വളർന്നു വികസിച്ചു പ്രക്ഷോഭ പരമ്പരകളാണ് 1921 ലെ ശക്തമായ ചെറുത്തുനില്പിലെത്തിയത്. കർഷക പ്രതിഷേധം പ്രായോഗികതയിലേക്ക് വിവർത്തനം ചെയ്യുന്നതിൽ മറ്റും മതം പ്രത്യയശാസ്ത്രപരമായ പങ്കാണ് വഹിച്ചത്. കലാപകാരികളുടെ പ്രതിഷേധങ്ങൾ ജന്മിത്വത്തം കൊളോണിയൽ വാഴ്ചകൾക്കെതിരായ ബോധത്തിലധിഷ്ഠിതമായിരുന്നു. 1921 ലെ കലാപം പ്രഭുവിനും ഭരണകൂടത്തിനുമെതിരായ അതിശക്തമായ കാർഷിക മുന്നേറ്റത്തിന്റെ രാഷ്ട്രിയ പ്രതിഫലം അനാവൃതമാകുന്നു.

Reference

1. A R Desai (Ed) *Peasant straggle in India* (1983 & 84)
2. *Popular movements and Middle class leadership in late colonial India*
3. *Peasant revolts in China 1840-1949,* London
4. സൗമ്യേന്ദ്രനാഥ ടാഗോർ, *മലബാറിലെ കാർഷിക കലാപം, 1921* (പരിഭാഷ) കെ കെ എൻ കുറുപ്പ്, കോഴിക്കോട് 1982
5. *Conrad woods: The Maplah Rebellian and its genesis* (1987), New Delhi
6. *Stephen Dale:* Islamic Society on the South Asian Frontier, *The Mappilas of Malabar 1498-1922, 1982 (Oxford)*
7. Pannikkar K N *against uprising in 1898-1902* (Delhi)
8. *Elementary Aspect of Peasant Insurgency in Colonial India* - Ranajit Guha, Delhi 1983.

ലോകം ശ്രദ്ധിച്ച ലഹള

സി ഉണ്ണിരാജ

പത്തുകൊല്ലം മുമ്പ് മലബാർ കലാപത്തിന്റെ അറുപതാം വാർഷികം പ്രമാണിച്ച് രണ്ട് വലിയ യോഗങ്ങളിൽ ഞാൻ പങ്കെടുക്കുകയുണ്ടായി. ആദ്യത്തേത്, സി പി ഐയുടെ ആഭിമുഖ്യത്തിൽ മലപ്പുറത്തായിരുന്നു. രണ്ടാമത്തേത്, ചില മാസങ്ങൾക്കുശേഷം, "വാഗൺ ട്രാജഡി"യുടെ അറുപതാം വാർഷികം അനുസ്മരിക്കാൻ തിരൂരിലും. അത് സംഘടിപ്പിച്ചത് "വാഗൺട്രാജഡി" സ്മാരക കമ്മിറ്റിയായിരുന്നു. തിരൂരിലെ യോഗത്തിൽ ആയിരക്കണക്കിന് ആളുകൾ പങ്കെടുത്തിരുന്നു.

രണ്ടു യോഗങ്ങളിലും ചിലരുടെ പ്രസംഗത്തിൽ ഒരു പ്രവണത പ്രകടമായി കാണാമായിരുന്നു മലപ്പുറം യോഗത്തിൽ നേരിയ തോതിലും തിരൂർ യോഗത്തിൽ ശക്തമായും. 1921 ൽ ഇന്നത്തെ മലപ്പുറം ജില്ലയിൽപ്പെട്ട ഭാഗങ്ങളിൽ ഇത്രയും രൂക്ഷമായ പോരാട്ടം നടക്കാൻ കാരണം ഇസ്ലാം മതത്തിന്റെ സ്വാധീനമാണെന്നായിരുന്നു അവരുടെ വാദം. അന്യാദൃശമായ ധീരതയോടും നിർഭയത്വത്തോടും ത്യാഗസന്നദ്ധതയോടും അന്ന് അനീതിക്കും അടിമത്തത്തിനുമെതിരായി പോരാടാൻ അവർക്ക് ആവേശം കിട്ടിയത് ഇസ്ലാം മതബോധങ്ങളിൽ നിന്നാണെന്ന് പല പ്രാസംഗികരും സമർത്ഥിച്ചു.

തിരൂർ യോഗത്തിൽ അവസാനം പ്രസംഗിച്ച എനിക്ക് ഈ വാദത്തെ പരോക്ഷമായിട്ടാണെങ്കിലും എതിർക്കേണ്ടി വന്നു. മലബാർ കലാപത്തിൽ മുഖ്യമായി പങ്കെടുത്തതും ധീരമായി പോരാടിയതും ആത്മത്യാഗം ചെയ്തതും പാവപ്പെട്ട കൃഷിക്കാരും കർഷകത്തൊഴിലാളികളും ദരിദ്രജനവിഭാഗങ്ങളുമാണെന്ന് അവർ ചൂണ്ടിക്കാട്ടി. ജാതി-മത വ്യത്യാസം കൂടാതെ അദ്ധ്വാനിക്കുന്ന ജനവിഭാഗങ്ങൾ എല്ലാവിധത്തിലുമുള്ള അടി

മത്തത്തിൽനിന്നും അനീതിയിൽനിന്നും ചൂഷണത്തിൽ നിന്നും മോചനം നേടാനുള്ള സമരത്തിന്റെ മുൻപന്തിയിൽ നില്ക്കുന്നു. അത് അവരുടെ ആവശ്യവും സ്വഭാവവുമാണ്.

മതത്തിന്റെ സ്വാധീനത്തെ ഞാൻ നിഷേധിക്കുകയുണ്ടായില്ല. മതത്തിന്റെ ഉത്തമമൂല്യങ്ങൾ പലപ്പോഴും സാമൂഹ്യജനങ്ങൾക്ക് സമരം ചെയ്യാൻ ഒരു പ്രേരണയായെന്നു വരും. പക്ഷേ, അതിന് അമിത പ്രാധാന്യം കൊടുക്കുന്നത് മലബാർ കലാപം നടന്ന ചരിത്ര പശ്ചാത്തലത്തെ കാണാതിരിക്കലാണ്. ആ പോരാട്ടം ഒരൊറ്റപ്പെട്ട സംഭവമായിരുന്നില്ല. ഖിലാഫത്ത് പ്രസ്ഥാനവും ഇന്ത്യൻ നാഷണൽ കോൺഗ്രസും സംയുക്തമായി ആഹ്വാനം ചെയ്ത ഇന്ത്യയിലെ ബ്രിട്ടീഷ് ഭരണത്തിനെതിരായ നിസ്സഹകരണ പ്രസ്ഥാനത്തിന്റെ ഒരു ഭാഗമായിരുന്നു മലബാർ കലാപം.

നിസ്സഹകരണ പ്രസാഥാനത്തോടൊപ്പംതന്നെ 1921-22 ൽ ഇന്ത്യയിലെ പല ഭാഗത്തും കർഷകരുടെ ഉശിരൻ സമരങ്ങളും നടക്കുകയുണ്ടായി. അത് ഏറ്റവും ശക്തിപ്രാപിച്ചത് "ഐക്യസംസ്ഥാനങ്ങളുടെ" (ഇന്നത്തെ ഉത്തർപ്രദേശ്) കിഴക്കൻ ജില്ലകളിലായിരുന്നു. അവിടെ കൃഷിക്കാർ "ഏക" (ഐക്യം) എന്ന പേരിൽ പ്രാദേശിക സംഘടനകളുണ്ടാക്കുകയും "ലാറി ഫൗജ്" (ലാത്തി സേന) എന്ന വാളന്റിയർ സംഘടന രൂപവല്ക്കരിക്കുകയും ചെയ്തു. അവർ നികുതി നിഷേധവും പാട്ടനിഷേധവും നടത്തി. സെമിന്ദാർമാരുടെ വീടുകൾ ആക്രമിച്ചു.

ഖിലാഫത്തിന്റേയോ നിസ്സഹകരണത്തിന്റയോ സന്ദേശം ഗ്രാമപ്രദേശങ്ങളിൽ എത്തിയിരുന്നുവോ എന്ന് സംശയമാണ്. എങ്കിലും ഐക്യസംസ്ഥാനങ്ങളിലെ കൃഷിക്കാർ ബ്രിട്ടീഷുഭരണത്തിനും സെമിന്ദാർമാരുടെ ചൂഷണത്തിനുമെതിരായി സമരരംഗത്തിറങ്ങി. ഒന്നാം സ്വാതന്ത്ര്യയുദ്ധത്തിന്റെ (ശിപായിലഹള) രംഗങ്ങളായിരുന്നു ആ പ്രദേശങ്ങൾ. അതിന്റെ വീരസ്മരണകൾ അവരുടെ ഓർമ്മകളിൽനിന്ന് മാഞ്ഞുപോയിട്ടില്ല.

ഐക്യസംസ്ഥാനങ്ങളിലെ കൃഷിക്കാരുടെ പ്രസ്ഥാനം തികച്ചും മതനിരപേക്ഷമായിരുന്നുവെങ്കിൽ, അതേകാലത്ത് പഞ്ചാബിൽ അലയടിച്ച സിഖ് കർഷകരുടെ പോരാട്ടത്തിന് മതത്തിന്റെ ഒരു പരിവേഷമുണ്ടായിരുന്നു. തങ്ങളുടെ 'ഗുരുദ്വാര'കളെയും അവയുടെ ഭൂസ്വത്തുക്കളെയും കൈയടക്കി വെച്ച കൃഷിക്കാരെ കൊള്ളയടിച്ചിരുന്ന പുരോഹിത പ്രഭുക്കൾക്കെതിരായിട്ടാണ് അവിടെ 'അകാലി' പ്രസ്ഥാനം ആരംഭിച്ചത്. ഇത്രയും പറഞ്ഞ് നിസ്സഹകരണ-ഖിലാഫത്ത് പ്രസ്ഥാനത്തിന്റെ ഭാഗമായോ അതിന് സമാന്തരമായോ ഇന്ത്യയുടെ പല ഭാഗത്തും കൃഷിക്കാർ അടർക്കളത്തിൽ ഇറങ്ങിയിരുന്നുവെന്ന് ചൂണ്ടിക്കാണിക്കാനാണ്.

ഖിലാഫത്ത് പ്രസ്ഥാനം അടിസ്ഥാനപരമായി മത പ്രചോദിതമായിരുന്നുവെന്ന ഒരു ധാരണയുണ്ട്. ഒന്നാംലോക യുദ്ധത്തെതുടർന്ന് തുർക്കി സാമ്രാജ്യത്തെ ബ്രിട്ടീഷുകാർ വെട്ടി മുറിച്ചല്ലോ. തുർക്കി സുൽത്താനായ ഖലീഫയെ പ്രവാചകന്റെ അനന്തരാവകാശിയായും തങ്ങളുടെ

പരമോന്നതനായ ആത്മീയ നേതാവായുമാണ് സുന്നി മുസ്ലീമുകൾ കരുതിയിരുന്നത്. അദ്ദേഹത്തോട് ബ്രിട്ടീഷ് സാമ്രാജ്യാധിപത്യം കാണിച്ച അനീതിയോടുള്ള പ്രതിഷേധമാണ് ഖിലാഫത്ത് പ്രക്ഷോഭത്തിന്റെ പ്രേരകശക്തിയെന്നാണ് വ്യാഖ്യാനം.

അത് ശരിയാണെന്ന് തോന്നുന്നില്ല."ഖിലാഫത്ത്" എന്ന വാക്കിന് ഖലീഫയുമായി ബന്ധമൊന്നുമില്ലെന്ന് അറിവുള്ളവർ പറയുന്നു. "ഖിലാഫ്" എന്ന വാക്കിന്റെ അർത്ഥം 'എതിരെ' (വിരുദ്ധം) എന്നാണ്. സാമ്രാജ്യവിരുദ്ധ പ്രസ്ഥാനമായിരുന്നു "ഖിലാഫത്ത്" യഥാർത്ഥത്തിൽ. അഫ്ഗാനിസ്ഥാനും തുർക്കിയുമുൾപ്പെടെ പശ്ചിമേഷ്യയിലെ മുസ്ലിം രാജ്യങ്ങളിൽ ഒന്നാംലോക യുദ്ധാനന്തരം ദേശീയ, വിമോചന സമരങ്ങൾ വളർന്നുവരുകയുണ്ടായി. അഫ്ഗാനിസ്ഥാനിൽ അമാനുള്ളഖാൻ സ്വാതന്ത്ര്യം പ്രാപിക്കുന്നതിലും തുർക്കിയിൽ കമാൽ പാഷ അത്താതുർക്കിന്റെ നേതൃത്വത്തിൽ ജനാധിപത്യവിപ്ലവം വിജയിക്കുന്നതിലുമാണ് അത് കലാശിച്ചത്.

ഇന്ത്യയിലാണെങ്കിൽ, ഒന്നാം ലോകയുദ്ധാനന്തരം സാമ്രാജ്യ വിരുദ്ധ മുന്നേറ്റത്തിന് അഭൂതപൂർവ്വമായ ശക്തിയും പ്രാപ്തിയും നല്കിയ ഒരു പ്രധാന ഘടകം ഖിലാഫത്ത് കമ്മിറ്റിയും ഇന്ത്യൻനാഷണൽ കോൺഗ്രസും കൈകോർത്തുപിടിച്ച് നീങ്ങിയതായിരുന്നു. അത് സ്വാതന്ത്ര്യസമരത്തിൽ അന്ന് ഊട്ടിയുണ്ടാക്കപ്പെട്ട ഹിന്ദു-മുസ്ലിം ഐക്യത്തിന്റെ പ്രതീകമായിരുന്നു. ആ ഐക്യത്തിന്റെ വിപ്ലവകരമായ പ്രാധാന്യത്തെ ലെനിൻ അന്ന് ഊന്നിപ്പറഞ്ഞത് ഓർക്കുമല്ലോ. അത് എല്ലാ ഏഷ്യൻ രാജ്യങ്ങൾക്കും മാതൃകയാണെന്ന് ലെനിൻ ചൂണ്ടിക്കാണിക്കുകയുണ്ടായി.

മലബാറിൽ, പ്രത്യേകിച്ചും ഏറനാട്ടിലും വള്ളുവനാട്ടിലും പൊന്നാനിയിലും തൊട്ടുകിടക്കുന്ന പ്രദേശങ്ങളിലും ഖിലാഫത്ത് കോൺഗ്രസ് കമ്മിറ്റികൾ അടുത്തു സഹകരിച്ചാണ് പ്രവർത്തിച്ചത്. പല സ്ഥലത്തും രണ്ടിന്റെയും ഭാരവാഹികൾ ഒരേ ആളുകൾ തന്നെയായിരുന്നു. മറ്റൊരു പ്രത്യേകത ജന്മികളുടെ ചൂഷണത്തിനും മർദ്ദനത്തിനും അവർക്ക് കൂട്ടുനിന്ന ബ്രിട്ടീഷിന്ത്യൻ ഉദ്യോഗസ്ഥന്മാർക്കുമെതിരായ മാപ്പിള കൃഷിക്കാരുടെ ഒരു നൂറ്റാണ്ടിലധികം പഴക്കമുള്ള തുടർച്ചയായ ചെറുത്തുനില്പ് പോരാട്ടങ്ങളാണ്. മറ്റൊരു പ്രത്യേകതയുമുണ്ട്. യുദ്ധത്തിൽ പങ്കെടുത്ത് മടങ്ങി വന്നവരും ജോലിയൊന്നും കിട്ടാത്തവരുമായ, സൈനിക പരിശീലനം നേടിയ, പിരിച്ചുവിട്ട പട്ടാളക്കാർ ഖിലാഫത്ത് പ്രസ്ഥാനത്തിൽ സജീവമായി പങ്കെടുക്കുകയുണ്ടായി.

അന്നത്തെ നിസ്സഹകരണം, ഖിലാഫത്ത് പ്രസ്ഥാനം തുടങ്ങി ഏറനാട്ടിൽ സായുധ സമരത്തിന്റെ രൂപം കൈക്കൊള്ളാൻ പല കാരണങ്ങളുമുണ്ട്. 1857 ലെ ശിപായിലഹളകളിൽനിന്ന് വ്യത്യസ്തമായി മലബാർ കലാപം ശരിക്കും ബഹുജനസ്വാഭാവത്തോടുകൂടിയായിരുന്നുവെന്നും

ശ്രദ്ധേയമാണ്. ഒന്നാം സ്വാതന്ത്ര്യയുദ്ധം നടത്തിയത് ശിപായി (ഹിന്ദുക്കളും മുസ്ലീങ്ങളുമായ ഇന്ത്യൻ പട്ടാളക്കാർ)കളാണ്, അവർക്ക് ജനങ്ങളുടെ പിന്തുണയുണ്ടായിരുന്നു. എന്നാൽ മലബാർ കലാപത്തിൽ ജനങ്ങൾ കൂട്ടത്തോടെ പങ്കെടുത്തു. അത് ശരിക്കും ഒരു ബഹുജന സായുധ പോരാട്ടമായിരുന്നു.

മലബാർ കലാപം സാരാംശത്തിലും പ്രധാനമായും ബ്രിട്ടീഷ് ഗവൺമെന്റിന്റെ മർദ്ദന സ്ഥാപനങ്ങൾക്കും ജന്മി-നാടുവാഴിത്ത വ്യവസ്ഥക്കുമെതിരായിട്ടായിരുന്നു. അത് അവസാനഘട്ടത്തിൽ വർഗ്ഗീയ (ഹിന്ദുവിരോധ) സ്വഭാവം കൈക്കൊള്ളാൻ തുടങ്ങിയത് കലാപത്തെ അടിച്ചമർത്താൻ പട്ടാളം രംഗത്തുവന്നതിനു ശേഷമാണ്. പട്ടാളത്തിന് ഒറ്റുകാരായി പ്രവർത്തിച്ചത് അധികവും ഹിന്ദുക്കളും പ്രമാണികളുമായിരുന്നു. അവരെ കലാപകാരികൾ എതിർക്കുകയും വെറുക്കുകയും ചെയ്തത് സ്വാഭാവികമാണ്.

1920-22 ലെ ഇന്ത്യയിലെ സ്വാതന്ത്ര്യ സമരമുന്നേറ്റത്തിന്റെ ഭാഗമായി രാജ്യത്തിന്റെ ഏതെങ്കിലും ഭാഗത്ത് ഇങ്ങനെയൊരു വ്യാപകമായ സായുധകലാപം പൊട്ടിപ്പുറപ്പെടുമെന്നും ബ്രിട്ടീഷ് ഭരണത്തെ കുറച്ചു കാലത്തേക്കെങ്കിലും നാമാവശേഷമാക്കുമെന്നും ആരും പ്രതീക്ഷിച്ചതല്ല. കോൺഗ്രസുകാരെ അത് അമ്പരപ്പിച്ചു. കലാപത്തെ അടിച്ചമർത്താൻ ബ്രിട്ടീഷിന്ത്യൻ പട്ടാളം കാണിച്ച മനുഷ്യത്വശൂന്യമായ ക്രൂരതകളെ (വാഗൺ ട്രാജഡി ഉൾപ്പെടെ) അധിക്ഷേപിക്കുന്നതിനെക്കാൾ കോൺഗ്രസിന്റെ ഔദ്യോഗിക നേതൃത്വം വ്യഗ്രത കാണിച്ചത് കലാപകാരികളുടെ "അക്രമ"ത്തെ തള്ളിപ്പറയാനായിരുന്നു.

ഇന്ത്യയിലെങ്ങും മലബാർ കലാപം അതിന്റെ മാറ്റൊലികളുണ്ടാക്കി. അന്യ രാജ്യങ്ങളിലും അത് സാമ്രാജ്യ വിരുദ്ധശക്തികളുടെ ശ്രദ്ധ ആകർഷിക്കുകയുണ്ടായി. അങ്ങ് റഷ്യയിൽ ലെനിൻ മലബാർകലാപം സംബന്ധിച്ച വാർത്തകൾ ശ്രദ്ധിക്കുകയുണ്ടായി. അക്കാലത്ത് ആദ്യത്തെ സോഷ്യലിസ്റ്റ് വിപ്ലവം നടത്തിയ റഷ്യയിലെത്തിയിരുന്ന ഇന്ത്യൻ വിപ്ലവകാരികളിൽ പലരും കമ്യൂണിസ്റ്റുകാരായി മാറിയിരുന്നു. എം എൻ റോയിയോടൊപ്പം അവരിൽ പ്രമുഖനായിരുന്നു അബനി മുഖർജി. അബനി മുഖർജി ജന്മശതാബ്ധി ഈ ജൂൺ മാസത്തിലായിരുന്നു.

അബനി മുഖർജിയോട് മലബാർ കലാപത്തിന്റെ പശ്ചാത്തലത്തിൽ ഇന്ത്യയിലെ കാർഷിക പ്രശ്നത്തെയും കൃഷിക്കാരുടെ സമരങ്ങളെയും പറ്റി കിട്ടാവുന്ന വസ്തുതകളെല്ലാം ശേഖരിച്ച് ഒരു ലഘുലേഖ എഴുതാനാവശ്യപ്പെട്ടു. അബനി മുഖർജി ഒരു സാമ്പത്തിക ശാസ്ത്രജ്ഞൻ കൂടിയായിരുന്നു. അദ്ദേഹം ആ ലഘുലേഖ എഴുതി. അത് ഇംഗ്ലീഷിലും റഷ്യയിലും മോസ്കോവിൽനിന്ന് അന്ന് പ്രസിദ്ധീകരിച്ചിട്ടുണ്ട്. എനിക്ക് ആ ലഘുലേഖ കാണാൻ കഴിഞ്ഞിട്ടില്ല. മോസ്കോവിലെ മാർക്സിസം-ലെനിനിസം ഇൻസ്റ്റിറ്റ്യൂട്ടിൽ അന്വേഷിച്ചിട്ട് കിട്ടിയില്ല.

അതിന്റെ ഒരു കോപ്പി കിട്ടാൻ ഇന്ത്യയിലെ ദേശീയ സ്വാതന്ത്ര്യ-കമ്യൂണിസ്റ്റ് പ്രസ്ഥാനത്തിന്റെ ചരിത്രത്തെപ്പറ്റി ഗവേഷണം നടത്തുന്നവർ ഇനിയും ശ്രമിക്കേണ്ടതാണ്. ഞാനിവിടെ പറയാനുദ്ദേശിച്ചത് മലബാർ കലാപം അന്ന് ലെനിന്റെയും ലോക കമ്യൂണിസ്റ്റ് പ്രസ്ഥാനത്തിന്റെയും ശ്രദ്ധയിൽപ്പെടുകയുണ്ടായെന്ന് ചൂണ്ടിക്കാണിക്കുക മാത്രമാണ്. അന്നുതന്നെ മലബാർ കലാപത്തിന്റെ വിപ്ലവ പ്രാധാന്യം എടുത്തുകാണിക്കുന്ന ഒരു ലഘുലേഖയും പ്രസിദ്ധീകരിച്ചിരുന്നു.

അബനി മുഖർജി

അബനി മുഖർജിയുടെ ഈ ലഘുലേഖയെപ്പറ്റി അറിഞ്ഞപ്പോൾ ഉണ്ടായതുപോലെ, പിന്നീട് മറ്റൊരു വസ്തുതയും എന്നെ ആശ്ചര്യപ്പെടുത്തുകയുണ്ടായി. കുറെ വർഷങ്ങൾക്കു മുമ്പ് കേരള ഗവൺമെന്റ് പ്രസിദ്ധീകരിച്ച (1970 കളിലായിരുന്നു അത്.) ഒരു ലഘുലേഖയിൽ മലബാർ കലാപത്തെപ്പറ്റിയുള്ള ഒരു പരാമർശമായിരുന്നു അത്. മലബാർ കലാപത്തെപ്പറ്റി ആദ്യമായി ഗവേഷണം നടത്തുകയും ഡോക്ടർ ബിരുദം നേടുകയും ചെയ്ത ഒരു റഷ്യക്കാരന്റേതായിരുന്നു ആ പരാമർശം. ആരാണീ റഷ്യക്കാരനായ ഇന്ത്യാചരിത്ര പണ്ഡിതൻ? പിന്നീട് ഒരിക്കൽ പ്രസിദ്ധീകരണത്തെപ്പറ്റി ഇന്റോളജിസ്റ്റായ ഗ്രിഗറി കൂട്ടൊവ്സ്കി കേരളത്തിൽ വന്നപ്പോൾ ഞാൻ അതേപ്പറ്റി അദ്ദേഹത്തോട് ചോദിച്ചു.

താൻ തന്നെയാണ് ആ ഗവേഷണം നടത്തിയതെന്നായിരുന്നു ഡോക്ടർ കൂട്ടൊവ്സ്കിയുടെ മറുപടി. അദ്ദേഹത്തിന്റെ തീസ്സിസിന്റെ ഒരു കോപ്പി തരാമോ എന്ന് ഞാൻ ചോദിച്ചു. താൻ അതിൽ തൃപ്തനല്ലെന്നും ആ വിഷയത്തിൽ കൂടുതൽ ഗവേഷണം നടത്താൻ ആഗ്രഹിക്കുന്നുവെന്നും കൂട്ടൊവ്സ്കി പറഞ്ഞു. കെ മാധവൻനായരുടെ പ്രസിദ്ധമായ മലബാർ കലാപത്തെപ്പറ്റിയുള്ള പുസ്തകം വായിച്ചിട്ടുണ്ടോ എന്ന് ഞാൻ ചോദിച്ചു. ഇല്ലെന്ന് മറുപടി പറഞ്ഞപ്പോൾ ഞാൻ ആ പുസ്തകത്തിന്റെ എന്റെ കൈയിലുണ്ടായിരുന്ന കോപ്പി കൊടുത്തു. അദ്ദേഹം ആ പുസ്തകം ഉപയോഗപ്പെടുത്തി കൂടുതൽ എന്തെങ്കിലും ചെയ്തുവോ എന്നറിയില്ല.

പിന്നീട് മലബാർകലാപത്തെപ്പറ്റി വളരെ വിശദമായ ഗവേഷണം നടത്തിയത് ഒരു ബ്രിട്ടീഷ് കമ്യൂണിസ്റ്റുകാരനായ കോൺറാഡ് വുഡ് ആണ്. അക്കാലത്തെ ഔദ്യോഗിക രേഖകൾ പരിശോധിക്കാൻ കോൺറാഡ് വുഡിന് അപ്രതീക്ഷിതമായ അവസരം കിട്ടി. നമ്മെ സംബന്ധിച്ചിടത്തോളം അത് ഒരു അസുലഭ ഭാഗ്യമായി കരുതണം. ആ രേഖകളൊന്നും

ഇന്ത്യയിൽ ലഭ്യമായിരുന്നില്ല. കോൺറോഡ് വുഡിന്റെ ഗവേഷണഫല ങ്ങൾ ഇംഗ്ലീഷിൽ(പി പി എച്ച്) പ്രസിദ്ധീകരിച്ചിട്ടുണ്ട്. എങ്കിലും അത് ഇനിയും മലയാളത്തിൽ പരിഭാഷപ്പെടുത്തിയിട്ടില്ല.

ഞാൻ ഇപ്പോൾ മനസ്സിലാക്കുന്നത് മലബാർ കലാപം സംബന്ധിച്ച് ലണ്ടനിൽ ലഭ്യമായ എല്ലാ ഔദ്യോഗിക രേഖകളുടെയും മൈക്രോ ഫിലിം കാലിക്കറ്റ് സർവ്വകലാശാലയിൽ ശേഖരിച്ചിട്ടുണ്ടെന്നാണ്. പക്ഷേ, അവയെ ആരും ഇനിയും വായിക്കുകയോ പഠിക്കുകയോ ചെയ്തിട്ടില്ല. ആ ഗവേ ഷണം ആരെങ്കിലും എടുക്കേണ്ടതാണ്. മലബാർ കലാപത്തിന്റെ വസ്തു നിഷ്ഠവും വിശദവുമായ ചരിത്രം എഴുതേണ്ടത് ആവശ്യമാണ്. അതി ല്ലാതെ ഇന്ത്യയുടെയും കേരളത്തിന്റെയും സ്വാതന്ത്ര്യ സമര ചരിത്രം പൂർണ്ണമാവുകയില്ല.

കീഴാളർ ചരിത്രത്തിന്റെ മേലാളർ ചായ്വ്

പി ഗോവിന്ദപിള്ള

ആധുനിക ശൈലിയിലുള്ള ഇന്ത്യ ചരിത്രരചന ആരംഭിച്ചത് 1818 ൽ ജയിംസ് മിൽ എഴുതി പ്രസിദ്ധീകരിച്ച *ഇന്ത്യാചരിത്രം (ഹിസ്റ്ററി ഓഫ് ഇന്ത്യ)* എന്ന ഇംഗ്ലീഷ് പാഠപുസ്തകത്തോടെയാണെന്ന് പറയാം. അതിനു മുമ്പും ഇന്ത്യയുടെ പ്രാചീന നിയമസംഹിതകളെയും ധർമ്മശാസ്ത്രങ്ങളെയും അധികരിച്ച് ഉണ്ടായിട്ടുള്ള ചുരുക്കം ചില ആദ്യകാല ഇംഗ്ലീഷ് കൃതികളിൽ ചരിത്ര പ്രാധാന്യം അർഹിക്കുന്ന പരാമർശങ്ങളും വിശകലനങ്ങളും പ്രത്യക്ഷപ്പെട്ടിട്ടുണ്ട്. എങ്കിലും സമഗ്രമായ ഇന്ത്യ ചരിത്ര രചനയ്ക്ക് തുടക്കംകുറിച്ചത് ജയിംസ് മിൽ തന്നെ. അദ്ദേഹത്തിന് സംസ്കൃതമോ മറ്റു ഇന്ത്യൻ ഭാഷകളോ അറിവില്ലായിരുന്നുവെന്ന് മാത്രമല്ല അദ്ദേഹം ഇന്ത്യ സന്ദർശിച്ചതായും തെളിവുകൾ ഇല്ല. പ്രശസ്തഭാഷാശാസ്ത്രജ്ഞനും നീതിന്യായാധിപനും ആയിരുന്ന സർ വില്യം ജോൺസ് മുതൽ പേർ മുൻകൈയെടുത്ത് 1784 ൽ കല്ക്കത്താ കേന്ദ്രമാക്കി സ്ഥാപിച്ച ഏഷ്യാറ്റിക് സൊസൈറ്റി വിവർത്തനം ചെയ്തും അല്ലാതെയും പ്രസിദ്ധീകരിച്ച പ്രാചീന ഭാരതീയ കൃതികളും മുഗൾ ചക്രവർത്തിമാരുടെ സദസ്യർ തയ്യാറാക്കിയ പേർഷ്യൻ രേഖകളുടെ വിവർത്തനവും ചില പടിഞ്ഞാറൻ യാത്രാക്കുറിപ്പുകളും മാത്രമായിരുന്നു ജയിംസ് മില്ലിന്റെ ആധാരരേഖകൾ. 19-ാം നൂറ്റാണ്ടിന്റെ രണ്ടാംപകുതിയിൽ അനാവരണം ചെയ്യപ്പെട്ട അത്ഭുതകരമായ ഭാരതീയ ചരിത്രാവശിഷ്ടങ്ങളോ 20-ാം നൂറ്റാണ്ടിന്റെ പ്രഥമപാദത്തിൽ കണ്ടുപിടിക്കപ്പെട്ട മോഹൻജദാരോ-ഹാരപ്പ സംസ്കാര വിശേഷങ്ങളോ പില്ക്കാലത്ത് പ്രസിദ്ധീകരിക്കപ്പെട്ട അനവധി പ്രാചീന സംസ്കൃത-പാലിഗ്രന്ഥാവലികളോ ഒന്നും സഹായത്തിനില്ലാതെ ജയിംസ് മിൽ നിർവ്വഹിച്ച കൃത്യം വിസ്മയകരം തന്നെ. *ഇന്ത്യാചരിത്ര*ത്തിന് ഒരു ചട്ടക്കൂടിൽ പ്രാഥമിക കാലഗണനാക്രമവും (അ

ജയിംസ് മിൽ

വയെല്ലാം പില്ക്കാലത്ത് തിരുത്തേണ്ടിവന്നുവെങ്കിലും) നല്കാൻ ജയിംസ് മില്ലിന് കഴിഞ്ഞു. പക്ഷേ, അഭിനന്ദാനാർഹമായ ഈ പ്രാഥമിക ചുവടുവെപ്പുകളോടൊപ്പം തന്നെ വളരെ പിഴച്ച ചില കാൽവെപ്പുകളും അദ്ദേഹം നടത്തി. മില്ലിന്റെ പുസ്തകം അനേക പതിറ്റാണ്ടുകൾ ഇന്ത്യയുടെ ആധികാരിക ചരിത്രഗ്രന്ഥമായി തുടർന്നു. ഐ സി എസ് വിദ്യാർത്ഥികൾക്കും ബ്രിട്ടീഷ് സർവ്വകലാശാല വിദ്യാർത്ഥികൾക്കും അത് വേദപുസ്തക സമാനമായി. അന്നത്തെ ബ്രിട്ടീഷ് ഭരണമണ്ഡലങ്ങളിലെ അഭിപ്രായങ്ങളും താല്പര്യങ്ങളും തമ്മിൽ വ്യക്തമായി പ്രതിഫലിച്ചിരുന്നു. പില്ക്കാലത്ത് പടിഞ്ഞാറൻ പണ്ഡിതന്മാർ ഇന്ത്യക്ക് അനുവദിച്ചു കൊടുത്ത അല്പാല്പമായ മേന്മകൾ പോലും ജയിംസ് മിൽ നിഷേധിച്ചു. ഇന്ത്യ പ്രാകൃതമായ സേച്ഛാധിപത്യത്തിന്റെയും വികൃതമായ അനാചാരങ്ങളുടെയും നാടാണെന്നും തുടക്കംതൊട്ടെ സഹസ്രാബ്ദങ്ങളായി മാറ്റമൊന്നുമില്ലാതെ തുടരുന്ന ഈ വ്യവസ്ഥിതി അവസാനിപ്പിക്കുകയെന്നതാണ് ബ്രിട്ടന്റെ മഹനീയ ദൗത്യം എന്നുംവരെ മിൽ എഴുതിപ്പിടിപ്പിച്ചു. അന്നത്തെ ബ്രിട്ടീഷ് സാഹചര്യങ്ങളിൽ മിൽ ഒരു ഉല്പതിഷ്ണു ആയിരുന്നുവെങ്കിലും തങ്ങൾ വെട്ടിപ്പിടിച്ച ഇന്ത്യയെപ്പോലുള്ള രാഷ്ട്രങ്ങളുടെ സവിശേഷ സംസ്കാരത്തെയോ മഹത്വത്തെയോ മനസ്സിലാക്കാൻ മാത്രം അക്കാലത്തെ ബ്രിട്ടീഷ് ഉല്പതിഷ്ണുത്വം വളർന്നിരുന്നില്ല.

പില്ക്കാലത്ത് മില്ലിന്റെ മുൻവിധികളും തെറ്റിപ്പോയ കാലഗണനകളും തിരുത്തപ്പെട്ടുവെങ്കിലും അദ്ദേഹത്തിന്റെ അടിസ്ഥാനപരമായ ചരിത്രചട്ടക്കൂടും കാഴ്ചപ്പാടും തുടർന്നു എന്നതു ഒരു മഹാദുരന്തമായി. ഈ വികലമായ കാഴ്ചപ്പാടിൽ പ്രധാനപ്പെട്ട ഒന്ന് "മാറ്റമില്ലാത്ത" ഇന്ത്യൻ സാമൂഹ്യ വ്യവസ്ഥയെക്കുറിച്ചുള്ള സങ്കല്പനമായിരുന്നു. മില്ലിനുശേഷവും പലർ പകർത്തിവിട്ട ഈ സങ്കല്പനം മഹാനായ മാർക്സിനെപ്പോലും തെറ്റിദ്ധരിപ്പിച്ചിരിക്കാൻ ഇടയുണ്ടെന്ന് സമകാലിക ഭാരതീയ മാർക്സിസ്റ്റ് ചരിത്രകാരന്മാരുൾപ്പെടെ പലരും സംശയിക്കുന്നു. ഇതിനേക്കാൾ അപകടകരമായ ഒന്നായിരുന്നു ചരിത്രകാലഘട്ട നിർണ്ണയത്തെക്കുറിച്ചുള്ള മില്ലിന്റെ നിഗമനങ്ങൾ. *ഇന്ത്യാചരിത്ര*ത്തെ ഹൈന്ദവകാലം, മുസ്ലീംകാലം, ബ്രിട്ടീഷ്കാലം (ക്രിസ്റ്റ്യൻ എന്നു വിശേഷിപ്പിച്ചില്ലെന്ന് മാത്രം) എന്നിങ്ങനെ മൂന്നായിട്ടാണ് മിൽ തിരിച്ചത്. പില്ക്കാലത്ത് ചിലർ മതത്തിന്റെ പേരുകൾ ഒഴിവാക്കിയെങ്കിലും പ്രാചീനം, മദ്ധ്യം, ആധുനികം എന്നീ ഘട്ടങ്ങ

ളിൽ പഴയ പിശകായ സങ്കല്പം ഒളിഞ്ഞു നിന്നു. ഇപ്പോഴും അതിന്റെ പിടിയിൽ നിന്ന് ഇന്ത്യാ ചരിത്രരചന തികച്ചും മോചിപ്പിക്കപ്പെട്ടിട്ടില്ല. ബ്രിട്ടീഷ് ഭരണകാലത്ത് ആരംഭിക്കുകയും സ്വാതന്ത്ര്യ പ്രാപ്തിക്കുശേഷം തുടരുകയും ചെയ്ത വർഗ്ഗീയ സംഘർഷങ്ങൾക്കും സംഘട്ടനങ്ങൾക്കും വഴിവെച്ച പല ഘടകങ്ങളിൽ ഇത്തരം വർഗ്ഗീയ ചരിത്രരചന ചെറിയ പങ്കല്ല വഹിച്ചിട്ടുള്ളത്.

ജയിംസ് മില്ലിനുശേഷം കോൾബ്രൂക്ക്, വിത്സൻ, സ്മിത്ത്, എൽഫിൻസ്റ്റൺ തുടങ്ങിയ ചരിത്രകാരന്മാരും മാക്സുമുള്ളർ, ജേക്കാബി തുടങ്ങിയ ഇന്തോളജിസ്റ്റുകളും കൂടുതൽ അനുഭാവപൂർണ്ണവും വസ്തുതാസമ്പന്നവും ആയ ഇന്ത്യാ ചരിത്ര പഠനങ്ങൾ അവതരിപ്പിച്ചിട്ടുണ്ട്. അവരിൽ ചിലർ ഭാരതീയ ചരിത്രത്തെയും പൈതൃകത്തെയും കണക്കിലേറെ പ്രശംസിച്ചിട്ടുമുണ്ട്. എന്നാൽ മുൻവിധിയുള്ളവരും അല്ലാത്തവരുമായ പടിഞ്ഞാറൻ ചരിത്രകാരന്മാരുടെ വീക്ഷണങ്ങൾക്കുണ്ടായിരുന്ന സാമ്രാജ്യത്വ ചായ്‌വിന് പ്രതിക്രിയ ചെയ്യാൻ ഇന്ത്യൻ ദേശീയ പ്രസ്ഥാനത്തിന്റെ ആത്മാവുൾക്കൊണ്ട ചരിത്രകാരന്മാർ വേണ്ടി വന്നു. 1920 കളിലും 30 കളിലും ആണ് ഈ ചരിത്രകാരന്മാർ പ്രാമാണ്യം നേടിയത്. കെ പി ജയസ്വാൾ, ആർ സി മജ്ജുംദാർ, എച്ച് സി റായ് ചൗധരി, ആർ കെ മുഖർജി തുടങ്ങിയവരാണ് ഈ നിരയിലെ ആദ്യപഥികർ. ഇവർക്കു പുറമെ രാഷ്ട്രീയ ചരിത്രത്തേക്കാൾ സാംസ്കാരിക പൈതൃകത്തെ മുൻനിർത്തി പഠനം നടത്തിയ ആർ ജി ഭണ്ഡാർക്കരെപ്പോലുള്ളവർ വേറെയുമുണ്ട്.

ഈ ദേശീയ ചരിത്രകാരന്മാരിൽ മൂന്നു വിഭാഗങ്ങൾ പ്രത്യക്ഷപ്പെട്ടു. വർഗ്ഗീയ സങ്കല്പനങ്ങളെയും ബ്രിട്ടീഷ് വികൃതവല്ക്കരണങ്ങളെയും ഒരേപോലെ എതിർത്ത മതേതര ജനാധിപത്യ വീക്ഷണമുള്ള ചരിത്രകാരന്മാരാണ് ഒരു വിഭാഗം. സ്വാതന്ത്ര്യാനന്തര ഇന്ത്യാഗവൺമെന്റിനുവേണ്ടി സ്വാതന്ത്ര്യസമര ചരിത്രം നാലുഭാഗങ്ങളിലായി എഴുതിയ താരാചന്ദ്, കെ പി ജയസ്വാൾ, മുഹമ്മദ് ഹബീബ്, ആർ കെ മുഖർജി തുടങ്ങിയവർ ഈ വകുപ്പിൽപ്പെടുന്നു. ഹൈന്ദവപാരമ്പര്യത്തെ മുഖ്യധാരയായി കരുതുകയും ബ്രിട്ടീഷുകാരെന്നപോലെ മുസ്ലിങ്ങളും ഇന്ത്യയെ ആക്രമിച്ച് കീഴ്പ്പെടുത്തുകയായിരുന്നുവെന്ന് വാദിക്കുകയും ചെയ്യുന്ന ആർ സി മജ്ജുംദാർ, കെ മുൻഷി തുടങ്ങിയവർ രണ്ടാംവിഭാഗത്തിൽ പെടുന്നു. ഇതേ പ്രാകൃത വർഗ്ഗീയ വീക്ഷണം മുസ്ലിങ്ങളുടെ ഭാഗത്തുനിന്നുകൊണ്ട് അവതരിപ്പിക്കുന്ന ഇസ്ലാക്ക് ഹുസൈൻ ഖുറേഷി തുടങ്ങി ഈ വിഭാഗത്തിൽത്തന്നെ ചേർക്കാവുന്ന മറുപുറക്കാരുമുണ്ട്. മൂന്നാമത്തെ വിഭാഗത്തെ മാർക്സിസ്റ്റുകാർ എന്ന് എളുപ്പത്തിൽ പറയാമെങ്കിലും അവരിൽ ചിലർ മാത്രമേ തങ്ങൾ മാർക്സിസ്റ്റുകാർ ആണെന്ന് അവകാശപ്പെടുന്നുള്ളൂ. ഇന്ത്യയിലെ മാർക്സിസ്റ്റ് ചരിത്രരചനയുടെ ആരംഭം 1922 ൽ ജനീവയിൽനിന്നും എം എൻ റോയ് പ്രസിദ്ധീകരിച്ച *മാറിക്കൊണ്ടിരിക്കുന്ന ഇന്ത്യ (ഇന്ത്യ ഇൻ ട്രാൻസിഷൻ)* ആണെന്ന് പറയാം. 1925 ൽ രജനി പാംദത്ത് *ആധുനിക ഭാരതം (മോഡേൺ ഇന്ത്യ)* എഴുതി പ്രസിദ്ധീകരി

ച്ചതോടെ ആധുനിക ഭാരതത്തിന്റെ ചരിത്രത്തിൽ മാർക്സിസം ഗണ്യമായ ഒരു ശക്തിയായിതീർന്നു. 1930 കളുടെ ആദ്യം ഡോ. കെ എം. അഷറഫ് മദ്ധ്യകാല ഭാരതീയ ചരിത്രവും 40 കളിൽ ഡോ. ഭൂപേന്ദ്രനാഥ് ദത്ത പ്രാചീന ഭാരതീയ ചരിത്രവും മാർക്സിസ്റ്റ് വെളിച്ചത്തിൽ വ്യാഖ്യാനിക്കാൻ ശ്രമിച്ചതോടെ മാർക്സിസ്റ്റ് ചരിത്രരചന അതിവേഗം പക്വതയിലേക്ക് മുന്നേറുകയായിരുന്നു. കഴിഞ്ഞ നൂറ്റാണ്ടിന്റെ മദ്ധ്യത്തിൽ ഇന്ത്യയെക്കുറിച്ച് മാർക്സ് "ന്യൂയോർക്ക ഹെറാൾഡ് ട്രിബ്യൂണി"നയച്ച ലേഖനങ്ങൾ പരിമിതികൾ ഉള്ളവയെങ്കിലും വളരെയേറെ ഉൾക്കാഴ്ചയും പ്രസക്തിയും ഉള്ളവയാണെന്ന് പരക്കെ അംഗീകരിക്കപ്പെട്ടു.

II

ഈ കാലയളവിൽ മറ്റ് പല പ്രതിഭാശാലികളും മാർക്സിസ്റ്റ് പക്ഷത്തുനിന്നും ചരിത്രരചനയ്ക്ക് സംഭാവന നല്കിയിട്ടുണ്ട്. എങ്കിലും 1956 ൽ പ്രസിദ്ധീകരിച്ച ദാമോർദർ ധർമ്മാനന്ദ് *കൊസാംബി (1907)*യുടെ *ഇന്ത്യാ ചരിത്രപഠനത്തിനൊരു മുഖവുര (ഇൻട്രഡക്ഷൻ ടു ദി സ്റ്റഡി* ഓഫ് *ഇന്ത്യൻ ഹിസ്റ്ററി)* ആണ് ഇന്ത്യാ ചരിത്രപഠന പുരോഗതിയിലെ നിർണ്ണായക നാഴികക്കല്ലായി കരുതപ്പെടുന്നത്. ഈ നാഴികക്കല്ലിനെ തുടർന്ന് വന്ന കഴിഞ്ഞ് മൂന്നര പതിറ്റാണ്ട് കാലത്ത് ഇന്ത്യ ചരിത്രപഠനങ്ങളിലും അവയിൽ മാർക്സിസത്തിനുള്ള സ്വാധീനത്തിലും വമ്പിച്ച ഒരു കുതിച്ചുചാട്ടം തന്നെയാണ് അനുഭവപ്പെട്ടത്. ഇപ്പോൾ ഇന്ത്യൻ സർവ്വകലാശാലയിൽ ചരിത്ര ഗവേഷണത്തിലും അദ്ധ്യാപനത്തിലും ഏർപ്പെട്ടിട്ടുള്ളവരിൽ ഭൂരിപക്ഷവും മാർക്സിസ്റ്റുകാരോ മാർക്സിസത്തോട് ചായ്വുള്ളവരോ ആണെന്ന് തറപ്പിച്ചു പറയാം. ചരിത്രകാരന്മാരുടെയും അദ്ധ്യാപകരുടെയും ഗവേഷകരുടെയും അംഗീകൃത സംഘടനയായ ഇന്ത്യൻ ഹിസ്റ്ററി കോൺഗ്രസിന്റെ പ്രമുഖ ഭാരവാഹികളെ പരിശോധിച്ചാൽ അത് വ്യക്തമാകും.

ഡി ഡി കൊസാംബി

അടുത്ത ഏതാനും വർഷങ്ങളായി ഇന്ത്യൻ രാഷ്ട്രീയത്തിൽ വലിയതോതിൽ തലപ്പൊക്കിയിട്ടുള്ള വർഗ്ഗീയതയുടെ പശ്ചാത്തലത്തിൽ കുറേക്കാലമായി പത്തിയടക്കി കഴിഞ്ഞിരുന്ന വർഗ്ഗീയ ചരിത്രകാരന്മാർ ഫണമുയർത്തി ചീറ്റിത്തുടങ്ങിയിട്ടുണ്ടെന്ന വസ്തുത വിസ്മരിക്കുന്നില്ല. ചില

സംസ്ഥാനങ്ങളിൽ അക്കൂട്ടർക്ക് ഭരണാധികാരം ലഭിച്ചതോടെ ഈ പ്രവണത സമീപഭാവിയിൽ കൂടുതൽ ശക്തിപ്പെടാനും ഇടയുണ്ട്. പക്ഷേ, ഗവേഷണത്തിന്റെ ഗഹനതകൊണ്ടോ വസ്തുതകളുടെ അനിഷേധ്യത കൊണ്ടോ മാർക്സിസ്റ്റ് ചരിത്രരചയിതാക്കളെ കീഴ്പ്പെടുത്താൻ വർഗ്ഗീയ വാദികൾക്ക് അത്രയെളുപ്പമൊന്നും കഴിയില്ല. അയോധ്യ പ്രശ്നത്തെ മുൻനിർത്തിയുള്ള വിവാദങ്ങളിൽ മാർക്സിസ്റ്റുകാരെയും മറ്റ് മതേതര ദേശീയവാദികളെയും ചരിത്രവസ്തുതകളുടെ അടിസ്ഥാനത്തിൽ തോല്പിക്കാൻ വർഗ്ഗീയ വാദികൾക്ക് കഴിഞ്ഞിട്ടില്ല. അംഗീകരിക്കപ്പെട്ട ചരിത്ര പണ്ഡിതരെ കാര്യമായ അളവിൽ അണിനിരത്താനും രാമജന്മഭൂമിക്കാർക്ക് സാധിച്ചിട്ടില്ലെന്ന് ദിനപ്പത്രങ്ങളിൽ വന്ന വാർത്തകൾ തന്നെ സാക്ഷ്യം വഹിക്കുന്നു.

പരമ്പരാഗത ദേശീയ ചരിത്രകാരന്മാരുടെ പരിമിതികൾ ചൂണ്ടിക്കാട്ടാനും ദേശാഭിമാനം കൈവിടാതെതന്നെ നമ്മുടെ പൈതൃകത്തിലെ പുഴുക്കുത്തുകൾക്കും വൈരുദ്ധ്യങ്ങൾക്കുംനേരെ ശാസ്ത്രത്തിന്റെ വെള്ളിവെളിച്ചം വീശാനും മാർക്സിസ്റ്റ് ചരിത്രകാരന്മാർക്ക് സാധിച്ചതിനാൽ രാഷ്ട്രീയത്തിൽ മാർക്സിസം അംഗീകരിക്കാത്ത ദേശീയവാദികൾക്കുപോലും ഈ വീക്ഷണം സ്വീകാര്യമായി വരുന്നു. ഇന്ത്യയുടെ ഭൂതകാലത്തെ കണക്കിലേറെ ആദർശവല്ക്കരിക്കുകയും അധഃസ്ഥിത വിഭാഗങ്ങളുടേയും അസ്പൃശ്യ ജാതിക്കാരുടേയും ദുരിതങ്ങളുടേയും സമരങ്ങളുടേയും നേരെ കണ്ണടയ്ക്കുകയും ചെയ്ത പരമ്പരാഗത ചരിത്രരചനകൾക്ക് തിരുത്തലായിരുന്നു മാർക്സിസ്റ്റുകാരുടേയും മാർക്സിസ്റ്റ് ചായ്വുള്ളവരുടേയും രചനകൾ. അങ്ങനെ ഭൂപ്രഭുക്കളുടേയും നാടുവാഴികളുടേയും മഹാബ്രാഹ്മണരുടേയും സൈനികത്തലവന്മാരുടേയും ചരിത്രം ഭൂരിപക്ഷ വിഭാഗത്തിന്റെ സത്യകഥാകഥനമായി മാറുന്ന കാഴ്ചയാണ് കഴിഞ്ഞ ഏതാനും വർഷങ്ങളായി നാം കാണുന്നത്. അതോടൊപ്പം ഉല്പാദന സമ്പ്രദായങ്ങളുടെ പടിപടിയായുള്ള വികാസവും അതോടൊപ്പം രൂപംകൊണ്ട ഉല്പാദന ബന്ധങ്ങളുടെ ഗതിവിഗതികളും പഴയ ചരിത്രകാരന്മാർക്ക് അപ്രസക്തമായിരുന്നു. പുതിയ ചരിത്രകാരന്മാർ അക്കാര്യങ്ങൾക്ക് പ്രഥമസ്ഥാനം കല്പിച്ചു. ഇതിന്റെയെല്ലാം ഫലമായി ചരിത്രമെന്നുള്ളത് ഗവേഷണവിഷയവും അക്കാദമിക് വിദ്യാഭ്യാസം എന്നത് നിലവിട്ട കുത്തകവാഴ്ചയ്ക്കും ഭൂപ്രഭുത്വത്തിനും ജാതിമേധാവിത്വത്തിനും എതിരെ പൊരുതുന്ന ജനകോടികളുടെ സമരായുധങ്ങളിൽ ഒന്നായി. ആർ എസ് ശർമ്മ, റൊമീലാഥാപ്പർ, കെ എൻ പണിക്കർ തുടങ്ങി അനേകം പണ്ഡിതർ ഈ പഠനമേഖലയെ അർത്ഥവത്തും പ്രസക്തവുമാക്കിത്തീർത്തു. യുവചരിത്രകാരന്മാർ കേരളമുൾപ്പെടെ ഇന്ത്യയിലെ പല സർവ്വകലാശാലകളിലും ഫലപ്രദമായി പ്രവർത്തിച്ചുവരുന്നു.

ഈ സാഹചര്യത്തിലാണ് കഴിഞ്ഞ എട്ടുപത്തു വർഷകാലത്ത് ശാസ്ത്രീയ ചരിത്രരചനക്കെതിരെയും പഠനപ്രവർത്തനങ്ങൾക്കെതിരെയും ചില സംഭാഷണങ്ങളിൽ വെല്ലുവിളികൾ ഉയർന്നുവന്നിട്ടുള്ളത്.

ഇത്തരം വെല്ലുവിളികൾ പലതുമുണ്ടെങ്കിലും അവയിൽ പ്രധാനപ്പെട്ടതായി കാണുന്നത് രണ്ടാണ്.

ഈ രണ്ടെണ്ണത്തിൽ കാലഗണനകൊണ്ട് അല്പം കൂടുതൽ, പഴക്കം അവകാശപ്പെടാവുന്നത് സർ ലൂയിനേമിയർ എന്ന ബ്രിട്ടീഷ് ചരിത്ര പണ്ഡിതൻ ബ്രിട്ടീഷ് ചരിത്രരചനയിൽ പ്രയോഗിച്ച ഒരു സമ്പ്രദായമാണ്. ഈ ചരിത്ര ശൈലിയോട് അനുകൂലിക്കുന്ന ഗ്രന്ഥങ്ങൾ ബ്രിട്ടനിലെ കേംബ്രിഡ്ജ് സർവ്വകലാശാലയിൽനിന്ന് പരമ്പരയായി പുറത്തുവരികകാരണം അവയെ കേംബ്രിഡ്ജ് സ്കൂൾ അഥവാ പ്രസ്ഥാനമെന്ന് പൊതുവെ വിളിക്കുന്നു. പ്രധാനമായും ബ്രിട്ടന്റെ ചരിത്രത്തെ ആസ്പദമാക്കിയാണ് ഈ പ്രസ്ഥാനത്തിൽപ്പെട്ട പുസ്തകങ്ങൾ ആദ്യം പുറത്തുവന്നതെങ്കിലും ഇന്ത്യാ ചരിത്രത്തിൽ തല്പരരായ ഇംഗ്ലീഷുകാരും ഇന്ത്യാക്കാരും പങ്കുചേർന്ന് ഇന്ത്യയേയും മറ്റ് ദക്ഷിണേഷ്യൻ രാജ്യങ്ങളെയും കുറിച്ച് പ്രത്യേകമൊരു പരമ്പരതന്നെ ഇറക്കിയിട്ടുണ്ട്. ചരിത്രം പഠിക്കാനും രചിക്കാനും വേണ്ടത് വർഗ്ഗസിദ്ധാന്തങ്ങളോ ഉല്പാദന സമ്പ്രദായ അന്വേഷണങ്ങളോ ഒന്നുമല്ലെന്നും അതതുകാലങ്ങളിലെ വരേണ്യനായകരുടെ ഡയറികളും ജീവചരിത്രങ്ങളും രഹസ്യരേഖകളും പരിശോധിച്ച് വിലയിരുത്തുകയാണ് വേണ്ടതെന്നും അവർ പറയുന്നു. പുറമേയ്ക്കുള്ള അവരുടെ നാട്യങ്ങളും പ്രഖ്യാപനങ്ങളും സംവാദങ്ങളുമെല്ലാം യാഥാർത്ഥ്യങ്ങളെ മറച്ചുവെക്കാനുള്ള അടവുകളാണെന്നും അവർ കരുതുന്നു. ഈ മാർഗ്ഗം ഉപയോഗിച്ച് ജനാധിപത്യത്തിന്റെ മാനവിക മൂല്യങ്ങളുടെയും ക്രിസ്ത്യൻ സംസ്കാരത്തിന്റെയും മഹോന്നത വക്താക്കളായി ഞെളിഞ്ഞ് രാജ്യം ഭരിച്ചുനടന്ന പല പ്രമാണികരുടേയും തനിനിറം വെളിക്കുക്കൊണ്ടുവരാൻ നേമിയർക്കും കൂട്ടർക്കും സാധിച്ചിട്ടുണ്ട്. ഇർഫാൻ ബബീബ് പറയുന്നു.

> 18-ാം നൂറ്റാണ്ടിലെ ഇംഗ്ലണ്ടിലെ പാർലമെന്ററി രാഷ്ട്രീയത്തിന്റെ ഉള്ളുകള്ളികൾ അനാവരണം ചെയ്യാൻ പറ്റിയ ഒന്നായിരുന്നു നേമിയറിന്റെ ശൈലി. പൊതുജന നേതാക്കളും പ്രമുഖരും പരസ്യമായി നടത്തുന്ന പ്രഖ്യാപനങ്ങളെ അവരുടെ സ്വകാര്യ രേഖകളിലും ഡയറികളിലും പ്രകടിപ്പിക്കുന്ന താല്പര്യങ്ങളും ചിന്തകളുമായി താരതമ്യപ്പെടുത്തിക്കാണിക്കുക എന്നതായിരുന്നു നേമിയർ സമ്പ്രദായത്തിന്റെ കാതൽ. ഈ സമ്പ്രദായത്തോട് അടിസ്ഥാനപരമായി എതിർപ്പ് പ്രകടിപ്പിക്കേണ്ട കാര്യമൊന്നുമില്ല. നേരെമറിച്ച് ആ സമ്പ്രദായംകൊണ്ട് പലരുടേയും ആന്തരോദ്ദേശ്യങ്ങൾ വെളിവാക്കാൻ കഴിയുന്നതിനു പുറമെ പല സംഭവങ്ങൾ തമ്മിൽ പ്രത്യക്ഷത്തിൽ കാണാൻ കഴിയാത്ത കാര്യകാരണ ബന്ധങ്ങൾ കണ്ടെത്താനും കഴിയും. ഒരു ദൗർബല്യം മാത്രമേ ഈ സമ്പ്രദായത്തിനുള്ളൂ. ഇത്ര സൂക്ഷ്മമായി ഓരോ മരത്തെയും പരിശോധിച്ചുകൊണ്ടിരിക്കുന്നതിനിടയ്ക്ക് വനം കണ്ണിൽപെടാതെ പോകുമോ എന്നതാണത്. തിരുത്തൽവാദികളും വിഗ്രഹഭഞ്ജകരുമായി അറിയപ്പെടാൻ ആഗ്ര

ഹിക്കുന്ന നേമിയർ സമ്പ്രദായക്കാർ ഇന്ത്യൻ ദേശീയ പ്രസ്ഥാനത്തെക്കുറിച്ച് പഠിക്കാൻ പുറപ്പെടുമ്പോഴും ഈ ആപത്തുകൾ ധാരാളമുണ്ട്. (*ഇന്ത്യ ചരിത്രവ്യാഖ്യാനം മാർക്സിസ്റ്റ് സമീപനം*--ചിന്ത പ്രസിദ്ധീകരണം. പേജ് 62)

മരങ്ങളുടെ പുറകെ നടന്ന് വനം കാണാതെപോയ കേംബ്രിഡ്ജ് സ്കൂളുകാരുടെ കൃതികളിൽ വളരെ മെച്ചപ്പെട്ട ഒന്നാണ് അനിൽ സീലിന്റെ *ഇന്ത്യൻ ദേശീയവാദത്തിന്റെ ഉയർച്ച* (*ഇമേർജൻസ് ഓഫ് ഇന്ത്യൻ നാഷണലിസം*). 19-ാം നൂറ്റാണ്ടിലെ ഇന്ത്യൻ നേതാക്കളുടെ ആദർശവല്ക്കരിക്കപ്പെട്ട പ്രതിച്ഛായയ്ക്കകത്ത് ഒളിഞ്ഞിരിക്കുന്ന ജാതി കുശുമ്പുകളും സ്വകാര്യതാല്പര്യങ്ങളും വൈയക്തിക ദൗർബല്യങ്ങളും മറ്റും പുറത്തുകൊണ്ടുവരാനും പല സംഭവങ്ങളുടെയും ഇതുവരെ അറിയപ്പെടാതിരുന്ന പരസ്പരബന്ധങ്ങൾ അനാവരണം ചെയ്യാനും മറ്റും സീലിനു കഴിഞ്ഞിട്ടുണ്ട്. പക്ഷേ, 19-ാം നൂറ്റാണ്ടിലെ ദേശീയപ്രസ്ഥാനത്തിൽ ഇന്ത്യയിലാകെ സംഭവിച്ചത് ചില സ്വാർത്ഥികളും കുശുമ്പൻമാരും ആയ നേതാക്കന്മാരുടെ ഉപജാപങ്ങളും പരസ്യ നാട്യങ്ങളും മാത്രമായിരുന്നുവെന്നു തോന്നും സീലിന്റെ പുസ്തകം വായിച്ചാൽ. ദാദാഭായി നവറോജി, ഡബ്ല്യു സി ബാനർജി, രമേഷ് ചന്ദ്രദത്ത് തുടങ്ങിയ പ്രതിഭാശാലികളും അവരുടെ പിന്നിൽ അണിയണിയായി നിരന്ന ബഹുജനങ്ങളുമെല്ലാം വെറും ഉപജാപകവൃന്ദമായിരുന്നുവെന്ന് പറഞ്ഞാൽ അത് കടുംകൈതന്നെ. കേംബ്രിഡ്ജ് സ്കൂളിന്റെ ശക്തിദൗർബല്യങ്ങളല്ല ഈ ലേഖനത്തിന്റെ മുഖ്യപ്രമേയം. അതുകൊണ്ട് താരതമ്യത്തിനായി അതിനെയൊന്ന് പരാമർശിച്ചുപോകുന്നുവെന്ന് മാത്രം.

കേംബ്രിഡ്ജ് സ്കൂളുകാരേക്കാൾ സ്വാധീനശക്തിയും പ്രത്യയശാസ്ത്രപരമായ വായ്ത്തലയും ഉള്ളത് സബാൾട്ടൺ അഥവാ കീഴാളർ ചരിത്രകാരന്മാർക്കാണ്. അവരുടെ നിലപാടുകൾ പരിശോധിക്കാം.

III

1932 ൽ *കീഴാളർ പഠനങ്ങൾ 1, ദക്ഷിണേന്ത്യൻ ചരിത്രത്തെയും സമൂ*ഹത്തെയുംകുറിച്ചുള്ള ലേഖനങ്ങൾ (*സബാൾട്ടേൺ സ്റ്റഡീസ്1, റൈറ്റിങ്സ് ഓൺ സൗത്ത് ഏഷ്യൻ ഹിസ്റ്ററി ആന്റ് സൊസൈറ്റി*) എന്ന പേരിൽ രഞ്ജിത്ത് ഗുഹ എഡിറ്റുചെയ്ത പുസ്തകം ഡൽഹിയിൽനിന്നും ഓക്സ്ഫോഡ് യൂണിവേഴ്സിറ്റി പ്രസുകാർ പുറത്തിറക്കിയതോടെയാണ്

ഈ ചരിത്രരചനാ പ്രസ്ഥാനം മറനീക്കി അരങ്ങത്തെത്തുന്നത്. ഇക്കഴിഞ്ഞ എട്ടുവർഷക്കാലത്ത് അഞ്ച് സബാൾട്ടേൺ പഠനസമാഹാരങ്ങൾ കൂടി പ്രസിദ്ധീകരിക്കപ്പെട്ടു. കൂടാതെ ഈ പഠനങ്ങൾക്കൊക്കെ അടിസ്ഥാന മായി വർത്തിക്കുന്ന പരിഗണനകളും സങ്കല്പനങ്ങളും കോഡ്രീകരിച്ചു കൊണ്ട് രഞ്ജിത് ഗുഹ തന്നെ എഴുതിയ *എലിമെന്ററി ആസ്പെക്ട്സ് ഓഫ് പെസന്റ് ഇൻസർജൻസി ഇൻ കൊളോണിയൽ ഇന്ത്യ* എന്ന ഒരു ചരിത്രശാസ്ത്രഗ്രന്ഥവും 1933 ൽ പുറത്തു വന്നു. "കൊളോണിയൽ ഭാരത ത്തിലെ കാർഷിക കലാപങ്ങളുടെ പ്രാഥമികവശങ്ങൾ" എന്നോ മറ്റോ തർജ്ജുമ ചെയ്യാം. 1950 കളിൽ ലോകയുവജനപ്രസ്ഥാനവും അതു വഴി മാർക്സിസം-ലെനിനിസവുമായി താത്വികവും പ്രായോഗികവുമായി ബന്ധപ്പെട്ടിരുന്ന രഞ്ജിത് ഗുഹ പിന്നീട് ഇംഗ്ലണ്ടിലെ സസക്സ് സർവ്വകലാശാലയിൽ പ്രൊഫസറായി. ഈ പുസ്തക പരമ്പര ആസൂത്രണം ചെയ്യുമ്പോഴും പ്രസിദ്ധീകരിക്കുമ്പോഴും അദ്ദേഹം ആസ്ട്രേലിയൻ സർവ്വകലാശാലയിൽ ഗവേഷണ അദ്ധ്യാപനവൃത്തികളിൽ ഏർപ്പെട്ടിരിക്കുകയാണ്. ഗുഹയ്ക്ക് പുറമെ സുമിത് സർക്കാർ, പാർത്ഥ ചാറ്റർജി, ഗ്യാൻ പാണ്ഡെ, ഡേവിഡ് ഹാർഡിമാൻ തുടങ്ങി സാമാന്യം അറിയപ്പെടുന്ന രണ്ട് ഡസനിലേറെ യുവചരിത്രകാരന്മാർ ഈ പദ്ധതിയിൽ പങ്കെടുക്കുകയും എഴുതുകയും ചെയ്യുന്നുണ്ട്.

ഇവയിൽ ചിലരെല്ലാം മാർക്സിസ്റ്റുകാർ എന്നവകാശപ്പെടുന്നവരാണ്. ഈ പരമ്പര ആരംഭിക്കുന്നതിന് മുമ്പുള്ള അവരുടെ പ്രബന്ധങ്ങളും പുസ്തകങ്ങളും ചരിത്ര വിദ്യാർത്ഥികളെ ആകർഷിച്ചിട്ടുണ്ട്. കീഴാളൻ പ്രസ്ഥാനം മാർക്സിസ്റ്റ് ചരിത്രരചനകളുടെ യുക്തിയുക്തമായ വികാസമാണെന്നും അതല്ല അതിന്റെ നിഷേധമാണെന്നും വാദങ്ങളുണ്ട്. പ്രൊഫസർ ഇർഫാൻ ഹബീബ്, പ്രൊഫ. കെ എൻ പണിക്കർ, സുനീത്ചോപ്ര തുടങ്ങി പലരും ഈ പ്രസ്ഥാനത്തിന്റെ ക്രിയാത്മകവശങ്ങളെ അംഗീകരിക്കുന്നതോടൊപ്പം അതിന്റെ അടിസ്ഥാനപരമായ ലക്ഷ്യത്തേയും രീതിയേയും നിശിതമായി വിമർശിക്കുന്നു.

ഇനി ഈ പ്രസ്ഥാനത്തിന്റെ മുഖ്യ സവിശേഷതകളിലേക്ക് കണ്ണോടിക്കാം.

സബാൾട്ടേൺ എന്ന ഇംഗ്ലീഷ് പദത്തിന് തികച്ചും പറ്റിയ വിവർത്തനം തന്നെയാണ് കീഴാളർ. അധഃസ്ഥിതരെന്നും അല്പം സംസ്കൃതവല്ക്കരിച്ചു പറയാം. അദ്ധ്വാനിക്കുന്ന വർഗ്ഗങ്ങൾ എന്നോ ചൂഷിത വിഭാഗങ്ങൾ എന്നോ കീഴ്ജാതിക്കാർ എന്നോ പറഞ്ഞാൽ ഉൾക്കൊള്ളാൻ കഴിയാത്തവിധം വിപുലമായ, അതേസമയം വ്യക്തമായ ജനവിഭാഗങ്ങളെ ഈ പദം സൂചിപ്പിക്കുന്നുവെന്ന് ഗുഹ അദ്ദേഹത്തിന്റെ പഠനങ്ങളുടെ ഒന്നാം വാല്യത്തിന്റെ ആമുഖത്തിൽത്തന്നെ വിശദീകരിക്കുന്നു. പ്രശസ്ത ഇറ്റാലിയൻ മാർക്സിസ്റ്റ് ചിന്തകനും കമ്യൂണിസ്റ്റു പാർട്ടി നേതാവും ഫാസിസ്റ്റ് വിരുദ്ധ രക്തസാക്ഷിയും ആയ അന്റോണിയോ ഗ്രാംഷി (1891-1937) അദ്ദേഹത്തിന്റെ ജയിൽ കുറിപ്പുകളിൽ ഈ പദം ഇറ്റാലിയൻ ചരിത്രത്തെക്കുറിച്ച് പരാമർശിക്കുമ്പോൾ പ്രയോഗിച്ചിട്ടുണ്ട്. പൂർണ്ണമായും ആ അർത്ഥത്തിലാണ് തങ്ങൾ ഈ പദം ഉപയോഗിക്കുന്നത് എന്ന് ഗുഹ തറപ്പിച്ച് പറയുന്നില്ലെങ്കിലും ഗ്രാംഷിയോട് തങ്ങൾക്കുള്ള കടപ്പാട് അദ്ദേഹം നിഷേധിക്കുന്നില്ല. വർഗ്ഗം, ജാതി, പ്രായം, ലിംഗം, ഉദ്യോഗം തുടങ്ങി ഏത് പദവിയുമായി ബന്ധപ്പെട്ടിട്ടുള്ള കീഴാളത്വവും തങ്ങളുടെ ഈ പദപ്രയോഗത്തിൽ ഉൾപ്പെടുന്നുവെന്ന് ഗുഹ അവകാശപ്പെടുന്നു. ഇങ്ങനെയൊക്കെ തന്നെയാണോ ഗ്രാംഷി ഈ പദപ്രയോഗം നടത്തിയത്? അംഗീകൃത മാർക്സിസ്റ്റ് പദപ്രയോഗങ്ങൾ പലതും പൊലീസ് സെൻസർമാരെ കബളിപ്പിക്കാനായി മാറ്റി മറിക്കുക എന്നത് ഗ്രാംഷിയുടെ നോട്ടുബുക്കുകളിൽ സ്ഥിരമായി കാണുന്ന ഏർപ്പാടാണ്. പലേടത്തും വർഗ്ഗം (ക്ലാസ്) എന്ന് ഒരു തർക്കവും കൂടാതെ ഉപയോഗിക്കാവുന്ന സ്ഥലങ്ങളിൽ പോലും "ഫണ്ടമെന്റൽ ഗ്രൂപ്പ്" മുതലായ സൂത്രപ്രയോഗങ്ങൾ അദ്ദേഹം നടത്തുന്നുണ്ട്. ഈ പദപ്രയോഗങ്ങളുടെ യഥാർത്ഥ മൂല്യവും ലക്ഷ്യവും കണ്ടുപിടിക്കുക എന്നത് ഗ്രാംഷി പഠനങ്ങളിലെ കീറാമുട്ടികളിൽ ഒന്നാണ്. അതുകൊണ്ട് ഗ്രാംഷിയുടെ വളരെ വിലപ്പെട്ട നിഗമനങ്ങളുടെയും സിദ്ധാന്തങ്ങളുടെയും ആകെ തുകയിൽ നിന്ന് അടർത്തി മാറ്റി ചില പദങ്ങളെയോ പദപ്രയോഗങ്ങളെയോ ആശ്രയിക്കുന്നത് അത്ര വിശ്വസനീയമായ മാർഗ്ഗമല്ല.

ഇന്ത്യയിലെ ഇതഃപര്യന്തമുള്ള ചരിത്രരചനകളെയെല്ലാം "എലിറ്റ്" അഥവാ വരേണ്യ ചരിത്രങ്ങളായി ഗുഹ തിരസ്കരിക്കുന്നു. വരേണ്യ ചരിത്രങ്ങളിൽത്തന്നെ രണ്ടിനങ്ങളുണ്ട് -കൊളോണിയലും ദേശീയ വാദപരവും. സ്വാതന്ത്ര്യാനന്തരം അവ പുത്തൻ കൊളോണിയലിസ്റ്റും പുത്തൻ ദേശീയവാദിയുമായി മാറിയെങ്കിലും അടിസ്ഥാനപരമായി വരേണ്യ പ്രകൃതം അഭംഗുരം തുടരുന്നു. ഈ ലേഖനത്തിന്റെ ആദ്യഖണ്ഡത്തിൻ വിവരിച്ച മാതിരിയുള്ള ചരിത്രരചന വിഭാഗങ്ങളെയൊന്നും ഗുഹയും കൂട്ടരും അംഗീകരിക്കുന്നില്ല. മാർക്സിസ്റ്റ് ചരിത്രകാരന്മാരെപ്പറ്റി ഒന്നും എടുത്തുപറയുന്നില്ല. അവരെ പുത്തൻ ദേശീയവരേണ്യവാദ ചരിത്രപ്രസ്ഥാനത്തിന്റെ ഉപവിഭാഗമായിട്ടേ കീഴാളർ പ്രസ്ഥാനക്കാർ പരിഗണിക്കുന്നുള്ളൂ എന്നു തോന്നുന്നു. മേൽ വിവരിച്ച വിവിധ തരത്തിലുള്ള കീഴാ

ളർക്കെല്ലാം സ്വതന്ത്രവും സ്വയം സമ്പൂർണ്ണവുമായ ജീവിതശൈലിയും അനുക്തമെങ്കിലും വ്യക്തമായ പ്രത്യയശാസ്ത്രസംഹിതയും തനതായ സമരചരിത്രവും ഉണ്ടെന്ന് ഗുഹയും മറ്റും വാദിക്കുന്നു. ഇത്തരം സമര ങ്ങളെപ്പോലും മേലാളരുടെ നേതൃത്വത്തിലും പ്രത്യയശാസ്ത്ര സ്വാധീന ത്തിലും നടക്കുന്നവയായിട്ടാണ് വരേണ്യ ചരിത്രകാരന്മാർ വ്യാഖ്യാനി ക്കുന്നത് എന്നവർ പരാതിപ്പെടുന്നു. കീഴാളരുടെ മുദ്രാവാക്യങ്ങളും ലക്ഷ്യ ങ്ങളും പലപ്പോഴും അവരുടേതായ പ്രത്യേകഭാഷകളിലും പ്രതീകങ്ങളിലും പൊതിഞ്ഞായിരിക്കും രംഗത്തു വരിക. ചിലപ്പോൾ അവ ജാതിമത്സരങ്ങ ളുടെയോ വർഗ്ഗീയ കലഹങ്ങളുടെയോ മൂടുപടം അണിഞ്ഞായിരിക്കും പ്രത്യക്ഷപ്പെടുക. മറ്റ് ചിലപ്പോൾ വരേണ്യരുടെ നേതൃത്വത്തിലുള്ള ദേശീയ പ്രസ്ഥാനത്തെ എതിർക്കുകമൂലം സാമ്രാജ്യവാദികളുടെ പിണി യാളുകൾ എന്ന പേരുദോഷം അനർഹമായി പേറിക്കൊണ്ടായിരിക്കും കീഴാളർ തങ്ങളുടെ സമരം നടത്തുക. ചരിത്രത്തിൽ പല മടക്കുകളായി അടഞ്ഞു കിടക്കുന്ന ഇത്തരം തെറ്റിദ്ധാരണയുളവാക്കുന്ന സംഭ വങ്ങളെയും മുദ്രവാക്യങ്ങളെയും പ്രതീകങ്ങളെയും ആചാരാനുഷ്ഠാന ങ്ങളെയും ചികഞ്ഞ് കീഴാളർ ചരിത്രത്തെ അനാവരണം ചെയ്യുകയെന്ന ആയാസകരമായ കൃത്യത്തിലാണ് തങ്ങൾ ഏർപ്പെട്ടിരിക്കുന്നതെന്ന് ഗുഹയും മറ്റും പറയുന്നു.

ഇതുവരെയുള്ള ചരിത്രരചനകളിൽ വരേണ്യ നേതാക്കൾക്കും ഇന്ത്യൻ നാഷണൽ കോൺഗ്രസ് പോലുള്ള വരേണ്യസംഘടനകൾക്കും അമിത പ്രാധാന്യം നല്കുകയും അവരെ അവഗണിച്ചും എതിർത്തും പോരാടിയ കീഴാളരുടെ നേട്ടങ്ങൾക്കൂടി മേലാളരുടെ കണക്കിൽ വരവ് വെക്കുകയും ചെയ്യുന്ന ഏർപ്പാട് തിരുത്തിക്കുറിക്കാൻ കീഴാളർ ചരിത്ര കാരന്മാർ ചെയ്യുന്ന ശ്രമങ്ങൾ സ്വാഗതാർഹമാണ്. ഈ ശ്രമങ്ങൾ വഴി ഇതേവരെ ചരിത്രത്തിന്റെ ഇരുണ്ട ഊടുവഴികളിൽ മറഞ്ഞുകിടക്കുന്ന അന വധി വീരേധിഹാസങ്ങൾ അനാവരണം ചെയ്യാൻ കീഴാളർ ചരിത്രകാര ന്മാർക്കെന്നപോലെ അധഃസ്ഥിതരുടെ ഭാഗത്ത് നിലയുറപ്പിച്ചിട്ടുള്ള മറ്റ് പല ചരിത്രകാരന്മാർക്കും അടുത്തകാലത്തായി കഴിഞ്ഞിട്ടുണ്ട്. അങ്ങനെ പണ്ടത്തെ ചരിത്രഗ്രന്ഥങ്ങളിൽ അടിക്കുറിപ്പുകളിൽപ്പോലും സ്ഥാനം ലഭി ക്കാതിരുന്ന ബംഗാളിലെ ടിറ്റു മീർ, ഉത്തർപ്രദേശിലെ മിർസാമുണ്ട, രാമ ചന്ദ്രദാസ്, മഹാരാഷ്ട്രയിലെ മഹാത്മഭൂലെ, കേരളത്തിലെ ശ്രീനാരായണ ഗുരു എന്നിങ്ങനെ എത്രയെത്ര ജനനായകരാണ് ഇപ്പോൾ ഇന്ത്യാചരിത്ര ത്തിന്റെ വെള്ളിവെളിച്ചത്തിലേക്ക് പ്രവേശിച്ച് തുടങ്ങിയിട്ടുള്ളത്. മഹാ രാഷ്ട്രയിലെ വാളികൾ, മദ്ധ്യപ്രദേശിലെ ഭിൽവർഗ്ഗക്കാർ, പടിഞ്ഞാറൻ ബംഗാളിലെ സാന്താൾക്കാർ, ഒറീസ്സയിലെ മയൂർ ഭഞ്നവാസികൾ, മല ബാറിലെ മാപ്പിളമാർ, വയനാട്ടിലെ കുറിച്ച്യർ എന്നിങ്ങനെ എത്രയോ ജന വിഭാഗങ്ങൾ പഴയ ചരിത്രകാരന്മാർ നല്കിയ അപവാദത്തിന്റെ ആവര ണങ്ങൾ വലിച്ചു കീറി തിളക്കമുറ്റ പോരാളികളായി ചരിത്രത്തിന്റെ താളു കളിൽ പ്രകാശം പരത്തുന്നു. ദേശീയസമരത്തിന്റെ ഭാഗമായി അംഗീക

രിച്ചിരുന്ന ചമ്പാരൻ, ചൗരിചൗര, ബാലീയ, സത്താറ, പുന്നപ്ര-വയലാർ, തെലുങ്കാന, കാകദ്വീപ് തുടങ്ങി പല പോരാട്ടങ്ങളും ദുർവ്യാഖ്യാനങ്ങളെ അതിജീവിച്ച് ആദരണീയതയുടെ സമുന്നതപീഠങ്ങളിൽ പ്രതിഷ്ഠിക്കപ്പെടുന്നു.

ഇതെല്ലാം തങ്ങളുടെ മാത്രമായ എന്തോ ഒരു സംഭാവനയാണ് എന്ന അടിസ്ഥാനരഹിതമായ അവകാശവാദം മാത്രമല്ല കീഴാളർ പ്രസ്ഥാനക്കാരുടെ പിശക്. കീഴാളരുടേത് തനതായ ഒരു സ്വയംഭരണ പ്രസ്ഥാനമാണ്. എല്ലായ്പ്പോഴും എല്ലായിടത്തും എന്ന വരട്ട് തത്ത്വപിടിവാശിമൂലം അവർ ചരിത്രത്തെ വളച്ചൊടിക്കുകയും അസൗകര്യപ്രദമായ വസ്തുതകളുടെ നേരെ കണ്ണടയ്ക്കുകയും ചെയ്യുന്നു.

വരേണ്യ നേതൃസ്പർശനമില്ലാതെ നടന്ന സമരങ്ങൾ ഉണ്ടാകാം. ചില സമരങ്ങളിൽ വാരേണ്യർക്കുള്ള പങ്കിനെ അതിശയോക്തി കലർത്തിപെരുപ്പിച്ചു കാണിക്കുന്ന പ്രവണതയും ഉണ്ടാകാം. അവയൊക്കെ തിരുത്തപ്പെടേണ്ടതു തന്നെ. പക്ഷേ, വസ്തുതകളാകെ ഇതിനുവേണ്ടി വളച്ചൊടിക്കുകയും അവഗണിക്കുകയും ചെയ്താലോ? ഗുഹയുടെയും മറ്റും സങ്കല്പ പ്രകാരം കമ്യൂണിസ്റ്റുകാരുടെയും ദേശീയവാദികളുടെയും നേതൃത്വത്തിൽ നടന്ന - ഈ നേതാക്കൾ ജനനം കൊണ്ടും തൊഴിലുകൊണ്ടും കീഴാളർ ആണെങ്കിൽ പോലും- സമരങ്ങൾ കീഴാളർ ചരിത്രത്തിൽ സ്ഥാനം കാണുകയില്ല. കമ്യൂണിസ്റ്റുകാർ എഴുതിയ ചരിത്രംമാത്രമല്ല, കമ്യൂണിസ്റ്റുകാർ നയിച്ച ധീരോദാത്തമായ സായുസമരങ്ങൾപ്പോലും ഈ "കീഴാളർ" ബുദ്ധിജീവികൾക്ക് അസ്പൃശ്യമാണെന്ന് വരുന്നു. ഇർഫാൻ ഹബീബ് പറയുന്നു:

> തൊഴിലാളികളുടെയും കർഷകരുടെയും ഗ്രോത്രവർഗ്ഗക്കാരുടെയും പോരാട്ടങ്ങൾ കൂടുതൽ വെളിപ്പെടുത്തുന്നതിനുള്ള കീഴാളർ പക്ഷക്കാരുടെ ശ്രമം സ്വാഗതാർഹം തന്നെ. എന്നാൽ അവരുടെ ചരിത്ര പരിപ്രേക്ഷ്യം അംഗീകാര്യമല്ലാത്തവിധം സങ്കുചിതമാണ് എന്നു പറഞ്ഞേ തീരൂ. സമൂഹത്തിൽ പൊതുവെ വ്യാപിക്കുന്ന ആശയങ്ങളും പലപ്പോഴും വരേണ്യർ എന്നു വിശേഷിപ്പിക്കപ്പെടുന്നവരുടെ സ്വാധീനവും കീഴാളർ വർഗ്ഗക്കാരുടെ ഇടയിൽ വളരെ ഗണ്യമായി ഉണ്ട് എന്ന വസ്തുത ഗുഹ വാദിക്കുന്നതുപോലെ ഒരു നിസ്സാര ഘടകമല്ല. അത് കേന്ദ്ര പ്രാധാന്യമുള്ള ഒരു ഘടകം തന്നെയാണ്. കീഴാളർ എന്ന പദം അന്റോണിയോ ഗ്രാംഷി അവശേഷിപ്പിച്ച 'ജയിൽ കുത്തിക്കുറിപ്പുകളിൽ' നിന്നാണല്ലോ ഗുഹയും മറ്റും കടംകൊണ്ടത്. എന്നാൽ കർഷകർക്ക് സ്വന്തം നിലയിൽ ഒരു പ്രത്യയശാസ്ത്രം നിർമ്മിക്കാനോ ബുദ്ധിജീവിവിഭാഗത്തിന് രൂപം നല്കാനോ കഴിയുകയില്ലാ എന്ന് ഗ്രാംഷി തറപ്പിച്ചു പറഞ്ഞിട്ടുണ്ട്. ദേശീയ പ്രസ്ഥാനം രംഗത്തു വന്നതിനെത്തുടർന്ന് ബഹുജന സമരങ്ങളുടെ സ്വഭാവം ഗുണപരമായും ഗണപരമായും മാറുകയുണ്ടാ

യി. 1857ലെ ലക്ഷ്യം ഇല്ലാത്ത കർഷക പോരാളികളിൽനിന്നും തികച്ചും വ്യത്യസ്തരായിരുന്നു 1920 കളിലേയും 1930 കളിലേയും കർഷക പ്രക്ഷോഭകാരികൾ. മുൻകൂറായി സാമൂഹിക പരിഷ്കർത്താക്കൾ ജാതിവ്യവസ്ഥയെക്കുറിച്ച് വിമർശനം നടത്താതെ ജാതിഭിത്തികളെ ഉല്ലംഘിച്ചുകൊണ്ടുള്ള വ്യാപകമായ കർഷക സമരങ്ങളെക്കുറിച്ച് സങ്കല്പിക്കാൻപോലും സാദ്ധ്യമല്ല. കർഷകരുടെ അസ്വസ്ഥകൾ ദേശീയ പ്രസ്ഥാനത്തിന് വീര്യം പകർന്ന മുഖ്യഘടകങ്ങളിൽ ഒന്നായിരുന്നുവെന്ന് പറയുന്നതുപോലെ തന്നെ കർഷക പ്രസ്ഥാനത്തിന് ദേശീയ പ്രസ്ഥാനം ആഴം നല്കിയെന്നതും കർഷകർക്ക് വർഗ്ഗബോധം തെളിക്കാൻ അരങ്ങൊരുങ്ങിയെന്നതും വാദിച്ച് ഉറപ്പിക്കാനാവുന്ന വസ്തുതകളാണ്. (ടി പുസ്തകം, പുറം 67-68)

IV

കീഴാളർ ചരിത്രകാരന്മാരുടെ ഈ തെറ്റുകൾ വെറും അക്കാദമീയവും സൈദ്ധാന്തികവും ആയ പിടിപ്പുകേടുകളായി തിരസ്കരിക്കാനാവില്ല. കേംബ്രിഡ്ജ് പ്രസ്ഥാനക്കാരെപ്പോലെ കീഴാളർ പ്രസ്ഥാനം വരേണ്യരുടെ ഫാഷൻ പ്രസ്ഥാനമായി സ്വയം നശിച്ചുകൊള്ളുമെന്ന് വിചാരിക്കുന്നതും പിശക്. തീർച്ചയായും കേംബ്രിഡ്ജുകാരെപ്പോലെ ഗുഹ പ്രഭൃതികളുടെ പരിശ്രമവും ചരിത്രത്തിന്റെ ചില വശങ്ങൾ അനാവരണം ചെയ്യാൻ സഹായിക്കും. എന്നാൽ അധഃസ്ഥിതരുടെയും അദ്ധ്വാനിക്കുന്നവരുടെയും അവഗണിക്കപ്പെടുന്നവരുടെയും സവിശേഷ ചരിത്രശാസ്ത്രം എന്ന നിലയിൽ അവർക്ക് ലഭിക്കാവുന്ന പ്രശസ്തി അധഃസ്ഥിതരുടെ വർഗ്ഗസമരങ്ങൾക്കും സാമൂഹ്യ മുന്നേറ്റത്തിനും ദോഷം ചെയ്യും. അധഃസ്ഥിത വിഭാഗങ്ങളെ അവരുടെ സ്വാഭാവിക സഖ്യശക്തികളിൽ നിന്ന് ഒറ്റപ്പെടുത്തും. അധഃസ്ഥിതരുടെ സമരങ്ങളെ സമൂഹത്തിന്റെ സമഗ്രവിപ്ലവത്തിന്റെ ഭാഗമാക്കി മാറ്റുന്നതിനു പകരം അവരുടെ വിഭാഗീയവും സങ്കുചിതവുമായ താല്പര്യങ്ങളുടെ തിരികുറ്റിയിൽ കെട്ടിയിടും. അധഃസ്ഥിതരുടെ ഇടയിൽ ഏറ്റവും പാവപ്പെട്ട വിഭാഗമായ വ്യവസായ തൊഴിലാളികൾക്കുപോലും അവരുടെ സ്വന്തമായ അവബോധം കൊണ്ട് സമൂഹ നേതൃത്വത്തിലേക്ക് ഉയരാനോ സോഷ്യലിസ്റ്റ് ശക്തിയായി വളരാനോ കഴിയില്ലെന്ന് ലെനിൻ പറയുകയുണ്ടായി. ലെനിൻ പറയുന്നു:

> സോഷ്യൽ ഡെമോക്രാറ്റിക് ബോധം തൊഴിലാളികൾക്കിടയിൽ സാദ്ധ്യമല്ലായിരുന്നുവെന്ന് ഞങ്ങൾ പറഞ്ഞുവല്ലോ. അത് വെളിയിൽനിന്ന് അവർക്കെത്തിച്ചു കൊടുക്കാനേ സാധിക്കൂ. തൊഴിലാളി വർഗ്ഗത്തിന് തനിച്ച് അതിന്റെ സ്വന്തം യത്നംകൊണ്ട് മാത്രം കേവലം ട്രേഡ്‌യൂണിയൻ ബോധമേ വളർത്തിക്കൊണ്ടു വരുവാൻ

കഴിയുള്ളൂവെന്ന് എല്ലാ രാജ്യങ്ങളുടെയും ചരിത്രം തെളിയിക്കുന്നു. യൂണിയനുകളിൽ സ്വയം സംഘടിക്കേണ്ടതിന്റേയും മുതലാളിമാരോട് പോരാടേണ്ടതിന്റേയും തക്കതായ തൊഴിൽ നിയമങ്ങളുണ്ടാക്കാൻ ഗവൺമെന്റിനെ നിർബ്ബന്ധിക്കേണ്ടതിന്റേയും ബോധമാണിത്. സോഷ്യലിസ്റ്റ് സിദ്ധാന്തമാകട്ടെ, വളർന്നു വന്നിട്ടുള്ളത്. സ്വത്തുടമ വർഗ്ഗങ്ങളുടെ അഭ്യസ്തവിദ്യരായ പ്രതിനിധികൾ- അതായത് ബുദ്ധിജീവികൾ- സജ്ജമാക്കിയിട്ടുള്ള ദാർശനികവും ചരിത്രപരവും അർത്ഥശാസ്ത്രപരവുമായ സിദ്ധാന്തങ്ങളുടെ ഉള്ളിൽ നിന്നാണ്. ആധുനിക ശാസ്ത്രീയ സോഷ്യലിസത്തിന്റെ സ്ഥാപകന്മാരായ മാർക്സും എംഗൽസും തന്നെ, അവരുടെ സാമൂഹ്യ പദവി നോക്കിയാൽ ബൂർഷ്വാ ബുദ്ധിജീവികളായിരുന്നു. റഷ്യയിലും ഇതേപോലെ സോഷ്യൽ ഡെമോക്രസിയുടെ സിദ്ധാന്തപരമായ വിജ്ഞാനം തൊഴിലാളി പ്രസ്ഥാനത്തിന്റെ സ്വതസ്സിദ്ധമായ വികസനത്തിൽനിന്നും തികച്ചും സ്വതന്ത്രമായിട്ടാണ് വളർന്നു പൊങ്ങിയത്; വിപ്ലവകാരികളായ സോഷ്യലിസ്റ്റ് ബുദ്ധിജീവികൾക്കിടയിലുള്ള ചിന്തയുടെ വളർച്ചയിൽ നിന്നാണ് സ്വാഭാവികമായും അനിവാര്യമായും അതുത്ഭവിച്ചത്. നാമിവിടെ പറയുന്ന ആ കാലത്ത്-അതായത്, 1890-1900 ന്റെ മദ്ധ്യത്തിൽ-ഈ സിദ്ധാന്തം തൊഴിലാളി വിമോചന ഗ്രൂപ്പിന്റെ പൂർണ്ണരൂപത്തിലുള്ള പരിപാടിയിൽ പ്രതിഫലിച്ചിരുന്നുവെന്ന് മാത്രമല്ല റഷ്യയിലെ യുവവിപ്ലവകാരികളിൽ ഭൂരിപക്ഷത്തെയും അത് അതിന്റെ ഭാഗത്തേക്ക് ആകർഷിക്കുകയും ചെയ്തിരുന്നു. (ലെനിൻ, തെരഞ്ഞെടുത്ത കൃതികൾ, വാല്യം 1, പുറം 161, പ്രഭാത് ബുക്സ്)

തൊഴിലാളി വർഗ്ഗത്തിന്റെ സ്ഥിതിപോലും ഇതാണെങ്കിൽ കീഴാളർ ചരിത്രകാരന്മാർ വിഭാവനം ചെയ്യുന്ന വരേണ്യരഹിത സമരങ്ങളുടെസ്ഥിതി എന്താകും. വർഗ്ഗപദപ്രയോഗങ്ങൾ പോലും ഉപേക്ഷിക്കുന്ന "കീഴാളർ" വർഗ്ഗേതരപദപ്രയോഗത്തിലൂടെ വർഗ്ഗവ്യവസ്ഥയ്ക്ക് മൂടുപടമിടുന്നു. വർഗ്ഗവൈരുദ്ധ്യങ്ങളെ മറച്ചുവെക്കുന്നു. യഥാർത്ഥ കീഴാളർ വിഭാഗങ്ങളുടെ കൂട്ടായ്മ വിലങ്ങുതടി സൃഷ്ടിക്കുന്നു. മാർക്സിസത്തിനും സോഷ്യലിസ്റ്റിനുമെതിരെ ലോകവ്യാപകമായി അപവാദങ്ങളും ഉയർന്ന സാഹചര്യത്തിൽ "കീഴാളർ" എന്ന ഓമനവിശേഷണം സ്വയം പതിപ്പിച്ച് വന്നിട്ടുള്ള ഈ ചരിത്ര പ്രസ്ഥാനം മേലാളരുടെ പ്രത്യയശാസ്ത്ര ഭണ്ഡാകാരത്തിലേക്ക് ഒരു മുതൽക്കൂട്ടുതന്നെ.

●

കുഞ്ഞിക്കാദർ സാഹിബ് ജനിച്ചുവളർന്ന വീട്

മാപ്പിള പോരാളികൾ

മലബാർ കലാപകാലത്തെ സേനാ വിന്യാസം

മലബാർ കലാപ സ്മാരകം

1921: കർഷക പ്രക്ഷോഭം

വാഗൺ ട്രാജഡി

സമരമുഖത്ത്

ബ്രിട്ടീഷ് സൈന്യം എത്തുന്നു

1920 കാലഘട്ടത്തിലെ മലബാർ: വീടും മനുഷ്യരും

www.ingramcontent.com/pod-product-compliance
Lightning Source LLC
LaVergne TN
LVHW101418051026
849519LV00005BC/1795
* 9 7 8 9 3 9 0 3 0 1 2 7 0 *